കച്ചിലപട്ടണത്തിന്റെ കഥ

Kachilapattanathinte Kadha
Novel

C M Venugopalan

CHINTHA PUBLISHERS
Thiruvananthapuram

First Edition
January 2021

Second Impression
January 2021

Second Edition
January 2022

Published & Typesetting
Chintha Publishers, Thiruvananthapuram

Printed at
Print Express, Kochi

Cover Design
Vinod Mangoes

ISBN : 978-93-90301-33-1

CR - 3085 / 5785

₹ 210

Email: chinthapublishers@gmail.com
Website: www.chinthapublishers.com

A vertion is available at National Libraries
Kolkata, Mumbai, Chennai and Delhi

Distribution
DESHABHIMANI BOOKHOUSE
H O Thiruvananthapuram 695035

Branch
Head Office Kunnukuzhi • Statue Thiruvananthapuram
KSRTC Bus Terminal Thampanoor • Saphalyam Complex Thiruvananthapuram
KSRTC Bus Station Alappuzha • KSRTC Bus Station Ernakulam
Machingal Lane Thrissur • IG Road Kozhikode
Mavoor Road Kozhikode • NGO Union Building Kannur
Central Bus Terminal Complex Thavakkara Kannur

കച്ചിലപട്ടണത്തിന്റെ കഥ

(നോവൽ)

സി എം വേണുഗോപാലൻ

ചിന്ത പബ്ലിഷേഴ്സ്
തിരുവനന്തപുരം-695 035
₹ 210

സി എം വേണുഗോപാലൻ

1956 ൽ ചെറുതാഴം പഞ്ചായത്തിൽ പടന്നപ്പുറത്ത് ജനിച്ചു. അച്ഛൻ: പി ആർ നാരായണൻ നമ്പ്യാർ. അമ്മ: ചേണിച്ചേരി മൂലയിൽ രാധി അമ്മ. ചെറുതാഴം ഗവ. എൽ പി സ്കൂൾ, മാടായി ഗവ. ഹൈസ്കൂൾ എന്നിവിടങ്ങളിൽ വിദ്യാഭ്യാസം. ജയിലിൽ വെച്ച് ഡിഗ്രി വിദ്യാഭ്യാസം. 2005 മുതൽ 2015 വരെ ചെറുതാഴം പഞ്ചായത്ത് പ്രസിഡന്റ്. ഇപ്പോൾ സി പി ഐ (എം) മാടായി ഏരിയാ കമ്മിറ്റി അംഗം, ചെറുതാഴം സർവ്വീസ് സഹകരണ ബാങ്ക് പ്രസിഡന്റ്.

ഭാര്യ : എം വി ഭാഗ്യലക്ഷ്മി
(മാനേജർ, മാടായി ബാങ്ക്)
മകൻ : വിഭാത്
മകൾ : ഭാവന
വിലാസം : ചേണിച്ചേരി ഹൗസ്
ഉളിയത്ത്, മണ്ടൂർ (പിഒ)
കണ്ണൂർ ജില്ല
ഫോൺ : 9847641339.
ഇമെയിൽ: cmvenuchenichery@gmail.com

പ്രസാധകക്കുറിപ്പ്

ദേശഭൂപടങ്ങളെ നോവൽ സാഹിത്യശാഖയിൽ അടയാളപ്പെടുത്താനുള്ള ശ്രമങ്ങൾ വ്യത്യസ്തകാലങ്ങളിൽ പ്രകടമായിട്ടുണ്ട്. ചരിത്രത്തിന്റെ യഥാതഥമായ ആഖ്യാനവും ചരിത്രത്തെ സ്വതന്ത്രമായി പിൻതുടരാനുള്ള ശ്രമങ്ങളും ചരിത്രത്തെ ഭാവനാത്മകമായി ആവിഷ്കരിക്കാനുള്ള ശ്രമങ്ങളും നോവൽ രചയിതാക്കളിൽനിന്നുണ്ടായിട്ടുണ്ട്. വടക്കൻ കേരളത്തിന്റെ സാംസ്കാരിക സവിശേഷതകളെ അടുത്തറിഞ്ഞ സി എം വേണുഗോപാലിന്റെ രചനയാണ് *കച്ചിലപട്ടണത്തിന്റെ കഥ*. കച്ചിലപട്ടണമെന്ന ദേശത്തെ മുൻനിർത്തി ജനജീവിതസംസ്കാരത്തിന്റെ ചരിത്ര-വർത്തമാനകാല അടരുകളെ ഭാവസുന്ദരമായി ആവിഷ്കരിക്കുന്ന നോവൽ. ചരിത്രവും ഭാവനയും ഇഴചേരുന്ന *കച്ചിലപട്ടണത്തിന്റെ കഥ*യിൽ പ്രകടമാകുന്ന മിത്തുകൾ, ഐതിഹ്യങ്ങൾ, നാടുവാഴിത്തത്തിന്റെ അപ്രമാദിത്വങ്ങൾ, വർണ്ണവർഗ്ഗവിവേചനങ്ങൾ, കീഴാള പ്രതിരോധങ്ങൾ, വൈദേശികാധിനിവേശങ്ങൾ, ദേശീയ മുന്നേറ്റങ്ങൾ, ജനകീയ ഇടപെടലുകൾ എന്നിവയിലൂടെ അനുവാചകന് അതിദീർഘമായ സഞ്ചാരങ്ങൾ സാദ്ധ്യമാണ്. ചരിത്ര നോവൽ എന്നതിലുപരി ചരിത്രത്തിന്റെ ഭാവനാത്മകമായ ആവിഷ്കാരം എന്ന നിലയിലാണ് ഈ നോവൽ ശ്രദ്ധേയമാകുന്നത്.

ചിന്ത പബ്ലിഷേഴ്സ്

ആമുഖം

രണ്ടായിരത്തി പത്തിൽ ചെറുതാഴം പഞ്ചായത്ത് നടത്തിയ രണ്ടാമത്തെ ഫെസ്റ്റിൽ വെച്ച് *ചെറുതാഴം ചരിത്രവും സംസ്കാരവും* എന്ന പുസ്തകം ചരിത്രകാരനായ കെ കെ എൻ കുറുപ്പ് പ്രകാശനം ചെയ്തു. അന്ന് പഞ്ചായത്ത് പ്രസിഡന്റായിരുന്ന ഞാൻ ആ പുസ്തകത്തിന്റെ എഡിറ്ററുടെ ചുമതല നിർവ്വഹിക്കുന്നതിന്റെ ഭാഗമായി കോലത്തുനാടിന്റെ ചരിത്രവും അതിനോട് ചേർന്ന് നില്ക്കുന്ന മിത്തുകളും ഐതിഹ്യങ്ങളുമെല്ലാം പഠനത്തിനു വിധേയമാക്കുകയുണ്ടായി. ആയരും ഉഴവരും വലയരുമൊക്കെയായി തിണ സംസ്കാരത്തോളം നീണ്ടു കിടക്കുന്നതാണ് കോലത്തുനാടിന്റെ ചരിത്രം എന്ന് അന്ന് ബോദ്ധ്യപ്പെടുകയുണ്ടായി. ലോകത്തിന്റെ പലഭാഗങ്ങളിൽ നിന്നായി പരദേശികൾ കച്ചില പട്ടണത്തിലേക്ക് വന്നു. അവരിൽ ചിലർ ഇവിടെ ആധിപത്യമുറപ്പിച്ചു. പഴന്തമിഴ് പാട്ടിലും തോറ്റം പാട്ടുകളിലുമെല്ലാം അതിന്റെ സൂചനകൾ കാണാം.

അതിന്റെ ഭാഗമായി രാജവാഴ്ചയും വർണ്ണവ്യവസ്ഥയും നാടുവാഴിത്തവും ദേശവാഴിത്തവുമെല്ലാം ഇവിടെയുണ്ടായി. അവരുടെ അടിമത്തത്തിൽ കിടന്ന ജനത അവസരം കിട്ടിയപ്പോഴെല്ലാം അവരുടെ ചെയ്തികളെ ചോദ്യം ചെയ്തു. അന്നത്തെ അധികാരിവർഗ്ഗം അവരെ നിഷ്കരുണം അരിഞ്ഞുതള്ളി. അവരിൽ പലരേയും ദൈവക്കോലമായി പിൻമുറക്കാർ ആരാധിച്ചു. അതൊരു പ്രതിരോധമായിരുന്നു. ക്രമേണ നാടുവാഴിത്തത്തിനും ജന്മിത്തത്തിനുമെതിരായ പോരാട്ടമായി അത് വളർന്നുവന്നു. അതിനു പിന്നാലെ ഇവിടേക്കുവന്ന പറങ്കികളും ഇംഗ്ലീഷുകാരും ഈ നാടിനെ ഭിന്നിപ്പിച്ച് അധികാരവും വ്യാപാരകുത്തകയും കൈക്കലാക്കി. ആ വൈദേശികാടിമത്തത്തിനെതിരായി ഉയർന്നുവന്ന ദേശീയ പ്രസ്ഥാനത്തിന്റെ പോരാട്ടകേന്ദ്രവും ഈ കോലത്തു നാടായിരുന്നു.

ചരിത്രവീഥികളിലൂടെ സഞ്ചരിച്ച് പലതും ചികഞ്ഞു നോക്കിയപ്പോൾ എഴുതപ്പെടാതെ പോയ പലതുമുണ്ടെന്ന് തോന്നി. അവയെല്ലാം കോർത്തിണക്കി ഒരു ചരിത്രനോവലെഴുതാൻ മനസ്സ് പ്രേരിപ്പിച്ചുകൊണ്ടേയിരുന്നു. അങ്ങനെയാണ് ഈ പുസ്തകം എഴുതാൻ ഒരുമ്പെട്ടത്. പ്രതിഭാശാലികളായ എഴുത്തുകാർ കൈകാര്യം ചെയ്യുന്ന നോവൽസാഹിത്യത്തിന്റെ കവാടത്തിൽ നില്ക്കുമ്പോൾ ചെറിയൊരു ആശങ്കയുണ്ടായിരുന്നു. 2017 ൽ *അനുഭവങ്ങളുടെ തടവറ* എന്ന പേരിൽ ജയിൽ അനുഭവങ്ങളെ അടിസ്ഥാനമാക്കി ഒരു പുസ്തകം എഴുതിയപ്പോൾ പലരും പ്രോത്സാഹിപ്പിച്ചു. അങ്ങനെയാണ് ഈ സാഹസത്തിന് ഞാൻ മുതിർന്നത്. ചരിത്രത്തിലെ നായകന്മാരെ അതുപോലെത്തന്നെ ഇതിൽ കൊടുത്തിട്ടുണ്ട്. അതിനു പുറമേയുള്ള കഥാപാത്രങ്ങളെല്ലാം തികച്ചും സാങ്കല്പികമാണ്. ജനിച്ചു വളർന്ന നാടിന്റെ പൈതൃകം എന്തെന്നറിയാനുള്ള ഒരന്വേഷണമാണിത്. പ്രതിഭാശാലികളായ എഴുത്തുകാർക്ക് ഇതിനേക്കാൾ ഭംഗിയായി ഈ ചരിത്രത്തെ ആവിഷ്കരിക്കാൻ കഴിഞ്ഞേക്കാം. ചെറുകാട് പറഞ്ഞതുപോലെ, 'എന്റെ മുരിങ്ങയുടെ ചോട്ടിൽ നിന്നുകൊണ്ട് മാത്രമേ എനിക്ക് ആകാശത്തെ കാണാൻ കഴിയുകയുള്ളൂ.' ഇതൊരു ചരിത്രമായി ഞാൻ അവകാശപ്പെടുന്നില്ല. എന്റേതായ നിഗമനത്തിലെ ഒരാവിഷ്കാരം മാത്രമാണിത്. സഹൃദയരായ വായനക്കാർക്ക് സ്വീകരിക്കാനും തിരസ്കരിക്കാനും അവകാശമുണ്ട്. അന്യജീവനുതകി സ്വജീവിതം ഹോമിച്ച് മൺമറഞ്ഞുപോയ ത്യാഗികളായ പോരാളികളുടെ സ്മരണയ്ക്കായി ഈ പുസ്തകം സമർപ്പിക്കുന്നു.

സി എം വേണുഗോപാലൻ

ഒന്ന്

മീനമാസത്തിലെ സൂര്യന്റെ കൊടും ചൂടിനെ തന്റെ കറുത്ത മാറിലേക്ക് ആവാഹിച്ചതിന്റെ ആലസ്യത്തിൽ അന്തിയുറങ്ങുന്ന പാഴിക്കുന്നിനെ പൂനിലാവും ഏഴിമലയിൽ നിന്നെത്തിയ തണുത്ത കാറ്റും തഴുകിത്തലോടി. നോക്കെത്താദൂരം പരന്നുകിടക്കുന്ന പാറയുടെ ശരീരത്തിൽ അപ്പോഴും ഇളം ചൂടുണ്ടായിരുന്നു. ആ പാറമേൽ നന്ദൻ ഓരോന്നാലോചിച്ച് കിടന്നു.

മാരിപുരം ലൈബ്രറിയിൽനിന്ന് പുസ്തകം തെരയുമ്പോൾ മാക്സിം ഗോർക്കിയുടെ *അമ്മ* വായിക്കാൻ പറഞ്ഞത് ഗോപിയാണ്. ആ പുസ്തകം അന്ന് രാത്രി തന്നെ നന്ദൻ വായിച്ചുതീർത്തു.

കമ്പനിയിൽ പണിയെടുത്ത് കിട്ടുന്ന കാശിനു കള്ളു കുടിച്ചും പരസ്ത്രീ ബന്ധത്തിൽ ഏർപ്പെട്ടും അച്ഛൻ അമ്മയോട് കലഹിക്കുന്നത് കണ്ടുകൊണ്ട് വളർന്ന പാവേൽ വ്ളാസോവ് അച്ഛന്റെ മരണശേഷം അതേ വഴിയിൽ സഞ്ചരിക്കാൻ തുടങ്ങുന്നു. അപ്പോഴാണ് അയാൾ റഷ്യൻ വിപ്ലവകാരികളുമായി ബന്ധപ്പെടുന്നത്. ആ പാവേൽ വ്ളാസോവ് പിന്നീട് വീടിനെയും അമ്മയെയും റഷ്യൻ വിപ്ലവപ്രസ്ഥാനത്തിന്റെ ഭാഗമാക്കുന്നതും റഷ്യൻ വിപ്ലവത്തിലെ ധീര പോരാളിയായി മാറുന്നതുമെല്ലാം നന്ദനെ നന്നായി സ്വാധീനിച്ചു. അതോടെ കൂട്ടുകാരോട് കൂടിയുള്ള കറങ്ങി നടത്തവും ഇടയ്ക്കുള്ള കള്ളുകുടിയും ഒഴിവായി. അതുകാരണം നന്ദൻ പലപ്പോഴും അവരിൽനിന്ന് ഒറ്റപ്പെട്ടു. കറങ്ങി നടക്കേണ്ട പ്രായത്തിൽ കമ്യൂണിസം തലയിലേറ്റി ഇങ്ങനെ ഒറ്റപ്പെടേണ്ടതുണ്ടോയെന്ന് നന്ദന് പലപ്പോഴും തോന്നിയിരുന്നു. അതിലേക്ക് വീഴാതിരുന്നത് ഗോപിയോടൊപ്പം പൊതുപ്രവർത്തനത്തിൽ മുഴുകിയതുകൊണ്ടായിരുന്നു കള്ളുകുടിയും അവിഹിതബന്ധവും അഭിമാനത്തോടെ അവതരിപ്പിക്കുന്ന ചില കൂട്ടുകാർക്കിടയിൽ നന്ദൻ ഒന്നിനും കൊള്ളാത്തവനായി. പലപ്പോഴും അവരുടെ

പരിഹാസപാത്രവുമായി. അതാണിന്നുമുണ്ടായത്.

ആരോ തട്ടിവിളിക്കുന്ന ശബ്ദം കേട്ട് നന്ദൻ കണ്ണുതുറന്നു. അടുത്തു നില്ക്കുന്ന കണ്ണൻ മേസ്ത്രിയെ കണ്ട് നന്ദൻ എഴുന്നേറ്റിരുന്നു. കണ്ണൻ മേസ്ത്രിയും നന്ദന്റെ അടുത്തിരുന്നു.

"നന്ദനെന്താണ് ഇവിടെ ഒറ്റയ്ക്ക് കിടക്കുന്നത് കൂട്ടുകാരെയൊന്നും കൂടെ കൂട്ടിയില്ലേ?"

"കൂട്ടുകാരൊക്കെയുണ്ടായിരുന്നു അവർ എന്നെ ഒഴിവാക്കി അവരുടെ വഴിയെ പോയി."

"അതെന്താണങ്ങനെ?"

"അവർക്ക് കള്ള് കുടിക്കണമെന്ന് നിർബ്ബന്ധം. ഞാനതിന്റെ കൂടെ കൂടാൻ കൂട്ടാക്കിയില്ല. പൂരപ്പറമ്പിൽ ആൾക്കൂട്ടത്തിൽ തനിയെ നിന്ന പ്പോൾ ഒറ്റപ്പെട്ടതുപോലെ തോന്നി. പിന്നെ തിരക്കിൽനിന്നും മാറി ഞാനീ പാറമേൽ വന്നുകിടന്നു. ഓരോന്നാലോചിച്ച് കിടന്നപ്പോൾ മയങ്ങിേ പ്പായി."

"അതിനുപറ്റിയ സ്ഥലമാണ് പാഴിപ്പാറ."

കണ്ണൻ മേസ്ത്രി സ്വതസിദ്ധമായ കുലുങ്ങിച്ചിരി ചിരിച്ചുകൊണ്ട് പറഞ്ഞു.

"ഞാനും പൂരം കാണാൻ വന്നതാണ്. അരയാൽത്തറയിലിരുന്ന് മുഷി ഞ്ഞപ്പോൾ വെറുതെ പാറയിലൂടെ ഒന്ന് നടന്നതാണ്. അപ്പോഴാണ് നിന്നെ കണ്ടത്. ഞാൻ കുറച്ച് കുടിച്ചിട്ടുണ്ട്. നിനക്കത് ഇഷ്ടമല്ലെന്നെനിക്കറി യാം."

"കണ്ണേട്ടൻ ഈ ശീലം എത്രയോ വർഷമായി തുടരുന്നതല്ലേ. എനി ക്കതിൽ വിരോധമൊന്നുമില്ല."

"നന്ദൻ ഇതുവരെ കള്ളിന്റെ രുചി അറിഞ്ഞിട്ടില്ലേ?".

"ചെറുപ്പത്തിൽ അതിന്റെ രുചിയൊക്കെ അറിഞ്ഞിരുന്നു. ആറാം ക്ലാസിൽ പഠിക്കുമ്പോഴാണ് ആദ്യം കള്ളുകുടിച്ചത്. അന്ന് ഞാൻ പുന്ന ക്കരയിൽ തറവാട്ട് വീട്ടിലായിരുന്നു താമസം. അച്ഛപ്പൻ അന്ന് അപൂർവ്വ മായി മാത്രമേ വീട്ടിൽ വരാറുള്ളൂ. അദ്ദേഹം പാരിയിലെ പ്രമാണിയായ ഒരു കർഷകനാണ്. അച്ഛപ്പൻ വരുന്ന ദിവസത്തെ അത്താഴത്തിന് കോഴി ക്കറിയും കള്ളുമുണ്ടാകും. വലിയമ്മാവനും ചെറിയമ്മാവനും അച്ഛപ്പനും വീടിന്റെ വരാന്തയിൽ ഒരുമിച്ചിരുന്ന് അത്താഴവും കള്ളും കഴിക്കുന്നത് ഇരുത്തിയിലിരുന്ന് ഞാൻ കൗതുകത്തോടെ നോക്കും. ഒരു ദിവസം അത്താഴം കഴിച്ച് അവർ എഴുന്നേറ്റപ്പോൾ കുപ്പിയിൽ അല്പം കള്ള് അവ ശേഷിച്ചതായി കണ്ടു. അതെടുത്ത് കുടിച്ചപ്പോൾ ഒരു പ്രത്യേക രസം. പിന്നെ അവിടെ നിന്നില്ല പടിഞ്ഞാറ്റയിൽ കൈതോലപ്പായവിരിച്ച് ചുരുണ്ട് കിടന്നു.

വലിയമ്മയുടെ മകൻ ചന്ദ്രേട്ടന് അന്ന് വിളപ്പുറം കമ്പനിയിലായി രുന്നു ജോലി. ആഴ്ചയിലാണ് അന്ന് കമ്പനിയിൽ കൂലി. ശനിയാഴ്ച വൈകുന്നേരം കൂലിയായി ലഭിച്ച അഞ്ചിന്റെ പച്ചനോട്ട് പോളിസ്റ്റർ ഷർട്ടിന്റെ കീശയിൽ പുറമെ കാണത്തക്കവിധം വെച്ച് ചന്ദ്രേട്ടൻ നടന്നു

വരുമ്പോൾ ഒരു പ്രത്യേക ഗമയായിരുന്നു.

ചെത്തുകാരൻ ചെമ്മരാട്ടന്റെ വീട്ടിൽ അന്ന് കള്ള് വില്പനയുണ്ടായിരുന്നു. അന്നൊരു ചെറിയ ഷാപ്പായിരുന്നു ആ വീട്. പ്രായമായവർ പുറത്തെ വരാന്തയിലിരുന്ന് മീൻ കറിയും കൂട്ടി കള്ള് കുടിക്കുമ്പോൾ ചന്ദ്രേട്ടൻ എന്നെയും കൂട്ടി വീടിന്റെ പിറകിലേക്ക് നടക്കും. രഹസ്യകുടിക്കാർക്ക് കള്ളു വില്പന പിറകുവശത്തുകൂടിയാണ്. അതിന്റെ ചുമതല മാതിയേച്ചിക്കാണ്. ചെമ്മരാട്ടന്റെ ഭാര്യ മാതിയേച്ചിയിൽനിന്ന് ചന്ദ്രേട്ടൻ കള്ള് വാങ്ങിക്കുടിക്കുമ്പോൾ ഒരു ഗ്ലാസ് എനിക്കും തരും അതു കുടിക്കുമ്പോൾ മാതിയേച്ചിയുടെ പരിഹാസമുണ്ടാകും."

"നീ മുട്ടയിൽ നിന്ന് വിരിഞ്ഞോടാടാ കള്ള് കുടിക്കാൻ" എന്ന് പറഞ്ഞ് മാതിയേച്ചി പരിഹസിക്കും."

"ഞാനും അന്ന് ചെമ്മരാട്ടന്റെ വീട്ടിലെ സ്ഥിരം കസ്റ്റമറായിരുന്നു. എന്റെ കുടി തുടങ്ങിയതും അവിടെ നിന്നാണ്. കള്ള് മാത്രമല്ല അന്നവിടെ നാടൻ വാറ്റുമുണ്ടായിരുന്നു. മാതിയേച്ചി നാടൻ വാറ്റിന്റെ ഒരു വിദഗ്ദ്ധയായിരുന്നു. കുടിക്കാൻ വരുന്നവരെ നിയന്ത്രിച്ചിരുന്നത് അവരായിരുന്നു. ആരെങ്കിലും നിലതെറ്റി സംസാരിച്ചാൽ മാതിയേച്ചിയുടെ വായിൽ നിന്നും പുളിച്ച തെറി പുറത്തേക്കുവരും. അതു കേൾക്കാൻ മടിച്ച് ആരും അവരോട് അധികം സംസാരിക്കാറില്ല."

"നന്ദൻ കച്ചിലത്തെരുവിൽ വന്നിട്ട് എത്ര വർഷമായി?"

"ഏഴ് വർഷം. എട്ടാം ക്ലാസിലേക്ക് പാസായി മാരിപുരം ഹൈസ്കൂളിൽ ചേർന്ന വർഷം തറവാട്ടിൽ നിന്ന് താമസം മാറണമെന്ന് അച്ഛൻ നിർബ്ബന്ധം പിടിച്ചു. കച്ചിലത്തെരുവിന്റെ കിഴക്കുഭാഗത്ത് പെരുന്തുറയുടെ കരയിൽ പണ്ട് തമ്പുരാക്കന്മാർ താമസിച്ച കൂലോം പറമ്പിന്റെ ഭാഗമായ പത്ത് സെന്റ് സ്ഥലം അച്ഛൻ വിലയ്ക്കുവാങ്ങി. അവിടെ ചെറിയൊരു വീട് വെച്ചു. തറവാട്ടിൽനിന്ന് മാറാൻ അമ്മയ്ക്ക് മടിയുണ്ടായിരുന്നെങ്കിലും വീടൊരുങ്ങിയപ്പോൾ താമസം മാറി.

കണ്ണങ്കൈപ്പാടത്ത് തറവാട് വകയായി ഉണ്ടായിരുന്ന ഒരേക്ര ഇരുവിള കൃഷി നിലം ഓഹരിയായി അമ്മയ്ക്ക് കിട്ടി. പെരുന്തുറയുടെ ഭാഗമായ ആ പാടത്തുപണിയെടുക്കാൻ വരുന്ന കച്ചിലത്തെരുവിലെ പെണ്ണുങ്ങളുമായി അമ്മയ്ക്ക് നേരത്തെ ബന്ധമുണ്ടായിരുന്നു. അതുകൊണ്ട് കച്ചിലത്തെരുവിലെ ആളുകളുമായി അമ്മ വളരെ വേഗം ഇണങ്ങിച്ചേർന്നു."

"നീ ഇപ്പോൾ കച്ചിലത്തെരുവിലെ പാർട്ടിക്കാരനായി എന്ന് കേട്ടു. നന്നായി അത് നല്ലതാണ്. പുന്നക്കരയിലുള്ളപ്പോൾ നീ കുട്ടികളുടെ പരിപാടിയിലൊക്കെ വരുന്നത് ഞാൻ കണ്ടിരുന്നു."

"അങ്ങനെ സജീവമായിട്ടൊന്നുമില്ല. ഹൈസ്കൂളിൽ പഠിക്കുമ്പോൾ വിദ്യാർത്ഥി സമരത്തിലൊക്കെ സജീവമായി പങ്കെടുക്കാറുണ്ടായിരുന്നു. അങ്ങനെയാണ് ഗോപിയേട്ടനുമായി പരിചയപ്പെടുന്നത്. ഗോപിയേട്ടൻ കച്ചിലത്തെരുവിലെ പാർട്ടിനേതാവാണല്ലോ. ഒരു ദിവസം ഗോപിയേട്ടന്റെ വീട്ടിൽ വിളിച്ചുചേർത്ത യോഗത്തിൽ എന്നെയും പങ്കെടുപ്പിച്ചു. കെ വി ആയിരുന്നു അന്ന് വിശദീകരണം നടത്തിയത്. ഒരു കമ്യൂണിസ്റ്റുകാ

രൻ എങ്ങനെയായിരിക്കണമെന്നായിരുന്നു വിശദീകരണം. മദ്യപിക്കാതെ, അവിശുദ്ധബന്ധങ്ങളില്ലാതെ, സാമ്പത്തികത്തട്ടിപ്പുകളില്ലാതെ സത്യസന്ധമായി ജനങ്ങൾക്കിടയിൽ മാതൃകാപുരുഷന്മാരായി പ്രവർത്തിക്കണം. ജീവിക്കാൻ പ്രയാസപ്പെടുന്ന മനുഷ്യരെ സഹായിക്കാൻ മനസ്സുണ്ടാകണം ഇതായിരുന്നു അന്ന് കെ വിയുടെ വിശദീകരണം.

ഞാൻ പുന്നക്കരയിൽ കുട്ടികളുടെ പരിപാടികളിൽ വരുമ്പോൾ കണ്ണേട്ടൻ വലിയ പാർട്ടി സഖാവായിരുന്നല്ലോ. അന്നവിടെ നടക്കുന്ന പ്രകടനങ്ങളിൽ ഉച്ചത്തിൽ മുദ്രാവാക്യം വിളിച്ചു കൊടുക്കുന്ന കണ്ണേട്ടന്റെ രൂപം ഇപ്പോഴും എന്റെ മനസ്സിലുണ്ട്."

"ഞാൻ ചെറുപ്പം മുതലേ പാർട്ടി പ്രവർത്തനത്തിൽ പങ്കെടുത്തിരുന്നു. പുന്നക്കരയിലെ പാറച്ചാലിൽ ഒരു വലിയ ആൽമരമുണ്ടായിരുന്നു. അവിടെയാണ് വൈകുന്നേരങ്ങളിൽ സഖാക്കൾ ഒത്തുകൂടുക. അറുപത്തിനാലിൽ ഇടതും വലതുമായി വേർപിരിഞ്ഞ കാലത്താണ് ഞാൻ ഇടതിൽ സജീവമായത്. അന്നവിടെ രണ്ടു വിഭാഗത്തിനും സ്വാധീനമുണ്ടായിരുന്നു. ഇടതും വലതും മാറിമാറി പൊതുയോഗങ്ങൾ ചേരുകയും നയങ്ങൾ വിശദീകരിക്കുകയും ചെയ്തിരുന്നു."

"അന്ന് അതിന്റെ ഭാഗമായി ഒരു നാടകം കളിച്ചത് ഞാനും കണ്ടിരുന്നു. അവിടെയുള്ള ഒരു ഒഴിഞ്ഞ പറമ്പിൽ കുട്ടികളായ ഞങ്ങൾ കളിക്കാറുണ്ടായിരുന്നു. വൈകുന്നേരം കളി കഴിഞ്ഞാൽ പിന്നെ കുളിയാണ്. കളിപ്പറമ്പിന് താഴെ ഒരു കോട്ടവും കോട്ടത്തിന്റെ പിറകിൽ ഒരു വലിയ കുളവും. നാട്ടിലെ ആണും പെണ്ണുമെല്ലാം അവിടെ കുളിക്കാൻ എത്തും. മാറുമറയ്ക്കാതെ കുളിക്കുന്ന പെണ്ണുങ്ങൾക്ക് നാണമൊന്നും തോന്നിയിരുന്നില്ല. അതിരിക്കട്ടെ കണ്ണേട്ടൻ പ്രവർത്തനത്തിൽനിന്ന് പിറകോട്ട് പോകാൻ എന്താണ് കാരണം?"

"എഴുപതിൽ ഞാൻ നക്സൽ പ്രസ്ഥാനവുമായി ബന്ധപ്പെട്ടു അന്ന് പാർട്ടിയുടെ സെക്രട്ടറിയായിരുന്ന രാമകൃഷ്ണൻ നായർ നക്സലായപ്പോൾ ഞാനും അതിനോടൊപ്പം ചേർന്നു. അതോടെ പാർട്ടി ബന്ധം വിട്ടു. ഒരു വർഷം കഴിഞ്ഞപ്പോൾ രാമകൃഷ്ണൻ നായർ അതു മതിയാക്കി. അതോടെ ഞാനും ഒഴിവായി. അതുവരെ രഹസ്യമായിരുന്ന കള്ളുകുടി പിന്നെ പരസ്യമായി. കുറച്ചു വർഷം തുളുനാട്ടിൽപോയി കൽപ്പണി എടുത്തു. അന്നവിടെ ആളെ വെച്ച് പണിയെടുപ്പിച്ചിരുന്നു. അങ്ങിനെയാണ് മേസ്ത്രിയായത്."

"വെൺകരയിലെ ഭാര്യാവീട്ടിൽ പോകാറില്ലേ?"

"ഇടയ്ക്കു പോകും. അന്നുതന്നെ ഇങ്ങോട്ട് തിരിച്ചുവരും. അവൾക്ക് സുഖമില്ല ക്ഷയരോഗത്തിന്റെ ചികിത്സയിലാണ്. ഞാൻ തുളുനാട്ടിലുണ്ടായിരുന്നപ്പോളാണ് മകൾ മരിച്ചത്. സമയത്തിന് ചികിത്സ കിട്ടിയിരുന്നെങ്കിൽ അവൾ മരിക്കില്ലായിരുന്നു."

അതു പറഞ്ഞപ്പോൾ കണ്ണൻ മേസ്ത്രിയുടെ തൊണ്ടയിടറി.

"ഇളയവൻ എത്രയിലാണ് പഠിക്കുന്നത്?"

"അവൻ നാലാം ക്ലാസിലാണ്. അവനും ഒരു രോഗിയാണ്. ഇടയ്ക്ക്

അപസ്മാരമിളകും. സ്കൂൾ അവധിക്കാലത്ത് അവനെ ഞാൻ പുന്നക്കരയിലേക്ക് കൂട്ടി വരാറുണ്ട്."

"കണ്ണേട്ടൻ അവനെ വെൺകരയിൽ നിന്ന് കൂട്ടി വരുമ്പോൾ ചാമുണ്ഡി ചന്തുവിന്റെ കടയിൽനിന്ന് വെള്ളച്ചായയും ബന്നും വാങ്ങിക്കൊടുക്കുന്നത് ഞാൻ കണ്ടിട്ടുണ്ട്. കണ്ണേട്ടനെപ്പോലെ നല്ല തടിയാണ്."

"അരയാൽത്തറയിൽ എഴുന്നള്ളത്ത് എത്താറായെന്ന് തോന്നുന്നു. നമുക്കങ്ങോട്ട് നടക്കാം."

കാവിൽനിന്നും പൂരത്തിന്റെ വാദ്യഘോഷം ഉച്ചത്തിൽ കേൾക്കാൻ തുടങ്ങിയപ്പോൾ കണ്ണൻ മേസ്ത്രി പറഞ്ഞു.

രണ്ടുപേരും എഴുന്നേറ്റു കാവിലേക്ക് നടന്നു.

തെരുവർകാവിലെ പൂരോത്സവം വളരെ പ്രസിദ്ധമാണ്. മീനമാസത്തിലെ കാർത്തികനാൾ തൊട്ട് കന്യകമാർ കാമദേവനെ പൂജിക്കും. മണ്ണും ചാണകവും കുഴച്ച് കാമന്റെ പ്രതിമയുണ്ടാക്കി അതിനെ പുഷ്പങ്ങൾ കൊണ്ടലങ്കരിക്കും. ചെമ്പകപ്പൂവും ജഡപ്പൂവും പറിച്ചെടുത്ത് കിണറ്റിൻ കരയിലും പടിഞ്ഞാറ്റയിലും കാമദേവനെ പൂവിട്ട് പൂജിക്കും. പൂരത്തിന്റെ സമാപനദിവസം സന്ധ്യക്ക് അവയെല്ലാം വാരിയെടുത്ത് കൂടെ അപ്പവും അടയുമായി വീട്ടുപറമ്പിലെ പ്ലാവിൻ ചുവട്ടിൽ സമർപ്പിക്കും. അങ്ങനെയാണ് കാമനെ പറഞ്ഞയക്കുക. "അടുത്തവർഷം നേരത്തെ കാലത്തെ വരണെ കാമ, കുഞ്ഞാങ്ങലത്താറാട്ടിന് പോലെ കാമ" എന്ന് ചൊല്ലിയാണ് കാമനെ അയക്കുക.

കാവിലേക്കുള്ള വഴിയുടെ ഇരുവശത്തും ഉത്സവച്ചന്ത നിരത്തിയിട്ടുണ്ട്. കുപ്പിവളയും ചാന്തുപൊട്ടും കളിപ്പാട്ടങ്ങളുമെല്ലാമുണ്ട്. വീട്ടുപകരണങ്ങളായ കലം, കത്തി, കൂട്ട, പായ തുടങ്ങിയവയെല്ലാം നിരത്തിവെച്ചത് പെട്രോമാക്സിന്റെ വെളിച്ചത്തിൽ തെളിഞ്ഞുകാണാം.

"നമുക്കൊരു കാപ്പി കുടിക്കാം." അതുപറഞ്ഞ് കണ്ണൻ മേസ്ത്രി അവിടെയുണ്ടായിരുന്ന ഒരു കാപ്പിക്കടയിൽ കയറി. താല്ക്കാലികമായി ഓല കെട്ടി മറച്ചതായിരുന്നു കട. ഒരു വലിയ പാത്രത്തിൽ ചക്കരക്കിഴങ്ങ് പുഴുങ്ങി വെച്ചിട്ടുണ്ട്. രണ്ടുപേരും കാപ്പിമാത്രം കുടിച്ച് കാശ് കൊടുത്ത് പുറത്തിറങ്ങുമ്പോഴേക്കും അരയാൽത്തറയ്ക്കു ചുറ്റും ആൾക്കൂട്ടം നിറഞ്ഞു കഴിഞ്ഞിരുന്നു.

കുറച്ചു കഴിഞ്ഞപ്പോൾ വാദ്യഘോഷത്തിന്റെ അകമ്പടിയോടെ തിടമ്പു തലയിലേറ്റിയ മൂത്ത പൂജാരി അരയാൽത്തറയിലേക്ക് കയറി കൂടെ നാന്ദകവാളുമായി ഇളയ പൂജാരിയും ആലവട്ടവും വെഞ്ചാമരവും മുത്തുക്കുടകളുമായി വർണ്ണാഭമായിരുന്നു ആ കാഴ്ച. പൂജാരി വാദ്യത്തിന്റെ താളത്തിൽ അരയാൽത്തറമേൽ അനായാസം നൃത്തം ചെയ്യുകയാണ്.

"കുറച്ചുകൂടി കഴിഞ്ഞാൽ ഈ തിടമ്പെഴുന്നള്ളത്ത് തെക്കിനാക്കൽ കോട്ടയിലേക്ക് പോകും. ദേവി ദാരികനെ വധിക്കാൻ പോകുന്നതാണ് സങ്കല്പം. അവിടെ ഒരു കോട്ടയുണ്ട്. അതാണ് ദാരികൻ കോട്ട. അവിടെ പൂരക്കളി അപ്പം വിതരണം എന്നിവയെല്ലാമുണ്ട്. നമുക്കങ്ങോട്ട് നടക്കാം" കണ്ണൻ മേസ്ത്രി പറഞ്ഞു.

നന്ദൻ കണ്ണൻ മേസ്ത്രിയുടെ കൂടെ ആ പാറക്കുന്നിലൂടെ തെക്കോട്ടേക്ക് നടന്നു.

"ആ കാണുന്നതാണ് ബംഗ്ലാവ്, അറിയുമോ?"

കുറച്ചു ദൂരം തെക്കോട്ട് നടന്നപ്പോൾ കിഴക്കോട്ട് കൈ ചൂണ്ടി കണ്ണൻ മേസ്ത്രി ചോദിച്ചു.

"അറിയാം ഞാൻ പഠിക്കുമ്പോൾ അവിടെ പോയിരുന്നു. ഹെർമ്മൻ ഗുണ്ടർട്ട് അവിടെ താമസിച്ചാണ് തോറ്റം പാട്ടുകൾ ശേഖരിച്ചതെന്ന് ക്ലാസെടുക്കുമ്പോൾ കേശവൻ മാഷ് പറഞ്ഞുതന്നിരുന്നു."

"ഇതാണ് പാളയം. ഇവിടെ പണ്ട് ഹൈദറുടെ സൈന്യം താവളമടിച്ചിരുന്നു."

ഒരു മൈതാനത്തിനടുത്തെത്തിയപ്പോൾ കണ്ണൻ മേസ്ത്രി പറഞ്ഞു.

"ഹൈദരാലിയും മകൻ ടിപ്പു സുൽത്താനും മലബാർ പിടിച്ചെടുക്കാൻവന്ന വരവിൽ അമ്പലങ്ങളെല്ലാം കൊള്ളയടിച്ചെന്നും നാട്ടിലെ നമ്പൂതിരിമാരെല്ലാം തിരുവിതാംകൂറിലേക്ക് പലായനം ചെയ്തെന്നും ഒരിക്കൽ വലിയമ്മാവൻ പറയുന്നത് ഞാൻ കേട്ടിരുന്നു."

"അങ്ങനെ ഞാനും കേട്ടിരുന്നു, കൂടുതലൊന്നും എനിക്കറിയില്ല."

രണ്ടുപേരും നടന്ന് കോട്ടയ്ക്കടുത്തെത്തി അപ്പോഴേക്കും നേരം പുലർന്നിരുന്നു. പാഴിക്കുന്നിന്റെ തെക്ക് കിഴക്കേയറ്റം. അവിടുന്ന് നോക്കിയാൽ കിള്ളാ നദി കാണാം. കുന്നിന്റെ കിഴക്കേ ചെരിവിൽ മാലിക്ദിനാർ സ്ഥാപിച്ചു എന്ന് പറയുന്ന പാഴിപ്പള്ളി. കോട്ടയുടെ പുറത്ത് പാറവെട്ടിയുണ്ടാക്കിയ രണ്ടു കിണറുകൾ അതിന് മറയൊന്നും കെട്ടിയിരുന്നില്ല. അതിനടുത്തായി രണ്ട് തറകൾ.

"ഇവിടെയാണ് പൂരക്കളി കളിക്കുന്നത്"

തറ ചൂണ്ടിക്കൊണ്ട് കണ്ണൻ മേസ്ത്രി പറഞ്ഞു. നേരത്തെയെത്തിയ ആളുകൾ അവിടെ കൂടി നില്പുണ്ടായിരുന്നു. കണ്ണൻ മേസ്ത്രിയും നന്ദനും കോട്ടയ്ക്കകത്തേക്ക് നടന്നു. ഉള്ളിൽ ഒരു ചെറുമൈതാനം. അതിനുചുറ്റും കല്ലും മണ്ണും ചേർന്നുള്ള കൂന പോലുള്ള മതിൽ. മൈതാനിയിലാകെ ഉണങ്ങിയ കണ്ടപ്പുല്ലുകൾ. അതിനുള്ളിലും ഒരു തറയുണ്ട്.

"ഇവിടെയാണ് തിടമ്പ് വെക്കുക. ഇവിടെ നിന്ന് അപ്പവും വിതരണം ചെയ്യും"

ആ തറ ചൂണ്ടി കണ്ണൻ മേസ്ത്രി പറഞ്ഞു. നന്ദൻ കോട്ടയുടെ തെക്കേ മൺകൂനയിൽ കയറി തെക്കോട്ട് നോക്കി അതിമനോഹരമായ കാഴ്ച. കിള്ളാ നദി തെക്കോട്ടൊഴുകുന്നു. അതിന്റെ പടിഞ്ഞാറ് തെങ്ങിൻ തോപ്പുകളും വീടുകളും അതിനുമപ്പുറം അറബിക്കടൽ കോട്ടയ്ക്കു താഴെയുള്ള റെയിൽ പാളത്തിലൂടെ ഒരു വണ്ടി ചൂളം വിളിച്ച് കടന്നുപോയി. അപ്പോഴേക്കും കാവിൽനിന്നും തിടമ്പെഴുന്നള്ളത്ത് കോട്ടയിലെത്തിക്കഴിഞ്ഞിരുന്നു. കോട്ടയിൽനിന്നും ഉണ്ണിയപ്പം വാങ്ങി രണ്ടുപേരും പുറത്തിറങ്ങുമ്പോൾ പുറത്ത് പൂരക്കളി തുടങ്ങിയിരുന്നു.

"ഇനി വടവന്യ തീർത്ഥത്തിലേക്ക് പോകാം അവിടെയാണ് പൂരംകുളി."

പാഴിപ്പാറയിലെ ഒറ്റയടിപ്പാതയിലൂടെ കണ്ണൻ മേസ്ത്രിയും നന്ദനും പടിഞ്ഞാറോട്ട് നടന്നു.

"ഇതാണ് ജൂതക്കുളം."

ഒരു കുളത്തിൻ കരയിലെത്തിയപ്പോൾ കണ്ണൻ മേസ്ത്രി പറഞ്ഞു. ചുറ്റും ഉയർന്ന പാറകൾക്കിടയിൽ തടം പോലെയുള്ള ഒരു സ്ഥലം. അതിൽ പാറവെട്ടിയുണ്ടാക്കിയ കുളം.

"എന്തിനാണ് ജൂതക്കുളം എന്ന് വിളിക്കുന്നത്?"

"പണ്ട് ജൂതൻമാർ ഇവിടെ കുടിയേറിയപ്പോൾ ഇതുപോലെ പലഭാഗത്തും കുളങ്ങൾ കുഴിച്ചിരുന്നു. അതിലൊന്നാണ് ഈ കുളം."

കുറച്ചു കൂടി പടിഞ്ഞാറോട്ട് നടന്നപ്പോൾ പൊളിഞ്ഞ അമ്പലത്തിന്റെ അവശിഷ്ടങ്ങൾ കണ്ടു അതിന്റെ വടക്കുഭാഗത്തായി ഒരു വലിയ പാറക്കുളം. അതിന് ചുറ്റും ജനങ്ങൾ കൂടിനില്ക്കുകയാണ്. ഏതാണ്ട് അഞ്ഞൂറ് മീറ്റർ ചുറ്റളവുള്ള ഒരു വലിയ പാറക്കുളം.

"ഇതാണ് വടവന്യതീർത്ഥം ഇത് അറ്റ വേനലിലും വറ്റാറില്ല. മീനമാസത്തിലെ ചുട്ടുപൊള്ളുന്ന വേനലിലും ഈ ഉയർന്ന പാറക്കുന്നിൽ ഇത്രയും വെള്ളം കെട്ടിനില്ക്കുന്നത് ഒരത്ഭുതം തന്നെ."

അപ്പോഴേക്കും തിടമ്പെഴുന്നള്ളത്ത് വടവന്യതീർത്ഥക്കരയിലെത്തിയിരുന്നു. വിഗ്രഹം തലയിലേറ്റിയ മൂത്ത പൂജാരിയും അടിയന്തിരക്കാരും കുളത്തിലേക്കിറങ്ങി അരയോളം വെള്ളത്തിൽനിന്നു. പിന്നെ വിഗ്രഹത്തോടെ മുങ്ങി.

"ദാരികവധം നടത്തിയ കാളി വടവന്യതീർത്ഥത്തിൽ കുളിച്ച് അപ്പനെ വണങ്ങി എന്നാണ് സങ്കല്പം. ആ പൊളിഞ്ഞുകിടക്കുന്നത് ഒരു പഴയ ശിവക്ഷേത്രമാണ്. ആ ദേവനെയാണ് അപ്പനായി സങ്കല്പിക്കുന്നത്."

കണ്ണൻ മേസ്ത്രി അതിന്റെ ഐതിഹ്യം പറഞ്ഞു. പൂരം കുളി കഴിഞ്ഞതോടെ പാഴിപ്പാറയിൽ നിന്ന് ആളുകൾ പിരിഞ്ഞു.

രണ്ട്

വൈകുന്നേരം കച്ചിലതെരുവിൽ എത്തണമെന്ന് ഗോപി പറഞ്ഞപ്പോൾ എന്തിനാണെന്ന് നന്ദൻ ചോദിച്ചില്ല. കാര്യമായ ആവശ്യങ്ങൾക്കെല്ലാം ഗോപി നന്ദനെ വിളിക്കാറുണ്ട്. മുൻകൂട്ടി സൂചനയൊന്നും കൊടുക്കില്ല. അടിയന്തരാവസ്ഥയുടെ അപകടംപിടിച്ച നാളുകളായതുകൊണ്ട് അങ്ങനെ മാത്രമേ രാഷ്ട്രീയം കൈകാര്യം ചെയ്യാൻ സാധിക്കുകയുള്ളൂ. അലഹബാദ് ഹൈക്കോടതി വിധിയെത്തുടർന്ന് അധികാരം നഷ്ടപ്പെടുമെന്നുറപ്പായപ്പോൾ അതിനെ അതിജീവിക്കാനാണ് ഇന്ദിരാഗാന്ധി അടിയന്തരാവസ്ഥ പ്രഖ്യാപിച്ചത്. എല്ലാ പൗരാവകാശങ്ങളും അതോടെ റദ്ദായി. ഏകാധിപത്യ ഭരണത്തെ എതിർക്കുന്നവരെല്ലാം അഴികൾക്കുള്ളിലായി. 'നാവടക്കൂ പണിയെടുക്കൂ' എന്നായിരുന്നു ഫാസിസത്തിന്റെ മുദ്രാവാക്യം. അമിതാധികാരത്തിന്റെ രഥചക്രം രാജ്യത്താകെ തലങ്ങും വിലങ്ങും ഉരുണ്ടു. അതിനടിയിൽപ്പെട്ട് ജനാധിപത്യത്തിന്റെ നാമ്പുകൾ

ചതഞ്ഞരഞ്ഞു. അധികാരത്തിന്റെ ഇരുമ്പുദണ്ഡുകളുമായി അനുയായികൾ അഴിഞ്ഞാടി. അതിനുവഴങ്ങാതെ ദേശാഭിമാനികൾ അടിയന്തരാവസ്ഥ അറബിക്കടലിൽ എന്ന് പ്രഖ്യാപിച്ച് ഒളിവിലും തെളിവിലും പ്രതികരിച്ചു കൊണ്ടേയിരുന്നു.

ട്യൂട്ടോറിയൽ കോളേജിലെ ക്ലാസ് കഴിഞ്ഞ് വൈകുന്നേരം മാരിപുരത്തുനിന്നും നടന്നു നന്ദൻ കച്ചിലത്തെരുവിൽ എത്തുമ്പോൾ ഇരുട്ട് പരന്നിരുന്നു. കച്ചിലത്തെരുവിലെ ചാമുണ്ഡി ചന്തുവിന്റെ ചായക്കടയുടെ മുന്നിൽ ആളുകൾ കൂടി നില്ക്കുന്നത് കണ്ട് നന്ദൻ അതിനോടൊപ്പം ചേർന്നു.

"പൊലീസിനും ഗുണ്ടകൾക്കുമെതിരായ പ്രതിഷേധയോഗമാണ്. ഇതിൽ പങ്കെടുക്കാനാണ് നിന്നോട് ഞാൻ എത്താൻ പറഞ്ഞത്. ഞാൻ സംസാരിച്ചു കഴിഞ്ഞാൽ നീ മുദ്രാവാക്യം വിളിച്ചുകൊടുക്കണം."

ആൾക്കൂട്ടത്തിനിടയിൽനിന്നും നന്ദന്റെ അടുത്തേക്ക് വന്ന ഗോപി നന്ദനോട് പറഞ്ഞു.

"സഖാക്കളെ, അടിയന്തരാവസ്ഥയുടെ മറവിൽ ഭരണ കക്ഷിക്കാരായ ഒരുകൂട്ടം അക്രമകാരികൾ ഇവിടെ അഴിഞ്ഞാടുകയാണ്. അവർക്ക് താങ്ങും തണലുമായി പൊലീസും. ജനങ്ങൾ അരക്ഷിതാവസ്ഥയിലാണ് നാടിനുവേണ്ടി പ്രവർത്തിക്കുന്ന പൊതുപ്രവർത്തകരെ അവരുടെ വീട്ടിൽ കയറി ആക്രമിക്കുകയാണ്. ഇന്നലെ രാത്രി പാർട്ടി നേതാവായ ബാലൻ നായരുടെ വീട് ഈ തെമ്മാടികൾ ആക്രമിച്ചു. അദ്ദേഹം അപ്പോൾ വീട്ടിലുണ്ടായിരുന്നില്ല. അദ്ദേഹത്തിന്റെ ഭാര്യയെയും കുട്ടികളെയും ഗുണ്ടകൾ മർദ്ദിച്ചു. വീട്ടിലെ പാത്രങ്ങളും അമ്മിയും ഉലക്കയുമെല്ലാം എടുത്തു കിണറ്റിലിട്ടു. ഫാസിസ്റ്റ് ഭരണത്തിന്റെ മറവിൽ അഴിഞ്ഞാടുന്ന ഈ റൗഡികളെ നിലയ്ക്കുനിർത്താൻ ഒറ്റക്കെട്ടായി നമ്മൾ മുന്നോട്ട് വരണം. ഇവരുടെ പേരിൽ നടപടി എടുക്കാൻ അധികാരികൾ തയ്യാറാകുന്നില്ലെങ്കിൽ ആത്മരക്ഷയ്ക്കായി സംഘടിതമായി ചെറുത്തുനില്പ് വേണ്ടിവരും. അതിനായി എല്ലാവരും മുന്നോട്ട് വരണം എന്നഭ്യർത്ഥിച്ചുകൊണ്ട് ഈ പരിപാടിയിൽ പങ്കെടുത്ത മുഴുവനാളുകളെയും ഞാൻ അഭിവാദ്യം ചെയ്യുന്നു."

ചുറ്റും നിന്നവർ ആവേശത്തോടെ കൈയടിച്ചു. "അക്രമവാഴ്ച അവസാനിപ്പിക്കുക, അടിയന്തരാവസ്ഥ അറബിക്കടലിൽ"

ഗോപിയുടെ പ്രസംഗത്തിന് ശേഷം നന്ദൻ ആവേശത്തോടെ മുദ്രാവാക്യം വിളിച്ചുകൊടുത്തപ്പോൾ ആൾക്കൂട്ടം ആവേശത്തോടെ ഏറ്റുവിളിച്ചു.

പെട്ടെന്നാണ് നീലച്ചായമടിച്ച പൊലീസ് വണ്ടി ആൾക്കൂട്ടത്തിന് മുന്നിൽ ബ്രേക്ക് ചവിട്ടിയത്. ചട്ടിത്തൊപ്പി ധരിച്ച പൊലീസുകാർ തുരുതുരാ വണ്ടിയിൽനിന്നും പുറത്തേക്ക് ചാടി ഉടനെ അടിയും തുടങ്ങി. അടികൊണ്ട് ചിലർ റോഡിൽ വീണു. മറ്റുള്ളവർ നാലുപാടും ചിതറിയോടി. പൊലീസും പിന്നാലെയോടി. ഇരുട്ടിന്റെ മറവിൽ ചിലർ പൊലീസിന് നേരെയും കല്ലെറിഞ്ഞു. കച്ചിലത്തെരുവ് ഒരു യുദ്ധക്കളമായി. നന്ദൻ റോഡിലൂടെ വപ്ര പാലത്തിനടുത്തേക്കോടി. പാലം കടന്ന് ചിപ്പിക്കുന്ന്

കയറിയാൽ പിന്നെ പേടിക്കാനില്ല. പാലത്തിനടുത്തെത്തിയപ്പോൾ മറ്റൊരു പൊലീസ് വണ്ടി പാലത്തിന്മേൽ നില്ക്കുന്നു. പിന്നെ ഒന്നും നോക്കിയില്ല. പുഴക്കരയിലൂടെ കുറച്ചു ദൂരം കിഴക്കോട്ടോടിയ ശേഷം പുഴ നീന്തിക്കടന്നു. പരിചയമുള്ള ഊടുവഴികളിലൂടെ ചിപ്പിക്കുന്ന് കയറി. ചിപ്പിക്കുന്നിന്റെ കിഴക്കെ ചെരിവിലാണ് പഴയകാല സഖാവായ എൻ സി എന്ന് ബഹുമാനത്തോടെ വിളിക്കുന്ന നാണിയിൽ ചന്തു താമസിക്കുന്നത്. നന്ദൻ ഇടയ്ക്കെല്ലാം പോവുകയും ഇരുന്ന് സംസാരിക്കുകയും ചെയ്യുന്ന വീടാണത്. എപ്പോഴും പുത്രവാത്സല്യത്തോടെയുള്ള പെരുമാറ്റമായിരുന്നു എൻ സിയുടേത്. നനഞ്ഞ വേഷത്തോടെ നന്ദൻ എൻ സിയുടെ വീടിന്റെ മുറ്റത്തെത്തിയപ്പോൾ പുറത്ത് ആരുമില്ല. ഒരു റാന്തൽ വിളക്ക് വരാന്തയിൽ കത്തിച്ചുവെച്ചിട്ടുണ്ട്. അധികം ശബ്ദമുയർത്താതെ നന്ദൻ എൻ സിയെ വിളിച്ചു. ശബ്ദം കേട്ട് എൻ സിയുടെ ഭാര്യ ദേവകി അമ്മ പുറത്തേക്ക് വന്നു.

“നന്ദനെന്താ ഈ വേഷത്തിൽ?”

ദേവകി അമ്മ ചോദിച്ചു.

“കച്ചിലത്തെരുവിൽ പൊലീസ് നരനായാട്ടാണ്. പുഴ നീന്തി രക്ഷപ്പെട്ടു വരികയാണ്.”

“അകത്തേക്കു വരൂ. ആരെങ്കിലും കണ്ടാൽ അപകടമാണ്. എൻ സി മുകളിലുണ്ട്.”

മണ്ണെണ്ണ വിളക്കിന്റെ വെട്ടത്തിൽ വായിക്കുകയായിരുന്ന എൻ സിയുടെ മകൾ സുഹാസിനി നന്ദനെ കണ്ട് എഴുന്നേറ്റു. ശബ്ദം കേട്ട് എൻ സി താഴേക്കിറങ്ങി വന്നു.

“ആകെ നനഞ്ഞിട്ടുണ്ടല്ലോ, എന്തുപറ്റി?”

എൻ സി ചോദിച്ചു.

കച്ചിലത്തെരുവിൽ നടന്നതെല്ലാം നന്ദൻ പറഞ്ഞു.

“ഈ നനഞ്ഞതെല്ലാം മാറ്റി വേഗം കുളിക്ക്. ഇങ്ങനെ നിന്നാൽ പനിപിടിക്കും.”

ഇതു പറഞ്ഞ് എൻ സി നന്ദനെയും കൂട്ടി വീടിന്റെ പിറകിലെ കിണറ്റിൻകരയിലേക്ക് നടന്നു. കിണറ്റിൽനിന്നും ഒരു കുടം വെള്ളമെടുത്ത് ഒരു ഇരുമ്പ് ബക്കറ്റിലേക്കൊഴിച്ചു. തുടർന്ന് വെള്ളം എടുക്കാൻ നന്ദൻ വിട്ടില്ല.

“ഞാനെടുത്തു കുളിച്ചോളാം, എൻ സി പൊയ്ക്കോളൂ.” നന്ദൻ പറഞ്ഞു.

നന്ദൻ കുളിച്ചപ്പോഴേക്കും ഒരു ലുങ്കിയും ഷർട്ടുമായി എൻ സി വന്നു.

“നനഞ്ഞതെല്ലാം ഉണങ്ങാനിട്ട് ഇത് ഉടുത്തോളു”

എൻ സി പറഞ്ഞു

നന്ദൻ ലുങ്കിയും ഷർട്ടും ധരിച്ച് അകത്തേക്ക് കയറി. ദേവകിയമ്മ അടുക്കളയിൽ ഭക്ഷണം തയ്യാറാക്കുന്ന തിരക്കിലാണ്.

“ഊണ് കഴിച്ചിട്ട് പോയ്ക്കോളു.”

എൻ സി നന്ദനേയും കൂട്ടി മച്ചിന്മേലേക്ക് പോകാൻ പുറപ്പെട്ടപ്പോൾ

ദേവകിയമ്മ പറഞ്ഞു.

രണ്ടുപേർക്കും ഇരിക്കാൻ അടുക്കളയിൽ പലകയിട്ടു എൻ സിയും നന്ദനും ഉണ്ണാനിരുന്നു. ചോറും പുളിങ്കറിയും ആയിരുന്നു വിഭവം. വാഴ യിലയിൽ ഉണക്കമുള്ളൻ വറുത്തത് പ്രത്യേകം ദേവകിയമ്മ കൊണ്ടു വെച്ചു. നന്ദന് നല്ല വിശപ്പുണ്ടായിരുന്നു. കിട്ടിയ ഭക്ഷണം രുചിയോടെ കഴിച്ചു.

"നമുക്ക് മുകളിലിരിക്കാം."

ഭക്ഷണം കഴിഞ്ഞ് കൈകഴുകുമ്പോൾ എൻ സി നന്ദനോട് പറ ഞ്ഞു.

ഓടിട്ട രണ്ടുനില വീടാണ് എൻ സിയുടേത്. മച്ചിന്മേൽ ഒരു മുറിയും ഒരു വരാന്തയുമുണ്ട്. വരാന്തയിലെ ചാരു കസേരയിലാണ് എൻ സി യുടെ ഇരിപ്പ്. പുറമെ ഒരു ബെഞ്ചുമാണ് ആകെയുള്ള ഫർണിച്ചർ. വരാ ന്തയിൽ നിന്ന് പുറത്തേക്ക് നോക്കിയാൽ വിശാലമായ പെരുന്തുറയുംവപ്ര പ്പുഴയും കാണാം. വപ്രപ്പുഴ ആരംഭിക്കുന്നത് തന്നെ പെരുന്തുറയിൽ വെച്ചാണ്.

"നന്ദന്റെ കോളേജ് പഠനം കഴിഞ്ഞില്ലേ?"

ബെഞ്ചിലിരിക്കാൻ പറഞ്ഞുകൊണ്ട് എൻ സി നന്ദനോട് ചോദിച്ചു.

"കഴിഞ്ഞു."

"എന്തെങ്കിലും ജോലിക്ക് ശ്രമിച്ചുകൂടെ?"

"മാരിപുരത്തെ ട്യൂട്ടോറിയൽ കോളേജിൽ ക്ലാസെടുക്കാൻ പോകു ന്നുണ്ട്."

"അതുകൊണ്ട് ജീവിക്കാൻ കഴിയുമോ?"

"ഒരു ജോലി കിട്ടുന്നതുവരെ വെറുതെ ഇരിക്കേണ്ടെന്ന് കരുതി പോകുന്നതാണ്."

"പൊലീസ് കേസിലൊക്കെ പെട്ടാൽ ജോലി കിട്ടാൻ പ്രയാസമാ കില്ലേ?"

"ഇതൊക്കെ വീട്ടിൽനിന്നും പറയാറുണ്ട്. എങ്കിലും അതിക്രമങ്ങൾ കാണുമ്പോൾ അടങ്ങിയിരിക്കാൻ കഴിയുന്നില്ല."

"ഞാനും ചെറുപ്പത്തിൽ ഇങ്ങനെയൊക്കെ തന്നെയായിരുന്നു."

"എൻ സി എപ്പോഴാണ് രാഷ്ട്രീയ പ്രവർത്തനം തുടങ്ങിയത്?"

"1937 ൽ അന്നെനിക്ക് 24 വയസ്സായിരുന്നു. അതിയേടം വയലിൽ ചാമുണ്ഡിത്തെയ്യം കാണാൻ പോയതായിരുന്നു ഞാൻ. എന്റെ കൂടെ പഠിച്ച കുഞ്ഞിക്കണ്ണനാണ് തീച്ചാമുണ്ഡി കെട്ടുന്നത്. ഞങ്ങൾ ചങ്ങാതിമാരാണ്. അന്ന് ഞാൻ പുന്നക്കരയിൽ അച്ഛന്റെ വീട്ടിലായിരുന്നു താമസം. തെയ്യ ക്കാവുകളിൽ കുടുംബസമേതം കുഞ്ഞിക്കണ്ണന്റെ കുടുംബം തെയ്യത്തിന് പോകുമ്പോൾ കൂടെ ഞാനും പോകുമായിരുന്നു. രാത്രി അവരുടെ കൂടെ ഭക്ഷണം കഴിക്കും. ഉറക്കം വരുമ്പോൾ മെടഞ്ഞ ഓലക്കീറ്റിൽ കിടന്നു റങ്ങും."

മേടമാസത്തിലെ നിലാവുള്ള രാത്രി പാടത്ത് കൂട്ടിയ മേലേരി ആളി ക്കത്തുകയാണ്. തോർത്ത് മുണ്ട് മാത്രം ഉടുത്തിരുന്ന കുറേ ചെറുപ്പ

ക്കാർ ഇടയ്ക്കിടെ മേലേരിയിലേക്ക് വിറക് കുട്ടകൾ എറിയുന്നുണ്ട്. മേലേരിക്ക് കുറച്ചകലെയായി ഓലകൊണ്ട് കെട്ടിമറച്ച പള്ളിയറയ്ക്ക് മുന്നിൽ കുഞ്ഞിക്കണ്ണൻ തോറ്റം കെട്ടി നില്ക്കുകയാണ്. പള്ളിയറയിൽനിന്നും പുറത്തേക്ക് വന്ന കോമരം ഒരു നാക്കിലയിൽ അരിയും ദീപവും തോറ്റത്തിന് കൈമാറി. തോറ്റം അതിൽനിന്നും അരിയെടുത്ത് പള്ളിയറയുടെ നേർക്ക് എറിഞ്ഞ ശേഷം ചെണ്ടക്കോൽ കൂട്ടിപ്പിടിച്ച് തൊഴുതു.

"നന്താർ വിളക്കിനും തിരുവായുധത്തിനും അരിയിട്ട് മന്ത്രിക്കാം" എന്ന് ഉച്ചത്തിൽ ചൊല്ലിക്കൊണ്ട് തന്റെ മുന്നിൽ പീഠത്തിൽ വെച്ച ചെണ്ടയിൽ ആഞ്ഞുകൊട്ടി. ഒരു ഭാഗത്ത് ആളിക്കത്തുന്ന മേലേരിയും മറ്റൊരു ഭാഗത്ത് ചെണ്ടകൊട്ടിപ്പാടുന്ന തോറ്റവും നാട്ടുകാരെല്ലാം ചുറ്റും ഒത്തുകൂടിയിട്ടുണ്ട്. ഏതാനും സമയം കഴിഞ്ഞപ്പോൾ ചെണ്ടവാദ്യത്തിന്റെ താളം മുറുകി തോറ്റം ഉറയാൻ തയ്യാറെടുക്കുകയായിരുന്നു. പള്ളിയറയുടെ മുന്നിൽ ഉറഞ്ഞുതുള്ളിയ തോറ്റം മേലേരിയുടെ അടുത്തേക്ക് പാഞ്ഞടുത്തു. തോറ്റം മേലേരിയിൽ ചാടുന്നത് തടുക്കാൻ തെയ്യക്കാരായ പണിക്കന്മാരും കൂടെ ഓടുന്നുണ്ട്. ഒരു നാടകം കാണുന്നതുപോലെ ചുറ്റും കൂടി നിന്ന ആളുകളോടൊപ്പം ഞാനും അത് ആസ്വദിക്കുകയായിരുന്നു. അപ്പോഴാണ് പിറകിൽനിന്നും പുറത്തുതട്ടി ഒരാൾ വിളിച്ചത്. തിരിഞ്ഞ് നോക്കിയപ്പോൾ ഉണിത്തിരി മാഷാണ്. എന്തിനാണെന്ന് പറഞ്ഞില്ല. കൂടെ കൂട്ടി നടന്നു. കുറച്ച് നടന്നപ്പോൾ കുറെപ്പേർ വയൽവരമ്പിൽ കൂടി ഇരിക്കുന്നത് ഞാൻ കണ്ടു. കൂട്ടത്തിൽ ഞാനും ഇരുന്നു.

ആ ആൾക്കൂട്ടത്തിൽ നിന്ന് ഒരാൾ എഴുന്നേറ്റു. അയാൾ സംസാരിക്കാൻ തുടങ്ങി.

"ജന്മിമാരുടെ കൊടും ചൂഷണത്തിന് ഇരയാവുന്ന കൃഷിക്കാരുടെ സംഘടന ഉണ്ടാക്കുന്നതിന് വേണ്ടിയാണ് നമ്മളിവിടെ ഒത്തുചേർന്നിരിക്കുന്നത്. ബ്രിട്ടീഷുകാർക്കൊപ്പംനിന്ന് ഇവിടുത്തെ ജന്മിമാർ കൃഷിക്കാരെ കൊള്ളയടിക്കുകയാണ്. വാരം, പാട്ടം, വാശി, നുരി, വെച്ചുകാണൽ തുടങ്ങിയ അക്രമപ്പിരിവുകളിലൂടെ കൃഷിക്കാരുടെ തലയിൽ ദുരിതം കെട്ടിയേല്പിക്കുകയാണ്. ഇതിനെ ചെറുക്കണം. അതിനുവേണ്ടി നമ്മൾ സംഘം ചേരണം. കർഷകസംഘം രൂപീകരിക്കണം. ഭാരതീയന്റേയും കേരളീയന്റേയും നേതൃത്വത്തിൽ നണിയൂരിൽ വെച്ച് രൂപീകരിച്ച കർഷക സംഘത്തിന്റെ ഒരു സമിതി നമുക്ക് ഇവിടെയും വേണം."

"മലയോട് കലമെറിഞ്ഞാൽ മലക്കെന്തെങ്കിലും പറ്റുമോ?"

പ്രസംഗം കേട്ട് ഒരാൾ ഇടയ്ക്ക് കയറി ചോദിച്ചു.

"എല്ലാവരും ചേർന്ന് ഇടിച്ചുനിരത്തിയാൽ ഏതു മലയും ഇല്ലാതാകും"

"അയാൾ അപ്പോൾത്തന്നെ മറുപടി പറഞ്ഞു. സംഘമുണ്ടാക്കുന്നതിനോട് എല്ലാവരും യോജിച്ചു. ഞാനുമതിലംഗമായി."

"സ്വാതന്ത്ര്യസമരം നടക്കുന്ന കാലം ആയിരുന്നില്ലേ?"

"ആയിരുന്നു. ടി വി ചാത്തുകുട്ടി നായരായിരുന്നു അന്ന് കോൺഗ്രസിന്റെ നേതാവ്. അദ്ദേഹത്തോടൊപ്പം വിഷ്ണുഭാരതീയനും കേരളീയ

നുമൊക്കെയുണ്ടായിരുന്നു. ആയിരത്തിത്തൊള്ളായിരത്തി പത്തൊമ്പതിൽ തന്നെ ഇവിടെ ഖിലാഫത്ത് കമ്മിറ്റിയുണ്ടായിരുന്നു. വിഷ്ണുഭാരതീയന്റെ നേതൃത്വത്തിൽ ചെറുമംഗലത്ത് വെച്ചാണ് അത് രൂപീകരിച്ചത്. ആ ഘട്ടത്തിലാണ് ജാലിയൻ വാലാബാഗിൽ കൂട്ടക്കുരുതിയുണ്ടാകുന്നത്. അതിനെതിരായി അന്നിവിടെ പ്രതിഷേധയോഗം നടന്നു. അതിൽ ടി എസ് തിരുമുമ്പ് പ്രസംഗിച്ചു."

"കോൺഗ്രസിന്റെ സമ്മേളനം അന്ന് പയ്യന്നൂരിൽ നടന്നില്ലേ?"

"നടന്നിരുന്നു."

"ദേശീയ പ്രസ്ഥാനത്തിന്റെ ചരിത്രത്തിലെ വലിയ സംഭവമായിരുന്നു അത്. പയ്യന്നൂർ പൊലീസ് മൈതാനിയിൽ ചേർന്ന സമ്മേളനത്തിൽ നെഹ്റുവായിരുന്നു അദ്ധ്യക്ഷൻ. ഇന്ത്യക്ക് പൂർണ്ണ സ്വാതന്ത്ര്യമാണ് വേണ്ടത് എന്ന പ്രമേയം മാധവൻ നായർ അവതരിപ്പിച്ചു. കേളപ്പൻ അതിനെ പിന്താങ്ങി. ജന്മിമാരുടെ കൊടും ചൂഷണത്തിനിരയാകുന്ന കുടിയാന് ഭൂമിയിൽ സ്ഥിരാവകാശം വേണമെന്നും അന്ന് പ്രമേയം പാസാക്കിയിരുന്നു. ഈ സമ്മേളനത്തിൽ പങ്കെടുക്കാൻ വന്ന നെഹ്റു വണ്ടിയിറങ്ങിയത് പഴയങ്ങാടി റെയിൽവേ സ്റ്റേഷനിലായിരുന്നു. ചാത്തുക്കുട്ടിനായർ വിളക്കോടുള്ള വസതിയിൽ നെഹ്റുവിന് ആതിഥ്യമരുളി. നെഹ്റു പിന്നെ പയ്യന്നൂരിലേക്ക് പോയി. അവിടെ ആറോന്റെ ബംഗ്ലാവിലായിരുന്നു താമസം."

"ആയിരത്തിത്തൊള്ളായിരത്തി മുപ്പതിൽ ഉപ്പുസത്യഗ്രഹം നടന്നതും പയ്യന്നൂരിൽ തന്നെയാണല്ലോ? എൻ സി അന്ന് ആ സമരം കണ്ടിരുന്നോ?"

"ഞാൻ ആ ജാഥ കാണാൻ പോയിരുന്നു. അന്നെനിക്ക് പതിനേഴ് വയസ്സ്. കേളപ്പജിയുടെ നേതൃത്വത്തിൽ കോഴിക്കോട് നിന്നാരംഭിച്ച ഉപ്പു സത്യഗ്രഹ ജാഥ ചെറുമംഗലത്തുകൂടിയാണ് പയ്യന്നൂരിലേക്ക് പോയത്. കുട്ടിയായ ഞാനും പെരുമ്പുഴക്കടവ് വരെ അതിന്റെ കൂടെ പോയി. പെരുമ്പുഴക്കടവിൽ വെച്ച് ആനയും അമ്പാരിയും വെടിക്കെട്ടുമായി ചാത്തുക്കുട്ടിനായരുടെ നേതൃത്വത്തിൽ ജാഥയെ സ്വീകരിച്ചു.

സത്യഗ്രഹത്തിനുള്ള ഒന്നാം വളണ്ടിയർ സംഘത്തിൽ കേരളീയനും അംഗമായിരുന്നു. ദണ്ഡിയിൽ വെച്ച് ഗാന്ധിജിയെ അറസ്റ്റ് ചെയ്തതോടെ സത്യഗ്രഹികൾക്ക് നേരെ പൊലീസ് ലാത്തിച്ചാർജ് നടത്തി. ഉപ്പുകുറുക്കാൻ തെരഞ്ഞെടുത്ത ഉളിയത്ത് കടവ് ഉഴുതുമറിച്ചിട്ടു. നില്ക്കക്കള്ളിയില്ലാതായപ്പോൾ സത്യഗ്രഹം ചെറുമംഗലത്തേക്ക് മാറ്റി. വിഷ്ണുഭാരതീയന്റെ ഇല്ലത്തായിരുന്നു ക്യാമ്പ്. നിയമം ലംഘിച്ച് കുറുക്കിയെടുത്ത ഉപ്പ് പാക്കറ്റുകളിലാക്കി കൃഷ്ണപിള്ളയും കേരളീയനും ലേലം ചെയ്തു. ഖാദി വസ്ത്രവും അതോടൊപ്പം വിറ്റു.

ആയിരത്തിത്തൊള്ളായിരത്തി മുപ്പത്തിനാലിൽ ഗാന്ധിജിയും പയ്യന്നൂരിൽ വന്നു. അന്നദ്ദേഹത്തെ കാണാൻ റെയിൽവേസ്റ്റേഷൻവരെ ഞാനും പോയിരുന്നു."

"പിന്നീട് കോൺഗ്രസിന്റെ പ്രവർത്തനങ്ങളെക്കുറിച്ച് കാര്യമായൊന്നും ചരിത്രത്തിൽ കാണുന്നില്ലല്ലോ?"

"പിന്നെ ജന്മിമാരുടെ അക്രമപ്പിരിവുകൾക്കെതിരായ സമരം കർഷക സംഘത്തിന്റെ നേതൃത്വത്തിലായിരുന്നു അന്ന് നടന്നത്. കോൺഗ്രസിനകത്ത് ഇടതു വലതു വൈരുദ്ധ്യം രൂക്ഷമായി. ആയിരത്തിത്തൊള്ളായിരത്തി മുപ്പത്തൊൻപതിലെ കെ പി സി സി തിരഞ്ഞെടുപ്പിൽ വലതു പക്ഷ സ്ഥാനാർത്ഥിയായി സാമുവൽ മത്സരിച്ചു. തിരഞ്ഞെടുപ്പ് നിരീക്ഷിക്കാൻ കൃഷ്ണപിള്ളയും കേരളീയനും എൻ സി ശേഖറും ചെറുമംഗലത്ത് വന്നു. വിളപ്പുറം കമ്പനി ഗേറ്റിൽ നിരീക്ഷകരെ വാച്ച്മേൻ തടഞ്ഞു. അതിനെച്ചൊല്ലി വാക്കേറ്റമായി. ഒടുവിൽ കൃഷ്ണപ്പിള്ളയ്ക്ക് മാത്രം പ്രവേശനം കിട്ടി. ആ തിരഞ്ഞെടുപ്പിൽ കെ പി സി സി നേതൃത്വം ഇടതുപക്ഷത്തിന്റെ കൈയിലായി. ആ ഇടതുപക്ഷ നേതൃത്വമാണ് പിന്നീട് കമ്യൂണിസ്റ്റ് പ്രസ്ഥാനമായി മാറിയത്. അതോടെ കമ്യൂണിസത്തെ അടിച്ചമർത്താൻ പൊലീസും സർക്കാരും കോൺഗ്രസും എല്ലാം ഒറ്റക്കെട്ടായി. 1940 സെപ്തംബർ 15 ന് സാമ്രാജ്യത്വവിരുദ്ധദിനമായി ആചരിച്ചുകൊണ്ടാണ് പാർട്ടി പരസ്യപ്രവർത്തനത്തിലേക്ക് വന്നത്."

"അന്ന് മൊറാഴയിലെ അഞ്ചാം പീടികയിൽ വെച്ച് നടന്ന സംഘർഷത്തിൽ എൻ സിയും പങ്കെടുത്തിരുന്നോ?"

"ചെറുമംഗലത്ത് നിന്ന് കുറേപ്പേർ അതിൽ പങ്കെടുത്തിരുന്നു അതിന്റെ കൂടെ ഞാനും പോയിരുന്നു. സാമ്രാജ്യത്വ വിരുദ്ധദിനമായി ആചരിക്കാൻ കീച്ചേരിയിലെത്തണമെന്നായിരുന്നു വിവരം. അവിടെയെത്തി പ്രകടനമാരംഭിച്ചപ്പോൾ മർദ്ദകവീരനായ സബ് ഇൻസ്പെക്ടർ കുട്ടികൃഷ്ണ മേനോന്റെ നേതൃത്വത്തിലുള്ള പൊലീസ് തടഞ്ഞു. പ്രകടനം മൊറാഴയിലേക്ക് മാറ്റി. വിഷ്ണുഭാരതിയന്റെ അദ്ധ്യക്ഷതയിൽ യോഗം ആരംഭിച്ചതേയുള്ളൂ. അപ്പോഴേക്കും കുട്ടികൃഷ്ണമേനോന്റെ നേതൃത്വത്തിൽ ലാത്തിച്ചാർജ് തുടങ്ങി. പൊലീസിനോട് ചെറുത്തുനില്ക്കാൻ കെ പി ആറിന്റെ ആഹ്വാനമുണ്ടായതോടെ കൈയിൽ കിട്ടിയ കല്ലുകൾ ഉപയോഗിച്ച് പൊലീസിനെ നേരിട്ടു. പിന്നെ ഒരു യുദ്ധത്തിന്റെ പ്രതീതിയായിരുന്നു. അപ്പോഴേക്കും രാത്രിയായി. ഇരുട്ടിൽ ആളുകൾ പല ഭാഗത്തേക്കും ഓടിപ്പോയി. പൊതുയോഗ വേദിക്ക് തൊട്ടടുത്തായി കുട്ടികൃഷ്ണമേനോനും മറ്റൊരു പൊലീസുകാരനും കല്ലേറിൽ പരിക്കേറ്റ് വീണുകിടക്കുന്നത് കണ്ടിരുന്നു."

"കുട്ടികൃഷ്ണമേനോൻ കൊല്ലപ്പെട്ടില്ലേ?"

"കൊല്ലപ്പെട്ടു."

"അതറിഞ്ഞത് അടുത്ത ദിവസമാണ്. ഞാൻ അന്ന് രാത്രി ഒറ്റപ്പെട്ടുപോയിരുന്നു. കണ്ണപുരത്തേക്കുള്ള വഴിയിലൂടെ ഒറ്റയ്ക്ക് നടന്ന് റെയിൽ മുറിച്ച് കടന്ന് കിള്ളാനദിയുടെ കടവിലെത്തി. അവിടെ ഒരു തോണിക്കാരൻ കടവിൽ ഇരിക്കുന്നുണ്ടായിരുന്നു. കടവ് കടത്താൻ പറഞ്ഞപ്പോൾ സമ്മതിച്ചു. വപ്രപ്പുഴയ്ക്ക് അന്ന് മരം കൊണ്ടുണ്ടാക്കിയ ഒരു പാലമുണ്ടായിരുന്നു. അതിലൂടെ നടന്ന് വീട്ടിലെത്തുമ്പോൾ പാതിരാത്രിയായിരുന്നു. ആ സംഭവത്തിന് ഒരാഴ്ച മുമ്പ് കുട്ടികൃഷ്ണമേനോൻ ചെറുമംഗലത്ത് വന്നിരുന്നു."

"അതെന്തിനാണ്?"

"ചെറുമംഗലത്തെ അംശക്കച്ചേരി തീവെപ്പ് അന്വേഷിക്കാൻ വന്നതായിരുന്നു. ആയിരത്തിത്തൊള്ളായിരത്തി നാല്പത് ആഗസ്ത് അവസാനമാണെന്നാണ് എന്റെ ഓർമ്മ. അന്ന് ചെറുമംഗലത്തെ അംശക്കച്ചേരി പുൽപ്പുരയായിരുന്നു. സാമ്രാജ്യത്വവിരുദ്ധ സമരത്തിൽ ആവേശം പൂണ്ട ചിലർ അംശക്കച്ചേരിക്ക് രാത്രി തീവെച്ചു. പി ആർ ഉൾപ്പെടെ നാലഞ്ചു പേരെ പ്രതിയാക്കിക്കൊണ്ട് പൊലീസ് കേസെടുത്തു. ആ കേസന്വേഷിക്കാൻ വന്ന കുട്ടികൃഷ്ണമേനോൻ ഉറഞ്ഞുതുള്ളി. ഇത് ചെയ്തവരുടെ പുറം ഞാൻ കടപ്പുറമാക്കും എന്ന് പറഞ്ഞായിരുന്നു ഉറഞ്ഞുതുള്ളൽ. അത് കഴിഞ്ഞ് രണ്ടാഴ്ച കഴിഞ്ഞപ്പോഴാണ് മൊറാഴ സംഭവം നടന്നത്. ഈ ഘട്ടത്തിലാണ് ഒളിവിൽ കഴിയാൻ വന്ന കമ്യൂണിസ്റ്റ് നേതാക്കളുടെ കാർമ്മികത്വത്തിൽ ചെറുമംഗലത്തെ ഒരു ചിറപ്പറമ്പിൽ വെച്ച് കമ്യൂണിസ്റ്റ് പാർട്ടി സെൽ രൂപീകരിച്ചത്. ഞാനും അന്ന് ആ യോഗത്തിൽ പങ്കെടുത്തിരുന്നു."

"എന്തായിരുന്നു അന്നത്തെ സെല്ലിന്റെ പ്രവർത്തനങ്ങൾ?"

"ഒളിവിൽ കഴിയുന്ന പാർട്ടി നേതാക്കളെ സംരക്ഷിക്കുക, വിളപ്പുറം മില്ലിലെ തൊഴിലാളികളെയും കൃഷിക്കാരെയും സംഘടിപ്പിക്കുക ഇതൊക്കെയായിരുന്നു ഞങ്ങളുടെ ചുമതല. അപ്പോൾ കിട്ടിയ ഒരു രഹസ്യ നിർദ്ദേശമനുസരിച്ച് പുന്നക്കര വെച്ച് വളണ്ടിയർ പരിശീലനവും നടന്നിരുന്നു. ശത്രുക്കളെ നേരിടാനുള്ള കായിക പരിശീലനമായിരുന്നു അന്ന് നടത്തിയത്. അതോടൊപ്പം പാർട്ടിയുടെ സ്റ്റഡി ക്ലാസും കൊടുത്തിരുന്നു. ഗരുഡയില്ലം നമ്പൂതിരിയുടെ ഇല്ലപ്പറമ്പിലാണ് രഹസ്യ യോഗങ്ങൾ ചേർന്നിരുന്നത്. വളണ്ടിയർ സേനയുടെ കാര്യം കമ്പനി സൂപ്രണ്ട് അറിഞ്ഞു. അതിന്റെ പേരിൽ അവിടെ ജോലി ചെയ്തിരുന്ന തൊഴിലാളിയും യൂണിയൻ നേതാവുമായിരുന്ന പി ആറിനെ വിളപ്പുറം കമ്പനിയിൽനിന്നും പുറത്താക്കി."

"അന്നത്തെ നേതാക്കളുടെ പ്രധാന ഒളിത്താവളം കൂടിയായിരുന്നില്ലേ ചെറുമംഗലം?"

"അതെ, കൃഷ്ണപിള്ളയും എ കെ ജിയും നായനാരുമെല്ലാം ഇവിടെ ഒളിവിൽ കഴിഞ്ഞിരുന്നു. ചെറുമംഗലത്തെ കുറുവയിൽ അന്ന് സുരക്ഷിതമായൊരു ഷെൽട്ടർ ഉണ്ടായിരുന്നു. ഒളിവിലുള്ളവരെ പിടിക്കാൻ പൊലീസിനോടൊപ്പം കമ്പനി സൂപ്രണ്ടിന്റെ ഗുണ്ടകളുമുണ്ടായിരുന്നു. അവർക്ക് എന്തും ചെയ്യാനുള്ള അധികാരവും കൊടുത്തിരുന്നു. ആരെയും അടിക്കാം, ഏതു വീട്ടിലും ഏതു സമയത്തും കയറിച്ചെല്ലാം. ഗുണ്ടകളുടെ കൈയിൽ അന്നൊരു കുറുവടിയുണ്ടായിരുന്നു. അതുകൊണ്ട് അതിനെ കുറുവടിപ്പട എന്നും വിളിച്ചിരുന്നു. ഈ സേനയുടെ അനുവാദമില്ലാതെ ആർക്കും വഴി നടന്നുകൂട. ആർക്കെങ്കിലും ഭാര്യവീട്ടിൽ പോകണമെങ്കിൽ കോൺഗ്രസ് നേതാക്കളുടെ കത്ത് വേണമായിരുന്നു."

"അന്ന് ഒരു നാടകം നടക്കുമ്പോൾ പൊലീസ് അടിച്ചോടിച്ച ഒരു കഥ പറഞ്ഞു കേൾക്കുന്നുണ്ടല്ലോ?"

"അതു സത്യമാണ്. സെല്ലിൽ അംഗങ്ങളായ പി ആറും കെ വിയും കരിവെള്ളൂർ കേസിൽ ജയിലിലായ സമയം. അവരുടെ കേസ് നടത്താൻ പണമുണ്ടാക്കുന്നതിനായി ഒരു നാടകം നടത്താൻ തീരുമാനിച്ചു. പുന്നക്കരയിലെ ഒരു വയലിൽ വെച്ചായിരുന്നു നാടകം. അണിയറയിൽ നാടകം ഒരുങ്ങുന്നതുവരെ സ്റ്റേജിൽ രാഷ്ട്രീയ പ്രസംഗം നടക്കുകയായിരുന്നു. നാടകം കാണാൻ ജനങ്ങൾ പലഭാഗങ്ങളിൽനിന്നും എത്തിയിരുന്നു.

സ്റ്റേജിലും പുറത്തും പെട്രോമാക്സിന്റെ വെളിച്ചം. ഏകദേശം ഒൻപതുമണിയായിക്കാണും. അമ്പതോളം വരുന്ന എം എസ് പിക്കാർ അവിടെയെത്തിയത് ആരും അറിഞ്ഞില്ല. അന്നത്തെ അധികാരി കേശിയുടെ നേതൃത്വത്തിലാണ് അവർ വന്നത്. എത്തിയ ഉടനെ അടിയും തുടങ്ങി. ആളുകൾ ചിതറിയോടി. ഇരുട്ടിൽ വഴിയറിയാതെ ഓടിയവർ കിണറ്റിലും കുണ്ടിടകളിലും വീണ് കാലും കൈയും പൊട്ടി. നാടകത്തിൽ വേഷമിട്ടവർ വേഷത്തോടെ ഓടി. ആ രാത്രി ഒരു കാളരാത്രിയായിരുന്നു."

"എൻ സിയും അന്ന് ഒളിവിലും ജയിലിലുമായിരുന്നില്ലേ?"

"ജയിലിൽ കുറച്ച് ദിവസങ്ങളേ ഉണ്ടായിരുന്നുള്ളൂ. ഒളിവിൽ ഒരുപാട് കാലം കഴിഞ്ഞു. ഒളിവുജീവിതം പ്രയാസമാണ്. പുതിയ ഷെൽട്ടറുകളിലേക്ക് മാറിപ്പോകണം. ഒരിടത്തും അധികനാൾ തങ്ങാൻ പറ്റില്ല. രാത്രിയിലാണ് സഞ്ചാരം. ഇഴജന്തുക്കൾ ഇഴയുന്ന ഇടവഴികളിലൂടെയാണ് ഇരുട്ടിലെ നടത്തം. പാമ്പിന്റെ വായിൽ കാൽ വെച്ചുള്ള നടത്തമായിരുന്നു അത്. പകൽ മുഴുവൻ വീടിനുള്ളിൽ അടച്ചിട്ട മുറിക്കുള്ളിലോ മച്ചിൻ മുകളിലോ കഴിയണം. സഹിക്കാൻ കഴിയാത്ത ചൂടായിരിക്കും. ദാരിദ്ര്യമുള്ളവരാണ് വീട്ടുകാരെങ്കിലും അവർ സ്നേഹത്തോടെയും സുരക്ഷിതമായും പരിചരിച്ചിരുന്നു. നാടിനുവേണ്ടി ത്യാഗം ചെയ്യുന്നവരെന്ന നിലയിൽ പ്രത്യേക ബഹുമാനവും സ്നേഹവുമായിരുന്നു അവർക്ക്. അതിലൊക്കെ വീട്ടിലെ സ്ത്രീകളായിരുന്നു മുൻകൈ എടുത്തിരുന്നത്. നല്ലനിയന്ത്രണമില്ലെങ്കിൽ വല്ലാത്ത ബന്ധമായി അത് വളർന്നേക്കും. അത് പ്രസ്ഥാനത്തിന് തന്നെ പ്രയാസമുണ്ടാക്കും."

"അത്തരം സന്ദർഭങ്ങൾ എൻ സിയുടെ ജീവിതത്തിലുണ്ടായിരുന്നോ?"

"ഉണ്ടായിരുന്നു. ഒരുദിവസം ഒരു ഒളിസങ്കേതത്തിൽനിന്ന് പുറപ്പെട്ട് മറ്റൊരു സങ്കേതത്തിലേക്ക് പോവുകയായിരുന്നു. ഒരു ചെറുപ്പക്കാരൻ എസ്കോർട്ട് ഉണ്ടായിരുന്നു. കുമാരൻ എന്നായിരുന്നു അവന്റെ പേര്. രാത്രി പത്തുമണി സമയം. ഒരു കുന്നിൻ ചെരുവിലുള്ള റോഡിലേക്ക് കയറിയപ്പോൾ ഒരു ജീപ്പിന്റെ ലൈറ്റ് കണ്ടു. കുന്നിലെ കുറ്റിക്കാട്ടിലേക്ക് ഞങ്ങൾ ഉൾവലിഞ്ഞു. അത് ഒരു പൊലീസ് ജീപ്പായിരുന്നു. സാധാരണ നിലയിൽ അന്നവിടെ പൊലീസ് വരാൻ പ്രത്യേക കാരണമൊന്നുമുണ്ടായിരുന്നില്ല. ഞാൻ ആ പ്രദേശത്ത് ഒളിവിലുണ്ടെന്നുള്ള സൂചന കിട്ടിയതിന്റെ അടിസ്ഥാനത്തിലാണ് ആ വരവെന്ന് ഞാൻ സംശയിച്ചു."

"ഇവിടെ ഇന്നു രാത്രി തങ്ങാൻ സുരക്ഷിതമായ വീടുണ്ടോ? നടന്നാൽ പൊലീസിന്റെ പിടിയിൽപ്പെടും."

ഞാൻ കുമാരനോട് ചോദിച്ചു.

അവൻ അല്പം ആലോചിച്ചശേഷം ആ കുന്നിന്റെ ചെരിവിലുള്ള ഒരു വീട്ടിലേക്ക് എന്നെയും കൂട്ടി നടന്നു. "ഇതെനിക്ക് പരിചയമുള്ള വീടാണ്. അവർക്ക് സമ്മതമാണെങ്കിൽ ഇന്നിവിടെ തങ്ങാം." കുമാരൻ പറഞ്ഞു. വീടിന്റെ അടുത്തെത്തിയപ്പോൾ അവൻ വീട്ടുകാരനെ വിളിച്ചു. വാതിൽ തുറന്നത് ഒരു യുവതിയായിരുന്നു.

"കോരേട്ടനില്ലേ?"

കുമാരൻ ചോദിച്ചു.

"ഇല്ല മലയ്ക്ക് മൊളക് പറിക്കാൻ പോയിന്. എന്താ വേണ്ട് കുമാരാ?" അവൾ ചോദിച്ചു.

"ഇയാൾ ഒളിവിൽ കഴിയുന്ന നമ്മുടെ പാർട്ടി നേതാവാണ്. ഇന്നത്തെ ഷെൽട്ടർ റോഡിനപ്പുറത്താണ്. പൊലീസുകാർ ആ പരിസരത്ത് ചുറ്റിക്കറങ്ങിക്കൊണ്ടിരിക്കുകയാണ്. അവരുടെ കണ്ണിൽപ്പെട്ടാൽ പിടിക്കപ്പെടും. ഇന്നു രാത്രി ഇയാളെ ഇവിടെ താമസിപ്പിക്കാൻ പറ്റുമോയെന്ന് അന്വേഷിക്കാൻ വന്നതാണ്."

"അകത്ത് കേറ്."

പെട്ടെന്ന് അവൾ പറഞ്ഞു.

ഞങ്ങൾ അകത്തുകയറിയ ഉടനെ പെട്ടെന്ന് അവൾ വാതിലടച്ചു.

അകത്ത് ഒരു മണ്ണെണ്ണവിളക്കിന്റെ പ്രകാശം. നിലത്ത് ഒരു പായ വിരിച്ച് അതിലിരിക്കാൻ അവൾ പറഞ്ഞു.

"നിങ്ങൾ എന്തെങ്കിലും കയിച്ചിനാ?"

അവൾ ചോദിച്ചു.

"പുറപ്പെട്ട ഷെൽട്ടറിൽനിന്ന് കഴിച്ചിരുന്നു."

കുമാരൻ പറഞ്ഞു.

ഞാനൊരു കട്ടൻചായ ഉണ്ടാക്കാമെന്ന് പറഞ്ഞ് അവൾ അടുക്കളയിലേക്ക് പോയി. പുല്ലുമേഞ്ഞ വീടിന്റെ ചായ്പിലായിരുന്നു അടുക്കള.

"ഇവളുടെ പേരെന്താണ്"

കട്ടൻചായയുണ്ടാക്കാൻ പോയപ്പോൾ ഞാൻ എസ്കോർട്ടിനോട് ചോദിച്ചു.

"നാണി"

അവൻ പറഞ്ഞു.

രണ്ടുപേർക്കും കട്ടൻചായ തന്നശേഷം ഒരു പലകയിട്ട് അവളും ഞങ്ങൾക്കരികിലിരുന്നു.

"കട്ടൻ കുടിച്ചിറ്റ് കുമാരൻ പൊയ്ക്കോ. പൊലീസ് രണ്ടാളീം കണ്ടാ പ്രശ്നാകും."

അവസരത്തിനൊത്ത അവളുടെ ബുദ്ധിയിൽ മതിപ്പുതോന്നി. കട്ടൻ ചായ കുടിച്ച ശേഷം കുമാരൻ പോയി. ഞാനും നാണിയും മാത്രമായി.

അവിടെയുണ്ടായിരുന്ന ഒരു പഴയ കട്ടിലിൽ അവൾ കൈതോല പായ വിരിച്ചു. ഒരു ഇരുമ്പ് പെട്ടിയിൽനിന്ന് അലക്കി മടക്കിവെച്ച് ഒരു മുണ്ട് അതിന്മേൽ വിരിച്ചു.

"സഖാവ് കിടന്നോ" എന്ന് പറഞ്ഞ് അവൾ അടുക്കളയിലേക്ക് പോയി.

ഞാൻ കട്ടിലിൽ കയറിക്കിടന്നു. അടുക്കളവാതിലടച്ചശേഷം അവളും തറയിൽ പായ വിരിച്ചു കിടന്നു. എനിക്ക് ഉറക്കം വന്നതേയില്ല. ഒളിവ് ജീവിതത്തിൽ ഇങ്ങനെയൊരനുഭവം ആദ്യമായാണ്. മുപ്പത്തഞ്ച് വയസ്സായ ഞാനും മുപ്പതിൽ താഴെ പ്രായത്തിലുള്ള യുവതിയും ഒരു വീട്ടിൽ ഒരു മുറിയിൽ ഉറങ്ങുക. അതിന് ധൈര്യം കാണിച്ച അവളുടെ രാഷ്ട്രീയക്കൂറിനെ വിശേഷിപ്പിക്കാൻ വാക്കുകളില്ല. ഏതാണ്ട് ഒരു മണിക്കൂർ കഴിഞ്ഞപ്പോൾ വീടിന്റെ മുറ്റത്ത് ബൂട്ട്സിന്റെ ശബ്ദം. ടോർച്ച് ലൈറ്റിന്റെ വെട്ടം ചുമരിന്റെയും മേല്പുരയുടെയും ഇടയിലൂടെ മുറിയിലേക്ക് ഇരച്ചു കയറി.

"വാതിൽ തുറക്കൂ"

പൊലീസിന്റെ ശബ്ദം. ഞാൻ എന്തു ചെയ്യണമെന്നറിയാതെ പതറി. അവൾ എഴുന്നേറ്റ് എന്റെ അരികിലേക്ക് വന്നു.

"മൂടിപ്പൊതച്ച് കെടന്നോ. പനി പിടിച്ച് കെടക്ക്വാന്ന് പറയാ."

അങ്ങനെ എന്റെ ചെവിയിൽ പറഞ്ഞ ശേഷം ഉടൻ അവൾ വാതിൽ തുറന്നു. ടോർച്ച് അടിച്ചുകൊണ്ട് ഒരു പൊലീസുകാരൻ അകത്തേക്ക് കയറി. നാണി കട്ടിലിൽ എന്റെ അരികിൽ വന്നിരുന്ന് എന്റെ പുറത്ത് തലോടി.

"ഇതാരാടീ?"

"പുരുവനാണ്. കടുത്ത പനിയാണ് സാറെ. ഇന്നൊന്നും കയ്ച്ചിറ്റില്ല"

ഞാൻ പനിപിടിച്ച് വിറച്ചവനെപ്പോലെ ചുരുണ്ടുകൂടിക്കിടന്നു.

"ഇതിനകത്ത് ഒളിവിൽ കഴിയുന്നവരുണ്ടോയെന്ന് പരിശോധിക്കാൻ വന്നതാണ്. ഒരാൾ ഈ ഭാഗത്ത് ഒളിവിൽ കഴിയാൻ വന്നിട്ടുണ്ട്."

ഇത് പറഞ്ഞശേഷം പൊലീസുകാരൻ മുക്കും മൂലയും പരിശോധിച്ചു.

"വൈദ്യരെ കാണിച്ചില്ലേ?"

എന്നെ നോക്കി അവളോട് ചോദിച്ചു.

"നേരം പുലർന്നിട്ട് കാണിക്കാം."

നാണി കരഞ്ഞുകൊണ്ട് പറഞ്ഞു.

"വാതിലടച്ച് കിടന്നോളു"

അതുപറഞ്ഞ് പൊലീസ് പുറത്തേക്ക് പോയി.

നാണി വാതിലടച്ചശേഷം വീണ്ടും അരികിലേക്ക് വന്നിരുന്നു. പുറത്ത് തട്ടി സമാധാനിപ്പിച്ച ശേഷം താഴെ വിരിച്ച പായയിൽ കിടന്നുറങ്ങി. പിന്നീട് അവരെപ്പറ്റി അന്വേഷിച്ചപ്പോൾ ഉയർന്ന കമ്യൂണിസ്റ്റ് ബോധത്താൽ അവർ ചുവന്ന ബ്ലൗസ് മാത്രമേ ധരിക്കാറുള്ളൂ എന്നറിയാൻ കഴിഞ്ഞു.

"സമയം ഒരുപാടായി നന്ദൻ ഉറങ്ങിക്കോളൂ."

നന്ദന് ഒരു പായ വിരിച്ചുകൊണ്ട് എൻ സി പറഞ്ഞു. നന്ദൻ അതിൽ

കിടന്നുറങ്ങി.

രാവിലെ സുഹാസിനി തട്ടി വിളിച്ചപ്പോഴാണ് നന്ദൻ ഉറക്കം ഞെട്ടിയത്.

"എൻ സി എവിടെ?"

"അച്ഛൻ വയലിൽ പോയിരിക്കുകയാണ്, എഴുന്നേറ്റില്ലെങ്കിൽ വിളിച്ചുണർത്താൻ പറഞ്ഞിരുന്നു. അച്ഛനെപ്പോലെ പ്രസ്ഥാനവും ഒളിവുമൊക്കെയായി കഴിയാനാണോ പരിപാടി?"

"അങ്ങനെയൊന്നുമില്ല അനീതി കാണുമ്പോൾ വെറുതെ ഇരിക്കാൻ പറ്റുമോ?"

"ബി എ വരെ പഠിച്ചതല്ലേ നല്ല ജോലിക്ക് ശ്രമിച്ചൂടെ. ഒരു ട്യൂട്ടോറിയൽ മാഷായി ഇങ്ങനെ നടന്നാൽ മതിയോ?"

"നീയെന്നെ നന്നാക്കാനുള്ള പുറപ്പാടാണോ?"

സുഹാസിനിയുടെ ഉപദേശം കേട്ട് ചിരിച്ചുകൊണ്ട് നന്ദൻ ചോദിച്ചു. അതിന് അവൾ മറുപടി ഒന്നും പറഞ്ഞില്ല. നന്ദന്റെ തോളിൽ ഒരു നുള്ള് നുള്ളി താഴേക്കിറങ്ങി പോയി.

നേരം പുലർന്നുവരുന്നതേയുള്ളൂ. നല്ല വെളിച്ചം വരുന്നതിന് മുമ്പ് വീട്ടിലെത്തണം. നന്ദൻ തിടുക്കത്തിൽ നടന്നു വീട്ടിലെത്തുമ്പോൾ ശരിക്കും നേരം പുലർന്നിരുന്നു.

"രാത്രി എവിടെയായിരുന്നു?"

ഭാനുമതിയമ്മ ചോദിച്ചു.

"പൊലീസിന്റെ പിടിയിൽ പെടാതിരിക്കാൻ എൻ സിയുടെ വീട്ടിൽ തങ്ങി."

"രാത്രി ഗോപി വന്നിരുന്നു. ഒരു പൊലീസുകാരനെ പാമ്പ് കടിച്ച വിവരം പറഞ്ഞു. നിന്റെ കാര്യം ചോദിച്ചപ്പോൾ പേടിക്കാനൊന്നുമില്ലെന്ന് പറഞ്ഞു."

കുളിച്ച് പ്രാതൽ കഴിച്ചശേഷം ഗോപിയുടെ വീട്ടിലേക്ക് നന്ദൻ നടന്നു.

"നന്ദൻ ഇന്നലെയെവിടെയാ തങ്ങിയത്?"

പശുവിന് പുല്ലിട്ട് കൊടുക്കുന്നതിനിടയിൽ ഗോപി നന്ദനോട് ചോദിച്ചു.

"എൻ സിയുടെ വീട്ടിൽ."

"പൊലീസുകാരനെ പാമ്പ് കടിച്ചത് നന്ദനറിഞ്ഞോ?"

"അറിഞ്ഞു."

"അവൻ മരിച്ചു എന്നാണ് കേൾക്കുന്നത്. പാമ്പിനെ അടിക്കുന്നത് പോലെയല്ലേ അവർ നമ്മുടെ ആളുകളെ അടിച്ചത്. കൊമ്പൻ നാരായണനും മല്ലറ് കുമാരനും ലോക്കപ്പിലാണ്. അന്വേഷിക്കാൻ പോയാൽ നമ്മളെയും പിടിച്ചുവെക്കും."

"എനിക്ക് ട്യൂട്ടോറിയൽ കോളേജിൽ ക്ലാസുണ്ട്. പോകാൻ പറ്റുമോ ഗോപിയേട്ടാ?"

"നീ പോയ്ക്കോളൂ. അങ്ങനെ പേടിച്ചാൽ ജീവിക്കാൻ പറ്റില്ല. അവർ

പിടിക്കുന്നെങ്കിൽ പിടിക്കട്ടെ.”

നന്ദൻ കച്ചിലത്തെരുവിലൂടെ മാരിപുരത്തേക്കു നടന്നു.

മൂന്ന്

പൊലീസിന് പിടികൊടുക്കാതെ ജനാധിപത്യപ്രസ്ഥാനത്തിലെ നേതാക്കൾ ജനങ്ങൾക്കിടയിൽ പ്രവർത്തിച്ചുകൊണ്ടിരിക്കുകയാണ്. അവർ കൃഷിക്കാരെയും തൊഴിലാളികളെയും രഹസ്യയോഗങ്ങളിൽ പങ്കെടുപ്പിച്ചുകൊണ്ട് അവരെ രാഷ്ട്രീയ പ്രബുദ്ധരാക്കാൻ ശ്രമിച്ചുകൊണ്ടിരിക്കുകയാണ്. അധികാരത്തിന്റെ തണലിൽ അഴിഞ്ഞാടുന്നവരെ നിലയ്ക്കുനിർത്താൻ പ്രേരിപ്പിച്ചുകൊണ്ടിരിക്കുകയാണ്. മനുഷ്യസമൂഹം എന്നും അങ്ങനെയാണ്. അധികാരംകൊണ്ടും ആയുധശക്തികൊണ്ടും ഒരു ജനതയെ എക്കാലവും അടക്കിഭരിക്കാൻ ഒരു ഏകാധിപതിക്കും സാധിക്കില്ല.

പാർട്ടിയുടെ രഹസ്യയോഗങ്ങളിൽ ഗോപി നന്ദനെയും പങ്കെടുപ്പിക്കും. ഇപ്പോൾ യുവജനങ്ങളെ സംഘടിപ്പിക്കാനുള്ള ചുമതലയും കൊടുത്തിരിക്കുകയാണ്. രാത്രിയിലാണ് യോഗങ്ങൾ ചേരുക. അത് ഗോപിയുടെ വീടിന്റെ മച്ചിൻമേലാണ് നടക്കുക. കച്ചിലത്തെരുവിൽ ലാത്തിച്ചാർജ് നടന്ന രാത്രി പൊലീസുകാരൻ പാമ്പുകടിയേറ്റു മരിച്ചതോടെ നരനായാട്ട് അല്പം കുറഞ്ഞിട്ടുണ്ട്.

ക്ലാസ് നേരത്തെ കഴിഞ്ഞെങ്കിലും വൈകുന്നേരംവരെ നന്ദൻ കോളേജ് ഓഫീസിൽ തന്നെയിരുന്നു. വൈകുന്നേരം പുറത്തിറങ്ങി സോഡ ബാബുവിന്റെ കടയിൽനിന്ന് സോഡ കുടിക്കാൻ പോകുമ്പോൾ ഫർക്ക കമ്മിറ്റി ഓഫീസിനടുത്ത് വെച്ച് ഗോപി നന്ദനെ വിളിച്ചു.

“നന്ദൻ എങ്ങോട്ടാണ്?”

“കച്ചിലത്തെരുവിലേക്ക്.”

“ഞാനും വരുന്നുണ്ട്. നമുക്കൊരുമിച്ചുപോകാം.”

സോഡ കുടിച്ചശേഷം രണ്ടുപേരും കച്ചിലത്തെരുവിലേക്ക് നടന്നു.

“ഇന്നു രാത്രി വീട്ടിൽ ഒരു യോഗം ചേരുന്നുണ്ട് നീ അതിൽ പങ്കെടുക്കണം.”

നടക്കുന്നതിനിടയിൽ ഗോപി നന്ദനോട് പറഞ്ഞു.

“നേതാക്കളാരെങ്കിലും വരുന്നുണ്ടോ?”

“അതൊന്നും പറയാൻ പറ്റില്ല ഒളിവിൽ കഴിയുന്ന നേതാക്കളാണ്. അവരുടെ പേര് പുറത്ത് പറയാറില്ല.”

“ഞാൻ വീട്ടിൽ പോയിട്ട് വന്നാൽ പോരെ?”

കച്ചിലത്തെരുവിൽ എത്തിയപ്പോൾ നന്ദൻ ചോദിച്ചു.

“ഇന്നിനി വീട്ടിലേക്കൊന്നും പോകണ്ട, മീറ്റിങ് കഴിഞ്ഞ് പോയാൽ മതി.”

ഗോപി പറഞ്ഞാൽ മറുത്തൊന്നും പറയാൻ നന്ദന് കഴിയില്ല. നന്ദൻ അയാളുടെ പിന്നാലെ നടന്നു. അവർ വീട്ടിലെത്തുമ്പോൾ സന്ധ്യ മയങ്ങി

യിരുന്നു. വരാന്തയിലെ ഇരിത്തിയിൽ ഏതാനും ചിലർ ഇരിക്കുന്നുണ്ട്. ഗോപിയെ കണ്ടപ്പോൾ അവർ എഴുന്നേറ്റു.

"ആരും ഇവിടെ ഇരിക്കണ്ട നമുക്ക് മച്ചിന്മുകളിലിരിക്കാം. ഇവിടെയിരുന്നാൽ ആളുകൾ ശ്രദ്ധിക്കും."

ഗോപി പറഞ്ഞു.

എല്ലാവരും ഗോപിയോടൊപ്പം മച്ചിന്മേലേക്ക് ഏണിപ്പടി കയറി. മുകളിൽ മുറി തിരിച്ചിരുന്നില്ല. ഏതാണ്ട് ഇരുപത് പേർക്ക് ഇരിക്കാവുന്ന വിസ്തീർണ്ണമുള്ള ഒരു ചെറുഹാൾ. ഗോപിയുടെ ഭാര്യ ജാനകി ടീച്ചർ രണ്ട് പായകൾ അവിടെ വിരിച്ചു. കൈയിൽ കൊണ്ടുവന്ന റാന്തൽ കഴുക്കോലിൽ കൊളുത്തിവെച്ച കമ്പിയിൽ തൂക്കിയിട്ടു.

"എല്ലാവരും ഇരുന്നോളൂ."

ഗോപി പറഞ്ഞു. അരമണിക്കൂറിനുള്ളിൽ പലഭാഗങ്ങളിൽ നിന്നായി പത്തിരുപതുപേർ അവിടെ എത്തിച്ചേർന്നു.

"അവർ വരാറായി നമുക്ക് താഴെ നില്ക്കാം."

അതുപറഞ്ഞ് ഗോപി നന്ദനേയുംകൂട്ടി താഴേക്കിറങ്ങി ഏതാനും മിനിട്ടുകൾ കഴിഞ്ഞപ്പോൾ തോർത്തു മുണ്ട് കൊണ്ട് തല മറച്ചു കെട്ടിയ രണ്ടുപേർ വീട്ടുമുറ്റത്തെത്തി. അവർ വരാന്തയിലേക്ക് കയറി.

"എന്താ ഗോപി എല്ലാവരും എത്തിയോ?"

കെ സി ആറിന്റെ ശബ്ദം.

"എല്ലാവരും മച്ചിന്മേൽ ഇരിപ്പുണ്ട്."

ഗോപി ഭവ്യതയോടെ പറഞ്ഞു.

അകത്തു കയറിയപ്പോൾ രണ്ടുപേരും തലയിലിട്ട തോർത്ത് എടുത്ത് തോളിലിട്ടു. നേതാക്കളെ തിരിച്ചറിഞ്ഞ ജാനകി ടീച്ചർ ചിരിച്ചുകൊണ്ട് അടുത്തേക്ക് വന്നു.

"എന്താ ജാനകി കഴിക്കാൻ എന്തെങ്കിലും ഉണ്ടോ?"

കെ സി ആർ ചോദിച്ചു.

"ഉണ്ടാക്കിയിട്ടുണ്ട്."

"ഇപ്പോൾ കുടിക്കാൻ വെള്ളം മതി, യോഗം കഴിഞ്ഞിട്ട് കഴിക്കാം."

ടീച്ചർ കൊടുത്ത വെള്ളം കുടിച്ച് കെ സി ആറും, ഇ വി യും ഏണിപ്പടി കയറി. ഒളിവിൽകഴിയുന്ന കെ സി ആറിനെയും ഇ വി യെയും കണ്ടപ്പോൾ എല്ലാവരും എഴുന്നേറ്റു.

"ഇവിടെ ഔപചാരികതയൊന്നും വേണ്ട. എല്ലാവരും ഇരുന്നോളൂ."

കെ സി ആർ പറഞ്ഞു.

ഗോപി സ്വാഗതം പറയാൻ എഴുന്നേറ്റു.

"അടിയന്തരാവസ്ഥയുടെ മറവിൽ പൊലീസും ഭരണകക്ഷിക്കാരന്ന നിലയിൽ കുറേ തെമ്മാടികളും ഇവിടെ അഴിഞ്ഞാടുകയാണ്. പാർട്ടിപ്രവർത്തകരെ കള്ളക്കേസിൽ കുടുക്കി വേട്ടയാടുന്നു. ലോക്കപ്പിലിട്ടു കൊല്ലാക്കൊല ചെയ്യുന്നു. കഴിഞ്ഞദിവസം ബാലൻനായരുടെ വീട് അടിച്ചുതകർത്തു. അതിൽ പ്രതിഷേധിക്കാൻ ഒത്തുകൂടിയവർക്കു നേരെ ലാത്തിച്ചാർജ് നടത്തി. ഇതിനെക്കുറിച്ചെല്ലാം സംസാരിക്കാനാണ്

നേതാക്കൾ ഇവിടെ എത്തിയത്. സഖാവ് കെ സി ആറിനെയും ഇ വി യെയും ഈ യോഗത്തിലേക്ക് സ്വാഗതം ചെയ്യുന്നു. അദ്ധ്യക്ഷനായി സഖാവ് ഇ വിയെ ക്ഷണിക്കുന്നു."

അദ്ധ്യക്ഷപദം ഏറ്റെടുത്ത ഇ വി സംസാരിക്കാൻ നില്ക്കാതെ പ്രസംഗിക്കാൻ കെ സി ആറിനെ ക്ഷണിച്ചു.

മുഖത്ത് അമർഷത്തിന്റെ ഭാവം വരുത്തിക്കൊണ്ട് കെ സി ആർ സംസാരിക്കുവാൻ തുടങ്ങി.

"സഖാക്കളെ നമ്മളിന്ന് ഒരു യുദ്ധമുഖത്താണ്. ജനങ്ങളുടെ എല്ലാ പൗരാവകാശങ്ങളും ഭരിക്കുന്നവർ കവർന്നെടുത്തിരിക്കുന്നു. 'നാവടക്കു പണിയെടുക്കു' എന്നാണ് നാടു ഭരിക്കുന്ന ആയമ്മ പറയുന്നത്. അടിയന്തരാവസ്ഥയ്ക്ക് മുമ്പ് തന്നെ ഇവിടെ ഇതെല്ലാം തുടങ്ങിയിരുന്നു. പള്ളിക്കുന്നിൽ പ്രതിഷേധ പ്രകടനത്തിന് നേതൃത്വം കൊടുത്ത എന്നെ ഉടുമുണ്ടഴിച്ച് റോഡിലൂടെ നടത്തിച്ചു. ഹർത്താൽ ദിവസം പ്രകടനത്തിന് നേതൃത്വം കൊടുത്ത നമ്മുടെ പഴയ സഖാവ് പി ആറിനെ നരിക്കോടൻ നാരായണൻ എന്ന പൊലീസുദ്യോഗസ്ഥൻ നടുറോഡിലിട്ട് നട്ടെല്ലിന് ചവുട്ടി. ആ സഖാവ് ഇപ്പോൾ ചികിത്സയിൽ കഴിയുകയാണ്. ഇപ്പോൾ കേൾക്കുന്നത് എഞ്ചിനീയറിങ് കോളേജിൽ പഠിക്കുന്ന രാജൻ എന്ന വിദ്യാർത്ഥിയെ കക്കയം ക്യാമ്പിൽ ഉരുട്ടിക്കൊന്നുവെന്നാണ്. എനിക്ക് നിങ്ങളോട് പറയാനുള്ളത് അടികൊള്ളുമ്പോൾ പുറം കാണിച്ചുകൊടുക്കുകയല്ല വേണ്ടത് അതിനെതിരെ ജനങ്ങളെ അണിനിരത്തി നേരിടണം. ഇവർ ചെയ്യുന്ന ക്രൂരതകൾ ജനങ്ങൾക്കിടയിൽ ക്യാമ്പയിൻ ചെയ്യണം. പൊലീസിന്റെ തണലിൽ അഴിഞ്ഞാടുന്ന തെമ്മാടികളെ നിലയ്ക്ക് നിർത്തണം. സാധിക്കുമോ? ഇതൊരു ജീവൻമരണ പോരാട്ടമാണ്. നിങ്ങളുടെ കൂടെ ഞങ്ങളുമുണ്ട്. അഭിവാദ്യങ്ങൾ....."

ആരോ കൈയടിക്കാൻ തുടങ്ങിയപ്പോൾ

"അതൊന്നും ഇവിടെ വേണ്ട. ഇവിടെ നടന്നതൊന്നും പുറത്തറിയരുത്."

എന്ന് പറഞ്ഞ് അദ്ധ്യക്ഷൻ യോഗം അവസാനിപ്പിച്ചു. യോഗത്തിനെത്തിയവർ പല വഴികളിലായി ഇരുളിൽ മറഞ്ഞു.

"നീ ഇപ്പോൾ പോകണ്ട."

പോകാൻ എഴുന്നേറ്റ നന്ദനോട് ഗോപി പറഞ്ഞു.

ഭക്ഷണം തയ്യാറാക്കിവെച്ചതായി ജാനകി ടീച്ചർ അറിയിച്ചു.

കെ സി ആറും ഇ വിയും ഭക്ഷണം കഴിക്കാനിരുന്നു.

"നീയും ഇരുന്നോളൂ."

ഗോപി പറഞ്ഞതുകൊണ്ട് നന്ദനും അവരോടൊപ്പം ഭക്ഷണത്തിനിരുന്നു.

"നമ്മുടെ പുഴയിലെ ചെമ്മീനാണ്." മത്സ്യക്കറി വിളമ്പുമ്പോൾ ഗോപി പറഞ്ഞു.

ഭക്ഷണശേഷം കെ സി ആറും ഇ വിയും പോകാനിറങ്ങി വരുമ്പോൾ കണ്ടതുപോലെ തോർത്തുകൊണ്ട് തല മറച്ചുകെട്ടി. ജാനകി ടീച്ചറോട്

യാത്ര പറഞ്ഞ് അവർ പുറത്തേക്കിറങ്ങി.

"നീയും കൂടെ വരണം. ഇവരെ ഒരു സ്ഥലംവരെ എത്തിക്കണം. അതുകഴിഞ്ഞ് നമുക്ക് തിരിച്ചുവരാം."

ഗോപി പറഞ്ഞതനുസരിച്ച് നന്ദൻ അവരുടെ കൂടെ നടന്നു. മുന്നിൽ ടോർച്ച് തെളിച്ചുകൊണ്ട് ഗോപിയും നേതാക്കളുടെ പിന്നിൽ നന്ദനും നടന്നു. വപ്രപ്പുഴയുടെ കരയിലൂടെയും പിന്നെ വയൽ വരമ്പിലൂടെയും നടന്ന് കുറുക്കൻ കുന്നിന്റെ തെക്കേ ചെരിവിലെത്തി. പിന്നെ ഒരു ഇടവ ഴിയിലൂടെയാണ് നടത്തം. എങ്ങോട്ടാണ് പോകുന്നതെന്ന് ചോദിക്കാൻ പറ്റില്ല. തമ്പുരാൻ കുന്നിനടുത്തെത്തിയപ്പോൾ വടക്കോട്ടുള്ള ഒരു ഇട വഴിയിൽ കയറി. അതിലൂടെ കുറച്ച് നടന്നപ്പോൾ പാലക്കാവിനടുത്തെത്തി. പാലക്കാവിനടുത്തുള്ള പാടത്തേക്കിറങ്ങിയപ്പോൾ ഇരുട്ടിൽ ഒരാൾ നില് ക്കുന്നു.

"എം ആറാണോ?"

ഗോപി ചോദിച്ചു.

"അതെ"

നില്ക്കുന്നയാൾ മറുപടി പറഞ്ഞു.

രണ്ട് നേതാക്കളേയും അയാളുടെ കൂടെ വിട്ട് ഗോപിയും നന്ദനും മടങ്ങി.

"എന്റെ ചോദ്യവും അയാളുടെ മറുപടിയും നീ ശ്രദ്ധിച്ചോ?"

മടക്കത്തിൽ ഗോപി നന്ദനോട് ചോദിച്ചു.

"ശ്രദ്ധിച്ചു."

"ഒളിവുകാലത്ത് ഇത്തരം കോഡുകളാണ് ഉപയോഗിക്കുക."

"മടക്കം നമുക്ക് ചിറ വഴി പോകാം."

ഗോപി പറഞ്ഞു.

പരിയാരം കുന്നുകളിൽ നിന്നാരംഭിച്ച് പെരുന്തുറയിലവസാനിക്കുന്ന അതിയേടം തോടിന്റെ ചിറയിലൂടെ അവർ പടിഞ്ഞാറോട്ട് നടന്നു. രണ്ടുഭാഗത്തും വിശാലമായ നെൽപ്പാടം. ഒന്നാം വിള നെൽകൃഷി കൊയ്തശേഷം രണ്ടാം വിളയ്ക്ക് നിലമൊരുക്കുന്ന സമയം ഉഴുതുമറിച്ച വയലിൽ ചെളിയും വെള്ളവും ഇടകലർന്ന് കിടക്കുന്നു.

"ഈ സമയത്ത് ചിറമേൽ വെളയാൾപ്പൻ പാമ്പുണ്ടാകും ശ്രദ്ധി ക്കണം."

നടക്കുന്നതിനിടയിൽ ഗോപി നന്ദനോട് പറഞ്ഞു. തോടിനോട് ചേർന്ന ഭാഗത്ത് കൈതക്കാടായിരുന്നു. കഷ്ടിച്ച് ഒരാൾക്ക് നടന്നുപോ കാനുള്ള വീതി മാത്രമെ വഴിക്കുണ്ടായിരുന്നുള്ളു.

"വെളയാൾപ്പൻ പാമ്പിനെ എനിക്ക് ചെറുപ്പം മുതൽ പേടിയാണ് ചെറുപ്പത്തിൽ വരാന്തയിലുള്ള പത്തായത്തിൻമേലായിരുന്നു എന്റെ കിടത്തം. പുതപ്പും വിരിപ്പുമൊന്നുമുണ്ടായിരുന്നില്ല. മടക്കിവെച്ച കൈ തോലപ്പായ നിവർത്തി ഒന്നും നോക്കാതെ ഒരു കിടപ്പാണ്. ഒരുദിവസം രാവിലെ പായ മടക്കി വെക്കുമ്പോൾ പായയുടെ അടിയിൽ വെളയാൾ പ്പൻ ചുരുണ്ടുകിടക്കുന്നു. അന്ന് ഞാൻ പേടിച്ചുപോയി."

"നന്ദന് പാമ്പിനെ അത്രയ്ക്ക് പേടിയാണോ?"

"ഈ വെളയാൾപ്പൻ പാമ്പിനെ അമ്മാമ്മ ചങ്കരൻ പാമ്പെന്നാണ് വിളിക്കാറ്. ഈ ചങ്കരൻ പാമ്പാണ് എന്റെ ചെറിയമ്മാവനെ കടിച്ചത്. പാമ്പ് കടിയേറ്റ ചെറിയമ്മാവൻ ആഴ്ചകളോളം അബോധാവസ്ഥയിലായിരുന്നു. നാട്ടിലെ വിഷവൈദ്യന്മാർ അമ്മാവനെ ചികിത്സിച്ച് രക്ഷപ്പെടുത്താൻ മാറി മാറി വന്നിരുന്നു. ചികിത്സയിൽ സഹായിക്കാൻ പുന്നക്കരയിലെ ചെറുപ്പക്കാർ എപ്പോഴും വീട്ടിൽ സന്നദ്ധരായി ഉണ്ടാകുമായിരുന്നത്രെ. അമ്മാമ്മ മരിക്കുവോളം ആ കഥ പറയാറുണ്ടായിരുന്നു. ശംഖുവരയൻ പാമ്പിനെയാണ് അമ്മാമ്മ ചങ്കരൻ പാമ്പെന്ന് വിളിച്ചത്. അതാണീ വെളയാൾപ്പാൻ!

"ഒരു മാസത്തെ ചികിത്സയ്ക്കുശേഷമാണത്രെ അമ്മാവൻ രക്ഷപ്പെട്ടത്. ആ കഥ കേട്ട് വളർന്നതുകൊണ്ട് എനിക്ക് വെളയാൾപ്പൻ പാമ്പിനെ ഭയങ്കര പേടിയാണ്."

"നന്ദന്റെ അമ്മാവനെ എനിക്കറിയാം. ഞങ്ങളൊന്നിച്ച് കണ്ടത്തിൽ കാലിപൂട്ടിയവരായിരുന്നു. അന്ന് ഞാനും നിന്റെ തറവാട്ടിൽ വന്നിരുന്നു. അന്ന് പാമ്പ് കടിച്ചാൽ ആശുപത്രിയൊന്നുമില്ലല്ലോ നാട്ടിലെ വിഷവൈദ്യന്മാരെ ആശ്രയിച്ചല്ലെ ചികിത്സ. മൂർഖൻ പാമ്പ് കടിച്ചാൽ രക്ഷപ്പെടുന്നവർ വളരെ ചുരുക്കമായിരുന്നു. വെളയാൾപ്പന്റെ വിഷം സാവധാനത്തിലെ കയറുകയുള്ളു. കയറിക്കഴിഞ്ഞാൽ രക്ഷപ്പെടുത്താൻ പ്രയാസമാണ്. നാട്ടിലൊരാളെ പാമ്പ് കടിച്ചാൽ നാട്ടുകാരാകെ സഹായത്തിനെത്തും. അത് നമ്മുടെ നാടിന്റെ ഒരു പ്രത്യേകതയാണ്. പണ്ട് നമ്മുടെ നാട്ടിൽ മരം ഈർന്നിട്ടാണല്ലോ വീടിന് കഴുക്കോലും വാരികളുമൊക്ക ഉണ്ടാക്കിയിരുന്നത്. കുണ്ടിടകൾക്ക് മുകളിൽ മരത്തടി കുറുകെയിട്ട് അതിന്മേൽ നിന്നാണ് ഈരുക. ഒരാൾ താഴെയും ഒരാൾ മുകളിലും ഈർന്ന മരങ്ങൾ പെരുന്തുറയിലെ തോട്ടിലെ വെള്ളത്തിലിട്ട് വെക്കും."

"അതെന്തിന്?"

"മരത്തിന് കേടുവരാതിരിക്കാൻ. ഒരു വർഷം പെട്ടെന്നുണ്ടായ ഭയങ്കര മഴയിൽ പെരുന്തുറയിൽ വെള്ളം കയറി തോടുകളിൽ ഇട്ട് വെച്ച മരങ്ങളെല്ലാം ഒഴുക്കിൽപ്പെട്ടു. ഈ വിവരമറിഞ്ഞ് സഖാവ് കെ വിയുടെ നേതൃത്വത്തിൽ ഒരു സംഘം ചെറുപ്പക്കാർ മാടപ്പുറത്തുനിന്നും എത്തി. ഗഡാഗഡിയന്മാരായ അവർ ശക്തിയായ ഒഴുക്കുള്ള തോട്ടിലേക്ക് ചാടിയിറങ്ങി. മരത്തടികളെല്ലാം കരയ്ക്കടുപ്പിച്ചു. അത്തരം പ്രവർത്തനത്തിലൂടെയാണ്. കെ വിയെപ്പോലുള്ളവർ ജനകീയ നേതാക്കളായത്."

"ഗോപിയേട്ടനെപ്പോഴാണ് പാർട്ടിയിലേക്ക് വന്നത്?"

"അമ്പത്താറിൽ കേരള സംസ്ഥാനം രൂപംകൊണ്ട വർഷത്തിൽ. അടുത്തവർഷം ഇ എം എസിന്റെ നേതൃത്വത്തിൽ കമ്യൂണിസ്റ്റ് സർക്കാർ അധികാരത്തിൽ വന്നു. അന്ന് ഞാൻ ഇലക്ഷൻ പ്രചരണത്തിന്റെ ഭാഗമായി ഈ ചിറവരമ്പിലൂടെയെല്ലാം മെഗാഫോണുമായി നടന്നിരുന്നു. അന്നത്തെ പ്രധാന പ്രചാരണം മെഗാഫോൺ വഴിയായിരുന്നു."

"അമ്പത്തേഴിൽ കമ്യൂണിസ്റ്റ് സർക്കാർ വന്നപ്പോഴാണല്ലോ ഒഴിപ്പി

ക്കൽ തടഞ്ഞതും വിദ്യാഭ്യാസ പരിഷ്കരണ ബില്ല് കൊണ്ടുവന്നതും. എന്നിട്ടും അറുപതിലെ തിരഞ്ഞെടുപ്പിൽ നമ്മൾ തോറ്റില്ലേ ഗോപിയേട്ടാ."

"കോൺഗ്രസും എല്ലാ ജാതിമത പിന്തിരിപ്പന്മാരും ചേർന്ന് വളഞ്ഞു കൂടി നമ്മളെ തോല്പിച്ചതല്ലേ നന്ദാ."

"ജന്മിമാരുടെ അടിമകളെപ്പോലെ കഴിഞ്ഞ പാവപ്പെട്ട കൃഷിക്കാർക്ക് ഒഴിപ്പിക്കൽ തടഞ്ഞ് ഭൂമി സ്വന്തമാക്കി കൊടുത്തിട്ടും സ്കൂൾ മാനേജർമാരുടെ കൂലിപ്പണിക്കാരെപ്പോലെ കഴിഞ്ഞിരുന്ന മാഷന്മാർക്ക് സ്ഥിരശമ്പളവും പാവപ്പെട്ടവന്റെ കുട്ടികൾക്ക് ഫീസില്ലാതെ പഠിക്കാനുള്ള സൗകര്യമുണ്ടാക്കിക്കൊടുത്തിട്ടും ജനങ്ങൾ നമ്മുടെ പാർട്ടിയെ തോല്പിച്ചില്ലെ ഗോപിയേട്ടാ. ഇതെന്താണിങ്ങനെ സംഭവിക്കുന്നത്."

"ആനുകൂല്യങ്ങൾ കൊടുത്തതുകൊണ്ടുമാത്രം ആളുകൾ വോട്ട് മാറി ചെയ്യണമെന്നില്ല. അവരുടെ മനസ്സിൽ ഇടം കണ്ടെത്താൻ കഴിയണം. ഇവിടെ നമുക്കെതിരായി നിരന്തരം നുണ പ്രചരിപ്പിക്കുന്ന മാധ്യമങ്ങളും മത സംഘടനകളും സജീവമല്ലേ. അവർക്ക് അവരുടേതായ താല്പര്യങ്ങളുണ്ട്. കൂടാതെ കോൺഗ്രസിന്റെ കേന്ദ്രഭരണവും. അമ്പത്തേഴിലെ സർക്കാരിനെ കേന്ദ്രം പിരിച്ചുവിടുകയായിരുന്നില്ലേ."

"അങ്ങനെയെങ്കിൽ അമ്പത്തേഴിൽ നമ്മളെങ്ങനെയാണ് ജയിച്ചത്?"

"എതിരാളികളുടെ വോട്ട് ഭിന്നിച്ചതുകൊണ്ട്. അറുപതിലെ തിരഞ്ഞെടുപ്പിൽ അവരെല്ലാം ഒന്നിച്ചു."

"അപ്പോൾ നമ്മൾ ഭൂരിപക്ഷത്തിന്റെ പ്രസ്ഥാനമാകണമെന്നർത്ഥം."

"അതെ, അതൊഴിവാക്കാനാണല്ലോ അടിയന്തരാവസ്ഥ പ്രഖ്യാപിച്ച് അടിച്ചമർത്താൻ നോക്കുന്നത്."

"നമ്മളിങ്ങനെ പാമ്പിന് കാൽ കൊടുത്ത് ഇരുളിന്റെ മറവിൽ നടന്നതുകൊണ്ട് എന്ത് പ്രയോജനം. അക്രമം നടത്തുന്നവർക്കെതിരെ ശക്തമായ തിരിച്ചടി കൊടുക്കണം. അതിനുള്ള ആയുധങ്ങളും നമ്മൾ കരുതണം"

"അത് നക്സൽകാരുടെ നയമാണ് നന്ദാ. അതുപറഞ്ഞുകൊണ്ടാണ് അറുപത്തേഴിൽ നക്സൽപ്രസ്ഥാനം ഉടലെടുത്തത്. അന്ന് കുറേ ചെറുപ്പക്കാർ അതിൽ ആകൃഷ്ടരായി പോവുകയും ചെയ്തിരുന്നു. അന്നതിന്റെ കൂടെ പോകാൻ ഞാനും ഇറങ്ങിത്തിരിച്ചതായിരുന്നു. കെ വിയാണ് എന്നെ പിന്തിരിപ്പിച്ചത്. വിപ്ലവം തോക്കിൻ കുഴലിലൂടെ എന്ന മുദ്രാവാക്യമായിരുന്നു അവർ മുന്നോട്ട് വെച്ചത്. നാട്ടിൻ പുറത്തെ അല്പം സാമ്പത്തിക ശേഷിയുള്ള പ്രമാണിമാരെയാണ് അവർ വർഗ്ഗ ശത്രുക്കളായി കണ്ടത്. അങ്ങനെയാണ് താവത്തെ ചേണിച്ചേരി നമ്പ്യാരുടെ തലയറുത്ത് കോണിക്ക് വെച്ചത്. കൂടെ ഏതാനും പൊലീസ് സ്റ്റേഷൻ അക്രമവും നടത്തി. ആഭ്യന്തരമന്ത്രി കരുണാകരൻ ആ പ്രസ്ഥാനത്തെ ശക്തിയായി അടിച്ചമർത്തി. മലബാറിലെ നക്സൽ പ്രസ്ഥാനത്തിന്റെ ശക്തനായ നേതാവ് വർഗ്ഗീസിനെ അവർ വെടിവെച്ചു കൊന്നു. അതോടെ നേതൃത്വം ഛിന്നഭിന്നമായി."

"വർഗ്ഗീസ് ഈ നാട്ടിലൊക്കെ വന്നിരുന്നോ?"

"മരിക്കുന്നതിന് മാസങ്ങൾക്ക് മുമ്പ് വർഗ്ഗീസ് അതിയേടത്തു വന്നിരുന്നു. അന്ന് അദ്ദേഹത്തിന്റെ അടുത്ത സുഹൃത്തായ രാമകൃഷ്ണൻനായരുടെ വീട്ടിൽ ഒരാഴ്ച താമസിച്ചിരുന്നു. ഇവിടുന്ന് അദ്ദേഹം പോയത് വയനാട്ടിലേക്കായിരുന്നു. അവിടെ കഴിയുമ്പോഴാണ് പൊലീസ് പിടിച്ചതും വെടിവെച്ച് കൊന്നതും. രാമകൃഷ്ണൻനായർ അന്ന് യൂത്തിന്റെ വലിയ നേതാവായിരുന്നു. അദ്ദേഹം നക്സലാകാൻ പോകുന്നതറിഞ്ഞ് എ കെ ജി അദ്ദേഹത്തെ കാണാനൊക്കെ വന്നിരുന്നു. എന്നിട്ടും അയാൾ പോയി. വർഗ്ഗീസ് കൊല്ലപ്പെട്ടതോടെ രാമകൃഷ്ണൻനായർ ആ പ്രസ്ഥാനം വിട്ടു. അയാളിപ്പോൾ നമ്മുടെ കൂടെയാണ്.

രാഷ്ട്രീയവും ചരിത്രവും പറഞ്ഞുനടന്നതുകൊണ്ട് അവർ വീടിനടുത്തെത്തിയത് അറിഞ്ഞില്ല. നന്ദനെ അവന്റ വീട്ടിലാക്കി ഗോപി അയാളുടെ വീട്ടിലേക്ക് പോയി.

നാല്

അദ്ധ്യാപകനും പൊതുപ്രവർത്തകനുമായി പ്രവർത്തിക്കുമ്പോൾ തന്നെ നാടിന്റെ പൈതൃകമെന്താണെന്നറിയാനും നന്ദന് താല്പര്യമുണ്ടായിരുന്നു. പരശുരാമൻ മഴുവെറിഞ്ഞ് നേടിയ നാട് തങ്ങൾക്ക് ദാനമായി കിട്ടിയതാണെന്നും അങ്ങനെയാണ് ഈ മണ്ണിന്റെ ഉടമകൾ തങ്ങളായതെന്നും തങ്ങളെ പ്രത്യക്ഷദൈവങ്ങൾ ആയി കണക്കാക്കി അനുസരിക്കണമെന്നുമുള്ള സന്ദേശം ഉടമവർഗ്ഗം തലമുറകളിലൂടെ കൈമാറി. അതിനെ ബലപ്പെടുത്താൻ ജാതിയും ജാത്യാചാരങ്ങളും ഉണ്ടാക്കി ആ അഴുക്കുചാലിൽനിന്നും കരകയറാൻ ഇന്നും ഈനാട് പാടുപെടുകയാണ്.

മച്ചിന്മേൽ പ്രവർത്തിക്കുന്ന മാരിപുരത്തെ ട്യൂട്ടോറിയൽ കോളേജിൽ നിന്നും രാവിലത്തെ ക്ലാസ് കഴിഞ്ഞ് നന്ദൻ താഴേക്കിറങ്ങി. അപ്പോൾ മാരിപുരം ബാങ്കിൽനിന്നും വരുന്ന മാരാർ മാഷെ കണ്ട് ഭവ്യതയോടെ അടുത്തേക്ക് ചെന്നു.

"നന്ദനെ കണ്ടിട്ട് കുറച്ചായല്ലോ തിരക്കായിരിക്കും അല്ലേ?" റോഡിൽ നന്ദനെ കണ്ടപ്പോൾ മാരാർ മാഷ് കുശലം ചോദിച്ചു.

"ഇവിടെ ക്ലാസെടുക്കുന്നുണ്ട്. മാഷെ കാണാൻ വരണമെന്ന് വിചാരിക്കുകയായിരുന്നു."

"വിശേഷിച്ച് വല്ലതുമുണ്ടോ?"

"നമ്മുടെ നാടിനെപ്പറ്റിയുള്ള ചരിത്രകാവ്യങ്ങളെപ്പറ്റിയും തോറ്റം പാട്ടുകളെക്കുറിച്ചും ചില കാര്യങ്ങൾ ചോദിച്ചറിയാനാണ്."

"സമയം കിട്ടുമ്പോൾ വീട്ടിലേക്ക് വന്നോളൂ നമുക്ക് സംസാരിക്കാം. ഇപ്പോൾ കൂടെ വരുന്നോ?"

"ഞാൻ ഉച്ചയ്ക്കുശേഷം വീട്ടിലേക്ക് വരാം."

യാത്ര പറഞ്ഞ് നടന്നുപോകുന്ന മാരാർ മാഷെ റോഡരികിലെ പ്ലാവിൻ മരച്ചോട്ടിൽനിന്ന് കുറേ നേരം നന്ദൻ നോക്കി നിന്നു. നാരായ

ണമാരാർ എന്നാണ് മുഴുവൻ പേര്. മാരാർ മാസ്റ്റർ എന്നാണ് എല്ലാവരും വിളിക്കുന്നത്. സംസ്കൃത സാഹിത്യത്തിൽ അഗാധപണ്ഡിതനാണ്. കാവുകളിൽ നടക്കുന്ന പൂരക്കളിക്ക് മദ്ധ്യസ്ഥം പറയാൻ കമ്മിറ്റിക്കാർ കൂട്ടിക്കൊണ്ടുപോകും. മറത്തുകളിയിൽ തർക്കം മുറുകുമ്പോൾ മാരാർ മാസ്റ്ററുടെ ഇടപെടലും വ്യാഖ്യാനവും നാട്ടിൽ പ്രസിദ്ധമാണ്.

പത്താം ക്ലാസിൽ മലയാളം അദ്ധ്യാപകനായിരുന്നു മാരാർ മാസ്റ്റർ. സിലബസിലെ വിഷയത്തിനു പുറമെ വിശ്വസാഹിത്യത്തിലെ കഥാപാത്രങ്ങളെ അനായാസം പരിചയപ്പെടുത്തുന്നത് അത്ഭുതത്തോടെ കേട്ടിരുന്നിട്ടുണ്ട്. നന്ദൻ വൈകുന്നേരം സ്കൂൾ വിട്ട് വീട്ടിലേക്ക് നടക്കുമ്പോൾ കൂടെ മാഷുമുണ്ടാകും. ആ യാത്രയിൽ ചരിത്രവും, നോവലും, കവിതയും എല്ലാം ചർച്ചാവിഷയമാകും. അതിലൂടെയാണ് കൂടുതൽ വായിക്കാൻ പ്രചോദനം കിട്ടിയത്. വിശ്വസാഹിത്യത്തിലെ പുസ്തകങ്ങൾ പലതും വായിച്ചത് അങ്ങനെയാണ്.

വപ്രപ്പുഴക്കരയിലെ വിഷ്ണുക്ഷേത്രത്തിനടുത്തുള്ള മാരാർ മാസ്റ്ററുടെ വീട്ടിൽ നന്ദനെത്തുമ്പോൾ മൂന്ന് മണി കഴിഞ്ഞിരുന്നു. ഉച്ചയ്ക്ക് ഊണുകഴിഞ്ഞാൽ ചെറുതായി ഉറങ്ങുന്ന ശീലം മാസ്റ്റർക്കുണ്ട്. അത് മൂന്നരമണിയോടെ തീരും എന്ന് കരുതിയാണ് നന്ദൻ ഈ സമയത്തെത്തിയത്. മുറ്റത്തെത്തിയപ്പോൾ വരാന്തയിലിരുന്ന് പത്രം വായിക്കുന്ന ദ്രൗപതിയമ്മയെ കണ്ടു.

"മാസ്റ്റർ എഴുന്നേറ്റില്ലേ?"

ദ്രൗപതിയമ്മയോട് നന്ദൻ ചോദിച്ചു

"എഴുന്നേറ്റു. എന്തോ വായിക്കുകയാണ് ഞാൻ വിളിക്കാം. നന്ദൻ കയറിയിരിക്കൂ."

ദ്രൗപതിയമ്മ അതുപറഞ്ഞ് അകത്തേക്ക് പോയി.

"നന്ദൻ ഉച്ചയ്ക്കുശേഷം വരുമെന്ന് പറഞ്ഞതുകൊണ്ട് ഞാൻ അധികം ഉറങ്ങിയില്ല" കൈയിലൊരു പുസ്തകവുമായി വരാന്തയിലേക്ക് വന്ന മാരാർ മാസ്റ്റർ പറഞ്ഞു.

"ഇരിക്കൂ നമുക്ക് ചായ കുടിച്ച ശേഷം ഓഫീസിലിരുന്ന് സംസാരിക്കാം."

മാസ്റ്ററെക്കണ്ടപ്പോൾ എഴുന്നേറ്റ നന്ദനോട് മാഷ് പറഞ്ഞു.

"നീ ഇപ്പോൾ സജീവ രാഷ്ട്രീയക്കാരനായെന്ന് കേട്ടു."

"അങ്ങനെ സജീവമായിട്ടൊന്നുമില്ല."

"എനിക്കൊരു വിരോധവുമില്ല അതിലാണ് ഭാവിയെങ്കിൽ അതങ്ങ് നടക്കട്ടെ. നാളെ എം എൽ എയും മന്ത്രിയുമൊക്കെ ആകാമല്ലോ. കച്ചിലത്തെരുവിലെ ലാത്തിച്ചാർജും പൊലീസുകാരൻ പാമ്പുകടിയേറ്റ് മരിച്ചതുമെല്ലാം ഞാനറിഞ്ഞു. ഈ കച്ചിലത്തെരുവ് എന്നും കലഹത്തിന്റെ നാടായിരുന്നു. അതിനിന്നും ഒരു മാറ്റവും വന്നിട്ടില്ല. നിനക്കിതെല്ലാം അറിയണമെന്ന് പറഞ്ഞതുകൊണ്ട് അതുമായി ബന്ധപ്പെട്ട ചില പുസ്തകങ്ങൾ ഞാൻ നോക്കിയെടുക്കുകയായിരുന്നു അപ്പോഴാണ് നീ വന്നത്."

ചരിത്രപണ്ഡിതനായ മാസ്റ്റർ പറഞ്ഞു നിർത്തി. ഈ സമയത്ത് രണ്ട്

ഗ്ലാസിൽ കട്ടൻചായയുമായി ദ്രൗപതിയമ്മ വരാന്തയിലേക്ക് വന്നു. കട്ടൻ ചായ കുടിച്ചശേഷം മാസ്റ്റർ നന്ദനേയും കൂട്ടി ഓഫീസ് മുറിയിലേക്ക് നടന്നു.

ചുമരോട് ചേർത്ത് വെച്ച ഷെൽഫുകളിൽ നിറയെ പുസ്തകങ്ങൾ പിന്നെ ഒരു മേശയും കസേരയും മൂന്നു പേർക്ക് ചേർന്നിരിക്കാവുന്ന ഒരു ബെഞ്ചും. ഇത്രയുമാണ് മാരാർ മാസ്റ്ററുടെ ഓഫീസ് സൗകര്യം.

"സംഘകാല കൃതികളിലും മൂഷികവംശകാവ്യത്തിലും നീലകേശിയുടെ കൂത്തുപാട്ടിലും ഈ കച്ചിലത്തെരുവിന്റെ കഥയാണ് നിറഞ്ഞു കാണുന്നത്. ദൗർഭാഗ്യവശാൽ അതൊന്നും നമ്മുടെ നാട്ടിലെ ചരിത്രകാരന്മാർ അംഗീകരിക്കുവാൻ കൂട്ടാക്കുന്നില്ല." മാസ്റ്റർ വിഷയത്തിലേക്ക് കടന്നു.

"അവർ അംഗീകരിക്കുന്നില്ല എന്നതുകൊണ്ട് ചരിത്രം ഇല്ലാതാകുമോ മാഷെ"

"അധികാരവും പണവും കൈയിലുണ്ടെങ്കിൽ എന്തും മാറ്റി മറിക്കാൻ കഴിയുമെന്നല്ലേ നമ്മുടെ ഭരണാധികാരികൾ തെളിയിച്ചുകൊണ്ടിരിക്കുന്നത്."

മാരാർ മാസ്റ്റർ തന്റെ അഭിപ്രായം പറഞ്ഞുകൊണ്ട് കച്ചിലത്തെരുവിന്റെ കഥയിലേക്ക് കടന്നു.

"കച്ചിലത്തെരു പണ്ട് കച്ചിലപട്ടണമായിരുന്നു. ചീനച്ചട്ടിയും ചീനഭരണിയും ആഡംബര വസ്തുക്കളും വില്ക്കാനായി ചീനക്കാരും റോമക്കാരും അറബികളുമെല്ലാം ഇവിടെ വന്നു. കേരളം അന്ന് സഞ്ചാരികളുടെ പറുദീസയായിരുന്നു. കുരുമുളകിന്റെയും ഏലത്തിന്റെയും കറുവപ്പട്ടയുടെയും എരിവും വീര്യവും കലർന്ന രസംപിടിച്ചായിരുന്നു അവരുടെ വരവ്. പാശ്ചാത്യരുടെ നിത്യോപയോഗസാധനങ്ങളിൽ വളരെ പ്രധാനപ്പെട്ടവയായിരുന്നു അവയെല്ലാം. അതോടൊപ്പം തേക്കിൻതടികളും ആനക്കൊമ്പുകൊണ്ടുള്ള പലതരം സാധനങ്ങളും ചന്ദനത്തടികളും കയറ്റി അയച്ചിരുന്നു. ബാബിലോണിലെയും ഗ്രീക്കിലെയും സുന്ദരിമാരുടെ ശരീരം സുഗന്ധപൂരിതമാക്കാനുള്ള പലതരം തൈലങ്ങളും കൊണ്ടുപോയിരുന്നു. ചൈനക്കാർ പ്രധാനമായും കുരുമുളകാണ് കൊണ്ടുപോയത്. പകരം അവർ ചീനച്ചട്ടിയും ചീനഭരണിയും ചീനവലയും ചീനക്കുടയും ഇങ്ങോട്ടു കൊണ്ടുവന്നു. ചെറുതും വലുതുമായ മരക്കപ്പലുകളാണ് ചരക്ക് കടത്താൻ അവർ ഉപയോഗിച്ചത് ഏഴിമല നാടിന്റെ പ്രധാന പട്ടണമായിരുന്നു അന്ന് കച്ചിലപട്ടണം."

"ഏഴിമലയാണല്ലോ എല്ലാ സഞ്ചാരികളും എടുത്തുപറയുന്നത്."

"കടലോട് ചേർന്ന് ഇത്ര മനോഹരമായ ഒരു മല വേറെ കാണാൻ കഴിയില്ല. കടലിൽ സഞ്ചരിക്കുന്ന സഞ്ചാരികൾ ആദ്യം കാണുന്നത് ഈ മലയാണ്. തീരത്തടുക്കുന്ന കപ്പലുകൾ ഉൾനാടുകളുമായി ബന്ധപ്പെട്ടതും വ്യാപാരത്തിലേർപ്പെട്ടതും വപ്ര തുറയിലൂടെയായിരുന്നു. പാഴിക്കുന്നിന്റെ പടിഞ്ഞാറേ ചെരിവു വരെ അന്ന് കടലായിരുന്നു. പെരുമ്പുഴയും വപ്രയും കിള്ളാനദിയും ഏഴിമലയ്ക്കും ചിപ്പിക്കുന്നിനും പാഴിക്കുന്നിനും ഇടയ്

ക്കുള്ള ഉൾക്കടലിൽ വന്നു ചേർന്നു. ഏഴിമലയുടെ കിഴക്കേക്കുന്നരുകിലും ചെറുമംഗലത്തും കച്ചിലപട്ടണത്തിലുമായിരുന്നു അന്ന് ജനവാസം."

"മാഹിഷ്മതിയിൽനിന്നും ഗർഭിണിയായ ഒരു രാജ്ഞി തോണിയിൽ വന്ന് ഏഴിമലക്കാട്ടിൽ എത്തിയെന്നും അവരെ ഒരു മൂഷികൻ ആക്രമിക്കാൻ ശ്രമിച്ചെന്നും രാജ്ഞി കോപത്താൽ കണ്ണുമിഴിച്ചപ്പോൾ മൂഷികൻ ഭസ്മമായെന്നും പിന്നീട് ആ രാജ്ഞിയിൽ ജനിച്ച രാമഘട മൂഷികന്റെ വംശമാണ് കോലവംശമെന്നും *മൂഷികവംശ*കാവ്യത്തിൽ പറയുന്നുണ്ടല്ലോ?"

"ആ കഥയിലൊന്നും വലിയ കാര്യമില്ല നന്ദാ. എന്നാൽ അതിൽ ചിലത് ചരിത്രമറിയാൻ നമ്മെ സഹായിക്കുന്നുണ്ട്. *മൂഷികവംശ* കാവ്യത്തിൽ രാമഘട മൂഷികൻ ഏഴിമല കാണാൻ പുറപ്പെടുന്നത് കച്ചിലപട്ടണത്തിൽ നിന്നാണ്. വപ്ര നദിയുടെ കരയിലൂടെ സൈന്യസമേതം പുറപ്പെട്ട രാമഘടൻ വെൺകരയിലൂടെ സഞ്ചരിച്ച് കടൽക്കടന്നാണ് ഏഴിമലയിലേക്ക് പോകുന്നത്. ഏഴിമല ചുറ്റിക്കണ്ട ശേഷം വൈദിക ബ്രാഹ്മണർ താമസിക്കുന്ന താഴംപൂക്കളുടെ നാട്ടിലൂടെ തിരിച്ചെത്തുന്ന രാമഘടനെ പാടത്ത് പണിയെടുക്കുന്ന പെണ്ണുങ്ങൾ പണി നിർത്തി പാടി പുകഴ്ത്തുന്നതും ആ കാവ്യത്തിൽ പറയുന്നുണ്ട്."

"അങ്ങനെയെങ്കിൽ ഏഴിമല രാജ്യത്തിന്റെ ആസ്ഥാന കേന്ദ്രം ഈ കച്ചിലപട്ടണമായിരിക്കുമോ?"

"അതിലെനിക്ക് യാതൊരു സംശയവുമില്ല."

"ചരിത്രകാരൻമാർ സംഘകാല കൃതികളെ അടിസ്ഥാനമാക്കി എഴുതിയ ചരിത്രത്തിൽ പാഴിയിലെ നന്ദരാജാവിനെപ്പറ്റിയാണ് പ്രധാനമായി പറയുന്നത്. ആ പാഴി ഏഴിമലയ്ക്ക് കിഴക്കുള്ള ഒരു കുന്നാണ് എന്നും പറയുന്നു. അത് നമ്മുടെ പാഴിക്കുന്ന് തന്നെയല്ലേ?"

നന്ദൻ സംശയം പ്രകടിപ്പിച്ചു.

"അതെ. അത് അന്നും ഇന്നും രാജവംശത്തിന്റെ കൈവശം തന്നെയാണല്ലോ. സമുദ്ര നിരപ്പിൽ നിന്ന് നൂറ്റമ്പതടി ഉയരത്തിലാണ് പാഴിക്കുന്ന്.

കടലിൽ നിന്ന് വപ്ര ഉൾക്കടലിലേക്ക് പ്രവേശിക്കുന്ന വ്യാപാരക്കപ്പലുകൾ നങ്കൂരമിട്ടിരുന്നത് വപ്ര തുറയിലാണ്. അവിടെനിന്നും ചെറുവള്ളങ്ങളിൽ ചരക്കുകൾ കച്ചിലപട്ടണത്തിലേക്ക് കടത്തുകയായിരുന്നു. ഇതായിരുന്നു കച്ചിലപട്ടണത്തിന്റെ വ്യാപാര മാർഗ്ഗം. വപ്ര തുറയോട് ചേർന്ന് ഒരു മരക്കപ്പൽ നിർമ്മാണ കേന്ദ്രവും ഉണ്ടായിരുന്നു. പാരം, പെരുങ്കാനം, പെരുവയൽ തുടങ്ങിയ നാടുകളിൽനിന്നും കുരുമുളക്, ഏലം, ഇഞ്ചി, തേക്ക് തുടങ്ങിയ മലഞ്ചരക്കുകൾ പെരുമ്പുഴയിലൂടെയും കിള്ളാനദിയിലൂടെയും കച്ചിലപട്ടണത്തിലെത്തിയിരുന്നു. അവിടെ വെച്ച് വ്യാപാരികൾ അത് വാണിഭം ചെയ്യും. വപ്ര തുറയിൽനിന്നു ചരക്കു കയറ്റി മരക്കപ്പലുകൾ അറബിക്കടലിലൂടെ വിദേശത്തേക്കും ഭാരതത്തിന്റെ ഇതര ഭാഗങ്ങളിലേക്കും പോകും."

"ഈ വ്യാപാര കേന്ദ്രത്തിന് ആർക്കെങ്കിലും മേല്ക്കോയ്മ ഉണ്ടായിരുന്നോ?"

"ആദ്യ കാലത്ത് ആർക്കും മേല്ക്കോയ്മയൊന്നുമുണ്ടായിരുന്നില്ല.

തിണ സംസ്കാരമായിരുന്നു അന്ന്. ഐന്തിണകൾ എന്നാണ് അതിനെ വിളിച്ചിരുന്നത്. മരുതം, പാലൈ, നെയ്തൽ, മുല്ല, കുറിഞ്ഞി എന്നീ അടിസ്ഥാനത്തിൽ പ്രദേശങ്ങളെ തരം തിരിച്ചിരുന്നു. അഞ്ച് തരത്തിലുള്ള ഈ തിണകളെ ഐന്തിണകൾ എന്നായിരുന്നു വിളിച്ചിരുന്നത്. ഓരോ തിണയിലും ജീവിച്ചിരുന്നവർക്ക് പ്രത്യേകം വിളിപ്പേരുണ്ടായിരുന്നു. തൊഴിലിനെ ആസ്പദമാക്കിയുള്ള ജനവിഭാഗങ്ങളായിരുന്നു അവർ. കുറിഞ്ഞി നിലത്തു താമസിച്ചിരുന്നവരെ പുനവർ, കുറവർ എന്നല്ലാമാണ് വിളിച്ചിരുന്നത്. കുറവരുടെ തലവനെ വെർപൻ എന്നും സ്ത്രീകളെ കൊടിച്ചിയൻ എന്നും വിളിക്കും. അവരുടെ ദൈവമാണ് മുരുകൻ. മുരുകന്റെ ആയുധം വേൽ ആയതുകൊണ്ട് വേലൻ എന്നും വിളിക്കും.

നായാട്ടിന് പോകുന്ന വേലൻമാർ പുരോഹിതരും വൈദ്യന്മാരുമായിരുന്നു. കീഴ്ക്കാം തൂക്കായ മലഞ്ചെരുവിലെ ഉയർന്ന മരക്കൊമ്പുകളിൽ നിന്ന് തേനെടുക്കുന്നത് കുറവരായിരുന്നു. ചുളകൾ നിറഞ്ഞ ചക്കപ്പഴവും തേന്മാവിൻ കനികളും വേണ്ടുവോളം തിന്ന് തേൻ കുടിച്ച് മദ്യവും സേവിച്ച് ഉല്ലാസവതികളായി കഴിഞ്ഞുകൂടിയ കുറത്തികൾ കുരവൈ കൂത്ത് കളിക്കുന്നതിൽ അതിസമർത്ഥകളായിരുന്നു. ഏഴോ ഒമ്പതോ പെൺകൊടികൾ വട്ടത്തിൽ കൈകോർത്ത് പിടിച്ച് നിന്ന് ആടുകയും പാടുകയും ചെയ്തിരുന്ന ഈ കളി യുദ്ധക്കളത്തിൽ വെച്ചും നടത്തുമായിരുന്നു. കുറമകൾ വള്ളിയുടെ കോലം കൊണ്ടാടാനും കുറിഞ്ഞി നിലത്തെ പെണ്ണുങ്ങൾ മിടുക്കികളായിരുന്നു. മുരുകനെ മുരശടിച്ച് കീർത്തിക്കുകയും സ്മരണയ്ക്കായി വീരക്കല്ല് നാട്ടുകയും ചെയ്തിരുന്നു. അത്തരം വീരക്കല്ലാണ് ഇപ്പോ ചിലേടത്ത് കാണുന്നത്. പാലൈ പ്രദേശത്ത് താമസിച്ചിരുന്നവരെ മറവരെന്നും എയിനരെന്നും വിളിച്ചിരുന്നു. വേടന്മാരുടെ വർഗ്ഗത്തിൽപ്പെട്ടവരാണ് എയിനർ. എയിനരുടെ പെണ്ണുങ്ങൾ ബഹുമിടുക്കികളായിരുന്നു. പുളിയും ഗോമാംസവും ചേർത്ത് എയിന സ്ത്രീകൾ പാകം ചെയ്തിരുന്ന ചോറ് എല്ലാവരും ഇഷ്ടപ്പെട്ടിരുന്നു. അമ്പും വില്ലും ഉപയോഗിക്കുന്നതിലുള്ള അവരുടെ സാമർത്ഥ്യം കണക്കിലെടുത്ത് പില്ക്കാലത്ത് രാജാക്കന്മാർ എയിനരെ സൈന്യത്തിൽ ചേർത്തിരുന്നു.

വിജനമായ പാലൈ നിലങ്ങളിലൂടെ കടന്നു പോകുന്ന വ്യാപാര സംഘങ്ങളെ കൊള്ളയടിക്കുന്നത് ഇവരുടെ ശീലമായിരുന്നു. വെറ്റി ദേവതയായ കൊറ്റവൈകാളി ഇവരുടെ ആരാധനാ മൂർത്തിയാണ്. മൃഗങ്ങളെയും മനുഷ്യരെയും ഇവർ കാളിക്ക് ബലി കൊടുത്തിരുന്നു. മദ്യവും മാംസവും നിവേദ്യമായി കാളിക്ക് അർപ്പിച്ചിരുന്നു. എയിന സ്ത്രീകൾ കാളിക്ക് മുന്നിൽ നൃത്തം ചെയ്യുമായിരുന്നു.

ഇടനാടൻ പ്രദേശത്ത് താമസിച്ചിരുന്ന ഇടയർ ശാന്ത സ്വഭാവക്കാരായിരുന്നു. മാനും മുയലുകളുമല്ലാതെ ദുഷ്ട മൃഗങ്ങളൊന്നും അവിടെ ഉണ്ടായിരുന്നില്ല. കോൽ ആയന്മാർ എന്നായിരുന്നു ഇവരെ വിളിച്ചിരു

ന്നത്. പശുക്കളെയും കാളകളെയും മേയ്ച്ച് നടക്കലാണ് ഇവരുടെ തൊഴിൽ. അക്രമിയായ ഒരു വലിയ കാളയെ അഴിച്ച് വിട്ട് അതിനെ പിടിച്ചുകെട്ടുന്നവന് കന്യകയെ ദാനം ചെയ്യുന്ന സമ്പ്രദായം ഇവർക്കിടയിലുണ്ടായിരുന്നു. ഇവരുടെ ദേവനാണ് കാർവർണ്ണനായ മയോൻ. ആയിച്ചികൾക്കും പശുക്കൾക്കും പ്രിയനായ മായോനെ പ്രീതിപ്പെടുത്താൻ സ്ത്രീകൾ കുരവൈ കൂത്തും പുരുഷൻമാർ കുടക്കൂത്തും ആടുമായിരുന്നു. മായോന് നിവേദ്യമായി അർപ്പിച്ചിരുന്നത് പാലും നെയ്യും പാൽച്ചോറുമായിരുന്നു. മദ്യവും ഇറച്ചിയും മായോൻ ഇഷ്ടപ്പെട്ടിരുന്നില്ല. ഇവരുടെ ഇടയിൽ സ്വകാര്യ സ്വത്തുണ്ടായിരുന്നു. ആടും മാടുകളായിരുന്നു അവ. ഇലകൾ ചേർത്ത് തയ്ച്ച തഴവുടയും പുലിപ്പൽ താലിയുമായിരുന്നു അവരുടെ വേഷം.

നിലങ്ങളും തോപ്പുകളും നിറഞ്ഞ മരുതം നിലത്ത് താമസിച്ചിരുന്നവരെ ഉഴവരെന്നാണ് വിളിച്ചിരുന്നത്. അതായത് കൃഷിക്കാർ. അവരുടെ തലവൻ ഊരൻ. വേന്തൻ അതായത് ഇന്ദ്രൻ ആയിരുന്നു ദൈവം. മഴയും കൃഷിയും ഇന്ദ്രനെ ആശ്രയിച്ചാണെന്നാണ് അവരുടെ വിശ്വാസം. ഇരുപത്തെട്ട് ദിവസം നീണ്ടുനില്ക്കുന്ന ഇന്ദ്രോത്സവം മരുതം നിലക്കാർക്ക് പ്രധാനമാണ്. സ്ത്രീകളുടെ കുരവൈ കൂത്തോടുകൂടിയാണ് ഉത്സവം ആരംഭിക്കുക.

വട്ടി നിറയെ മാനിന്റെ ഇറച്ചിയുമായി വേടനും കലം നിറയെ തൈരുമായി ആയിച്ചിയും നെല്ലിനുവേണ്ടി ഉഴവനെ സമീപിക്കാതെ നിവൃത്തിയുണ്ടായിരുന്നില്ല. ഉഴുതുണ്ട് ജീവിക്കുന്നവരെ തൊഴുതുണ്ണാനെ മറ്റുള്ളവർക്ക് കഴിഞ്ഞുള്ളൂ. സ്വകാര്യ സ്വത്ത് ഉഴവർക്കായിരുന്നു കൂടുതൽ. അവർ സ്വത്തുടമകളായിരുന്നു. പരസ്ത്രീകളുമായും വേശ്യയുമായും ബന്ധപ്പെടുന്നത് ഇവരുടെ സ്വഭാവത്തിന്റെ ഭാഗമായിരുന്നു. പല പ്രഭുക്കൻമാരും വിലാസവതികളായ വേശ്യകളുടെ കുരുക്കിൽ കഴിയുന്നവരായിരുന്നു. ഭാര്യാഭർതൃ കലഹം ഇവർക്കിടയിൽ പതിവായിരുന്നു.

സമുദ്രതീര പ്രദേശമായ നെയ്തലിൽ താമസിച്ചിരുന്നവരെ പരവതർ എന്നാണ് വിളിച്ചിരുന്നത്. വരുണനാണ് ഇവരുടെ ദൈവം. പന്തവുമായി രാത്രിയാണ് ഇവർ മീൻ വേട്ടയ്ക്ക് പോവുക. കൂമ്പാരം കൂട്ടിയുള്ള ഉപ്പ് കൂനയുടെ മുകളിൽ കയറി നിന്ന് പരവത ബാലികമാർ കടലിൽനിന്നു വരുന്ന വള്ളങ്ങളെ നോക്കി അത് എന്റെ അച്ഛൻ മറ്റേത് നിന്റെ അച്ഛൻ എന്ന് വിളിച്ചു പറയുമായിരുന്നു. മീൻ പിടിക്കാൻ പോകാത്ത പരവതന്മാർ മണൽ മുറ്റത്ത് വലയുണ്ടാക്കുന്ന കരിനിറമാർന്ന പരവത സുന്ദരികളുമായി ശൃംഗരിക്കും. മുത്തുകൾ ശേഖരിക്കുന്നത് പരവതരാണ്. മുത്തിന് മുങ്ങുമ്പോൾ അളിയൻ വലപിടിക്കണമെന്നൊരു ചൊല്ലുണ്ട്. വിശ്രമവേളകളിൽ പരവത പെണ്ണുങ്ങൾ പനംകുരുമ്പനീരും കരിമ്പിൻ നീരും കരിക്കിൻ വെള്ളവും ചേർത്തുണ്ടാക്കിയ മുന്നീർ എന്ന മദ്യം വേണ്ടുവോളം കുടിച്ച് ഉല്ലാസവതികളായി കടലിൽ ചാടിക്കളിക്കും. മീൻ ഉപ്പിട്ടുണക്കുന്നതും അത് മരുതം പ്രദേശത്ത് വിറ്റ് നെല്ല് വാങ്ങി വരുന്നതും അവരായിരുന്നു. വണ്ടൊളികൂന്തലും പുന്നപ്പൂമാലയും തഴയുട

കളും ധരിച്ച കരിനിറമാർന്ന പരവത പെണ്ണുങ്ങൾക്ക് യുവ ഹൃദയങ്ങളെ വശീകരിക്കുവാനുള്ള ശക്തി അന്യാദൃശമായിരുന്നു. ആറാം നൂറ്റാണ്ടോടുകൂടി ആര്യന്മാരുടെ ആധിപത്യം വന്നതോടെ ഐന്തിണ ജീവിതം ക്ഷയിക്കാൻ തുടങ്ങി.

ഉഴുതുണ്ട് ജീവിക്കുന്ന ഉഴവർ ആര്യ ബ്രാഹ്മണന്മാരെ ഭയഭക്തി ബഹുമാനത്തോടെയാണ് സ്വീകരിച്ചത്. അവരുടെ പെണ്ണുങ്ങളെ നല്കി സല്ക്കരിച്ചു. ഊരിലെ പ്രമാണിമാരായ ഉഴവരുടെ സ്ത്രീകൾക്ക് ബ്രാഹ്മണ ബന്ധത്തിൽ ആര്യപുത്രന്മാർ ജനിച്ചു. ആര്യ ബ്രാഹ്മണന്മാർ കൊണ്ടുവന്ന ദൈവങ്ങൾ ഉഴവരുടെയും ദൈവങ്ങളായി. ക്രമേണ ഭൂമിയെല്ലാം ദൈവത്തിന് സമർപ്പിക്കാൻ ബ്രാഹ്മണർ പറഞ്ഞു. അതു പ്രകാരം ഉഴവരും ആയന്മാരും കുറവരും പരവതരും വേടരും കൈകാര്യം ചെയ്ത ഭൂമിയെല്ലാം ദൈവങ്ങളുടേതായി. ആ ഭൂമിയെല്ലാം കൈകാര്യം ചെയ്യുന്നതിനുള്ള ചുമതല ഉഴവ സ്ത്രീകളിൽ തങ്ങൾക്ക് ജനിച്ച ആര്യ പുത്രന്മാർക്ക് നല്കി. അവർക്ക് ബ്രാഹ്മണർക്ക് തൊട്ടുതാഴെ നായർ പദവി കൊടുത്തു. അതിനു വഴങ്ങാതിരുന്നവർക്ക് ആ പദവി കൊടുത്തില്ല. അവർ ഭൂമിയുടെ കൈകാര്യത്തിൽ നിന്ന് പുറന്തള്ളപ്പെട്ടു. പിന്നീടവർ ഉപജീവനത്തിനായി മണ്ണിൽ പണിയെടുക്കുന്ന തൊഴിലാളികളും ചെത്തുകാരും കൂലിവേലക്കാരുമായി. എന്നാൽ ബ്രാഹ്മണ ദൈവങ്ങളെ അവർ പൂർണ്ണമായി അംഗീകരിച്ചില്ല. അവരുടെ തനതു ദൈവങ്ങളായ പൊട്ടനെയും കാളിയെയുമെല്ലാം ആരാധിച്ചു.

സാമൂഹിക പദവികളിൽനിന്നും അവർ അകറ്റി നിർത്തപ്പെട്ടു. ആ കാലത്താണ് ബുദ്ധമതം പ്രചാരത്തിൽ വന്നത്. അകറ്റി നിർത്തപ്പെട്ടവർ കൂട്ടത്തോടെ ബുദ്ധമതം സ്വീകരിച്ചു.

ഈ നാട്ടിൽ ഒരു പാട് ബുദ്ധവിഹാരങ്ങൾ അക്കാലത്തുണ്ടായിരുന്നു. പാഴിക്കുന്നിന്റെ കിഴക്കായി ഒരു ബുദ്ധവിഹാരമുണ്ടായിരുന്നു. നസംഗൻ എന്നു പേരായ ബുദ്ധ സന്ന്യാസിയുടേതായിരുന്നു ആ വിഹാരം. കാലാന്തരത്തിൽ ബുദ്ധമതത്തെ കീഴ്പ്പെടുത്തി ആര്യ മതം ആധിപത്യം നേടി. പല ബുദ്ധവിഹാരങ്ങളും പിന്നീട് ക്ഷേത്രങ്ങളായി."

"എപ്പോഴാണ് നാട്ടിൽ രാജഭരണം തുടങ്ങിയത്?"

ആയിരത്തി അഞ്ഞൂറ് വർഷങ്ങൾക്ക് മുമ്പ് വടക്കുനിന്നും വന്ന ഒരു രാജകുടുംബത്തിൽ നിന്നാണ് അതിന്റെ തുടക്കം. മഗധയിൽ മൗര്യ സാമ്രാജ്യം സ്ഥാപിതമായതോടെ നന്ദവംശക്കാർ അവിടെ നിന്നും പലായനം ചെയ്തു. അവർ നർമ്മദാ തീരത്തുള്ള മാഹിഷ്മതിയിൽ കുടിയേറി അവിടെ ഒരു വ്യാപാര കേന്ദ്രം സ്ഥാപിച്ചു. നർമ്മദാ അറബിക്കടലിൽ ചേരുന്ന അഴിമുഖം കപ്പൽ വ്യാപാരത്തിന്റെ ഒരു പ്രധാന കേന്ദ്രമായി വികസിച്ചു വന്നു. റോം, മെസപ്പൊട്ടോമിയ, അലക്സാൻഡ്രിയ, ചൈന എന്നിവിടങ്ങളിൽനിന്നും അറബുനാടുകളിൽനിന്നും ചരക്കുമായി മാഹിഷ്മതിയിലേക്കും മാഹിഷ്മതിയിൽ നിന്ന് ഈ രാജ്യങ്ങളിലേക്കും ഭാരതത്തിന്റെ ഇതര ഭാഗങ്ങളിലേക്കും വ്യാപാരികൾ സഞ്ചരിച്ചു. വലുതും ചെറുതുമായ മരക്കപ്പലുകളിലായിരുന്നു ചരക്കുകൾ കൊണ്ടുപോയിരു

ന്നത്.

മാഹിഷ്മതിയിലെ വ്യാപാരപ്രമുഖനായ ഉതംഗൻ നന്ദവംശത്തിൽപ്പെട്ട ഒരു ഗോത്രത്തലവനായിരുന്നു. അവരുടെ ഗോത്രത്തിന് മൂഷക വംശം എന്നായിരുന്നു പേര്. നർമ്മദ മുതൽ മലബാർ വരെ കപ്പൽ വ്യാപാരത്തിന്റെ കുത്തക മൂഷക വംശക്കാർക്കായിരുന്നു. അവർ തങ്ങളുടെ വ്യാപാര യാത്രയിൽ പൂജാദി കർമ്മങ്ങൾക്കായി ബ്രാഹ്മണരേയും ആക്രമണങ്ങളെ നേരിടാൻ ശൂദ്രപടയാളികളായ ചേകോൻമാരേയും പരിചാരികമാരായി സുന്ദരികളായ വൈശ്യത്തരുണിമാരേയും കൊണ്ടു പോകുമായിരുന്നു. കച്ചവടത്തിനായി കച്ചിലപട്ടണത്തിൽ വന്ന ഉതംഗൻ കുരുമുളകും ഇഞ്ചിയും സുഗന്ധവ്യഞ്ജനങ്ങളുമായിരുന്നു ഇവിടെ നിന്ന് പ്രധാനമായും കച്ചവടം ചെയ്തിരുന്നത്. തഞ്ചാവൂരിൽനിന്നും വന്ന ചാലിയർ പട്ട് തുണി നെയ്യുന്ന ഒരു പ്രധാന തെരുവായിരുന്നു കച്ചിലപട്ടണം. അവരുണ്ടാക്കുന്ന തെരുവൻ തോർത്തുകൾ അവർ നാട്ടിൽ നടന്ന് വില്ക്കുമായിരുന്നു. ഉടുക്കാനും കച്ചകെട്ടാനുമുള്ള വസ്ത്രങ്ങളും ഇവിടെ ധാരാളമായി ഉല്പാദിപ്പിച്ചിരുന്നു. കുരുമുളകും മറ്റും വാണിഭം ചെയ്തിരുന്നത് ചെട്ടിമാരായിരുന്നു. വസ്ത്ര വ്യാപാരത്തിൽ ചാലിയർക്കും കുരുമുളക് വ്യാപാരത്തിൽ ചെട്ടിമാർക്കും ആയിരുന്നു കുത്തക. വിവിധ രാജ്യങ്ങളിൽ നിന്ന് ചരക്കുകളുമായി മരക്കപ്പലുകൾ വപ്ര അഴിമുഖത്തെത്തുമായിരുന്നു. ചരക്കുകൾ കച്ചിലപട്ടണത്ത് വിറ്റഴിച്ച് ഇവിടുത്തെ കുരുമുളകും ഗ്രാമ്പൂവും ഏലവും ഇഞ്ചിയും തേക്കും അവർ പകരം കൊണ്ടുപോയി.

കച്ചിലപട്ടണത്തിൽ വ്യാപാരത്തിനായി വന്ന ഉതംഗന് ഈ നാട് വളരെ ഇഷ്ടപ്പെട്ടു. തന്റെ മരക്കപ്പലിൽ തിരിച്ചുപോയ ഉതംഗൻ വലിയൊരു വ്യാപാര സംഘത്തെ നയിച്ചുകൊണ്ട് വീണ്ടും കച്ചിലപട്ടണത്തേക്ക് വരാൻ തീരുമാനിച്ചു. തന്റെ ഭാര്യ ഭദ്രസേനയോട് ഏഴിമലയെക്കുറിച്ചും കച്ചിലപട്ടണത്തെക്കുറിച്ചും ഉതംഗൻ വാചാലനായി. എല്ലാം കേട്ട ഉതംഗപത്നിക്ക് മലനാട് കാണാനുള്ള ആഗ്രഹം അടക്കിനിർത്താനായില്ല. അടുത്ത തവണ പോകുമ്പോൾ എന്നെയും കൊണ്ടുപോകണമെന്ന് അവർ നിർബ്ബന്ധം പിടിച്ചു.

പ്രിയ പത്നിയുടെ ആഗ്രഹം അവഗണിക്കാൻ കഴിയാതെ വന്നപ്പോൾ ഉതംഗൻ സമ്മതിച്ചു. യാത്രയ്ക്കായി പ്രത്യേകം കപ്പൽ പണിയാൻ നിർദ്ദേശം കൊടുത്തു. വിദഗ്ദ്ധരായ തച്ചൻമാരെ വിളിച്ചുവരുത്തി ലക്ഷണം നോക്കി ചന്ദനമരം മുറിച്ച് കപ്പൽ പണി തുടങ്ങി.

നാല്പത്തിരണ്ട് കോൽ നീളവും ഇരുപത്തൊന്നു കോൽ വീതിയുമുള്ള കപ്പലിന്റെ അടിപ്പലക അടിച്ചു. അതിനുശേഷം പ്രത്യേകം കള്ളികൾ തിരിച്ചു. അതിനു മുകളിൽ മേൽപ്പലകയും അടിച്ചു. കപ്പലിന്റെ നടുവിലെ കള്ളിയിൽ ഉതംഗനും ഭാര്യക്കും താമസിക്കാൻ സൗകര്യമൊരുക്കി. രണ്ട് കള്ളികളിൽ ബ്രാഹ്മണ പുരോഹിതനും, കച്ചവടസംഘത്തിന്റെ ചുമതലക്കാരനായ പട്ടിണസാമിയും. യോദ്ധാക്കളായ ചേകവൻമാർ കപ്പലിന്റെ മുകൾത്തട്ടിൽ. സഹായികളായ വൈശ്യത്തരുണിമാർ താഴത്തെ മറ്റൊരു കള്ളിയിലും തങ്ങി.

നല്ല സമയം നോക്കി ഉതംഗന്റെ വ്യാപാര കപ്പൽ മലനാട്ടിലേക്ക് പുറപ്പെട്ടു. വഴിയിലുള്ള തുറകളിലെല്ലാം കപ്പൽ നിർത്തി ആവശ്യമായ സാധനങ്ങൾ വാങ്ങി. രണ്ടാഴ്ച പിന്നിട്ടപ്പോൾ അവർ ഏഴിമലയ്ക്ക് കിഴക്കുള്ള വപ്ര തുറയിലെത്തി. അവിടെനിന്നും കച്ചിലപട്ടണത്തിലെത്തിയ ഉതംഗനേയും സംഘത്തേയും വ്യാപാരികളും പട്ടണവാസികളും ചേർന്ന് ആഘോഷത്തോടെ സ്വീകരിച്ചു. മഹിഷ്മതിയിൽ നിന്നും ആദ്യമായി കച്ചിലപട്ടണത്തിലെത്തിയ രാജസ്ത്രീയെ കാണാൻ ആളുകൾ തടിച്ചുകൂടി. പട്ടണത്തിലെ വ്യാപാര പ്രമുഖനായ കുലവാണിയൻ ചെട്ടിയുടെ വീട്ടിൽ ഉതംഗനും ഭാര്യക്കും താമസമൊരുക്കി. പടയാളികളായ ചേകവൻമാരെ പാണ്ടികശാലയിൽ കിടത്തി. മറ്റുള്ളവർ പ്രദേശവാസികളുടെ വീടുകളിൽ തങ്ങി. ഏതാനും ആഴ്ചകൾ കഴിഞ്ഞപ്പോൾ ഭദ്രസേന ഗർഭിണിയാണെന്നറിഞ്ഞു. ഈ അവസ്ഥയിൽ കപ്പൽ യാത്ര ഒഴിവാക്കണമെന്ന് ബ്രാഹ്മണ പുരോഹിതൻ ഉതംഗനെ ഉപദേശിച്ചു. വപ്ര നദി ആരംഭിക്കുന്ന പെരുംതുറയുടെ തെക്കേക്കരയിൽ കോവിൽ പണിയാൻ കുറ്റിയടിച്ചു. ഉതംഗന്റെ സഹായിയായ മഹാനാവികൻ ചെട്ടിയും ചേകവൻമാരും കോവിലിന്റെ പണിയിൽ വ്യാപൃതരായി. മാസങ്ങൾക്കകം കോവിലിന്റെ പണി പൂർത്തിയാക്കി. ബ്രാഹ്മണ പുരോഹിതന്റെ കാർമ്മികത്വത്തിൽ പൂജാകർമ്മങ്ങൾ ചെയ്ത ശേഷം ഗൃഹപ്രവേശം നടത്തി. കോവിലിന് കോലം എന്ന് പേരിട്ടു. ഉതംഗനും ഭാര്യയും അവിടെ താമസമായി. മാസം തികഞ്ഞപ്പോൾ ഭദ്രസേന മാർഗ്ഗഴിത്തിങ്കൾ പോലെ മനോഹരമായ ഒരാൺ കുഞ്ഞിനെ പ്രസവിച്ചു. പുരോഹിതന്റെ ഉപദേശാനുസരണം അവന് രാമൻ എന്ന് പേരിട്ടു.

ഈ കാലയളവിൽ കച്ചിലപട്ടണത്തിന്റെ വ്യാപാര കുത്തക ഉതംഗന്റെ കൈപ്പിടിയിലമർന്നു കഴിഞ്ഞിരുന്നു. തന്റെ കൂടെ വന്ന ചേകവന്മാരെയും നാട്ടിലെ തടിമിടുക്കുള്ള ചെറുപ്പക്കാരെയും ചേർത്ത് ഒരു സ്ഥിരം സൈന്യത്തേയും ഉതംഗൻ ഉണ്ടാക്കി. ബ്രാഹ്മണ പുരോഹിതൻ ഒരു ആയുധ അഭ്യാസി കൂടിയായിരുന്നു. അയാളുടെ ശിക്ഷണത്തിൽ പടയാളികൾ പരിശീലനം നേടി.

രാമൻ വളർന്നു വരികയാണ്. ബ്രാഹ്മണ പുരോഹിതനും അമ്മ ഭദ്രസേനയും രാജകീയ ശാസ്ത്രവിദ്യകളെല്ലാം അവനെ പഠിപ്പിച്ചു. കോവിലകത്തെ പ്രത്യേക കളരിയിൽ അഭ്യാസ മുറകളും പരിശീലിപ്പിച്ചു. യുവാവായ രാമനെ കോലനാടിന്റെ യുവരാജാവായി അഭിഷേകം ചെയ്യാൻ ഉതംഗൻ തീരുമാനിച്ചു. മാഹിഷ്മതിയിൽനിന്നും രാജപുരോഹിതനായ മറ്റൊരു ബ്രാഹ്മണനെ കൊണ്ടു വന്ന് അഭിഷേക കർമ്മങ്ങൾ ആരംഭിച്ചു. രാമഘടമൂഷികൻ എന്ന് നാമകരണം ചെയ്ത് യുവരാജാവായി രാമനെ അഭിഷേകം ചെയ്തു. മഹിഷ്മതിയിലെ ഒരു രാജസ്ത്രീയെ കൊണ്ട് തന്നെ രാമനെ വിവാഹം കഴിപ്പിക്കണമെന്ന് ഉതംഗനും ഭദ്രസേനയും തീരുമാനിച്ചു. ബ്രാഹ്മണ പുരോഹിതന്റെ ഉപദേശവും അതായിരുന്നു. ഉതംഗൻ രാമനെയും കൂട്ടി മഹിഷ്മതിയിലേക്ക് പോയി. അവിടെനിന്ന് രാജ കുടുംബത്തിലെ അംഗമായ രുദ്രസേനയെ വിവാഹം ചെയ്തു.

രാമഘടമൂഷികനെ രാജ്യഭരണം ഏല്പിച്ച ശേഷം ഉതംഗനും ഭാര്യയും മാഹിഷ്മതിയിലേക്ക് തിരിച്ചുപോയി. രാമന് രണ്ട് കുട്ടികളുണ്ടായി. നന്ദനും വടുവും. രണ്ടുപേരും നല്ല യോദ്ധാക്കളായി വളർന്നു. ചെറുപ്പത്തിൽത്തന്നെ ഭരണകാര്യങ്ങളിൽ നന്ദൻ അതീവ തല്പരനായിരുന്നു. യുവാവായ നന്ദനെ രാജഭരണമേല്പിച്ച് രാമഘടമൂഷികനും ഭാര്യയും ഇളയ മകൻ വടുവും മാഹിഷ്മതിയിലേക്ക് തിരിച്ചുപോയി. പാഴിക്കുന്ന് കേന്ദ്രമാക്കി നന്ദൻ രാജഭരണം തുടങ്ങി.

മൈസൂരിലെ കദംബ രാജാവായ മയൂരവർമ്മനുമായി നന്ദൻ നിരവധി യുദ്ധങ്ങൾ നടത്തി അതിലെല്ലാം നന്ദൻ വിജയിച്ചു. കോഴിക്കോടു മുതൽ മംഗലാപുരം വരെയും നിലമ്പൂർ മുതൽ അറബിക്കടൽ വരെയും വ്യാപിച്ചു കിടക്കുന്ന നന്ദന്റെ രാജ്യം പൂഴിനാടെന്നും ഏഴിമല നാടെന്നും അറിയപ്പെട്ടു. പെരുംതുറയിലെ കോവിലിൽ തന്നെയാണ് നന്ദനും താമസിച്ചിരുന്നത്. തന്റെ രാജ്യത്തിന്റെ കാവൽ മരമായി വാകമരം നന്ദൻ നിശ്ചയിച്ചു. പെരുന്തുറയുടെ കരയിൽ വാകമരം പൂത്തുലഞ്ഞു. പെരുന്തുറ വാകൈ പെരുന്തുറയായി. അരുവികളിൽ ആമ്പൽ പൂക്കൾ വിടർന്നു നില്ക്കുന്ന വാകൈ പെരുന്തുറയെക്കുറിച്ച് നന്ദന്റെ ആസ്ഥാനകവി പരണർ കവിതകൾ രചിച്ചു. ഇരിങ്ങൽ കുന്നിൽനിന്നും പുത്തൂർ കുന്നിൽനിന്നും ഉത്ഭവിച്ച് പെരുന്തുറയിലെത്തുന്ന തോടുകൾക്കിരുവശവും വിശാലമായ നെൽപാടങ്ങളാണ്. പാടത്തോട് ചേർന്ന കരപ്പറമ്പുകളിൽ തെങ്ങും കുരുമുളകും സമൃദ്ധമായി കൃഷി ചെയ്തു.

നന്ദൻ പാഴിക്കുന്നിന്റെ തെക്ക് കിഴക്കേ മൂലയിൽ ഒരു കോട്ട പണിതു. അവിടെ സൈനിക താവളമൊരുക്കി. മൈസൂർ യുദ്ധത്തിൽ ജയിച്ച നന്ദൻ അവിടെ നിന്ന് യുദ്ധ വീരന്മാരായ മാദിഗരെ കൊണ്ടുവന്ന് കോട്ടയുടെ കാവല്ക്കാരാക്കി. അവർക്ക് താമസിക്കാൻ വിജനമായ അറത്തിപ്പറമ്പിൽ സൗകര്യമൊരുക്കി. തുളുനാട്ടിലെ ഹമ്പശികനുമായുള്ള യുദ്ധത്തിൽ ഹമ്പശികൻ നന്ദന് കീഴടങ്ങി. തന്റെ മകൾ ചന്ദ്രസേനയെ നന്ദന് നല്കി നല്ല ബന്ധത്തിൽ പോകാൻ ഹമ്പശികൻ തയ്യാറായി. അതിന്റെ പിന്നിലുള്ള ബുദ്ധി ചന്ദ്രസേനയുടേതായിരുന്നു. രാജ്യം നന്ദന് കീഴടങ്ങിയ ശേഷം സൈന്യസമേതം ഹമ്പശികന്റെ കോവിലിലേക്ക് കയറിച്ചെന്ന നന്ദനെ ചന്ദ്രസേനയുടെ നേതൃത്വത്തിൽ നർത്തകിമാർ കുരവൈക്കൂത്താടിക്കൊണ്ട് സ്വീകരിച്ചു. ചന്ദ്രസേനയുടെ ആദ്യത്തെ കടക്കണ്ണേറിയലിൽ തന്നെ നന്ദന്റെ കണ്ണുകളുടക്കി. ഗജ രാജവിരാജിതമന്ദഗതിയിൽ ആടുന്ന അവളുടെ നിതംബഭംഗി നന്ദനെ ലഹരി പിടിപ്പിച്ചു. പ്രത്യേകം തയ്യാറാക്കിയ സ്വീകരണമുറിയിലേക്ക് ചന്ദ്രസേന നന്ദനെ ആനയിച്ചു. മുറിയിലെത്തിയപ്പോൾ മറ്റ് നർത്തകിമാരെല്ലാം പിൻവാങ്ങി. സ്വീകരണമുറിയിൽ വിശ്രമത്തിനായി തയ്യാറാക്കിയ അലങ്കരിച്ച കട്ടിലിൽ നന്ദൻ ഇരുന്നു. തന്റെയടുത്ത് ഭവ്യതയോടെ നിന്ന ചന്ദ്രസേനയെ നന്ദൻ തന്റെ അരികിൽ പിടിച്ചിരുത്തി.

"ചന്ദ്രസേന എന്നെ സ്വീകരിച്ചത് പൂർണ്ണ തൃപ്തിയോടെയാണോ? അതോ രാജ്യം കീഴടക്കിയ രാജാവിനെ തൃപ്തിപ്പെടുത്താൻ നിർബ്ബന്ധി

ക്കപ്പെട്ടതോ?"

നന്ദന്റെ ചോദ്യത്തിന് മറുപടി പറയാതെ പ്രേമപാരവശ്യത്തോടെ ചന്ദ്രസേന നന്ദന്റെ കണ്ണുകളിലേക്ക് നോക്കി.

"അങ്ങനെ പറയരുത്. ഞാൻ അങ്ങയെപ്പറ്റി ധാരാളം കേട്ടിരുന്നു. അങ്ങയുടെ പോരാട്ട വീര്യവും ത്യാഗമനസ്സും എന്റെ മനസ്സിനെ സ്വാധീനിച്ചിരുന്നു. യുദ്ധത്തിനെത്തിയപ്പോൾ കീഴടങ്ങാൻ ഞാനാണ് അച്ഛനോട് പറഞ്ഞത്."

നന്ദൻ ചന്ദ്രസേനയെ മാറോടടുപ്പിച്ചു. സുന്ദരമായ അവളുടെ കവിളിൽ ചുംബിച്ചു. പിന്നെ ആഞ്ഞു പുല്കി. നന്ദന്റെ മാറിലെ കറുത്ത രോമങ്ങളിൽ മുഖമുരസി ചന്ദ്രസേനയുടെ കവിളുകൾ ചുവന്നു. പിന്നെ രണ്ടു പേർക്കും നിയന്ത്രിക്കാനായില്ല. രണ്ടു രാജ്യങ്ങളും നന്നായി പൊരുതി. പിന്നെ തളർന്ന് മയങ്ങി. മയക്കത്തിൽ നിന്നുണരുമ്പോൾ ഇരുളും വെളിച്ചവും ഇണചേർന്നുകിടക്കുകയായിരുന്നു. അടിവസ്ത്രങ്ങൾ അഴിഞ്ഞുലഞ്ഞ് ആലസ്യത്തിൽ കിടന്ന ചന്ദ്രസേനയെ ഉണർത്താതെ നന്ദൻ മുറിയിൽനിന്നും പുറത്തിറങ്ങി. തന്റെ സൈന്യം എല്ലായിടത്തും സായുധരായി കാവലുണ്ട്. നന്ദന്റെ ഉത്തരവ് കാത്ത് പുറത്തുനില്ക്കുന്ന സൈനിക മേധാവികളെ കൊട്ടാരത്തിലെ ദർബാർ ഹാളിലേക്ക് നന്ദൻ വിളിപ്പിച്ചു. അടുത്തദിവസം തന്നെ ചന്ദ്രസേനയുമായി വിവാഹം നടത്താനുള്ള നന്ദന്റെ തീരുമാനം അവരെ അറിയിച്ചു. അതിനുള്ള എല്ലാ ഒരുക്കങ്ങളും ചെയ്യാൻ ഹമ്പശികന് നിർദ്ദേശം കൊടുത്തു. യുദ്ധത്തിൽ കീഴടങ്ങിയ രാജ്യമാണെന്ന് വിശ്വസിക്കാൻ സാധിക്കാത്തതരത്തിൽ അടുത്ത ദിവസം പ്രഭാതമാകുമ്പോഴേക്കും കൊട്ടാരവും പരിസരവും കൊടിതോരണങ്ങളാൽ അലങ്കരിക്കപ്പെട്ടിരുന്നു. പൂജാദി കർമ്മങ്ങളോടുകൂടി വിവാഹച്ചടങ്ങുകൾ ആരംഭിച്ചു. ഉച്ചയ്ക്കു മുമ്പുള്ള ശുഭ മുഹൂർത്തത്തിൽ നന്ദൻ ചന്ദ്രസേനയെ മാലയിട്ട് സ്വീകരിച്ചു. കൊട്ടാരത്തിലെ നർത്തകിമാർ കുരവൈക്കൂത്താടി. വിഭവസമൃദ്ധമായ സദ്യയോടെ ആ ചടങ്ങ് അവസാനിച്ചു.

തുളുനാട് മുഴുവൻ തന്റെ അധീനതയിലായ ശേഷം വനവാസി തലസ്ഥാനമാക്കി ഭരിക്കുന്ന മയൂര വർമ്മനുമായി നന്ദൻ വീണ്ടും ഏറ്റുമുട്ടി. അതിൽ നന്ദൻ വിജയിച്ചു. പിന്നീട് രാജാക്കന്മാരുമായി യോജിച്ച് വീരനായ പഴയനെ തോല്പിച്ചു. കോയമ്പത്തൂരിന്റെ വടക്ക് ഭാഗങ്ങളിലും നന്ദന്റെ അതിർത്തി വ്യാപിപ്പിച്ചിരുന്നു. മറ്റൊരു യുദ്ധത്തിൽ പിണ്ഡൻ എന്ന നാടുവാഴിയെയും നന്ദൻ തോല്പിച്ചു. ചേരരാജന്റെ പുത്രൻ കളങ്കായ് കണ്ണിനാർ മുടിച്ചേരലാതൻ യുവരാജാവായപ്പോൾ ആദ്യമായി ആക്രമിക്കാൻ തുനിഞ്ഞത് പാഴി രാജാവായ നന്ദനെയായിരുന്നു. ആദ്യം അയച്ചത് സേനാപതി ആയിഎയിനനെ ആയിരുന്നു. വീരനായ ആയിഎയിനന്റെ നേതൃത്വത്തിലുള്ള ചേര സൈന്യത്തെ നേരിട്ടത് നന്ദന്റെ സേനാപതി മിഞ്ഞിലിയുടെ നേതൃത്വത്തിലുള്ള സൈന്യമായിരുന്നു. ആ യുദ്ധത്തിൽ മിഞ്ഞിലി ആയിഎയിനനെ കൊന്നു. യുദ്ധം കഴിഞ്ഞശേഷം നന്ദന്റെ ആസ്ഥാനകവി പാടി.

"കൊടി കെട്ടിയ തേരും പൊന്നാഭരണങ്ങളുമുള്ള നന്ദൻ പുന്നാട്ടിലെ

ജനങ്ങളോട് പിണങ്ങവെ വീണാനാദം മുഴങ്ങുന്ന പാഴിയിൽ വെച്ച് പറഞ്ഞ വാക്ക് ലംഘിക്കാതെ ആയിഎയിനൻ പോരാളി വീരനായ മിഞ്ഞിലിയോട് പൊരുതി ഉയിർ വെടിഞ്ഞു."

നീതിയും ന്യായവും നടത്തുന്ന കാര്യത്തിൽ നന്ദൻ വിട്ടുവീഴ്ച കാണിച്ചിരുന്നില്ല. കുറ്റവാളികൾക്ക് തക്കതായ ശിക്ഷ നല്കിയിരുന്നു. കുറ്റം ചെയ്തിട്ട് ധനം കൊണ്ട് അതിനെ മറക്കാൻ അനുവദിച്ചിരുന്നില്ല. പൊതുസ്വത്ത് അത് എത്ര നിസ്സാരപ്പെട്ടതായിരുന്നാലും അതപഹരിക്കാൻ പണക്കാരനേയോ പാവപ്പെട്ടവനേയോ അനുവദിച്ചിരുന്നില്ല. തുലാക്കോൽ പോലെ കണിശമായി വാക്കുപാലിക്കുന്നവനായിരുന്നു നന്ദൻ. നന്ദനെ പരണർ ഇങ്ങനെ വാഴ്ത്തിപ്പാടി "മാദകമായ മദ്യവും വിചിത്രമായ തേരും ധാരാളമായുള്ള നന്ദൻ ധർമ്മമുറതെറ്റാതെ സമ്പാദിച്ചത് ഉരൽ പോലെ തടിച്ച കാലുകളുള്ള ആനകളും അഴകുറ്റ പിടി രോമങ്ങളും ശീഘ്രഗതിയുമാർന്ന കുതിരപ്പടയുമാണ്. മലയോരമായ കൊൺകാനവും പൂഴിനാടും ചേർന്ന നന്ദന്റെ രാജ്യത്ത് ധാരാളം നിധിയുണ്ടായിരുന്നു. കച്ചിലപട്ടണത്തിൽ ചരക്കുവാങ്ങാനെത്തുന്ന കപ്പലുകളിൽ നിറയെ പൊൻനാണയങ്ങളായിരുന്നു. റോമിൽ നിന്ന് അഗസ്റ്റസ്, കാലിഗുള എന്നീ രാജാക്കന്മാരുടെ ചിഹ്നമുള്ള സ്വർണ്ണ നാണയങ്ങൾ അക്കൂട്ടത്തിലുണ്ടായിരുന്നു.

ആര്യാവർത്തത്തിൽനിന്ന് ദക്ഷിണ ദിക്കിനെ ലക്ഷ്യമാക്കി ആര്യ ബ്രാഹ്മണർ യാത്രതിരിച്ച കാലമായിരുന്നു അത്. കൃഷിയും വ്യാപാരവും ലക്ഷ്യമാക്കിയായിരുന്നു അവരുടെ യാത്ര. യാഗവും ഹോമവും ദൈവങ്ങളുമായി യാത്ര തിരിച്ച ആര്യന്മാർ തദ്ദേശീയരായ ദേശമൂപ്പന്മാരെ പാട്ടിലാക്കി കൃഷിയിലും വ്യാപാരത്തിലും ആധിപത്യം നേടി. ദൈവങ്ങളെ പ്രതിഷ്ഠിച്ച് തദ്ദേശീയരെ ദൈവത്തിന്റെ ദാസരാക്കി. അവർ നന്ദൻ ഭരിക്കുന്ന തുളുനാട്ടിൽ പ്രവേശിച്ചു. നന്ദന്റെ ഭാര്യ ചന്ദ്രസേന അവർക്ക് എല്ലാ സൗകര്യങ്ങളും ചെയ്തുകൊടുത്തു. ക്രമേണ ആ സൗകര്യം മുതലെടുത്ത് തുളുനാട്ടിൽ ആര്യ ബ്രാഹ്മണന്മാർ ആധിപത്യം നേടി. ഈ ഘട്ടത്തിലാണ് കൊങ്കണിൽനിന്നും വന്ന വടുക സൈന്യം നന്ദനെ ആക്രമിക്കുന്നത്. ആ യുദ്ധത്തിൽ പിടിച്ചു നില്ക്കാനാകാതെ വയനാടൻ കാടുകളിൽ നന്ദൻ അഭയം തേടി. കൊങ്കണിൽനിന്നും വന്ന വടുക സൈനികർ പാഴിക്കുന്നിലെ പാറക്കുളത്തോട് ചേർന്ന് താവളമൊരുക്കി. വയനാട്ടിലെ ആദിവാസികളെ സംഘടിപ്പിച്ച് നന്ദൻ രാജ്യം തിരിച്ചുപിടിച്ചെങ്കിലും പ്രതാപശാലിയായ നന്ദന്റെ ജീവിതസായാഹ്നം സന്തോഷപ്രദമായിരുന്നില്ല. ആയി എയിനനെ കൊന്നതിന്റെ പകതീർക്കാനായി നാർമുടിച്ചേരൻ വീണ്ടും വൻ സൈന്യസന്നാഹത്തോടെ പാഴിക്കുന്നിലേക്ക് യുദ്ധത്തിന് പുറപ്പെട്ടു. അവർ പെരിഞ്ചെല്ലൂർ വഴി പുന്നക്കരയിലെത്തി. വടുകരുമായുള്ള യുദ്ധത്തിന്റെ ക്ഷീണത്തിലായിരുന്ന നന്ദന്റെ സൈന്യത്തിന് നാർമുടിച്ചേരന്റെ സൈന്യത്തെ നേരിടാനായില്ല. വാകൈ പെരുന്തുറയിൽ വെച്ച് നടന്ന ഘോരമായ യുദ്ധത്തിൽ വെറ്റിവാളേന്തിയ കളങ്കായ് കണ്ണിനാർമുടിച്ചേരൻ നന്ദനെ വധിച്ചു. ആ വീര പോരാളിയെക്കുറിച്ച് പരണൻ ഇങ്ങനെ എഴുതി.

"ഭുജങ്ങളിൽ വിജയസൂചകമായ തൊടിവളയും മാറിടത്തിൽ എഴുമുടി പതക്കമാർന്ന പൊൻ മാലയും ധരിച്ച് അഴകിയ തേരിൽ വിളങ്ങിയ നന്ദന്റെ തളിർ നിറഞ്ഞ കാവൽമരമായ വാകമരം കൊടിപ്പടയോടുകൂടിയ നാർമുടിച്ചേരൻ മൂടോടെ മുറിച്ചിട്ടു."

നന്ദനുശേഷം പൂഴിനാട് ചേരർക്കധീനമായി. നന്ദന്റെ കുടുംബം തുളുനാട്ടിൽ അഭയം പ്രാപിച്ചു. തുളുനാടിന്റെ രാജാവായി നന്ദന്റെ മകൻ ചന്ദ്രശയനനെ വാഴിച്ചു. കദംബ രാജാവായ മയൂരവർമ്മൻ ഈ സമയം പാഴിയെ ആക്രമിച്ചു കീഴ്പ്പെടുത്തി. ആര്യ ബ്രാഹ്മണർക്ക് കൂട്ടം കൂട്ടമായി പൂഴിനാട്ടിലേക്ക് വരാൻ മയൂരവർമ്മൻ അവസരമൊരുക്കി. അവർ തദ്ദേശീയരായ തങ്ങളുടെ അനുകൂലികൾക്ക് ബ്രാഹ്മണ പദവി കൊടുത്തു കൊണ്ട് കൂടെ നിർത്തി തങ്ങളുടെ ആധിപത്യമുറപ്പിച്ചു. രാജ്യകാര്യങ്ങൾ കൈകാര്യം ചെയ്യാൻ വർമ്മമാരെയും ശർമ്മമാരെയും അവർ ചുമതല പ്പെടുത്തി. രാജകുലത്തിലെ തമ്പുരാട്ടിമാർ ആര്യ ബ്രാഹ്മണരെ വിവാഹം ചെയ്യുന്ന വ്യവസ്ഥയുണ്ടായി. ഇളമുറ രാജാക്കൾ സവർണ്ണ നായർ തറ വാടുകളിലെ സ്ത്രീകളെ സംബന്ധം കഴിച്ചു. തമ്പുരാട്ടിമാർക്ക് ആര്യ ബ്രാഹ്മണരിലുണ്ടാകുന്ന മക്കൾ രാജാവാകണം എന്ന വ്യവസ്ഥയു ണ്ടാക്കി. അങ്ങനെ ബ്രാഹ്മണരിൽ പിറന്ന ക്ഷത്രിയ രാജാക്കന്മാർ രാജ്യം ഭരിച്ചു."

"വളരെ സാത്വികരായി പൂജാദി കർമ്മങ്ങൾ ചെയ്തു കഴിയുന്ന ആര്യ ബ്രാഹ്മണർ എങ്ങനെയാണ് സമൂഹത്തിൽ ആധിപത്യം നേടിയത്?"

"ബ്രിട്ടീഷുകാർ ഇന്ത്യയിൽ കോളനിവാഴ്ച നടത്തിയത് സൈന്യ ത്തിന്റെ ബലത്തിൽ മാത്രമാണോ, ഇവിടെയുണ്ടായിരുന്ന നാടുവാഴി കളേയും രാജാക്കന്മാരേയും പരസ്പരം തമ്മിലടിപ്പിച്ചല്ലേ. അതുതന്നെ യാണ് ആര്യബ്രാഹ്മണരും ചെയ്തത്. അന്ന് ആര്യന്മാരേക്കാൾ ജീവിത സൗകര്യമുള്ള ദ്രാവിഡഗോത്രങ്ങൾ ദക്ഷിണേന്ത്യയിലുണ്ടായിരുന്നു. അവരെ നേരിട്ടുകൊണ്ടാണ് ആര്യബ്രാഹ്മണ കുടിയേറ്റം നടന്നത്. യാഗ ങ്ങളും ഹോമങ്ങളും ദൈവങ്ങളുമായാണ് അവർ ദക്ഷിണേന്ത്യയിലേക്ക് വന്നത്. ആര്യബ്രാഹ്മണ പുരോഹിതന്മാർ ഗോത്രത്തലവന്മാരുടെ ഉപ ദേശകരായും ആയുധപരിശീലകരായും പ്രവർത്തിച്ചു. അതോടൊപ്പം വ്യാപാരസംഘങ്ങളേയും അവർ നയിച്ചു. ഇതിലൂടെ ഗോത്രഭരണത്തല വന്മാരുൾപ്പെടെ ഭയഭക്തിബഹുമാനത്തോടെ പെരുമാറുന്ന ഒരു വിഭാഗ മായി ആര്യബ്രാഹ്മണർ മാറി. ഭൂമിയിൽനിന്നും ലഭിക്കുന്ന ആദായത്തിന്റെ ആറിലൊരു ഭാഗത്തിന്റെ അവകാശം അവർക്കുവേണ്ടി മാറ്റിവെക്കപ്പെട്ടു.

ഈശ്വരനെ ആരാധിക്കുന്ന ക്ഷേത്രങ്ങളും അനുഷ്ഠാനങ്ങളും ആചാ രങ്ങളുമെല്ലാം ആര്യബ്രാഹ്മണർ അവർക്ക് മേല്ക്കോയ്മയുള്ള രൂപത്തിൽ ക്രമപ്പെടുത്തി. അത് ലംഘിക്കുന്നവർക്ക് കടുത്ത ദൈവകോപമുണ്ടാ കുമെന്ന് പ്രചരിപ്പിക്കപ്പെട്ടു. ഗോത്രത്തിൽ മരുമക്കത്തായ സമ്പ്രദായമു ണ്ടാക്കി ഭൂസ്വത്ത് കൈകാര്യം ചെയ്തിരുന്ന ഗോത്രവിഭാഗങ്ങളുമായി വൈവാഹികബന്ധമുണ്ടാക്കി ആ വിഭാഗത്തെ കൂടെ ഉറപ്പിച്ചു നിർത്തി. ഗോത്രത്തിലെ സ്ത്രീയിൽ ബ്രാഹ്മണനു പിറക്കുന്ന മക്കൾക്ക് പിന്തു

ടർച്ചാവകാശം കൈവന്നു. അതതു ഗോത്രങ്ങളിലുണ്ടായിരുന്ന തനതായ കലയും അനുഷ്ഠാനങ്ങളും ബ്രാഹ്മണവല്ക്കരിച്ചു. അതുവഴി അവരുടെ ഒരു ലോകം സൃഷ്ടിച്ചു. അതിനൊത്ത സ്മൃതിയും ബ്രാഹ്മണങ്ങളുമുണ്ടാക്കി."

അഞ്ച്

അടിമവർഗ്ഗത്തിന്റെ മോചനത്തിനായി അനവരതം പോരാടിയ അനശ്വരരായ പോരാളികൾ ലോകത്തെങ്ങും ഉണ്ട്. അങ്ങനെയുള്ള ഒരു അനശ്വരപോരാളിയാണ് എ കെ ജി. നവഭാരതത്തിന്റെ സൂര്യോദയം കാണാൻ ഇതിഹാസതുല്യമായി പോരാടിയ ആ മഹാവിപ്ലവകാരിയെ ഇന്ത്യയിലെ പാവപ്പെട്ട ജനങ്ങൾ അവരുടെ പടത്തലവനായി ഹൃദയത്തിലേറ്റി.

നന്ദൻ രാവിലെ ട്യൂട്ടോറിയൽ കോളേജിലേക്ക് പോകാനിറങ്ങി വഴിയിലെത്തിയതേയുള്ളൂ. അപ്പോഴാണ് ഗോപി എതിരെ വന്നത്.

"നന്ദനെങ്ങോട്ടാണ്?"

"കോളേജിലേക്ക്."

"നാളെ എ കെ ജി മാരിപുരത്ത് വരുന്നുണ്ട്."

"അദ്ദേഹം അസുഖംമൂലം കിടപ്പിലാണെന്നല്ലേ കേട്ടത്?"

"പൊലീസും ഭരണക്കാരും ചേർന്ന് നാട്ടിൽ നരനായാട്ട് നടത്തുമ്പോൾ അദ്ദേഹത്തിന് അടങ്ങിയിരിക്കാൻ കഴിയുമോ? നാട്ടിൽ നടക്കുന്ന കാര്യങ്ങളെല്ലാം അദ്ദേഹത്തെ പലരും അറിയിക്കുന്നുണ്ട്. അടിയന്തരാവസ്ഥയുടെ മറവിൽ പൊലീസും ഗുണ്ടകളും ചേർന്ന് ചെറുമംഗലം ബീഡി കമ്പനിയിലെ തൊഴിലാളികളെ പീഡിപ്പിക്കുകയാണ്. കമ്പനി മാസങ്ങളായി അടഞ്ഞു കിടക്കുകയാണ്. തൊഴിലാളികൾ പട്ടിണിയിലാണ്."

"എന്താണ് ചെയ്ത കുറ്റം?"

"അടിയന്തരാവസ്ഥക്കെതിരായി തൊഴിലാളികൾ ജനങ്ങളെ ഇളക്കിവിടുന്നു എന്നാരോപിച്ച് അവരെ അറസ്റ്റ് ചെയ്യാൻ ബീഡിക്കമ്പനിയുടെ മുന്നിൽ ഇടിവണ്ടിയുമായി പൊലീസ് കാവൽ നില്ക്കുകയാണ്. ഇപ്പോഴവർ വീടുകളിൽ റെയ്ഡും തുടങ്ങിയിരിക്കുന്നു. ജോലി ചെയ്യാൻ കഴിയാതെ തൊഴിലാളികൾ ഒളിവിൽ കഴിയുകയാണ്. മാരിപുരം ബാങ്ക് അവർ പിടിച്ചെടുത്തിരിക്കുന്നു. പ്രസിഡന്റിനെയും പാർട്ടി നേതാക്കളായ ജീവനക്കാരെയും അറസ്റ്റ് ചെയ്തു ജയിലിലടച്ചിരിക്കുകയാണ്. എവിടെ നോക്കിയാലും അറസ്റ്റും അടിച്ചമർത്തലും. കഴിഞ്ഞ ദിവസം മാരിപുരത്തെ വായനശാലയ്ക്ക് അവർ തീവെച്ചു. ആയിരത്തിലേറെ പുസ്തകങ്ങൾ കത്തിച്ചാമ്പലായി. കച്ചിലത്തെരുവിലെ ലക്ഷ്മിയുടെ സ്വർണ്ണമാല പട്ടാപ്പകൽ കഴുത്തിൽനിന്നും പറിച്ചെടുത്തു. ഇന്നലെ സഖാവ് സി കെയുടെ വീടിനു മുന്നിലെ വൈക്കോൽക്കൂനയ്ക്ക് അവർ തീവെച്ചു. തീ ആളിപ്പടരുന്നത് കണ്ട് പുറത്തിറങ്ങിയ സി. കെയെ ഗുണ്ടകൾ കൊടുവാൾകൊണ്ട് വെട്ടി. അയാൾ ആശുപത്രിയിലാണ്. ചെറുമംഗലത്തെ ചിരു

കണ്ഠനെ വെട്ടിക്കൊന്നവരാണല്ലോ അവർ. അന്നവരുടെ ഒരു നേതാവ് പ്രസംഗിച്ചത് സഖാക്കളെ കൊന്നുവരുന്നവരെ പൂമാലയിട്ട് സ്വീകരിക്കു മെന്നായിരുന്നു. ഇന്നലെ അവർ വീട്ടിൽ വന്ന് ജാനകിയെയും ഭീഷണി പ്പെടുത്തി. ഇവരുടെ ഗുണ്ടായിസത്തെ ജനങ്ങളെ അണിനിരത്തി നേരി ടണം. അതിനാണ് എ കെ ജി വരുന്നത്. വൈകുന്നേരം നീ കോളേ ജിൽനിന്നും വന്നാൽ എല്ലാ വീടുകളും കയറി എ കെ ജി വരുന്ന വിവരം പറയണം."

"അതൊക്കെ ഞാൻ പറയാം. ഗോപിയേട്ടൻ സൂക്ഷിക്കണം."

"അവരെ പേടിച്ച് മാളത്തിലൊളിക്കാൻ പറ്റുമോ? വരുന്നേടത്തു വെച്ചു കാണാം."

വൈകുന്നേരം നന്ദൻ നേരത്തെ കോളേജിൽനിന്നും ഇറങ്ങി. വീടു കളിൽ കയറി എ കെ ജിയുടെ പരിപാടിയിൽ പങ്കെടുക്കാൻ ആളുകൾക്ക് വിവരം കൊടുത്തു. സന്ധ്യയായപ്പോൾ എൻ സിയുടെ വീട്ടിലെത്തി. ദേവ കിയമ്മയും സുഹാസിനിയും വരാന്തയിൽ തന്നെയുണ്ടായിരുന്നു.

"എന്താണ് നന്ദൻ ഈ സന്ധ്യക്ക്?"

ദേവകിയമ്മ ചോദിച്ചു.

"മാരിപുരത്ത് നാളെ എ കെ ജി വരുന്നുണ്ട്. ആ വിവരം വീടുക ളിൽ പറയാനിറങ്ങിയതാണ്."

"എല്ലായിടത്തും കുഴപ്പം നടക്കുമ്പോൾ നന്ദേട്ടൻ ഇങ്ങനെ ഒറ്റയ്ക്ക് നടക്കണോ? കൂടെ ആരെയെങ്കിലും കൂട്ടിക്കൂടെ?" സുഹാസിനി ചോദിച്ചു.

"ഇത് നമ്മുടെ നാടല്ലെ അങ്ങനെ പേടിച്ചു ജീവിക്കാനാവില്ല. എൻ സി ഇല്ലേ?"

"അച്ഛൻ മുകളിലുണ്ട് വിളിക്കണോ?"

"വേണ്ട ഞാൻ അങ്ങോട്ട് പോയ്ക്കോളാം."

നന്ദൻ ഏണിപ്പടി കയറി മുകളിലെത്തുമ്പോൾ എൻ സി ചാരുക സേരയിൽ ചെറിയ മയക്കത്തിലായിരുന്നു. നന്ദന്റെ കാൽപ്പെരുമാറ്റം കേട്ട എൻ സി കണ്ണ് തുറന്നു.

"എ കെ ജി വരുന്നുണ്ടല്ലേ. ഞാനറിഞ്ഞു. കച്ചിലത്തെരുവിൽ കണ്ട പ്പോൾ ഗോപി പറഞ്ഞു."

റാന്തൽ വിളക്കിന്റെ തിരി നീട്ടിക്കൊണ്ട് എൻ സി തുടർന്നു.

"എ കെ ജിയെ കണ്ടിട്ട് കുറച്ചു നാളായി. വളരെ അവശനാ ണന്നാണ് കേട്ടത്.

"അതിലത്ഭുതമുണ്ടോ. അത്തരത്തിലുള്ള മർദ്ദനങ്ങളല്ലേ അദ്ദേഹ ത്തിന് ഏല്ക്കേണ്ടിവന്നത്."

"എ കെ ജി പണ്ട് ഇവിടെയൊക്കെ വന്നിരുന്നോ?"

"അദ്ദേഹത്തിന്റെ പാദം പതിയാത്ത ഒരിടവും ഈ മലബാറിലെ വിടെയും ഉണ്ടാവില്ല. അദ്ദേഹം നയിച്ച എത്രയെത്ര ജാഥകൾ ഈ കച്ചി ലത്തെരുവിലൂടെ കടന്നുപോയിട്ടുണ്ട്. അന്നതിന്റെ കൂടെ ഞാനും നട ന്നിരുന്നു. ഒരു പ്രാവശ്യം ജാഥ നയിച്ചു പോകുമ്പോൾ എ കെ ജി കേര ളീയന്റെ ചെറുമംഗലത്തുള്ള വീട്ടിൽ കയറി. കേരളീയൻ അവിടെ ഉണ്ടാ

യിരുന്നില്ല. കേരളീയന്റെ സഹോദരൻ വീട്ടിലെ പ്രാരാബ്ധങ്ങൾ എ കെ ജിയോട് പറഞ്ഞു. ജാഥ കഴിഞ്ഞ് കുറച്ചുനാൾ കഴിഞ്ഞപ്പോൾ 20 രൂപയുടെ മണിഓർഡർ കേരളീയന്റെ അമ്മയുടെ പേരിൽ വന്നു. അത് അയച്ചത് എ കെ ജി ആയിരുന്നു. അത് പിന്നെയും തുടർന്നു. സ്വാതന്ത്ര്യം ലഭിക്കുമ്പോഴും എ കെ ജി ജയിലിലായിരുന്നു. 1947 ഒക്ടോബർ അവസാനമാണ് എ കെ ജിയെ വിട്ടയച്ചത്. 1948 ലെ കല്ക്കത്ത തീസിസിനെ തുടർന്ന് കമ്യൂണിസ്റ്റ് പാർട്ടിക്കെതിരായി കടുത്ത ആക്രമണമാരംഭിച്ചു. മുനയൻകുന്നിലും പാടിക്കുന്നിലും കോറോത്തും തില്ലങ്കേരിയിലും ഒഞ്ചിയത്തും നിരവധി കമ്യൂണിസ്റ്റുകാരെ കൊന്നൊടുക്കി.

ആ ഇരുണ്ട നാളുകൾക്ക് ശേഷം നായനാരോടൊപ്പം പയ്യന്നൂർ റെയിൽവേ സ്റ്റേഷനിൽ വന്നിറങ്ങിയ എ കെ ജിയെ സ്വീകരിക്കാൻ ആയിരങ്ങൾ എത്തിച്ചേർന്നിരുന്നു. മാവിച്ചേരി വയലിൽ ചേർന്ന പൊതുയോഗത്തിലെ പ്രസംഗത്തിന് മുൻപ് മച്ചാട്ട് വാസന്തിയുടെ ഹൃദയസ്പർശിയായ പാട്ടുണ്ടായിരുന്നു. വാസന്തിയെ മേശമേൽ കയറ്റി നിർത്തിയായിരുന്നു പാടിച്ചത്. കോൺഗ്രസുകാരും പൊലീസുകാരും ചേർന്ന് നടത്തിയ ക്രൂരതകളൊന്നൊന്നായി ആ പാട്ടിൽ വിവരിച്ചു. അത് കേട്ട് ആളുകൾ കരഞ്ഞുപോയി. എ കെ ജിയുടെ പ്രസംഗവും വാസന്തിയുടെ പാട്ടും ജനങ്ങളെയാകെ ഇളക്കി. ജനങ്ങൾ നിർഭയരായി പ്രതിഷേധ പരിപാടികളിൽ പങ്കെടുത്തു. എ കെ ജി എന്നും ജനങ്ങളുടെ ഒരു വികാരമായിരുന്നു. എവിടെയെല്ലാം ജനങ്ങൾ പീഡിപ്പിക്കപ്പെടുന്നുണ്ടോ അവിടെയെല്ലാം എ കെ ജി ഓടിയെത്തും. പിന്നെ അവിടെ നിരാഹാര സമരമായി. നാളെ ഇവിടെയും അദ്ദേഹത്തിന്റെ രോഷം തിളച്ചു പൊങ്ങുന്നത് കാണാം."

"എ കെ ജി ദീർഘകാലം എം പിയും പ്രതിപക്ഷ നേതാവുമായിരുന്നല്ലോ?"

"ആ പദവികളിലൊന്നും അഭിരമിക്കാൻ നിന്നയാളല്ല എ കെ ജി. പാർലമെന്റ് കഴിഞ്ഞാൽ ഉടനെ നാട്ടിലെത്തും. ജീപ്പിലായിരുന്നു സഞ്ചാരം. ഡ്രൈവർ മുഹമ്മദ് ഏത് പാതിരയ്ക്കും അദ്ദേഹത്തിന് വേണ്ടി ഓടും. എ കെ ജി ഏതെങ്കിലും ഭാഗത്തുകൂടി പോകുന്നതറിഞ്ഞാൽ ആ ഭാഗത്തുള്ളവർ അദ്ദേഹത്തെ കാണാനായി വഴിയിൽ കൂടി നില്ക്കും. ഒരിക്കൽ കച്ചിലത്തെരുവിലൂടെ എ കെ ജി പോകുന്നതറിഞ്ഞ് ആളുകൾ തെരുവിൽ കൂടി നിന്നു. ആളുകളെ കണ്ടപ്പോൾ എ കെ ജി വണ്ടി നിർത്തി. എന്തിനാണ് കൂടി നില്ക്കുന്നത് എന്ന് ചേദിച്ചു. എ കെ ജിയെ കാണാനാണ് എന്ന് പറഞ്ഞപ്പോൾ അദ്ദേഹം വണ്ടിയിൽ നിന്നിറങ്ങി അവരോട് സംസാരിച്ചു. ഇതാണ് എ കെ ജിയുടെ ശീലം. ഇങ്ങനെ വഴിയിൽ സംസാരിക്കാൻ നില്ക്കുന്നതുകൊണ്ട് പലപ്പോഴും മണിക്കൂറുകൾ കഴിഞ്ഞിട്ടാണ് നിശ്ചയിച്ച പരിപാടിക്കെത്തുക. അതിയേടം വായനശാല ഉദ്ഘാടനം വൈകുന്നേരം അഞ്ച് മണിക്കായിരുന്നു. എ കെ ജി എത്തിയത് രാത്രി 10 മണിക്കായിരുന്നു. അപ്പോഴും അദ്ദേഹത്തെ കാണാൻ ആളുകൾ കാത്തിരുന്നിരുന്നു. വിശക്കുമ്പോൾ വഴിയോരത്തുള്ള ചായക്കടയിൽ കയറി ചായ

കുടിക്കും, അതാണ് ഭക്ഷണം. ചില ദിവസങ്ങളിൽ പരിപാടി കഴിയുമ്പോൾ രാത്രി പന്ത്രണ്ട് മണി കഴിയും. കണ്ണൂർ ഡി സി ഓഫീസിലാണ് കിടത്തം. അവിടെ എത്തിയാലും അടുത്ത ദിവസത്തെ പരിപാടികളെക്കുറിച്ച് അവിടെയുള്ള നേതാക്കളുമായി കൂടിയാലോചിച്ച് ഉറങ്ങാൻ കിടക്കുമ്പോൾ ചില ദിവസങ്ങളിൽ രാത്രി രണ്ട് മണിയാകും. രാവിലെ ഓഫീസിനടുത്തുള്ള ബദരിയ ഹോട്ടലിൽ നിന്നാണ് പ്രാതൽ കഴിക്കുക."

"വീട്ടിൽ പോകാറില്ലേ?"

"വീട്ടിൽ അപൂർവ്വമായേ പോകൂ. മിക്കപ്പോഴും ഓഫീസിൽത്തന്നെയാണ് കിടത്തം. മരിച്ചുപോയ നമ്മുടെ ചന്തുക്കുട്ടി വൈദ്യരെ എ കെ ജിക്ക് വലിയ കാര്യമായിരുന്നു. ഇതുവഴി പോകുമ്പോൾ അദ്ദേഹത്തെ കാണാൻ കയറും"

"അവർ തമ്മിൽ അടുത്ത ബന്ധമുണ്ടാകാൻ പ്രത്യേകിച്ച് വല്ലതുമുണ്ടോ?"

"ചന്തുക്കുട്ടി വൈദ്യർ അന്ന് ഈ ജില്ലയിലെ അറിയപ്പെടുന്ന അസ്ഥിരോഗവൈദ്യനായിരുന്നു. അടികൊണ്ടും അപകടം പറ്റിയും ചികിത്സ തേടുന്നവരെ എ കെ ജി അന്ന് ചികിത്സക്കയച്ചിരുന്നത് ചന്തുക്കുട്ടി വൈദ്യരുടെ അടുത്തേക്കായിരുന്നു. വൈദ്യരുടെ ചികിത്സയിൽ അത്രയ്ക്ക് വിശ്വാസമായിരുന്നു എ കെ ജിക്ക്."

"വൈദ്യരുടെ മേന്മയെക്കുറിച്ച് എന്റെ വലിയമ്മാമൻ പറയുന്നത് ചെറുപ്പത്തിൽ ഞാൻ കേട്ടിരുന്നു. അവർ തമ്മിൽ നല്ല ബന്ധമായിരുന്നു. അദ്ദേഹവും ഒരു വൈദ്യനായിരുന്നു."

"ചന്തുക്കുട്ടി വൈദ്യരുടെ സിദ്ധിയെക്കുറിച്ച് അന്ന് നാട്ടിൽ പ്രചാരമുള്ള ഒരു കഥയുണ്ട്. അതിങ്ങനെയാണ്. അദ്ദേഹത്തിന്റെ ഭാര്യ കടിഞ്ഞിപ്പള്ളിയിലെ അവരുടെ വീട്ടിൽ പോയപ്പോൾ അവിടെയുള്ളവർ വെടിവച്ച് കിട്ടിയ പന്നിയുടെ ഇറച്ചി ഒരു ഇലയിൽ പൊതിഞ്ഞ് കൊടുത്തു. ഇവിടെയെത്തി പൊതിയഴിച്ച് നോക്കിയപ്പോൾ മുറിഞ്ഞ ഇറച്ചിയും എല്ലുകളുമെല്ലാം കൂടിച്ചേർന്നിരിക്കുന്നു. ആ ഇറച്ചി പൊതിഞ്ഞ ഇല ഏതാണെന്ന് വൈദ്യർ അന്വേഷിച്ചു കണ്ടെത്തി. അങ്ങിനെ കിട്ടിയ സിദ്ധിയാണ് വൈദ്യർക്ക് എന്നാണ് നാട്ടിൽ പ്രചരിക്കുന്ന കഥ. അറുപതു കഴിഞ്ഞപ്പോൾ അദ്ദേഹത്തെ ആദരിക്കുന്ന ചടങ്ങിൽ എ കെ ജിയും കെ പി ആറും പങ്കെടുക്കുകയുണ്ടായി."

"എഴുപതിൽ നടന്ന മിച്ചഭൂമി സമരത്തിൽ മുടവൻമുഗൾ കൊട്ടാരവളപ്പിൽ കൊടിയുമായി മുന്നിൽ നിന്ന് സമരം നയിച്ച എ കെ ജിയെക്കുറിച്ച് ഞാൻ വായിച്ചിട്ടുണ്ട്."

"ആ സമരത്തിന് മുമ്പ് ആലപ്പുഴയിലെ സമ്മേളനത്തിൽ എ കെ ജി നടത്തിയ സമരപ്രഖ്യാപനമുണ്ട്. അത് ചരിത്രപ്രസിദ്ധമായ പ്രഖ്യാപനമായിരുന്നു.

ഭൂപരിഷ്കരണബിൽ രാഷ്ട്രപതി ഒപ്പു വെച്ചാലും ഒപ്പു വെച്ചില്ലെങ്കിലും ആയിരത്തിത്തൊള്ളായിരത്തി എഴുപത് ജനുവരി ഒന്നു മുതൽ നിയമം നടപ്പായതായി ഞങ്ങൾ പ്രഖ്യാപിക്കുന്നു.

അതോടുകൂടി ജന്മ പ്രതിഫലം കൊടുത്തുകൊണ്ട് കർഷകൻ ഭൂമിയുടെ ഉടമയായി. മിച്ചഭൂമി പിടിച്ചെടുത്ത് ഭൂരഹിതർക്കായി വിതരണം ചെയ്തു. പത്ത് സെന്റ് കുടികിടപ്പവകാശം വളച്ചുകെട്ടി സ്ഥാപിച്ചു. അതുവരെ മണ്ണിൽ പണിയെടുക്കുന്ന അടിമകളായിരുന്ന മനുഷ്യർ മണ്ണിന്റെ ഉടമകളായി. അവരുടെ പറമ്പിലെ അനുഭവങ്ങൾ അനുഭവിക്കാനുള്ള അധികാരം കൈവന്നതോടെ അവരുടെ മക്കളെ അവർ പഠിപ്പിച്ചു. അങ്ങനെ തൊഴിലാളികളുടെയും കർഷകന്റെയും വീടുകളിൽ നിന്ന് അദ്ധ്യാപകരും സർക്കാരുദ്യോഗസ്ഥരുമെല്ലാം ഉണ്ടാകാൻ തുടങ്ങി."

എൻ സിയോട് യാത്ര പറഞ്ഞു നന്ദൻ ഏണിപ്പടിയിറങ്ങി. സുഹാസിനി പാനീസിന്റെ വെളിച്ചത്തിൽ വരാന്തയിലിരുന്ന് വായിക്കുകയാണ്. പുറത്ത് നല്ല ഇരുട്ടായിരുന്നു.

"ടോർച്ചില്ലേ നന്ദേട്ടാ?"

പുറത്തേക്കിറങ്ങുന്ന നന്ദനോട് സുഹാസിനി ചോദിച്ചു. "ഇത്ര വൈകും എന്നുകരുതിയില്ല. അതുകൊണ്ട് ടോർച്ച് എടുത്തില്ല. സാരമില്ല ഞാൻ സ്ഥിരം പോകുന്ന വഴിയല്ലേ."

"ഇരുട്ടത്ത് പോകേണ്ട. ഞാനോരു ഓലച്ചൂട്ട് കെട്ടിത്തരാം."

സുഹാസിനി അടുക്കളയിലേക്ക് പോയി ഓലച്ചൂട്ട് കെട്ടി അത് കത്തിച്ച് നന്ദനെ ഏല്പിച്ചു. സുഹാസിനി കൊടുത്ത ചൂട്ടുവെട്ടത്തിൽ നന്ദൻ ചിപ്പിക്കുന്നിറങ്ങി.

എ കെ ജി മാരിപുരത്തെത്തുമ്പോഴേക്കും പല ഭാഗങ്ങളിൽ നിന്നായി ജനം തടിച്ചുകൂടി. വളരെ അവശനായിരുന്നു അദ്ദേഹം. ഇടിവണ്ടിയുമായി പൊലീസ് ദൂരെ നില്ക്കുന്നുണ്ട്. എ കെ ജി പ്രസംഗമാരംഭിച്ചു.

"പൊലീസും ഗുണ്ടകളും ചേർന്ന് നാടെമ്പാടും ജനങ്ങളെ ആക്രമിക്കുകയാണ്. നിങ്ങളതിനെ ചെറുക്കണം. രാത്രിയിൽ വാതിൽ ചവുട്ടിപ്പൊളിച്ച് വീട്ടിൽ കയറുന്ന ഗുണ്ടകളെ നേരിടാൻ പെണ്ണുങ്ങൾ പറങ്കിപ്പാടി തയ്യാറാക്കിവെക്കണം. നിങ്ങളുടെ കഴുത്തിലെ മാല വരെ പൊട്ടിക്കുന്ന ഈ തെമ്മാടികളെ കൊടുവാൾകൊണ്ട് നേരിടണം."

എ കെ ജി അവശതയിലും അരിശത്തോടെ സംസാരം തുടർന്നു.

"അങ്ങ് ചെറുമംഗലത്ത് ബീഡിക്കമ്പനിയുടെ മുന്നിൽ പൊലീസ് ഇടിവണ്ടിയുമായി കാവൽനില്ക്കുകയാണ്. പണിക്ക് വരുന്ന തൊഴിലാളികളെ പിടിക്കാൻ. പണിയെടുത്തു ജീവിക്കാൻ കഴിയാതെ പട്ടിണിയിലാണവർ. ഞാനവിടെ എത്തുമ്പോഴേക്കും പൊലീസിനെ മാറ്റിയില്ലെങ്കിൽ ഞാനവിടെ നിരാഹാരമാരംഭിക്കും."

എ കെ ജി പൊലീസുകാരുടെ നേരെ തിരിഞ്ഞ് പറഞ്ഞു.

മാരിപുരത്ത് നിന്ന് എ കെ ജി ചെറുമംഗലത്തെത്തുമ്പോഴേക്കും പൊലീസ് കമ്പനിയുടെ മുന്നിൽനിന്നും സ്ഥലം വിട്ടിരുന്നു.

ആറ്

അഗാധപണ്ഡിതന്മാരും അസാമാന്യ വ്യക്തിത്വങ്ങളുമായവർ സവർണ്ണ രക്തത്തിൽ പിറന്നവരാണ് എന്നും അതുകൊണ്ടാണ് അവർക്ക് അങ്ങനെ ആകാൻ കഴിഞ്ഞതെന്നും ചരിത്രത്തെ സവർണ്ണവല്ക്കരിക്കാൻ ശ്രമിച്ചവർ എപ്പോഴും പ്രചരിപ്പിച്ചിരുന്നു. വില്ലാളി വീരനായ കർണ്ണനെ സൂതപുത്രനെന്ന് പറഞ്ഞ് ആക്ഷേപിച്ച് അങ്കത്തട്ടിൽനിന്ന് ഇറക്കിവിട്ടു. ആ സൂതപുത്രൻ സൂര്യപുത്രനായതുകൊണ്ടാണ് വില്ലാളിവീരനായത് എന്നും ഇതിഹാസത്തിൽ നമ്മൾവായിച്ചു. സവർണ്ണ ജാത്യാചാരത്തിന് എതിരെ ആദ്യം ശബ്ദമുയർത്തിയത് പൊലപ്പൊട്ടനായിരുന്നു. സത്യംപറഞ്ഞപ്പോൾ പൊട്ടനായി. ആ പൊലപ്പൊട്ടൻ ശിവന്റെ അവതാരമായി. കാരിഗുരുക്കൾക്ക് കളരിയിൽ ചേരാൻ ചേണിച്ചേരിതമ്പുരാന്റെ മകനാണെന്ന് പറയേണ്ടിവന്നു. ദേശീയ പ്രസ്ഥാനത്തിലെ ആദ്യകാല നേതാക്കൾ സവർണ്ണ ജാതിയിൽപ്പെട്ടവർ ആണെങ്കിലും അവർ ഉല്പതിഷ്ണുക്കൾ ആയിരുന്നു. അവർ അടിമത്തം പേറുന്ന തൊഴിലാളികളെയും കൃഷിക്കാരെയും സംഘടിപ്പിക്കാൻ തുടങ്ങിയപ്പോൾ അവർക്കിടയിൽനിന്ന് ഉശിരന്മാരായ നേതാക്കൾ ഉയർന്നുവന്നു. കുടിയാനും കൂലിപ്പണിക്കാരുമായി നടന്നവരുടെ ഇടയിൽ നിന്ന് നാടിനെ നയിക്കുന്ന നേതാക്കൾ ഉയർന്നുവന്നപ്പോൾ നാട്ടിലെ പ്രമാണിമാർക്ക് അത് ഉൾക്കൊള്ളാൻ കഴിഞ്ഞില്ല അവരെ നശിപ്പിക്കാൻ ആ പ്രമാണിമാർ ആകാവുന്നതെല്ലാം ചെയ്തു.

രാത്രി ഊണ് കഴിച്ച ശേഷം മണ്ണെണ്ണ വിളക്കിന്റെ വെട്ടത്തിൽ പുസ്തകം വായിക്കുകയായിരുന്നു നന്ദൻ. പുറത്തുനിന്ന് ആരോ വിളിക്കുന്നതായി അമ്മ വന്നു പറഞ്ഞു. അടിയന്തരാവസ്ഥയായതുകൊണ്ട് പെട്ടെന്ന് വാതിൽ തുറന്നില്ല. ജനലിലൂടെ പുറത്തേക്ക് നോക്കി.

“ആരാണ്?” നന്ദൻ ചോദിച്ചു.

“ചെറുമംഗലത്തെ കുഞ്ഞിക്കണ്ണനാണ്.”

നന്ദൻ വാതിൽ തുറന്ന് പുറത്തിറങ്ങി.

“എന്താണ് ഈ രാത്രിയിൽ?”

“ചെറുമംഗലത്തെ കുഞ്ഞിരാമൻ സഖാവിനെ ഗുണ്ടകൾ അടിച്ച് കൊല്ലാറാക്കിയ ശേഷം പൊലീസുകാർ അറസ്റ്റ് ചെയ്തുകൊണ്ടുപോയി. അയാളുടെ ജീവൻ രക്ഷിക്കാൻ എന്തെങ്കിലും ചെയ്യണം.”

“നമുക്ക് ഗോപിയേട്ടനെ കാണാം. എന്തെങ്കിലും പോംവഴി ഉണ്ടാക്കാം.”

നന്ദൻ ഒരു ഷർട്ടെടുത്തിട്ട് കുഞ്ഞിക്കണ്ണന്റെ കൂടെ ഇറങ്ങി.

“സൂക്ഷിച്ച് പോകണം.” ഭാനുമതിയമ്മ പറഞ്ഞു.

“അമ്മ വാതിലടച്ച് കിടന്നോളൂ. ഞാൻ വേഗത്തിൽ വരാം.”

അവർ രണ്ടുപേരും ഗോപിയുടെ വീട്ടിലേക്ക് പോയി. ഗോപി ഉറങ്ങിയിരുന്നില്ല. കാര്യങ്ങൾ അദ്ദേഹത്തോട് പറഞ്ഞു. കേട്ട ഉടനെ ഗോപി അവരുടെ കൂടെയിറങ്ങി. രാത്രി ചിപ്പിക്കുന്നിലെ ഊടുവഴിയിലൂടെ ചെറുമംഗലത്തെ കുഞ്ഞിരാമൻ സഖാവിന്റെ വീട്ടിലെത്തുമ്പോൾ ചുറ്റുപാ

ടുമുള്ള വീട്ടുകാർ മുറ്റത്തും പറമ്പിലുമായി കൂട്ടംകൂടി നില്ക്കുന്നുണ്ട്. ആ കൂട്ടത്തിൽ നിന്ന് കുഞ്ഞിരാമൻ സഖാവിന്റെ അടുത്ത വീട്ടുകാരനായ കോരൻ മുന്നോട്ടുവന്നു.

"കൊണ്ടുപോകുമ്പോൾ ബോധമുണ്ടായിരുന്നില്ല. ഗുണ്ടകൾ അടിച്ച് ജീവച്ഛവമാക്കിയിരുന്നു." കോരൻ പറഞ്ഞു.

"നിങ്ങൾക്കവരെ എറിഞ്ഞ് ഓടിക്കാമായിരുന്നില്ലേ?"

ഗോപി ചോദിച്ചു.

"ഇപ്പോഴാണ് ആളുകളെത്തിയത്. കുഞ്ഞിരാമൻ സഖാവ് വന്നു കയറി കുളിച്ച് ചോറുണ്ട് കിടന്നതേയുള്ളൂ. അപ്പോഴാണ് അക്രമിസംഘമെത്തിയത്. ഒരു കൂട്ടർ വാതിൽ പൊളിച്ച് അകത്ത് കയറി കുഞ്ഞിരാമനെ ചവിട്ടിയിട്ട് അടിക്കുമ്പോൾ മറ്റൊരു കൂട്ടർ പറമ്പിലെ വാഴയും കവുങ്ങും എല്ലാം വെട്ടി നശിപ്പിക്കുകയായിരുന്നു. നാണിയുടെയും കുട്ടികളുടെയും കരച്ചിൽ കേട്ട് ഞാൻ ഓടി വരുമ്പോൾ കൈയിൽ കൊടുവാളും പിടിച്ച് അവർ എന്റെ നേരെ വന്നു. പിന്നെ ഒന്നും നോക്കിയില്ല. വീട്ടിൽ പോയി കൊലക്കത്തിയെടുത്ത് ഞാൻ വന്നു. എന്നെ തൊട്ടാൽ ഒന്നിനെ ഞാൻ കൊല്ലും. എന്നിട്ടേ ഞാൻ മരിക്കൂ എന്ന് അലറിപ്പറഞ്ഞപ്പോൾ അവർ പതുക്കെ പിന്മാറാൻ തുടങ്ങി. അപ്പോഴാണ് ഇടിവണ്ടിയിൽ പൊലീസുകാരെത്തിയത്. അവർ കുഞ്ഞിരാമനെ പൊക്കിയെടുത്ത് ഇടിവണ്ടിയിലിട്ടു. എനിക്ക് നോക്കിനില്ക്കാനേ കഴിഞ്ഞുള്ളൂ. അതിനു ശേഷമാണ് ആളുകളെത്തിയത്."

കോരൻ അപ്പോഴത്തെ അവസ്ഥ അവരോട് പറഞ്ഞു.

നന്ദനും ഗോപിയും അകത്തേക്ക് കയറി. കുഞ്ഞിരാമൻ സഖാവിന്റെ ഭാര്യ മുറിയിലിരുന്ന് കരയുകയാണ്. അവരുടെ രണ്ട് ഭാഗങ്ങളിലായി മക്കൾ രണ്ടുപേരും.

"ചോറ് കഴിച്ചിരുന്നോ?"

"കഴിച്ച് കിടന്നതേയുള്ളൂ. വാതിൽ ചവിട്ടിപ്പൊളിക്കുകയായിരുന്നു. കയറിയ ഉടനെ കുഞ്ഞിരാമേട്ടനെ ചവിട്ടിയിട്ടു. തടയാൻ ശ്രമിച്ച എന്നെ കഴുത്തിന് പിടിച്ച് തള്ളി."

"സാരമില്ല, നമ്മളെല്ലാമുണ്ട്. പേടിക്കേണ്ട."

ഗോപി അവരെ ആശ്വസിപ്പിച്ചു.

"എന്താണുണ്ടായത് കുഞ്ഞിക്കണ്ണാ?"

"കുറത്തിപ്പറമ്പിലെ യോഗം കഴിഞ്ഞ് ഞാനും കുഞ്ഞിരാമേട്ടനും ഒരുമിച്ചാണ് വന്നത്. ചെങ്കൽ തൊഴിലാളികളുടെ യോഗം കഴിയുമ്പോൾ രാത്രിയായി. റോഡ് വഴി വരുന്നത് സുരക്ഷിതമല്ല എന്ന് പറഞ്ഞ് ഞങ്ങൾ കുത്തൂർ കുന്നിലൂടെ നടന്ന് പെരുവയൽ വഴിയാണ് വന്നത്. കുഞ്ഞിരാമേട്ടനെ വീട്ടിലാക്കിയ ശേഷമാണ് ഞാൻ വീട്ടിലേക്ക് പോയത്. ബഹളം കേട്ട് ഞാൻ എത്തുമ്പോഴേക്കും പൊലീസുകാർ കുഞ്ഞിരാമേട്ടനെ കൊണ്ടുപോയിരുന്നു. ഗുണ്ടകളെ ഭയന്ന് ചിപ്പിക്കുന്ന് കയറിയാണ് ഞാൻ കച്ചിലത്തെരുവിലെത്തിയത്."

കുഞ്ഞിക്കണ്ണൻ തനിക്കറിയാവുന്നതെല്ലാം പറഞ്ഞു.

"അക്രമികളുടെ അടികൊണ്ട് ഒതുങ്ങിക്കഴിഞ്ഞാൽ അവരത് തുടർന്നുകൊണ്ടേയിരിക്കും. അതിനെ ചെറുക്കണം. അതിന് കുഞ്ഞിക്കണ്ണനെപ്പോലുള്ള ചെറുപ്പക്കാർ മുന്നോട്ടുവരണം."

കൂടിനിന്നവരോട് ഗോപി പറഞ്ഞു.

"സഖാവ് പറഞ്ഞോളൂ ഞാൻ തയ്യാറാണ്."

"നന്ദാ, ഇവിടെ യൂത്തിന്റെ ഒരു യൂണിറ്റ് രൂപീകരിക്കണം. നീ അതിൽ പങ്കെടുക്കണം."

ഗോപി പറഞ്ഞപ്പോൾ നന്ദൻ അത് സമ്മതിച്ചു. "അതിനുള്ള ഏർപ്പാട് ഞാൻ ചെയ്യാം." കൂട്ടത്തിൽ അമ്പതു വയസ്സ് പ്രായമുള്ള കൃഷ്ണൻ നായർ പറഞ്ഞു. അതെല്ലാവരും അംഗീകരിച്ചു. നന്ദനും ഗോപിയും ചിപ്പിക്കുന്ന് കയറി.

രാവിലെ നന്ദനും ഗോപിയും കുഞ്ഞിരാമൻ സഖാവിനെ കാണാൻ സ്റ്റേഷനിലേക്ക് പോയി. ലോക്കപ്പിൽ കിടക്കുന്ന സഖാവിനെ കാണാൻ ഡ്യൂട്ടിയിലുണ്ടായിരുന്ന പൊലീസുകാരനോട് അനുവാദം ചോദിച്ചു. ഗോപിക്ക് പരിചയമുള്ള പൊലീസുകാരനായിരുന്നു അയാൾ. കാണാൻ അനുവാദം കൊടുത്തു. ലോക്കപ്പിന്റെ ഒരു മൂലയിൽ അടിവസ്ത്രം മാത്രം ധരിച്ച് കുഞ്ഞിരാമൻ സഖാവ് ഇരിക്കുകയായിരുന്നു. ഗോപിയേയും നന്ദനേയും കണ്ട് എഴുന്നേറ്റ് അഴിക്കടുത്തേക്ക് വന്നു.

"പൊലീസുകാർ തല്ലിയോ?"

ഗോപി ചോദിച്ചു.

"വണ്ടിയിൽനിന്ന് അടിച്ചില്ല. ഗുണ്ടകളുടെ അടികൊണ്ട് അർദ്ധബോധാവസ്ഥയിലായിരുന്നു ഞാൻ. സ്റ്റേഷനിലെത്തുമ്പോൾ അല്പം ബോധം തെളിഞ്ഞിരുന്നു, പൊലീസ് സ്റ്റേഷനിൽ ഇടിവണ്ടിയും കാത്ത് സി ഐ നില്ക്കുന്നുണ്ടായിരുന്നു. വേച്ച് വേച്ച് നടന്ന് ഞാൻ വരാന്തയിലെത്തിയപ്പോൾ ചെകിടത്തൊരടി. എന്റെ കണ്ണിൽ നിന്നും പൊന്നീച്ച പാറി.

നീയൊക്കെ അടിയന്തരാവസ്ഥക്കെതിരെ ഉലത്തും അല്ലേടാ. നമ്മളെ മിനക്കെടുത്താൻ നടക്കുന്ന പരിഷകള്. നീയൊക്കെ അഴിക്കുള്ളിൽ കിടന്നാൽ മതി. ഭാര്യയുടെ കാര്യം നോക്കാൻ ആണുങ്ങള് വേറെയുണ്ടാകും. ഇവനെ ലോക്കപ്പിലിട്ട് പൂട്ട്.

സർക്കിൾ പൊലീസുകാർക്ക് നിർദ്ദേശം നല്കി. അടിവസ്ത്രം മാത്രം നിർത്തി ബാക്കി ഉടുത്ത വസ്ത്രമെല്ലാം അഴിച്ചു വാങ്ങിയ ശേഷം എന്നെ ലോക്കപ്പിലേക്ക് തള്ളി ലോക്കപ്പുപൂട്ടി.

മുറിയിൽനിന്നും മൂത്രഗന്ധം മൂക്കിലേക്കടിച്ചു കയറി. ചുറ്റും നോക്കിയപ്പോൾ ഒരു മൂലയിൽ മൺചട്ടിയിൽ മൂത്രം. പുലരുന്നതുവരെ എനിക്ക് ഉറങ്ങാൻ കഴിഞ്ഞില്ല. അടിവസ്ത്രം മാത്രം ധരിച്ച് തണുപ്പ് സഹിച്ച് ലോക്കപ്പിൽ കുത്തിയിരിക്കുകയാണ് ഇതുവരെയും. രാവിലെ ഒരു പൊലീസുകാരൻ ചായവരുത്തിച്ച് തന്നു. ഇപ്പോൾ കോടതിയിലേക്ക് കൊണ്ടുപോകുമെന്നാണ് ഒരു പൊലീസുകാരൻ പറഞ്ഞത്."

"റിമാന്റ് ചെയ്യും സെൻട്രൽ ജയിലിലേക്കായിരിക്കും കൊണ്ടുപോവുക. അവിടെ നമ്മുടെ ആളുകളുണ്ട്. പേടിക്കാനൊന്നുമില്ല."

ഗോപി കുഞ്ഞിരാമൻ സഖാവിനെ ആശ്വസിപ്പിച്ചു.

അവർ സംസാരിച്ചുകൊണ്ടിരിക്കുമ്പോൾ ഒരു പൊലീസുകാരൻ വന്ന് ലോക്കപ്പ് തുറന്നു. കോടതിയിലേക്ക് പോകാൻ ഇറങ്ങാൻ പറഞ്ഞു. ലോക്കപ്പിൽ നിന്നിറങ്ങി അഴിച്ചുവെച്ച വസ്ത്രം ധരിച്ച് കുഞ്ഞിരാമൻ സഖാവ് പൊലീസുകാരോടൊപ്പം വണ്ടിയിൽ കയറി. ആ വണ്ടി കോടതിയിലേക്ക് ഓടിച്ചുപോയി.

"എന്താണ് കുഞ്ഞിരാമൻ സഖാവ് ചെയ്ത കുറ്റം?"

സ്റ്റേഷനിൽ നിന്ന് മടങ്ങുമ്പോൾ നന്ദൻ ഗോപിയോട് ചോദിച്ചു.

"രാഷ്ട്രീയ പ്രവർത്തനവും തൊഴിലാളികളെ സംഘടിപ്പിക്കലുമല്ലാതെ മറ്റ് എന്തെങ്കിലും കുറ്റം ചെയ്തതായി എനിക്കറിവില്ല."

കുട്ടിക്കാലം മുതൽ കൂലിപ്പണിയെടുത്ത് ജീവിച്ചാണ് കുഞ്ഞിരാമൻ രാഷ്ട്രീയ ജീവിതത്തിലേക്ക് വന്നത്. പ്രാഥമിക വിദ്യാഭ്യാസം നേടാനേ കഴിഞ്ഞുള്ളു. നെയ്ത്തുശാലയിൽ പണിയെടുക്കുമ്പോഴാണ് യൂണിയനുമായി ബന്ധപ്പെടുന്നത്. നെയ്ത്തുശാലയിൽ പത്രം വരുത്തുകയും അതു വായിച്ച് ചർച്ച നടത്തുകയും പതിവുണ്ടായിരുന്നു. അതിലൂടെയാണ് കുഞ്ഞിരാമന്റെ രാഷ്ട്രീയ ബോധം വളർന്നത്. തൊഴിലാളികളുടെ അവകാശങ്ങളെക്കുറിച്ച് നന്നായി സംസാരിക്കുകയും അവരുടെ പ്രശ്നങ്ങളിൽ മുന്നിൽ നില്ക്കാനും തുടങ്ങിയതോടെ കുഞ്ഞിരാമൻ തൊഴിലാളികളുടെ പ്രിയങ്കരനായ നേതാവായി. നാട്ടിൻപുറത്തെ സാധാരണ തൊഴിലാളികളുടെയും കൃഷിക്കാരുടെയും കുടുംബ പ്രശ്നങ്ങൾ ഉൾപ്പെടെ പരിഹരിക്കാൻ അവർ കുഞ്ഞിരാമനെ സമീപിക്കും. കൃത്യമായ ന്യായം കണ്ട് പ്രശ്നത്തിന് പരിഹാരം കാണാനുള്ള കുഞ്ഞിരാമന്റെ മിടുക്ക് ജനങ്ങളിൽ മതിപ്പുളവാക്കി. ക്രമേണ കുഞ്ഞിരാമൻ ചെറുമംഗലത്തെ ജനങ്ങളുടെ നേതാവായി. അടിയന്തരാവസ്ഥയുടെ മറവിൽ ചെങ്കൽ തൊഴിലാളികൾക്ക് ന്യായമായ കൂലിയും മറ്റ് ആനുകൂല്യങ്ങളും നിഷേധിക്കാൻ മുതലാളിമാർ തീരുമാനിച്ചപ്പോൾ കുഞ്ഞിരാമൻ സമരം പ്രഖ്യാപിച്ചു. ഒടുവിൽ അവർ ഒത്തുതീർപ്പിന് നിർബ്ബന്ധിക്കപ്പെട്ടു. അവരെല്ലാം ചേർന്ന് നടത്തിയ ഗൂഢാലോചനയാണ് കുഞ്ഞിരാമന്റെ നേർക്കുണ്ടായ ഈ ഗുണ്ടാ ആക്രമണവും അറസ്റ്റും.

ചെങ്കൽ മുതലാളിമാരിൽ പ്രമുഖൻ അനന്തഷേണായിയാണ്. അനന്തഷേണായി ചെറുമംഗലത്തെ അറിയപ്പെടുന്ന കോൺഗ്രസ് നേതാവാണ്. എപ്പോഴും ഖദറാണ് വേഷം. തടിച്ച് കുംഭക്കുടലുള്ള ഷേണായിക്ക് ആറടി പൊക്കമുണ്ട്. നാല്പത്തെട്ടിൽ കമ്യൂണിസ്റ്റുകാരെ അടിച്ചമർത്താൻ കുറുവടിപ്പടയുണ്ടാക്കിയപ്പോൾ അതിന്റെ ചെറുമംഗലത്തെ നേതാവ് ഷേണായിയായിരുന്നു. അന്ന് അടുത്ത ഗ്രാമത്തിലുള്ള കുടുംബ വീടുകളിലേക്ക് പോകണമെങ്കിൽ ഷേണായിയുടെ കത്ത് വേണമായിരുന്നു. ഇല്ലെങ്കിൽ കുറുവടിപ്പടയുടെ അടി ഉറപ്പ്.

ആ കാലം മാറിയപ്പോൾ ഷേണായി ചെങ്കൽ വ്യാപാരത്തിലേക്ക് തിരിഞ്ഞു. വിശാലമായ കുറത്തിപ്പറമ്പ് ചിറയ്ക്കൽ കോവിലകം വകയായിരുന്നു. നോക്കെത്താദൂരത്തോളം പരന്നുകിടക്കുന്ന പുൽപ്പറമ്പ്. വീടു

മേയാനുള്ള പുല്ലിനായി നാടിന്റെ നാനാഭാഗങ്ങളിൽനിന്നും ആളുകൾ കുറത്തിപ്പറമ്പിൽ എത്തുമായിരുന്നു. നൂറുകണക്കിന് കന്നുകാലികൾ ഇളകി മേയുന്ന കുറത്തിപ്പറമ്പിൽ നല്ല ചെങ്കല്ല് ഉണ്ടെന്ന് മനസ്സിലാക്കിയ ഷേണായി കോവിലകത്തെ കാര്യസ്ഥനെ സ്വാധീനിച്ച് കല്ലു കൊത്താനുള്ള സ്ഥലം പാട്ടത്തിനെടുത്തു. ആയിരത്തിത്തൊള്ളായിരത്തി അറുപതുകളിൽ കല്ലുകൊണ്ടുള്ള വീടുകളുടെ നിർമ്മാണം കൂടി. എഴുപതുകളിൽ ഗൾഫ് പണം വരാൻ തുടങ്ങിയതോടെ ചെങ്കല്ലിന്റെ ആവശ്യകത വർദ്ധിച്ചു. മണ്ണ് കുഴച്ച് കട്ട മുറിച്ച് അതുകൊണ്ട് ചുമരുകെട്ടി ഓലയും പുല്ലും കൊണ്ട് മേല്ക്കൂര പണിയുന്ന നിർമ്മാണ രീതിയായിരുന്നു അതുവരെയുണ്ടായിരുന്നത്. ഇപ്പോൾ കല്ലിന്റെ ചുമരും ഓടും മരവും ഉപയോഗിച്ചുള്ള മേല്ക്കൂരയും വ്യാപകമായി. നാട്ടുകാരായ പരമ്പരാഗത കല്ല് കൊത്തുകാരെ വെച്ചാണ് ഷേണായി ആദ്യം പണിയെടുപ്പിച്ചത്. ആ കല്ല് കാളവണ്ടിയിൽ കൊണ്ടുപോയി വിറ്റു. കല്ലിന് ഡിമാന്റ് കൂടിയപ്പോൾ കുറത്തിപ്പറമ്പിൽ ആദ്യമായി ഷേണായിയുടെ ലോറിയെത്തി. അനന്ത ഷേണായി ചെറുമംഗലത്തെ അനിഷേദ്ധ്യ മുതലാളിയായി. തൊഴിൽ സാദ്ധ്യതയറിഞ്ഞ് തെക്കൻ തിരുവിതാംകൂറിൽനിന്നും നിരവധി തൊഴിലാളികൾ കുറത്തിപ്പറമ്പിലെത്തി. അവരെല്ലാം ഷേണായിയുടെ പണകളിൽ പണിയെടുത്തു. ഷേണായിയെ പിന്തുടർന്ന് കൊച്ചു പണക്കാരായ കുറച്ചുപേർ ഈ വ്യവസായത്തിലേക്ക് കടന്നുവന്നു. അതോടെ കുറത്തിപ്പറമ്പ് ചെങ്കൽ വ്യാപാരത്തിന്റെ ഒരു പ്രധാന കേന്ദ്രമായി. ആയിരത്തോളം തൊഴിലാളികൾ ഒരു ഡസനോളം മുതലാളിമാർ. തെക്കൻ ജില്ലകളിൽ നിന്ന് വന്ന തൊഴിലാളികളിൽ പലരും ചെറുമംഗലകത്തെ കുടുംബങ്ങളിൽ വിവാഹം കഴിച്ചു ചെറുമംഗലത്തെ സ്ഥിരവാസികളായി. തൊഴിലാളികളെ സംഘടിപ്പിക്കാൻ നിയോഗിച്ചത് കുഞ്ഞിരാമനെയായിരുന്നു. വളരെ വേഗം കുഞ്ഞിരാമൻ അവരുടെ പ്രിയങ്കരനായ നേതാവായി മാറി. ഇത് ഷേണായിക്ക് സഹിച്ചില്ല. അടിയന്തരത്തിന്റെ അനുകൂല സാഹചര്യം വന്നപ്പോൾ ഷേണായി പഴയ കുറുവടിപ്പടയെ വീണ്ടും ഒരുക്കിയിരിക്കുന്നു.

“നീ ഇന്നു തന്നെ ചെറുമംഗലത്ത് യൂത്തിന്റെ കമ്മിറ്റി രൂപീകരിക്കാൻ പോകണം. നേരത്തെ പോയി കൃഷ്ണൻ നായരെ കാണണം.” ഗോപി പറഞ്ഞു.

ഗോപി പറഞ്ഞതനുസരിച്ച് യൂത്ത് സംഘടന രൂപീകരിക്കാൻ ചെറുമംഗലം അംശക്കച്ചേരിപ്പറമ്പിൽ നന്ദൻ എത്തുമ്പോൾ വൈകുന്നേരം അഞ്ചുമണി കഴിഞ്ഞിരുന്നു. ചെറുമംഗലത്തിന്റെ ഭരണ സിരാകേന്ദ്രമാണ് അംശക്കച്ചേരി. പാഴിയിൽ നിന്ന് പയ്യന്നൂരിലേക്കുള്ള പ്രധാന പാതയുടെ പടിഞ്ഞാറ് ഭാഗത്താണ് അംശക്കച്ചേരിപ്പറമ്പ്. അതിൽ നൂറ്റാണ്ടിലേറെ പഴക്കമുള്ള പൈലിമരം പടർന്ന് പന്തലിച്ച് നില്ക്കുന്നു. പറമ്പിന്റെ പടിഞ്ഞാറ് ഭാഗത്ത് രണ്ട് മുറിയും വരാന്തയുമുള്ള ഒരു ഓടിട്ട കെട്ടിടം അതാണ് അംശക്കച്ചേരി. കച്ചേരിയുടെ വരാന്തയിലും പൈലി മരത്തിന്റെ ചുവട്ടിലുമായി കുറച്ച് ചെറുപ്പക്കാരെ കണ്ടു. അംശക്കച്ചേരിയുടെ വരാന്തയിൽനിന്നും കൃഷ്ണൻ നായർ പുറത്തേക്കിറങ്ങി നന്ദന്റ അടുത്തേക്ക്

വന്നു.

"നന്ദൻ നേരത്തെ എത്തി അല്ലേ. കുറച്ച് ആളുകൾ കൂടി വരാനുണ്ട് എന്നിട്ട് യോഗം തുടങ്ങാം. പകൽ വെളിച്ചത്തിൽ യോഗം ചേരുന്നത് ആരെങ്കിലും പൊലീസിനെ അറിയിച്ചാൽ അപകടമാണ്. അതിനിടയിൽ നമുക്കൊരു ചായ കുടിക്കാം."

കൃഷ്ണൻ നായർ പറഞ്ഞു.

"കോളേജിലെ ക്ലാസ് കഴിഞ്ഞപ്പോൾ ആനന്ദ കൃഷ്ണ ബസ് കിട്ടി. അതുകൊണ്ടാണ് നേരത്തെ എത്തിയത്. എവിടെയാണ് യോഗം ചേരുന്നത്?"

"നമുക്ക് കച്ചേരിയുടെ വരാന്തയിലിരിക്കാം."

കൃഷ്ണൻ നായർ പറഞ്ഞു.

കൃഷ്ണൻ നായർ നന്ദനെയും കൂട്ടി കച്ചേരിപ്പറമ്പിന്റെ വടക്ക് കിഴക്കേ മൂലയിലുള്ള ചായക്കടയിലേക്ക് നടന്നു. ഒരു ചെറിയ ചായക്കട. ആകെ നാല് ഗ്ലാസേയുള്ളൂ. പഴക്കം കൊണ്ട് കറുപ്പ് ബാധിച്ച ചായമേശയിൽ അവ കമിഴ്ത്തി വെച്ചിട്ടുണ്ട്.

"രാമൻ നായരേ, രണ്ട് ചായ വേണം."

കൃഷ്ണൻ നായർ ചായയ്ക്ക് ഓർഡർ കൊടുത്തു. ഇരിക്കാൻ ആകെയുണ്ടായിരുന്നത് ഒരു ബെഞ്ചായിരുന്നു. അതിൽ രണ്ടുപേരും ഇരുന്നു.

"എന്തെങ്കിലും കടിയുണ്ടോ?"

"ബന്നുണ്ട്."

"എന്നാൽ അതെടുക്ക്."

ഒരു ബിസ്കറ്റ് ടിന്നിൽനിന്നും രണ്ട് ബന്നെടുത്ത് ഒരു പ്ലെയിറ്റിൽ ബെഞ്ചിൽ കൊണ്ടു വെച്ചു. ചായയ്ക്ക് ചൂട് കുറവായിരുന്നു.

"ഈ കെട്ടിടത്തിലെന്താണ് പരിപാടി?"

ചായകുടിച്ച് മടങ്ങുമ്പോൾ കച്ചേരിപ്പറമ്പിന്റെ വടക്കുഭാഗത്തുള്ള ആല പോലുള്ള കെട്ടിടം കണ്ട് നന്ദൻ ചോദിച്ചു.

"ഇത് അലഞ്ഞ് തിരിഞ്ഞ് വിളതിന്നുന്ന കന്നുകാലികളെ പിടിച്ചു കൊണ്ടുവന്ന് പൂട്ടിയിടുന്ന ആലയാണ്. അത്തരം കാലികളെ പിടിക്കാൻ കയറ്റുകാരൻ എന്ന പേരിൽ ഒരാളെ അംശക്കച്ചേരി നിശ്ചയിച്ചിട്ടുണ്ട്. ആ കാലികളെ തിരിച്ച് കിട്ടണമെങ്കിൽ ഉടമസ്ഥൻ പിഴയടയ്ക്കണം.

ബ്രിട്ടീഷുകാരുടെ കാലം മുതലുള്ള അംശക്കച്ചേരിയാണിത്. നേരത്തെയുണ്ടായിരുന്നത് പുൽപ്പുരയായിരുന്നു. അത് ഈ പറമ്പിന്റെ തെക്ക് ഭാഗത്തായിരുന്നു. ബ്രിട്ടീഷുകാരനായ തുക്കിടി സായ്പ് അംഗരക്ഷകരോടുകൂടി ഔദ്യോഗിക വേഷത്തിൽ കുതിരപ്പുറത്ത് ഇവിടെ വരികയും താമസിക്കാറുമുണ്ടായിരുന്നു. അദ്ദേഹം ഇവിടെ താമസിച്ച് അംശപ്പിരിവ് നടത്തും. നാട്ടുകാർ അരിയും മറ്റ് കാർഷിക വിഭവങ്ങളും കാഴ്ചവെച്ച് അദ്ദേഹത്തെ സന്തോഷിപ്പിക്കും. ഒരു പ്രാവശ്യം തന്റെ കുടുംബത്തോടൊപ്പം ഒരു വളർത്തുനായയേയുംകൊണ്ടാണ് സായ്പ് വന്നത്. നായയെ അംശക്കച്ചേരിയുടെ വരാന്തയിൽ കെട്ടി. മേല്ക്കൂരയിൽ ഒരു മൂർഖൻ പാമ്പിനെ കണ്ട സായ്പ് പാമ്പിനെ വെടിവെച്ചു. വെടികൊള്ളുന്നതിന്

മുമ്പ് താഴെ വീണ പാമ്പ് നായയെ കടിച്ചു. വിഷമേറ്റ നായ ചത്തു. സായ്പിനത് സഹിക്കാൻ കഴിഞ്ഞില്ല. തിരിച്ചുപോയ സായ്പ് തലശ്ശേരിയിലെ തന്റെ ബംഗ്ലാവ് പറമ്പിൽ നായക്ക് സ്മാരകം പണിതു. 1940 ൽ ബ്രിട്ടീഷ് വിരുദ്ധ പോരാട്ടത്തിന്റെ ഭാഗമായി ആ അംശക്കച്ചേരിക്ക് തീവെച്ചു. അതിനുശേഷമാണ് ഓടിട്ട ഈ അംശക്കച്ചേരി പണിതത്. അവർ അംശക്കച്ചേരിയുടെ വരാന്തയിലിരിക്കുമ്പോൾ അസ്തമന സൂര്യൻ ഏഴിമലയുടെ പടിഞ്ഞാറേ ചെരിവിലേക്ക് താഴാൻ തുടങ്ങിയിരുന്നു.

"നമുക്കിനി യോഗം തുടങ്ങാം. ആ പൈലിമരച്ചോട്ടിൽ ഉള്ളവരെ ഇങ്ങോട്ട് വിളിച്ചോളൂ"

കൃഷ്ണൻ നായർ കുഞ്ഞിക്കണ്ണനോട് പറഞ്ഞു. കുഞ്ഞിക്കണ്ണൻ പോയി അവരെ വിളിച്ചുകൊണ്ടുവന്ന് വരാന്തയിലിരുത്തി.

എല്ലാവരും വരാന്തയിലും ഇരുത്തിയിലുമായി ഇരുന്നു.

"യുവജന സംഘത്തിന്റെ ഒരു യൂണിറ്റ് ഉണ്ടാക്കാനാണ് നമ്മൾ ഇന്നിവിടെ ഒത്തുചേർന്നിരിക്കുന്നത്. അടിയന്തരാവസ്ഥക്കാലമായതുകൊണ്ട് അധികനേരം ഇങ്ങനെ ഇരിക്കാൻ പറ്റില്ല, അതിനെപ്പറ്റിയൊക്കെ സഖാവ് നന്ദൻ പറയും. അയാൾ ഫർക്കയിലെ യുവജന നേതാവാണ്. ഈ യോഗത്തിൽ പങ്കെടുത്തവരെയെല്ലാം സ്വാഗതം ചെയ്യുന്നു. അദ്ധ്യക്ഷത വഹിക്കാൻ ബാലൻ മാസ്റ്ററെ ക്ഷണിക്കുന്നു."

കൃഷ്ണൻ നായർ സ്വാഗതം പറഞ്ഞു. ബാലൻ മാസ്റ്റർ വിശദീകരണത്തിനായി നന്ദനെ ക്ഷണിച്ചു.

"നമ്മുടെ പ്രസ്ഥാനത്തിന്റെ ഒരു ശക്തമായ കേന്ദ്രമാണ് ചെറുമംഗലം. അടിയന്തരാവസ്ഥയുടെ അനുകൂലികളായ അക്രമികൾ ഇവിടെയും അഴിഞ്ഞാടാൻ തുടങ്ങിയിരിക്കുന്ന കാര്യം നിങ്ങൾക്കറിയാം. അവർ ഇവിടത്തെ വായനശാലയിലെ പുസ്തകങ്ങളെല്ലാം തീയിട്ട് നശിപ്പിച്ചത് ഞാനറിഞ്ഞു. ഇവിടെ മാത്രമല്ല കണ്ണൂരിലുടനീളം ഇതുപോലെയുള്ള അക്രമങ്ങൾ അവർ നടത്തുന്നുണ്ട്. നമ്മുടെ സഖാവ് കുഞ്ഞിരാമേട്ടനെ വീടാക്രമിച്ച് മർദ്ദിച്ചതെല്ലാം നിങ്ങൾക്കറിയാവുന്ന കാര്യമാണല്ലോ. അദ്ദേഹമിപ്പോൾ മിസ തടവുകാരനായി കണ്ണൂർ സെൻട്രൽ ജയിലിൽ കഴിയുകയാണ്. നമ്മുടെ അമ്മമാരുടെയും സഹോദരിമാരുടെയും മാനം കാക്കാൻ നമുക്ക് ചെറുത്തു നിന്നേ പറ്റൂ. അതിന് കരുത്തുള്ള ഒരു യൂത്ത് മൂവ്മെന്റ് വേണം. അതിനാണ് ഈ യോഗം വിളിച്ചു ചേർത്തത്. അതിന് നേതൃത്വം കൊടുക്കാൻ ശക്തമായ കമ്മിറ്റിയെ ഇവിടെ വച്ച് തെരഞ്ഞെടുക്കണം." ഇത്രയും പറഞ്ഞ് നന്ദൻ വിശദീകരണം നിർത്തി.

"നിങ്ങൾക്കെന്തെങ്കിലും അഭിപ്രായം പറയാനുള്ള സമയമാണ്."

അദ്ധ്യക്ഷനായ ബാലൻ മാസ്റ്റർ പറഞ്ഞു.

"കുഞ്ഞിരാമനെ ആക്രമിച്ച ഗുണ്ടകൾക്ക് തിരിച്ചടി കൊടുക്കണം."

കുഞ്ഞിക്കണ്ണൻ എഴുന്നേറ്റ് അല്പം വികാരത്തോടെ പറഞ്ഞു.

പുലക്കീൽ ഗോവിന്ദൻ അതിനെ പിന്താങ്ങി. ഒരു തവണ ഗുണ്ടകളുടെ അടികൊണ്ടയാളാണ് ഗോവിന്ദൻ. ആ അമർഷത്തോടെയാണ് അയാൾ പിന്താങ്ങിയത്. മറ്റുള്ളവർ ഒന്നും പറഞ്ഞില്ല.

"നിങ്ങളുടെ വികാരത്തെ ഞാൻ മാനിക്കുന്നു. അത്രയ്ക്ക് ക്രൂരതകളാണ് അവർ ചെയ്തുകൊണ്ടിരിക്കുന്നത്. അക്രമികളിൽനിന്ന് നാടിനെ രക്ഷിക്കാനാണ് നമ്മൾ പ്രവർത്തിക്കുന്നത്. അവരെപ്പോലെ ഗുണ്ടായിസം കൊണ്ടുനടക്കാൻ നമുക്കാവില്ല. അത് നമ്മുടെ നയവുമല്ല. എന്നാൽ എല്ലാ അക്രമവും സഹിച്ച് അടങ്ങിയൊതുങ്ങി കഴിയാനും നമുക്കാവില്ല. അടിയന്തരാവസ്ഥക്കെതിരെ രാജ്യത്താകെ ജനങ്ങൾ സംഘടിച്ചുകൊണ്ടിരിക്കുകയാണ്. ഒരു നാൾ സ്വാതന്ത്ര്യത്തിന്റെ സൂര്യോദയം ഉണ്ടാവുക തന്നെ ചെയ്യും. അന്ന് ഈ അക്രമികളെല്ലാം മാളത്തിലൊളിക്കും. ആക്രമിക്കാൻ വരുന്നവർക്കെതിരെ ഇരുട്ടൻ കോരേട്ടൻ കാണിച്ചതുപോലെയുള്ള ധീരതയാണ് നമുക്ക് വേണ്ടത്. അങ്ങനെ എല്ലായിടത്തും ചെറുത്ത് നില്ക്കാൻ തുടങ്ങിയാൽ ഇവറ്റകൾ അധികം പുറത്തിറങ്ങില്ല. അതിനായി യുവാക്കളായ നമ്മൾ സംഘടിക്കണം, ശക്തരാകണം. അക്രമികളെ അംഗീകരിക്കാത്ത ഒരു യുവത്വത്തെ നമ്മൾ വളർത്തിയെടുക്കണം."

നന്ദന്റെ മറുപടി കഴിഞ്ഞപ്പോൾ എല്ലാവരും കൈയടിച്ചു.

"സംഘടനയുടെ നിർദ്ദേശങ്ങൾ നടപ്പിലാക്കാൻ നമുക്കൊരു കമ്മിറ്റിയും അതിനൊരു പ്രസിഡന്റും സെക്രട്ടറിയും വേണം. ബാലൻ മാസ്റ്റർ പ്രസിഡന്റും അനന്തൻ സെക്രട്ടറിയുമാകട്ടെയെന്നാണ് എന്റെ അഭിപ്രായം."

കൃഷ്ണൻ നായർ പറഞ്ഞു. അതെല്ലാവരും അംഗീകരിച്ചു.

ഇരുട്ടിൽ എല്ലാവരും ഓരോ ഭാഗത്തേക്ക് പിരിഞ്ഞുപോയി.

"ഞാൻ പോകട്ടെ."

കൃഷ്ണൻ നായരോട് നന്ദൻ അനുവാദം ചോദിച്ചു.

"ഈ രാത്രിയിലത്തെ യാത്ര അത്ര ഗുണമല്ല. ഇന്ന് എന്റെ വീട്ടിൽ കഴിയാം."

കൃഷ്ണൻ നായരുടെ സ്നേഹത്തോടെയുള്ള വാക്ക് നിരസിക്കാൻ നന്ദന് കഴിഞ്ഞില്ല. നന്ദൻ കൃഷ്ണൻ നായരുടെ കൂടെ അയാളുടെ വീട്ടിലേക്ക് നടന്നു. ഒരു ടോർച്ച് തെളിച്ചുകൊണ്ട് കൃഷ്ണൻ നായർ മുന്നിൽ നടന്നു. ചെറുമംഗലത്തെ കൃഷിക്കാരുടെ നേതാവാണ് കൃഷ്ണൻ നായർ. അവരുടെ ഏത് പ്രശ്നം വന്നാലും കൃഷ്ണൻ നായർ അവിടെ ഓടിയെത്തും. അതിർത്തി തർക്കം, പാട്ടക്കോടതി കേസ് എന്നിവയ്ക്കെല്ലാം കൃഷിക്കാർ ആദ്യം സമീപിക്കുക കൃഷ്ണൻ നായരെയാണ്.

"നന്ദന്റെ വീട്ടിലാരൊക്കെയുണ്ട്?"

നടക്കുന്നതിനിടയിൽ കൃഷ്ണൻ നായർ ചോദിച്ചു.

"അമ്മയും ഞാനും മാത്രമേയുള്ളു. അച്ഛൻ നേരത്തെ മരിച്ചു. അമ്മയുടെ തറവാട് വീട്ടിലാണ് ജനിച്ചുവളർന്നത്. അമ്മയുടെ സഹോദരൻമാർ തറവാട് ഭാഗം വാങ്ങിപ്പോയപ്പോൾ തറവാട്ടിൽ ഇളയമ്മ മാത്രമായി."

"എങ്ങനെയാണ് ജീവിതം?"

"തറവാട്ടിന്റെ ഭാഗമായി കിട്ടിയ കുറച്ച് കൃഷിസ്ഥലമുണ്ട്. അത് അമ്മ നോക്കി നടത്തും. കൂട്ടത്തിൽ അമ്മയും പണിയെടുക്കും. ട്യൂട്ടോറിയലിൽ ക്ലാസെടുത്താൽ കിട്ടുന്ന ചെറിയ വരുമാനം കൊണ്ട് ജീവിച്ചു പോകു

ന്നുണ്ട്."

"ചെറുതാണെങ്കിലും സ്ഥിരവരുമാനമുള്ള ഒരു ജോലിയുണ്ടെങ്കിലേ ഇന്നത്തെ കാലത്ത് ജീവിക്കാൻ കഴിയൂ. രാഷ്ട്രീയത്തിൽ പിടിച്ചു നില്ക്കാൻ കഴിയണമെങ്കിൽ സ്ഥിര വരുമാനം വേണം. ആരെയും ആകർഷിക്കാനുള്ള വാക്ചാതുരി വേണം. ഇല്ലെങ്കിൽ വഴിയിൽ വെച്ച് സജീവ പ്രവർത്തനം ഉപേക്ഷിക്കേണ്ടിവരും."

ഒരു ജ്ഞാനവൃദ്ധനെപ്പോലെ കൃഷ്ണൻ നായർ പറഞ്ഞു. ജനുവരി മാസത്തിലെ തണുപ്പ് അനുഭവപ്പെടാൻ തുടങ്ങിയിരുന്നു.

"ഇതാണ് വീട്."

ഇടവഴിയിൽ നിന്ന് വീട്ടുപറമ്പിലേക്ക് കയറുമ്പോൾ കൃഷ്ണൻ നായർ പറഞ്ഞു.

ഓടിട്ട ഇരുനില വീടിനു മുന്നിൽ വിശാലമായ മുറ്റം. മുറ്റത്തിന്റെ ഒരു ഭാഗത്ത് തൊഴുത്ത്. അതിൽ പൂട്ടുകാളകൾ. തൊഴുത്തിനോട് ചേർന്ന് വലിയൊരു വൈക്കോൽ കൂന. വരാന്തയിൽ കഴുക്കോലിന്റെ വളയിലൊരു പത്താം നമ്പർ പാനീസ് വിളക്ക് കത്തിച്ച് തൂക്കിയിട്ടുണ്ട്. അതാണ് വെളിച്ചം.

"നന്ദൻ ഇരിക്ക്."

വരാന്തയിലെ ബെഞ്ച് ചൂണ്ടിക്കൊണ്ട് കൃഷ്ണൻ നായർ പറഞ്ഞു.

"കാലിക്ക് പുല്ലും വെള്ളവും കൊടുത്തിരുന്നോ?"

അകത്തുനിന്നും വരാന്തയിലേക്ക് വന്ന ഭാര്യയോട് കൃഷ്ണൻ നായർ ചോദിച്ചു.

"ഇല്ല അമ്മയ്ക്ക് നല്ല സുഖമില്ലാത്തതുകൊണ്ട് അടുക്കളയിൽ നിന്ന് പുറത്തിറങ്ങാൻ പറ്റിയില്ല. ഇതാരാണ്?"

"ഇവൻ നമ്മുടെ യൂത്തിന്റെ നേതാവാണ്. പേര് നന്ദൻ. ഒരു യോഗത്തിന് വന്നതാണ്. ഇന്നിവിടെയാണ് താമസിക്കുന്നത്."

"ഞാൻ അടുക്കളയിലേക്ക് പോകട്ടെ, കറി അടുപ്പത്താണ്."

തിടുക്കത്തോടെ അവർ അടുക്കളയിലേക്ക് പോയി.

"ഇതാരാണ് കൃഷ്ണാ?"

കൃഷ്ണൻ നായരുടെ എഴുപത് വയസ്സായ അമ്മ ശബ്ദം കേട്ട് പുറത്തേക്ക് വന്ന് ചോദിച്ചു.

"ഇത് നമ്മുടെ ഒരു സഖാവാണ്."

"എവിടെയാ സ്ഥലം?"

"കച്ചിലത്തെരുവിൽ."

"അവിടെ നമ്മുടെ ഗോപിയുടെ വീടിനടുത്താണോ?"

"അതെ."

ഗോപിയെ കൃഷ്ണൻ നായരുടെ അമ്മയ്ക്ക് നന്നായറിയാം. ഇടയ്ക്ക് ഗോപി കൃഷ്ണൻ നായരുടെ വീട്ടിൽ വരാറുണ്ടായിരുന്നു.

"ഞാൻ കാലിക്ക് പുല്ലും വെള്ളവും കൊടുത്ത് ഉടനെ വരാം."

കഴുക്കോലിന്റെ വളയിൽ ഉണങ്ങാനിട്ട തോർത്തെടുത്തുടുത്ത് മുറ്റത്തേക്കിറങ്ങുമ്പോൾ കൃഷ്ണൻ നായർ പറഞ്ഞു.

രണ്ടേക്രയോളം നെൽകൃഷിയുണ്ട് കൃഷ്ണൻ നായർക്ക്. രണ്ട് പൂട്ടു കാളകൾ, രണ്ട് പശുക്കൾ. അവയെ ശ്രദ്ധയോടെ കൃഷ്ണൻ നായർ പരിചരിക്കും.

ആലയോട് ചേർന്നുള്ള വൈക്കോൽ കൂനയിൽനിന്ന് വൈക്കോൽ വലിച്ചെടുത്ത് കാളകൾക്കും പശുക്കൾക്കും തീറ്റ കൊടുത്ത ശേഷം ഒരു അലൂമിനിയം ബക്കറ്റിൽ വെള്ളവും കുടിക്കാൻ കൊടുത്തു.

"നന്ദന് കുളിക്കണോ? വയൽക്കരയിൽ കുളമുണ്ട്."

മുറ്റത്തേക്ക് വന്ന കൃഷ്ണൻ നായർ ചോദിച്ചു.

"ഇന്നിനി വേണ്ട നല്ല തണുപ്പുണ്ട്."

"രണ്ടുപേരും ഊണു കഴിക്കാനിരുന്നോളൂ."

കൃഷ്ണൻ നായരുടെ ഭാര്യ പറഞ്ഞു.

മുറ്റത്തിന്റെ തുമ്പത്ത് വെച്ച കിണ്ടിയിലെ വെള്ളത്തിൽ കൈകഴുകി. പാനീസ് വിളക്ക് താഴെ ഇറക്കി വെച്ച് നിലത്ത് പലകയിട്ട് രണ്ടുപേരും വരാന്തയിൽ ഊണ് കഴിക്കാനിരുന്നു. ഊണ് കഴിച്ച് കൈകഴുകിയശേഷം നന്ദൻ മുറ്റത്തെ തുമ്പിൽനിന്ന് തെക്കോട്ടേക്ക് നോക്കി. വിശാലമായ പെരുന്തുറയിലെ വയലുകൾ മഞ്ഞ് മൂടിക്കിടക്കുന്നു.

"അടുത്താഴ്ച കൊയ്ത്തിനിറങ്ങണം. നെല്ല് വിളഞ്ഞ് കിടക്കുകയാണ്."

വയലിലേക്ക് നോക്കി നില്ക്കുന്ന നന്ദനോട് കൃഷ്ണൻ നായർ പറഞ്ഞു.

"മഞ്ഞുമൂടിക്കിടക്കുന്ന പെരുന്തുറ നിലാവിൽ വളരെ മനോഹരമാണല്ലോ?"

"കാണാൻ മനോഹരം തന്നെ, അധികം മഞ്ഞ് കൊള്ളണ്ട വരാന്തയിലിരുന്നോളൂ, ജലദോഷം പിടിക്കും."

രണ്ടുപേരും വരാന്തയിലേക്ക് വന്ന് ബെഞ്ചിൽ ഇരുന്നു.

"നാൽപ്പത്തിയെട്ടിൽ കൃഷ്ണേട്ടൻ പാർട്ടിയിലുണ്ടായിരുന്നോ?"

"എനിക്ക് പാർട്ടി മെമ്പർഷിപ്പൊന്നും ഉണ്ടായിരുന്നില്ല. എന്നാൽ പ്രവർത്തനങ്ങളിലെല്ലാം ഞാൻ പങ്കെടുത്തിരുന്നു. കെ വിയാണ് അന്ന് ചെറുമംഗലത്തെ നേതാവ്. അദ്ദേഹം പറയുന്ന കാര്യങ്ങൾ അനുസരണയോടെ ചെയ്യും. അതാണ് അന്നത്തെ ശീലം. 'ആഗസ്ത് 19 ന് കൃഷ്ണപ്പിള്ള ദിനം ആചരിക്കണം. നമ്മുടെ ഓഫീസിൽ അന്ന് ചെമ്പതാക കെട്ടണം.' പത്തൊമ്പതിന് തലേദിവസം കെ വി എന്നോട് പറഞ്ഞു. തൊള്ളായിരത്തി നാൽപ്പത്തിയെട്ടിൽ പാമ്പ് കടിയേറ്റ് മരിച്ച കൃഷ്ണപ്പിള്ളയുടെ ഒന്നാം ചരമദിനമായിരുന്നു അന്ന്. റോഡരികിലെ ഒരു വീടിന്റെ മച്ചിലായിരുന്നു അന്ന് ഓഫീസ്. അനന്തഷേണായിയുടെ കുറുവടിപ്പട നാടു ചുറ്റുന്ന കാലം. രാത്രി പന്ത്രണ്ട് മണി കഴിഞ്ഞപ്പോൾ ചെങ്കൊടിയും, ചീന്തി തയ്യാറാക്കിയ കുരുത്തോലയുമായി ഞാൻ ഓഫീസിനടുത്തേക്ക് നടന്നു. റോഡ് വിജനമായിരുന്നു. മച്ചിന്മേൽ കയറുന്ന ഏണിപ്പടി പുറത്തെ വരാന്തയിലൂടെയായിരുന്നു. അതിലൂടെ കയറി ഓടിന്മേൽ കയറി നിന്ന് മേല്ക്കൂരയുടെ കഴുക്കോലിൽ കൊടി കെട്ടി അതിന്റെ രണ്ട് ഭാഗത്തും

കുരുത്തോലയും കെട്ടി. തിരിച്ച് വന്ന് കിടന്നുറങ്ങി. മച്ചിന്മേൽ കൊടി പാറുന്ന വിവരം അടുത്ത ദിവസം രാവിലെ തന്നെ അനന്തഷേണായി അറിഞ്ഞു. ആരാണ് കൊടി കെട്ടിയത്. അയാൾ അന്വേഷണം ആരംഭിച്ചു. പരിസരത്തുള്ള കൃഷിക്കാരേയും വയലിൽ പണിയെടുക്കുന്ന തൊഴിലാളികളേയും അയാൾ ചോദ്യം ചെയ്തു. ഒരു ചെറുപ്പക്കാരനെ ഓടിന്മേൽ കയറ്റി ഷേണായി കൊടി എടുപ്പിച്ചു.

നമുക്കിനി കിടക്കാം. മച്ചിന്മേലാണ് എന്റെ കിടത്തം നമുക്കവിടെ കിടക്കാം"

എന്ന് പറഞ്ഞ് കൃഷ്ണൻ നായർ എഴുന്നേറ്റു. വരാന്തയിൽ നിന്ന് മച്ചിന്മേലേക്ക് കയറാൻ മരത്തിന്റെ ഒരു ഏണിപ്പടിയാണ്. മച്ചിന്മേൽ മുറി തിരിച്ചിട്ടില്ല. ഒരു ഭാഗത്ത് ചുമരോട് ചേർന്ന് ഒരു പത്തായം. പകുതി ഭാഗത്ത് പുഴുങ്ങിയ നെല്ല് ഉണങ്ങാനിട്ടിട്ടുണ്ട്. പത്തായത്തിൻമേൽ ഒരു കൈതോല പായ ചുരുട്ടിവെച്ചിട്ടുണ്ട്.

"ഇതിൻമേലാണ് എന്റെ കിടത്തം."

പത്തായം ചൂണ്ടി കൃഷ്ണൻ നായർ പറഞ്ഞു. പത്തായത്തിൻമേലുള്ള പായയും താഴെ ഒരു മൂലയിൽ ചുരുട്ടിവെച്ച മറ്റൊരു പായയും താഴെ നിവർത്തി വിരിച്ച ശേഷം കൃഷ്ണൻ നായർ ഒരു കമ്പിളി അതിന്മേൽ വിരിച്ചു. അതിന്റെ മുകളിൽ മരപ്പെട്ടിയിൽ അലക്കിവെച്ച ഒരു മുണ്ടും നിവർത്തിവിരിച്ചു.

"നന്ദന് ഉറക്കം വരുന്നെങ്കിൽ കിടന്നോളു."

"സ്ഥലം മാറിയത് കൊണ്ട് വേഗം ഉറക്കം വരില്ല."

"സാരമില്ല, നാട്ടുകാര്യങ്ങൾ പറഞ്ഞ് കിടക്കാം."

പാനീസിന്റെ തിരി താഴ്ത്തിക്കൊണ്ട് കൃഷ്ണൻ നായർ പറഞ്ഞു.

"ജന്മിമാർക്കെതിരായി കൃഷിക്കാർ നടത്തിയ കർഷകസമരങ്ങളുടെ ചരിത്രത്തിൽ നമ്മുടെ ഫർക്ക വലിയ പ്രാധാന്യമൊന്നും കാണുന്നില്ലല്ലോ കൃഷ്ണേട്ടാ. ശക്തമായ സമരങ്ങളൊന്നും ഇവിടെ നടന്നിട്ടില്ലേ?"

"വേങ്ങയിൽ നായനാർ, കരക്കാട്ടിടം നായനാർ എന്നിവരെപ്പോലുള്ള ജന്മിമാരൊന്നും നമ്മുടെ നാട്ടിലുണ്ടായിരുന്നില്ല. അവരൊക്കെ നാട്ടുരാജാക്കന്മാരായിരുന്നല്ലോ. തിരുവായ്ക്കെതിർവായ് ഇല്ല. നായനാരുടെ ആളുകളാണല്ലോ കുറ്റൂരിലെ വണ്ണത്താൻ രാമനെ കൊന്നത്."

"വണ്ണത്താൻ രാമനെ കൃഷ്ണേട്ടൻ കണ്ടിട്ടുണ്ടോ?"

"തൊള്ളായിരത്തി മുപ്പത്തെട്ടിൽ ചെറുമംഗലത്ത് വെച്ചു നടന്ന കർഷക സമ്മേളനത്തിൽ വണ്ണത്താൻ രാമൻ പങ്കെടുത്തിരുന്നതായി ഞാൻ കേട്ടിട്ടുണ്ട്. നേരിൽ കണ്ടിട്ടില്ല. ചെറുമംഗലത്തെ ഭൂമിയുടെ വലിയൊരു ഭാഗം കോലത്തിരിയുടെ കോവിലകം വകയായിരുന്നു. പിന്നീട് ബ്രാഹ്മണജന്മിമാരുടെ കൈവശമായി അവരത് അവർക്ക് താല്പര്യമുള്ള കുടുംബങ്ങൾക്ക് കൃഷി നടത്താൻ കൊടുത്തു. അതിന് വാരവും പാട്ടവും നിശ്ചയിച്ചു. മരക്കാട്ടില്ലം നമ്പൂതിരിയായിരുന്നു ചെറുമംഗലത്തെ പ്രധാന ജന്മി. ജന്മിക്ക് പണം നല്കി ഒരു നിശ്ചിത കാലത്തേക്ക് പാട്ടം പിരിക്കുന്ന സമ്പ്രദായം അന്നുണ്ടായിരുന്നു. ആ ഭൂമിയിൽ കൃഷിചെയ്യുന്ന കുടിയാൻ

പിന്നെ കാണാരിക്കാണ് വാരം കൊടുക്കേണ്ടത്. മരക്കാട്ടില്ലം നമ്പൂതിരിയുടെ കുടിയാനായിരുന്നു കുഞ്ഞിരാമൻ നായർ. അയാൾ കൈകാര്യം ചെയ്തിരുന്ന കൃഷിഭൂമി മരക്കാട്ടില്ലം നമ്പൂതിരി മറ്റൊരു ബ്രാഹ്മണ സ്ത്രീക്ക് കാണം ചാർത്തി. ഇതു പ്രകാരം കുഞ്ഞിരാമൻ നായർ ബ്രാഹ്മണസ്ത്രീക്ക് കൃത്യമായി വാരം കൊടുത്തു. കാണാരിയെ ഒഴിപ്പിക്കാൻ ജന്മി കേസ് കൊടുത്തു. കുടിയാനായ കുഞ്ഞിരാമൻ നായർ ജന്മിയെക്കണ്ട് പരാതി പറഞ്ഞപ്പോൾ കാണാരിയെ മാത്രമെ ഒഴിപ്പിക്കുന്നുള്ളു എന്ന് പറഞ്ഞ് അയാളെ ജന്മി ആശ്വസിപ്പിച്ചയച്ചു. ഒടുവിൽ വിധി വന്നപ്പോൾ കുടിയാനും ഒഴിയണമെന്ന് വിധി വന്നു. ഒഴിപ്പിക്കാൻ കൊടുത്ത കേസിൽ കുടിയാനെ കക്ഷി ചേർത്തത് ജന്മി മനഃപൂർവ്വം മറച്ചുവെക്കുകയായിരുന്നു. ജന്മിയായ മരക്കാട്ടില്ലം നമ്പൂതിരി കൃഷിഭൂമി മേൽച്ചാർത്ത് കൊടുക്കാനൊരുങ്ങിയപ്പോൾ കർഷകസംഘം തടഞ്ഞു. തുടർന്ന് ആ കേസ് നടത്താൻ ഫണ്ട് സമാഹരിക്കുമ്പോൾ ഞാൻ എന്റെ സ്വർണ്ണക്കടുക്കൻ ഊരിക്കൊടുത്തു. ആ കേസിൽ ജന്മിക്കനുകൂലമായി വീണ്ടും വിധി വന്നു. പക്ഷേ, വിള കൊയ്യാനോ പുതിയ പാട്ടക്കാരെ വിത്തിറക്കാനോ ഞങ്ങൾ അനുവദിച്ചില്ല. ഇത്തരം സംഭവങ്ങൾ ഇവിടെയുമുണ്ടായിരുന്നു. അങ്ങടിപ്പാടത്തെ കുടിയാനായ മൊയ്തീനോട് പള്ളിക്കാർ ഒഴിയാൻ പറഞ്ഞു. മൊയ്തീൻ കൂട്ടാക്കിയില്ല. പള്ളിക്കാർ ഗുണ്ടകളെ ഇറക്കി മൊയ്തീനെ വയലിൽ തടഞ്ഞു. അന്ന് കെ വിയുടെ നേതൃത്വത്തിൽ ഒരു സംഘം ആളുകൾ പോയി. അതിനെ നേരിട്ടു. അതിൽ ഞാനും ഉണ്ടായിരുന്നു. ഉടനെ പൊലീസെത്തി പള്ളിക്കനുകൂലമായിരുന്നു പൊലീസ്. പക്ഷേ, ഞങ്ങളുടെ ചെറുത്തുനില്പിനുമുന്നിൽ പൊലീസിന് പിൻവാങ്ങേണ്ടിവന്നു. ആ ഭൂമിയിൽ ഇന്നും മൊയ്തീൻ തന്നെ കൃഷി നടത്തുന്നു."

ഏഴ്

കണ്ണൂർ സെൻട്രൽ ജയിൽ ആണുങ്ങൾക്ക് കിടക്കാനുള്ളതാണ് എന്ന് ആളുകൾ ആലങ്കാരികമായി പറയാറുണ്ട്. ആയിരത്തി അറുപത്തിരണ്ട് തടവുകാരെ പാർപ്പിക്കുന്നതിനുള്ള സൗകര്യത്തോടു കൂടി ആയിരത്തി എണ്ണൂറ്റി അറുപത്തൊമ്പതിൽ ബ്രിട്ടീഷുകാർ പണിത ഈ തടവറയിൽ ഇന്ത്യൻ സ്വാതന്ത്ര്യസമരത്തിലെ ഇതിഹാസ നായകൻമാർ തടവുകാരായി കിടന്നിട്ടുണ്ട്. കയ്യൂർ സഖാക്കളെ തൂക്കിക്കൊന്നതും ഈ തടവറയിൽ വച്ചാണ്. അന്ന് അവരുടെ മൃതശരീരം പോലും വിട്ടുകൊടുത്തില്ല. ജയിൽ മതിൽക്കെട്ടിനുള്ളിൽ കുഴിച്ചു മൂടുകയാണ് ചെയ്തത്. കണ്ണൂർ സെൻട്രൽ ജയിലിന്റെ കവാടത്തിലേക്ക് കാലെടുത്തു വെക്കുമ്പോൾ ആ ചരിത്രമെല്ലാം നന്ദന്റെ മനസ്സിലൂടെ മിന്നിമറഞ്ഞു.

രാവിലെ കോളേജിൽ ക്ലാസെടുത്തുകൊണ്ടിരിക്കുകയായിരുന്നു നന്ദൻ. അപ്പോഴാണ് ഗോപി കയറി വന്നത്. ഗോപിയെ കണ്ട് നന്ദൻ പുറത്തിറങ്ങി.

"ഗോപിയേട്ടനെന്താണ് ഇപ്പോൾ?"

"നിന്റെ ക്ലാസ് കഴിഞ്ഞോ?"

"ഇല്ല"

"എന്നാൽ ക്ലാസ് കഴിഞ്ഞ് ഫർക്ക ഓഫീസിലേക്ക് വരണം. അവിടുന്ന് സംസാരിക്കാം."

അതു പറഞ്ഞ് ഗോപി തിരിച്ചുപോയി.

ക്ലാസ് കഴിഞ്ഞ ശേഷം നന്ദൻ ഫർക്ക ഓഫീസിലേക്ക് നടന്നു. മാരാഹി സ്കൂളിന് മുന്നിൽ മോര് വെള്ളവും സോഡയും വില്ക്കുന്ന കടയുടെ മച്ചിന്മേലാണ് ഫർക്ക ഓഫീസ്. ഒരു ചെറിയ മുറിയും വരാന്തയും. പഴയ രണ്ട് കസേരയും ഒരു മേശയും രണ്ട് ബെഞ്ചുമാണ് ഫർണിച്ചർ. ഏണിപ്പടി കയറി നന്ദൻ മുകളിലെത്തിയപ്പോൾ ഗോപിയും പരിചയമില്ലാത്ത മറ്റൊരാളും അവിടെ നില്ക്കുന്നുണ്ട്.

"ഡി സിയിൽനിന്നും വന്ന ആളാണ്."

ഗോപി അയാളെ നന്ദന് പരിചയപ്പെടുത്തി.

"അടിയന്തരാവസ്ഥക്കെതിരെ ഒരു പ്രതിഷേധ പ്രകടനം സംഘടിപ്പിക്കണം. അടിയന്തരാവസ്ഥയുടെ മറവിൽ കൊടിയ പീഡനങ്ങളാണ് നാട്ടിൽ നടക്കുന്നത്. പത്രമാരണ നിയമമുള്ളതിനാൽ അതൊന്നും പത്രത്തിൽ വരുന്നില്ല."

ഡി സിയിൽനിന്നും വന്ന സഖാവ് വിശദീകരിച്ചു. അതിനുശേഷം അയാൾ ഏണിപ്പടിയിറങ്ങി പുറത്തേക്ക് പോയി.

"നിനക്കറിയാവുന്ന വിദ്യാർത്ഥികൾക്ക് നീ വിവരം കൊടുക്കണം. ഇന്നു രാത്രി തന്നെ പ്രകടനം നടത്തണം. മറ്റുള്ളവർക്ക് ഞാൻ വിവരം കൊടുക്കാം."

ഗോപി പറഞ്ഞു.

പരിപാടി പ്ലാൻ ചെയ്ത ശേഷം അവർ പിരിഞ്ഞു.

രാത്രി എട്ടു മണിക്ക് കൈയിൽ പന്തവുമായി ഇരുപതോളം ആളുകൾ മാരിപുരത്തെ റോഡിൽ അടിയന്തരാവസ്ഥക്കെതിരെ പ്രതിഷേധ പ്രകടനം ആരംഭിച്ചു. അമ്പതു പേരുടെ ഊക്കോടെയായിരുന്നു മുദ്രാവാക്യം. പത്തിരുപത് മിനിറ്റ് മാത്രമേ ആ പ്രകടനം നടന്നുള്ളു. ഏതു സമയവും പൊലീസെത്തുമെന്നതിനാൽ പരിപാടി അവസാനിപ്പിച്ച് ആളുകൾ പല ഭാഗത്തേക്കും ഇരുളിൽ മറഞ്ഞു. നന്ദനും ഗോപിയും കച്ചിലത്തെരുവിന് കിഴക്കുള്ള ഊടുവഴികളിലൂടെയും വയൽ വരമ്പിലൂടെയും നടന്ന് വീട്ടിലെത്തി. നന്ദൻ ഊണ് കഴിച്ച് ഉറങ്ങാൻ കിടന്നതായിരുന്നു. രാത്രി ഏകദേശം പന്ത്രണ്ട് മണി. വാതിലിൽ ശക്തിയായി മുട്ടുന്ന ശബ്ദം കേട്ട് നന്ദനുണർന്നു.

"വാതിൽ തുറക്കൂ ഇല്ലെങ്കിൽ ചവിട്ടിപ്പൊളിക്കും."

പൊലീസിന്റെ ശബ്ദം. അപ്പോഴേക്കും ഭാനുമതിയമ്മ എഴുന്നേറ്റു. ഭാനുമതിയമ്മ കരയാനുള്ള പുറപ്പാടാണ്. പിറകിലെ അടുക്കള വാതിൽ തുറന്ന് രക്ഷപ്പെടാമെന്ന് കരുതി നന്ദൻ വാതിലിന്റെ സാക്ഷ നീക്കി. ആ വാതിലിൽ കൂടി പൊലീസുകാർ അകത്തേക്ക് ഇരച്ചു കയറി. അവർ അമ്മ

യുടെ മുന്നിലിട്ട് നന്ദനെ പൊതിരെ തല്ലി. ഉച്ചത്തിൽ കരഞ്ഞുകൊണ്ട് ഭാനുമതിയമ്മ അടി തടുക്കുവാൻ ശ്രമിച്ചപ്പോൾ അവരെ പൊലീസുകാർ തള്ളി മാറ്റി. അടികൊണ്ട് തളർന്ന് വീണ നന്ദനെ പൊലീസുകാർ പൊക്കിയെടുത്ത് പുറത്തേക്ക് പോയി. കച്ചിലത്തെരുവിൽ നിർത്തിയിട്ടിരിക്കുന്ന ഇടിവണ്ടി വരെ നന്ദനെ നടത്തിക്കൊണ്ടുപോകുമ്പോൾ കേട്ടാലറയ്ക്കുന്ന തെറിയായിരുന്നു പൊലീസുകാരുടെ വായിൽനിന്നും വന്നുകൊണ്ടിരുന്നത്. പൊലീസ് വണ്ടിയിലേക്ക് നന്ദനെ എടുത്തിട്ടു. ജീപ്പിനുള്ളിൽ ഗോപിയുമുണ്ടായിരുന്നു. ആ ഇടിവണ്ടി മാരിപുരം പൊലീസ് സ്റ്റേഷനിലേക്ക് അതിവേഗം ഓടിച്ചുപോയി. അടിവസ്ത്രം മാത്രം നിർത്തി ബാക്കിയെല്ലാം അഴിച്ച് വെപ്പിച്ച് രണ്ടുപേരെയും ലോക്കപ്പിലേക്ക് തള്ളി. മൂത്രത്തിന്റെ ഗന്ധം അവരുടെ മൂക്കിലേക്കിരച്ചുകയറി. ആദ്യമായാണ് അവർ ലോക്കപ്പിനുള്ളിൽ കിടക്കുന്നത്. പുലരുന്നതുവരെ അവർ ഉറങ്ങിയതേയില്ല. രാവിലെ ഏതോ പൊലീസുകാരന്റെ സഹാനുഭൂതിയിൽ ചായ കിട്ടി. ഉച്ചയോടെ കോടതിയിൽ ഹാജരാക്കി. പ്രോസിക്യൂഷനു വേണ്ടി ഹാജരായ വക്കീൽ കുറ്റപത്രം വായിച്ചു. ഫാസിസ്റ്റ് ഇന്ദിര മൂർദ്ദാബാദ്, അടിയന്തരാവസ്ഥ പിൻവലിക്കുക, ഇന്ദിരാ ഗാന്ധി രാജിവെക്കുക എന്നീ മുദ്രാവാക്യങ്ങൾ വിളിച്ച് പ്രകടനം നടത്തി. ഈ മുദ്രാവാക്യങ്ങൾ ചുമരിലെഴുതി. പിന്നെ പോസ്റ്ററിലെഴുതി വപ്രപ്പാലത്തിനടുത്ത് പതിച്ചു. ഇതെല്ലാമായിരുന്നു കുറ്റപത്രത്തിലെ ആരോപണങ്ങൾ. അതുകൊണ്ട് രാജ്യസുരക്ഷയ്ക്ക് ഭീഷണിയായ ഇവരെ ഡിഫൻസ് ഇന്ത്യാ റൂൾ പ്രകാരം ശിക്ഷിക്കണം. വാദം നടത്തി പ്രോസിക്യൂഷൻ വക്കീൽ ഇരുന്നു. ജാമ്യത്തിന് ഹരജി കൊടുത്തെങ്കിലും അത് തള്ളി. കോടതി രണ്ടാഴ്ചക്കാലത്തേക്ക് രണ്ടുപേരെയും റിമാന്റ് ചെയ്തു. തലശ്ശേരി സബ് ജയിലിലേക്കാണ് ആദ്യം അവരെ കൊണ്ടുപോയത്. തലശ്ശേരിമൈതാനത്തിന് പടിഞ്ഞാറ് ഭാഗത്തുള്ള സബ് ജയിലിലെ ലോക്കപ്പ് മുറികൾ വൃത്തികെട്ട കുടുസ്സു മുറികളായിരുന്നു. അവിടെ വേറെയും തടവുകാരുണ്ടായിരുന്നു. ഗോപിയെയും നന്ദനെയും ആ തടവുകാരോടൊപ്പം ലോക്കപ്പിലേക്ക് കയറ്റി അതിന്റെ ഇരുമ്പഴികളുള്ള വാതിലടച്ചു. കുളിക്കാനും ഭക്ഷണം കഴിക്കാനും മാത്രമേ പുറത്തിറക്കിയിരുന്നുള്ളു. മൂത്രമൊഴിക്കാൻ ലോക്കപ്പിനുള്ളിൽ ഒരു മൺകലം വെച്ചിട്ടുണ്ട്. അവിടെയെത്തിയ തടവുകാരിൽ പലരും കടുത്ത മർദ്ദനമേറ്റവരായിരുന്നു. രണ്ടുപേരേയും രണ്ടാഴ്ചക്കാലം അവിടെ കിടത്തി. രണ്ടാഴ്ചയ്ക്ക് ശേഷം വീണ്ടും കോടതിയിൽ ഹാജരാക്കി. േകാടതി വീണ്ടും റിമാന്റ് ചെയ്തു. വക്കീൽ അവരെ സെൻട്രൽ ജയിലിേലക്ക് മാറ്റണമെന്ന് ആവശ്യപ്പെട്ടു. കോടതി അത് അംഗീകരിച്ചു. കണ്ണൂർ സെൻട്രൽ ജയിലിന്റെ ഇരുമ്പ് ഗേറ്റിലെ ചെറിയ വാതിലിലൂടെ നന്ദനും ഗോപിയും ജയിലിൽ പ്രവേശിച്ചു. പ്രവേശന കവാടത്തിലെ ചുമരിനോട് ചേർന്ന് രണ്ട് പേരെയും വാർഡൻമാർ നിർത്തി. എതിർവശത്തെ വരാന്തയിൽ മേശയിട്ടിരിക്കുന്ന വാർഡന്റെ കൈയിലേക്ക് എസ്കോർട്ട് വന്ന പൊലീസുകാർ റിമാന്റ് റിപ്പോർട്ട് നല്കി. ഒരു വാർഡൻ വന്ന് മുഖത്തെ അടയാളം രേഖപ്പെടുത്തി. പിന്നെ പേരും അച്ഛന്റെ പേരും ഉറപ്പുവരു

ത്തിയ ശേഷം ഒരു മുറിയിലേക്ക് കൂട്ടിക്കൊണ്ടുപോയി.

"അടിക്കാനുള്ള പരിപാടിയാണോ?"

നന്ദൻ ഗോപിയോട് ശബ്ദം താഴ്ത്തി ചോദിച്ചു.

"എന്തും നേരിടണം. പതറരുത്."

ഗോപി പറഞ്ഞു.

നന്ദനെ പുറത്തുനിർത്തി ആദ്യം ഗോപിയെ മുറിക്കുള്ളിലേക്ക് കൊണ്ടു പോയി. മുറിയിൽനിന്നും അടിയുടെ ശബ്ദം വരുന്നുണ്ടോയെന്ന് നന്ദൻ കാതോർത്തു. ഒന്നും കേൾക്കുന്നില്ല. അല്പം കഴിഞ്ഞപ്പോൾ അഴിച്ച ഷർട്ടും കൈയിൽ പിടിച്ച് ഗോപി പുറത്തേക്കുവന്നു. ഉടനെ നന്ദനെയും ഉള്ളിലേക്ക് കൊണ്ടുപോയി. ഷർട്ടും മുണ്ടും അഴിക്കാൻ പറഞ്ഞു. അടിവസ്ത്രം മാത്രം നിർത്തി പരിശോധിച്ചു. പിന്നെ പോകാൻ പറഞ്ഞു. ഷർട്ടും കൈയിലെടുത്ത് നന്ദനും പുറത്തേക്ക് വന്നു. വാർഡൻ രണ്ടുപേരെയും കൂട്ടി ഒരുറോഡിലൂടെ കിഴക്കോട്ട് നടന്നു. റോഡിനിരു വശവും മതിലുകളായിരുന്നു. ആ റോഡിലൂടെ നടന്ന് വൃത്താകൃതിയിൽ പണിത ഒരു ഇരുനില കെട്ടിടത്തിന്റെ മുന്നിൽ അവരെത്തി. കെട്ടിടത്തിന്റെ ചുറ്റും വിശാലമായ ചരൽ മുറ്റം. അവിടെ അൺബ്ലീച്ച് നിറത്തിലുള്ള ഷർട്ടും മുണ്ടും ധരിച്ച കുറേ തടവുകാർ അവിടവിടെയായി നില്ക്കുന്നുണ്ട്. മുറ്റത്തിനുമപ്പുറം തടവുകാരെ പാർപ്പിക്കുന്ന കെട്ടിടങ്ങൾ. രണ്ടിന്റെയും ഇടയിൽ തടിച്ച് ശൂലം പോലെയുള്ള കമ്പികൾ കൊണ്ടുള്ള ഇരുമ്പ് വേലി. വൃത്താകൃതിയിലുള്ള കെട്ടിടത്തിന്റെ പേര് ടവർ എന്നായിരുന്നു. വാർഡൻ രണ്ടുപേരെയും ആ കെട്ടിടത്തിനുള്ളിലേക്ക് കയറ്റി അതിനുള്ളിലുണ്ടാ യിരുന്ന ഒരു തടവുകാരൻ ഒരു പുൽപ്പായയും ഒരു അലൂമിനിയം പ്ലെയിറ്റും ഒരു അലൂമിനിയം മൊന്തയും ഓരോരുത്തർക്കും കൊടുത്തു. അതു വാങ്ങിയ ശേഷം അവരെ വാർഡൻ റിമാന്റ് തടവുകാരെ പാർപ്പിക്കുന്ന ബ്ലോക്കിലേക്ക് കൂട്ടിക്കൊണ്ടുപോയി. രണ്ടാം ബ്ലോക്കായിരുന്നു അത്. റിമാന്റ് തടവുകാരെ പാർപ്പിക്കുന്ന ബ്ലോക്കാണ് രണ്ടാം ബ്ലോക്ക്. അവിടെ പ്രത്യേക ജയിൽ വസ്ത്രം ഉണ്ടായിരുന്നില്ല. ബ്ലോക്കിനുള്ളിൽ കടക്കു മ്പോഴേക്കും രാഷ്ട്രീയ കേസിൽ നേരത്തേ റിമാന്റിൽ കിടക്കുന്ന തടവു കാർ അവരെ സ്വീകരിച്ചു. രണ്ടുപേരെയും കട്ടിലിനെപോലുള്ള സിമന്റ് തറയിൽ കൊണ്ടിരുത്തി. അതിൽ ഗോപിക്ക് പരിചയമുള്ളവരും ഉണ്ടാ യിരുന്നു.

"ഒരുപാട് തല്ലിയോ?"

കൂട്ടത്തിലൊരാൾ ചോദിച്ചു.

"പിടിച്ചപ്പോൾ മാത്രമേ തല്ലിയുള്ളൂ."

ഗോപി പറഞ്ഞു.

"നാട്ടിൽ നരിക്കോടന്റെ തേർവാഴ്ചയല്ലേ."

കൂട്ടത്തിലൊരാൾ അരിശത്തോടെ പറഞ്ഞു.

"ഇവിടെ ധൈര്യമായി കിടന്നോളൂ പാർട്ടിക്കാരെക്കൊണ്ട് നിറഞ്ഞി രിക്കുകയാണ് ജയിൽ." മറ്റൊരു സഖാവ് പറഞ്ഞു.

"അതെന്താ പുറത്തൊരു തിരക്ക്?"

നന്ദൻ ചോദിച്ചു

"അവിടെ വൈകുന്നേരത്തെ ഭക്ഷണം വിതരണം ചെയ്യുകയാണ്." അവരിലൊരാൾ പറഞ്ഞു.

നന്ദനും ഗോപിയും പ്ലേറ്റുമായി ക്യൂവിൽ നിന്നു. ഒരു കരണ്ടിയിൽ അളവ് കണക്കാക്കി പ്ലേറ്റിൽ ചോറു തട്ടി കറിയെന്ന് പറയാവുന്നതരത്തിലുള്ള വെള്ളം മൊന്തയിൽ ഒഴിച്ചു.

"നന്ദനും ഗോപിയും എപ്പഴാ എത്തിയത്?"

ഭക്ഷണം വാങ്ങി ബ്ലോക്കിനുള്ളിലേക്ക് നടക്കുമ്പോൾ ആഴിക്കര സ്കൂളിലെ കോരൻ മാസ്റ്റർ മുന്നിലേക്ക് വന്ന് ചോദിച്ചു.

"ഇപ്പോൾ എത്തിയതേയുള്ളു."

"ചായകുടിച്ചോളു."

കൈയിലുള്ള ചായ നന്ദന് കൊടുത്ത് കോരൻ മാസ്റ്റർ പറഞ്ഞു.

"മാസ്റ്റർ ഇവിടെ എപ്പോഴെത്തി?"

"ഒരാഴ്ചയായി."

"ഇവിടെയുള്ളവരെല്ലാം സാധാരണഡ്രസിലാണല്ലോ?"

"ഇത് റിമാന്റ് ബ്ലോക്കല്ലേ. ശിക്ഷിക്കാതെ റിമാന്റ് ചെയ്യുന്നവരെയെല്ലാം ഇവിടെയാണ് പാർപ്പിക്കുന്നത്. ഈ കൂട്ടത്തിൽ കള്ളന്മാരും കഞ്ചാവ് കേസുകാരും, കൊലപാതകം ചെയ്തവരുമെല്ലാമുണ്ട്. വിചാരണ ചെയ്യാതെ വർഷങ്ങളായി തടവിൽ കഴിയുന്നവരാണ് ഇവരിൽ പലരും."

"തലശ്ശേരി സബ്ജയിലിനേക്കാൾ ആശ്വാസകരമായിരുന്നു സെൻട്രൽ ജയിൽ. പകൽ ലോക്കപ്പ് ചെയ്തിരുന്നില്ല. ജയിൽ വളപ്പിലെ മരത്തണലിലും ബ്ലോക്കിന്റെ വരാന്തയിലുമായി തടവുകാർ പകൽ സംസാരിച്ചിരിക്കും."

"ജയിലിൽ ജോലി ചെയ്യണമെന്ന് കേട്ടിട്ടുണ്ട്. നമ്മൾ ചെയ്യേണ്ടിവരുമോ?

നന്ദൻ കോരൻ മാസ്റ്ററോട് ചോദിച്ചു.

"റിമാന്റുകാർ ജോലിചെയ്യേണ്ടതില്ല. ശിക്ഷാ തടവുകാരാണ് ജോലി ചെയ്യേണ്ടത്."

"പാർട്ടിക്കാരായ തടവുകാർ ഒരുപാടുണ്ടോ?"

"ഇവിടെ ഡി ഐ ആർ പ്രകാരം റിമാന്റ് ചെയ്തവരാണ്. മിസ തടവുകാരായ നേതാക്കളുമുണ്ട്. അവരെല്ലാം എട്ടാം ബ്ലോക്കിലാണ്."

"അതെവിടെയാണ്?"

"അത് ജയിലിന്റെ കിഴക്കേ മതിലിനോട് ചേർന്നതാണ്. പകൽ ആ വഴിക്ക് നടക്കുമ്പോൾ അവരെ കാണാറുണ്ട്."

"അങ്ങോട്ട് പോകാൻ പറ്റുമോ?"

"ഇപ്പോൾ ലോക്കപ്പ് ചെയ്യാൻ സമയമായി. നമുക്ക് നാളെ പോകാം."

"ഫയൽ" എന്നുച്ചത്തിൽ വിളിച്ച് ഒരു വാർഡൻ ഗെയിറ്റിലൂടെ വന്നു.

"ലോക്കപ്പ് ചെയ്യാൻ പോവുകയാണ്. ബ്ലോക്കിനുള്ളിലേക്ക് കയറിക്കോളൂ."

കോരൻ മാസ്റ്റർ പറഞ്ഞു.

അപ്പോഴേക്കും ബ്ലോക്കിനുള്ളിലെ തടവുകാരെല്ലാം രണ്ടു വരിയായി കുത്തിയിരിക്കാൻ തുടങ്ങിയിരുന്നു. അത് കണ്ട് നന്ദനും ഗോപിയും ആ കൂട്ടത്തിലിരുന്നു. വാർഡൻ ഇരിക്കുന്നവരുടെ എണ്ണമെടുത്ത ശേഷം പുറത്തേക്ക് പോയി ബ്ലോക്ക് ലോക്കപ്പ് ചെയ്തു. ലോക്കപ്പിനുശേഷം തടവുകാരെല്ലാം പല കട്ടകളിലായി കൂടിയിരുന്ന് സൊറ പറയാൻ തുടങ്ങി.

കളവുകേസിൽ റിമാന്റിൽ കഴിയുന്ന രണ്ട് തടവുകാർ അവരുടെ അടുത്തേക്ക് വന്നു.

"സഖാക്കളെ പൊലീസ് മർദ്ദിച്ചോ?"

ഒരാൾ ചോദിച്ചു.

"പിടിച്ചപ്പോൾ കുറച്ച് കിട്ടി. നിങ്ങൾ എത്രകാലമായി ഇവിടെ?"

നന്ദൻ ചോദിച്ചു.

"ഒരു വർഷമായി റിമാന്റിൽ കഴിയുകയാണ്. കാലാവധി കഴിയുമ്പോൾ വീണ്ടും റിമാന്റ് ചെയ്യും."

"ജാമ്യം കിട്ടില്ലേ?"

"ആര് ജാമ്യമെടുക്കാൻ."

"കുടുംബക്കാർ കാണാൻ വരാറില്ലേ?"

"അവരുമായി ബന്ധമൊന്നുമില്ല. ഒരു ശിക്ഷ കഴിഞ്ഞ് പുറത്തുവിട്ടാൽ വീണ്ടും മറ്റൊരു കേസിൽ പിടിക്കും."

"അപ്പോൾ ജയിൽ തന്നെയാണ് വീട്?"

"അതെ."

അയാൾ ചിരിച്ചു.

സംസാരിക്കുന്നതിനിടയിൽ പാർട്ടി കേസിലെ തടവുകാരെല്ലാം അവരുടെ അടുത്തേക്ക് വന്നു. ചുറ്റുമുള്ള കട്ടകളിലായി അവരിരുന്നു. കൂട്ടത്തിൽ കോരൻ മാസ്റ്ററുമുണ്ടായിരുന്നു.

"നമുക്കെല്ലാവരെയും പരിചയപ്പെടാം."

കോരൻ മാസ്റ്റർ പറഞ്ഞു.

നന്ദനെയും ഗോപിയേയും കോരൻമാസ്റ്റർ പരിചയപ്പെടുത്തി.

മറ്റുള്ളവർ അവരുടെ പേരും നാടും പറഞ്ഞ് സ്വയം പരിചയപ്പെടുത്തി. പരിചയപ്പെടൽ കഴിഞ്ഞ ശേഷം കൂട്ടത്തിൽ ഒരാൾ ഒരു വിപ്ലവ ഗാനം ആലപിച്ചു. അതിനുശേഷം തലശ്ശേരിയിൽനിന്നുള്ള ഒരു സഖാവ് അടിയന്തരാവസ്ഥയെക്കുറിച്ചും അതിന്റെ ഭാഗമായി നടന്ന അതിക്രമങ്ങളെക്കുറിച്ചും വിശദീകരിച്ചു.

"ഇന്ദിരാഗാന്ധിയുടെ ഏകാധിപത്യത്തിനെതിരെ വലിയൊരു പ്രതിഷേധ സഖ്യം രൂപപ്പെട്ടുവരികയാണ്. ജയപ്രകാശ് നാരായണനാണ് അതിനു നേതൃത്വം കൊടുക്കുന്നത്."

"നമ്മുടെ പാർട്ടി അതിൽ ചേരുന്നുണ്ടോ സഖാവേ?"

കൂട്ടത്തിൽ ഒരാൾ ചോദിച്ചു.

"നമുക്കാദ്യം അക്കാര്യത്തിൽ അറച്ചുനില്പുണ്ടായിരുന്നു. ഇപ്പോൾ സഖ്യവുമായി യോജിച്ചു പോകാൻ തീരുമാനിച്ചിട്ടുണ്ട്." അയാൾ മറു

പടി പറഞ്ഞു.

"നമുക്കിനി ഇന്റർനാഷണൽ ഗാനം പാടി ചർച്ച അവസാനിപ്പിക്കാം."

കോരൻമാസ്റ്റർ പറഞ്ഞു.

എല്ലാവരും ഒരുമിച്ച് ഇന്റർനാഷണൽ ഗാനം പാടിയശേഷം പിരിഞ്ഞു.

നന്ദനും ഗോപിയും ഭക്ഷണം കഴിച്ച് കട്ടയിൽ പായ വിരിച്ച് കിടന്നെങ്കിലും ഉറക്കം വന്നതേയില്ല.

"ഈ അടിയന്തരാവസ്ഥ എന്നാണവസാനിക്കുക ഗോപിയേട്ടാ?"

"എല്ലാ ഫാസിസ്റ്റുകൾക്കും ഒരന്ത്യമുണ്ടാകുമല്ലോ. അതുപോലെ ഇന്ദിരാഗാന്ധിക്കും ഒരന്ത്യമുണ്ടാകും."

"അമ്മയുടെ ഇരുപതും മകന്റെ അഞ്ചും ചേർന്നുള്ള ഇരുപത്തഞ്ചിന പരിപാടിയിലൂടെ രാജ്യത്ത് സോഷ്യലിസമുണ്ടാകുമെന്നല്ലേ അവർ പ്രചരിപ്പിക്കുന്നത്."

"അത് ഡൽഹിയിൽ കണ്ടല്ലോ. തുർക്ക്മാൻ ഗേറ്റിൽ പുറമ്പോക്കിൽ താമസിച്ചിരുന്ന ആയിരങ്ങളുടെ കുടിലുകൾ ബുൾഡോസർ ഉപയോഗിച്ചല്ലേ തകർത്തത്."

"ആ പാവങ്ങൾ ഇപ്പോൾ തെരുവിലാണ്. അവർ പറയുന്ന സോഷ്യലിസം എല്ലാവരും തെരുവിൽ!"

"എന്താണ് ഉറങ്ങാറായില്ലേ?"

വരാന്തയിൽ ഉലാത്തിക്കൊണ്ടിരുന്ന വാർഡൻ ചോദിച്ചു. അത് അനുസരിച്ച് നന്ദനും ഗോപിയും സംസാരം നിർത്തി കട്ടയിൽ കിടന്നു. കത്തിക്കൊണ്ടിരിക്കുന്ന ബൾബിനെ നോക്കി നന്ദൻ പലതും ആലോചിച്ച് കിടന്നു. ഉറക്കം വന്നതേയില്ല. മറ്റ് തടവുകാരുടെ കൂർക്കം വലി കേൾക്കാമായിരുന്നു. വെളുപ്പാൻ കാലത്താണ് കണ്ണ് ചിമ്മിയത്. "ഫയൽ" എന്ന് നീട്ടിനിളിക്കുന്ന ശബ്ദം കേട്ടാണുണർന്നത്. രണ്ട് വാർഡൻമാർ ലോക്കപ്പ് തുറക്കാൻ ധൃതിയിൽ നടന്നു വരികയാണ്. അപ്പോഴേക്കും തടവുകാരെല്ലാം തലേദിവസം കണ്ടതുപോലെ ഇരുന്ന് കഴിഞ്ഞിരുന്നു. അവരും കൂട്ടത്തിലിരുന്നു. എണ്ണമെടുത്ത് വാർഡൻമാർ പോയ ഉടനെ ലോക്കപ്പ് തുറന്നു. പിന്നെ സ്കൂൾ വിട്ടതുപോലെ തടവുകാർ പുറത്തേക്ക് ചാടുകയാണ്.

"എന്തിനാണിങ്ങനെ പുറത്തേക്ക് ചാടുന്നത്?"

നന്ദൻ കോരൻ മാസ്റ്ററോട് ചോദിച്ചു.

"അത് കക്കൂസിലേക്കുള്ള ഓട്ടമാണ്."

"ചായയും ചപ്പാത്തിയും ഇപ്പോൾ വരും. അതു വാങ്ങി വെക്കണം."

കോരൻ മാസ്റ്റർ പറഞ്ഞു.

വലിയ അലുമിനിയം പാത്രത്തിൽ ചായയും ചപ്പാത്തിയുമായി തടവുകാരായ കിച്ചൺ പണിക്കാർ വന്നു. പാത്രത്തിന്റെ കാതിൽ ഇരുമ്പ് തണ്ടിട്ട് രണ്ട് പേർ ചുമന്ന് കൊണ്ടാണ് അത് കൊണ്ടുവന്നത്. നന്ദൻ ക്യൂവിൽ നിന്ന് ചായയും ചപ്പാത്തിയും വാങ്ങി കൂടെ കടലക്കറിയും. കടല പേരിനു മാത്രമേയുണ്ടായിരുന്നുള്ളൂ. കൂടുതൽ വെള്ളമായിരുന്നു.

ചായ കുടിച്ച ശേഷം കക്കൂസിൽ പേയി. അവിടെയിരിക്കാൻ ആദ്യം അറപ്പു തോന്നി. വേറെ നിവൃത്തിയില്ലല്ലോ.

"നമുക്ക് ജയിലൊന്ന് നടന്നു കാണാം."

കക്കൂസിൽ പോയി വന്നപ്പോൾ കോരൻ മാസ്റ്റർ പറഞ്ഞു.

ബ്ലോക്കിനു ചുറ്റും കമ്പിവേലിയായിരുന്നു. അതിന് പുറത്ത് ചരൽ റോഡ്. ആ റോഡിൽ കോരൻ മാസ്റ്റർക്കൊപ്പം നന്ദനും ഗോപിയും നടന്നു.

"ഇതാണ് ജയിലാശുപത്രി." ജയിലിന്റെ വടക്ക് വശത്ത് ജയിൽ മതിലിനോട് ചേർന്നുള്ള കെട്ടിടം ചൂണ്ടിക്കൊണ്ട് കോരൻമാസ്റ്റർ പറഞ്ഞു. "വെരിഫിക്കേഷൻ കഴിഞ്ഞാൽ ഡോക്ടറെ കാണാൻ ഇവിടെ വരണം."

"ആ കാണുന്നതാണ് എട്ടാം ബ്ലോക്ക് അവിടെയാണ് പാർട്ടി നേതാക്കളെല്ലാം ഉള്ളത്."

നടന്ന് ജയിലിന്റെ കിഴക്ക് ഭാഗത്തെത്തിയപ്പോൾ കോരൻ മാസ്റ്റർ പറഞ്ഞു.

നേതാക്കളെല്ലാം ബ്ലോക്കിന് പുറത്ത് കൂട്ടം കൂട്ടമായി സംസാരമാണ്. കൂട്ടത്തിൽ സഖാവ് കുഞ്ഞിരാമനുമുണ്ട്. അദ്ദേഹം അവരുടെ അടുത്തേക്ക് വന്നു.

"നിങ്ങളെപ്പഴാ എത്തിയത്?"

"ഇന്നലെ."

"മലബാറിലെ എല്ലാ നേതാക്കളും ഇതിനകത്തുണ്ട്."

കുഞ്ഞിരാമൻ പറഞ്ഞു.

കെ സി ആറിനെയും കെ വിയെയും പിണറായിയേയും അവിടെ കണ്ടു.

"ഇവിടെ പാർട്ടിക്കാർ മാത്രമാണോ?"

നന്ദൻ ചോദിച്ചു

"മിസ പ്രകാരം അറസ്റ്റ് ചെയ്തവരാണ് ഇവിടെ കിടക്കുന്നത്. പാർട്ടിക്കാർ മാത്രമല്ല. രാഷ്ട്രീയ ചർച്ചകളും പാർട്ടി ക്ലാസുമെല്ലാം ഇവിടെ നടക്കും."

"ജയിൽ സൂപ്രണ്ടിന്റെ റൗണ്ട് വരുമ്പോൾ റോഡിൽ ആരെയും കാണാൻ പാടില്ല. അതിനു മുമ്പ് കാണാനുള്ളതെല്ലാം കണ്ട് ബ്ലോക്കിൽ തിരിച്ചെത്തണം."

കോരൻ മാസ്റ്റർ പറഞ്ഞു.

"അതാണ് കണ്ടം സെൽ."

ജയിലിന്റെ തെക്ക് ഭാഗത്തെത്തിയപ്പോൾ ഒരു കെട്ടിടം ചൂണ്ടി കോരൻ മാസ്റ്റർ പറഞ്ഞു. അടുത്തടുത്തായി രണ്ട് കെട്ടിടങ്ങൾ. രണ്ടിന്റേയും മുന്നിലായി ഒരു പൂന്തോട്ടം. അതാണ് കണ്ടം സെല്ലിന്റെ ഘടന. വധശിക്ഷയ്ക്ക് വിധിച്ചവരെയാണ് അതിൽ കിടത്തുന്നത്. അവരെപ്പോഴും ലോക്കപ്പിലാണ്. ജയിൽ മതിലിനോട് ചേർന്നുള്ള ഒരു കെട്ടിടം കണ്ടു. അവിടെ വെച്ചാണ് തൂക്കിക്കൊല്ലുന്നത്. തൂക്കിക്കഴിഞ്ഞാൽ അതുവഴി പുറത്തേക്ക് വിടാനുള്ള സംവിധാനമെല്ലാം അതിലുണ്ട്. നന്ദൻ ലോക്കപ്പിനുള്ളിലേക്ക് നോക്കി. അതിനുള്ളിൽ ഒരാൾ കമ്പിയും പിടിച്ച് പുറ

ത്തേക്ക് നോക്കി നില്ക്കുന്നുണ്ട്.

"ഈ കാണുന്നതാണ് പത്താം ബ്ലോക്ക്. കൊടും കുറ്റവാളികളെ ഇവിടെയാണ് പാർപ്പിക്കുന്നത്." വലതു ഭാഗത്തേക്ക് കൈ ചൂണ്ടി കോരൻ മാസ്റ്റർ പറഞ്ഞു.

ചുറ്റിത്തിരിഞ്ഞ് അവർ ആദ്യം കയറിവന്ന റോഡിലേക്കെത്തി. പിന്നെ മൂന്നുപേരും ബ്ലോക്കിലേക്ക് നടന്നു.

"ടവറിനുള്ളിൽ നല്ലൊരു ലൈബ്രറിയുണ്ട്. അതിൽ ധാരാളം പുസ്തകങ്ങളുണ്ട്. വിതരണം ചെയ്യുന്നത് ഒരു തടവുകാരനാണ്."

ടവറിനടുത്തെത്തിയപ്പോൾ കോരൻ മാസ്റ്റർ പറഞ്ഞു.

ബ്ലോക്കിൽ തിരിച്ചെത്തിയ ശേഷം അവർ ചപ്പാത്തി കഴിച്ചു.

മൂന്ന് മാസം തികയുന്നതിനു മുൻപ് കേസിന്റെ വിചാരണ ആരംഭിച്ചു. നന്ദനേയും ഗോപിയേയും കോടതിയിൽ പ്രതിക്കൂട്ടിൽ നിർത്തിയായിരുന്നു വിചാരണ. സാക്ഷികളായി വന്നത് കച്ചിലത്തെരുവിലെ അറിയപ്പെടുന്ന കോൺഗ്രസുകാരായിരുന്നു.

"നിങ്ങൾ പോസ്റ്റർ ഒട്ടിക്കുന്നതാണോ കണ്ടത്, അല്ല പ്രകടനം നടത്തുന്നതാണോ?"

പ്രതിഭാഗം വക്കീൽ ചോദിച്ചു.

"പോസ്റ്റർ ഒട്ടിക്കുന്നത്."

സാക്ഷി പറഞ്ഞു.

അടുത്ത സാക്ഷിയോട് ചേദിച്ചപ്പോൾ പ്രകടനം നടത്തുന്നതാണ് കണ്ടത് എന്നാണ് പറഞ്ഞത്.

സാക്ഷികൾ പരസ്പര വിരുദ്ധമായിട്ടാണ് പറയുന്നത് എന്ന് പറഞ്ഞിട്ട് മജിസ്ട്രേട്ട് കേസ് വെറുതെ വിട്ടു.

നന്ദനും ഗോപിയും ജയിൽ മോചിതരായി. അതിന് മുമ്പ് കോരൻ മാസ്റ്ററും ജയിൽ വിട്ട് പോയിരുന്നു.

കച്ചിലത്തെരുവിൽ തിരിച്ചെത്തിയ അവരെ പാർട്ടി സഖാക്കൾ സ്വീകരിച്ചു. ആയിരത്തിത്തൊള്ളായിരത്തി എഴുപത്തി ആറ് ഡിസംബറിൽ അടിയന്തരാവസ്ഥയ്ക്ക് അയവ് വന്നു. തുടർന്ന് തിരഞ്ഞെടുപ്പ് പ്രഖ്യാപിച്ചു. രാജ്യസുരക്ഷയുടെ പേരിൽ ജയിലിലടച്ച നേതാക്കന്മാരെ ഒന്നൊന്നായി വിട്ടയക്കാൻ തുടങ്ങി. നാടെമ്പാടും നേതാക്കൾക്ക് നല്കിയ സ്വീകരണങ്ങളിൽ നാട്ടുകാർ തടിച്ചു കൂടി. അടിയന്തരാവസ്ഥയെ പേടിച്ച് ഒതുങ്ങിക്കൂടിയവരും ഒഴിഞ്ഞു മാറി നടന്നവരും സജീവമായി സ്വീകരണങ്ങളിൽ പങ്കെടുത്തു. ഭരണത്തിന്റെ തണലിൽ ഗുണ്ടായിസവുമായി നടന്നവർ സാവകാശം മാളത്തിലേക്ക് തലവലിച്ചു. ആയിരത്തിത്തൊള്ളായിരത്തി എഴുപത്തേഴ് മാർച്ചിൽ നടന്ന തിരഞ്ഞെടുപ്പിൽ ഇന്ദിരാഗാന്ധിയും മകൻ സഞ്ജയും തോറ്റു. കോൺഗ്രസിന്റെ അധികാര കുത്തകയ്ക്ക് അന്ത്യം കുറിച്ചു.

മാർച്ച് 22 ന് പുലർച്ചെ അഞ്ചുമണിക്ക് കച്ചിലത്തെരുവിൽനിന്നും മൈക്ക് അനൗൺസ്മെന്റ് കേട്ട് നന്ദൻ എഴുന്നേറ്റ് ജനൽ തുറന്ന് ശ്രദ്ധിച്ചു. എ കെ ജി മരിച്ച വിവരമാണ് അനൗൺസ് ചെയ്യുന്നത്. ഒരു പുരുഷാ

യുസ്സ് മുഴുവൻ പാവങ്ങളുടെ പടത്തലവനായി പൊരുതിയ എ കെ ജി അരങ്ങൊഴിഞ്ഞു. പിന്നെ നന്ദന് വീട്ടിലിരിക്കാൻ കഴിഞ്ഞില്ല. ഗോപിയുടെ വീട്ടിലേക്ക് നടന്നു. മുറ്റത്തുനിന്നും വിളിച്ചപ്പോൾ ജാനകി ടീച്ചർ വാതിൽ തുറന്നു.

"നന്ദനെന്താ ഇത്ര രാവിലെ?"

ടീച്ചർ ചോദിച്ചു.

"എ കെ ജി മരിച്ചു"

"ഞങ്ങളും കേട്ടു. അതിനുശേഷം ഉറങ്ങിയിട്ടില്ല."

സംസാരം കേട്ട് ഗോപി പുറത്തേക്ക് വന്നു.

"നീ വന്നത് നന്നായി. കച്ചിലത്തെരുവിൽ മൗനജാഥയും അനുശോചന യോഗവും നടത്തണം. ഇപ്പോൾ തന്നെ എല്ലാവർക്കും വിവരം കൊടുക്കണം. ഹർത്താലാചരിക്കാൻ കടക്കാരോട് പറയണം."

ഗോപി സംസാരിക്കുന്നതിനിടയിൽ രണ്ടുപേർക്കും കട്ടൻചായയുമായി ജാനകി ടീച്ചർ വന്നു. അതു കുടിച്ച ശേഷം നന്ദൻ അവിടെ നിന്നും ഇറങ്ങി.

ഒൻപത് മണിയായതോടെ നാനാഭാഗത്തുനിന്നും ആളുകൾ കച്ചിലത്തെരുവിൽ തടിച്ചുകൂടി. കൂട്ടത്തിൽ പഴയ സഖാക്കളായ കെ വി യും പി ആറും എൻ സി യുമെല്ലാമുണ്ട്. പഴയ ഗാന്ധിയൻ കോൺഗ്രസുകാരും വന്നിട്ടുണ്ട്. റോഡിൽ വാഹനങ്ങളൊന്നുമില്ല. കടകളെല്ലാം അടഞ്ഞുകിടന്നു. കച്ചിലത്തെരുവിലെ തൊഴിലാളികളാരും പണിക്ക് പോയിട്ടില്ല. പത്തുമണിക്കാരംഭിച്ച മൗനജാഥയിൽ എല്ലാവരും പങ്കെടുത്തു. ആ ജാഥ വപ്ര പ്പാലം വരെ പോയി തിരിച്ചുവന്ന് ചാമുണ്ഡി ചന്തുവിന്റെ കടയുടെ മുന്നിൽ അവസാനിച്ചു. ഗോപി സ്വാഗതം പറഞ്ഞശേഷം അദ്ധ്യ. ക്ഷനായി എൻ സിയെ ക്ഷണിച്ചു. എ കെ ജിയെക്കുറിച്ച് സംസാരിക്കുവാൻ തുടങ്ങിയപ്പോൾ തന്നെ എൻ സിയുടെ തൊണ്ടയിടറി. സംസാരിക്കാൻ കെ വിയെ ക്ഷണിച്ച് അദ്ദേഹം നിർത്തി. എ കെ ജിയോടൊപ്പം ഒളിവിലും ജയിലിലും കഴിഞ്ഞയാളാണ് കെ വി.

"ഈ നാട്ടിലെ കൃഷിക്കാരന്റെയും തൊഴിലാളികളുടെയും സർവ്വോപരി പണിയെടുക്കുന്ന പാവങ്ങളുടെയാകെ പടത്തലവനാണേക്കെജി. എവിടെയെല്ലാം അവർ ചൂഷണത്തിനും പീഡനത്തിനും ഇരയാകുന്നുണ്ടോ അവിടെയെല്ലാം എ കെ ജി ഓടിയെത്തി. അവരോടൊപ്പം ചേർന്ന് അവർക്കുവേണ്ടി പടപൊരുതി എത്രയോ മർദ്ദനം സഹിച്ചു. എത്രയോ വർഷം ഒളിവിലും ജയിലിലുമായി കഴിഞ്ഞു. ആ മഹാ വിപ്ലവകാരിയുടെ വേർപാടിൽ അഗാധമായ ദു:ഖവും അനുശോചനവും രേഖപ്പെടുത്തുന്നു." കെ വി പറഞ്ഞു നിർത്തി.

എല്ലാവരും ഒരു മിനിറ്റ് മൗനമാചരിച്ച ശേഷം ആ യോഗം പിരിഞ്ഞു.

കേന്ദ്രത്തിൽ കോൺഗ്രസ് തോറ്റ് ജനതാ പാർട്ടി അധികാരത്തിൽ വന്നെങ്കിലും കേരളത്തിൽ ആ മാറ്റമുണ്ടായില്ല. കോൺഗ്രസ് ജയിച്ച് കരുണാകരൻ മുഖ്യമന്ത്രിയായി.

"ഒരുപാട് അക്രമങ്ങൾ നടന്നിട്ടും അനുഭവിച്ചിട്ടും കേരളത്തിൽ മാറ്റം

വരാതിരുന്നത് എന്തുകൊണ്ടാണ് ഗോപിയേട്ടാ?"

ചാമുണ്ഡി ചന്തുവിന്റെ കടയിൽ ചായ കുടിച്ചിരിക്കുമ്പോൾ നന്ദൻ ഗോപിയോട് ചോദിച്ചു.

"അത് ജനങ്ങളെ അറിയിക്കാനും ബോദ്ധ്യപ്പെടുത്താനും കഴിയാതിരുന്നതുകൊണ്ട്."

"നമ്മൾ ഒരുപാട് മീറ്റിങ്ങുകൾ അന്നും നടത്തിയിരുന്നില്ലേ? എന്നിട്ടും......."

"അതെല്ലാം നമ്മുടെ പ്രവർത്തകരായ ആളുകളോട് മാത്രമായിരുന്നില്ലേ. അതിനുമപ്പുറം ഒരു വലിയ സമൂഹം നമ്മുടെ നാട്ടിലുണ്ട്. അവർ വായിക്കുന്ന പത്രങ്ങളിൽ സർക്കാരിനെ വാഴ്ത്തുന്ന വാർത്തകളായിരുന്നു നിത്യവും പടച്ച് വിട്ടിരുന്നത്. അത് വായിച്ചുകൊണ്ടാണ് വലിയൊരു വിഭാഗം ജനങ്ങൾ രാഷ്ട്രീയ നിലപാട് സ്വീകരിച്ചത്. പത്രമാരണ നിയമം നടപ്പിലാക്കി നമ്മുടെ പത്രത്തിനും വാർത്തയ്ക്കും വിലക്കായിരുന്നല്ലോ.

"കക്കയം ക്യാമ്പിൽ രാജനെ ഉരുട്ടിക്കൊന്നതും നിരവധി ആളുകളെ ലോക്കപ്പിലിട്ട് കൊല്ലാക്കൊല ചെയ്തതും ജനങ്ങളിൽ പ്രചരിപ്പിക്കാൻ ഇപ്പോൾ കിട്ടിയ അവസരം ഉപയോഗിച്ചുകൂടേ?"

"അതാണിപ്പോൾ ചെയ്തുകൊണ്ടിരിക്കുന്നത്. ഈച്ചരവാര്യരുടെ കേസിൽ മുഖ്യമന്ത്രി രാജിവെക്കാൻ പോലും സാദ്ധ്യതയുണ്ടെന്നാണ് കേൾക്കുന്നത്."

"നന്ദനെങ്ങോട്ടാണ്?"

ചായ കുടിച്ച് കടയിൽ നിന്നിറങ്ങാൻ തുടങ്ങിയപ്പോൾ ഗോപി ചോദിച്ചു.

"പ്രത്യേകിച്ച് എവിടേക്കുമില്ല എൻ സിയുടെ വീടുവരെ പോകണമെന്നുണ്ട്."

"ഇപ്പോൾ അങ്ങൊട്ടൊന്നും പോകണ്ട. നമുക്ക് മാരിപുരത്തേക്ക് പോകാം. അവിടെ കെ സി ആർ വരുന്നുണ്ട്. ജയിലിൽ നിന്ന് വന്നതിനു ശേഷം വിശദമായി കണ്ടിട്ടില്ല"

"കാര്യമായ ജോലിക്കൊന്നും പോകാതെ രാഷ്ട്രീയം പറഞ്ഞ് നടക്കുന്നതിനെ അമ്മ കുറ്റപ്പെടുത്തുന്നുണ്ട്."

മാരിപുരത്തേക്ക് നടക്കുന്നതിനിടയിൽ നന്ദൻ പറഞ്ഞു.

"അതൊക്കെ ശരിയാകും. നീയിപ്പോൾ യൂത്തിന്റെ നേതാവല്ലേ. അതുവഴി ഉയർന്നുപോകണം."

ഫർക്ക കമ്മറ്റിയുടെ ഓഫീസിലേക്ക് കയറിച്ചല്ലുമ്പോൾ കെ സി ആറും ഇ വിയും അവടെ ഇരിക്കുന്നുണ്ടായിരുന്നു.

"എന്താ ഗോപി, നിന്നെ കണ്ടിട്ട് കുറച്ച് നാളായല്ലോ?"

കെ സി ആർ ചോദിച്ചു.

"ഇലക്ഷൻ കഴിഞ്ഞപ്പോൾ കൃഷിപ്പണിയുടെ തിരക്കായിരുന്നു."

"ഓ നീ വലിയ കൃഷിക്കാരനാണല്ലോ. എന്തുണ്ട് നമ്മുടെ പ്രസ്ഥാനം സജീവമല്ലേ?"

"എല്ലാം സജീവമാണ് പക്ഷേ, കേരളത്തിൽ നമ്മൾ തോറ്റില്ലേ."

"അതു സാരമില്ല ഗോപി. അതെല്ലാം നമുക്ക് മാറ്റിയെടുക്കാം. മുഖ്യ മന്ത്രി തന്നെ രാജിവെക്കേണ്ടി വരും അവിടേക്കാണ് കാര്യങ്ങൾ നീങ്ങുന്നത്."

അത് കേട്ടപ്പോൾ നന്ദന് സന്തോഷമായി

"കെ സി ആറിന് ഇവനെ അറിയുമോ?"

നന്ദനെ ചൂണ്ടി ഗോപി ചോദിച്ചു.

"ആളെ കണ്ടിട്ടുണ്ട് പേര് ഓർക്കുന്നില്ല"

"ഇവിടുത്തെ യൂത്തിന്റെ നേതാവാണ്. പേര് നന്ദൻ".

ഇ വി നന്ദനെ പരിചയപ്പെടുത്തി.

"പ്രസ്ഥാനത്തിൽ സജീവമാകണം. നമുക്ക് നോക്കാം."

അതു പറഞ്ഞശേഷം കെ സി ആർ എഴുന്നേറ്റു.

"പാഴിക്കുന്നിനടുത്ത് പരിചയമുള്ള ഒരു എഴുത്തുകാരിയുണ്ട്. അവരെ ഒന്ന് കാണണം. ഗോപി വരുന്നോ?"

"ഞാൻ വരുന്നില്ല വീട്ടിൽ അത്യാവശ്യമായ ചില ജോലികളുണ്ട്."

"എന്നാൽ ഞാൻ പോകാം".

കെ സി ആർ യാത്ര പറഞ്ഞ് കാറിൽ കയറി. ആ കാർ പാഴിക്കുന്നിലേക്ക് ഓടിച്ചുപോയി.

എട്ട്

പാണരുടെ പാട്ടിലും പഴന്തമിഴ്പാട്ടിലും പരാമർശിക്കുന്ന പാഴിക്കും പെരുന്തുറയ്ക്കും ഇടയ്ക്കുള്ള പേരുകേട്ട കച്ചിലപട്ടണത്തിലേക്ക് വാണിഭം ചെയ്യാൻ വരുന്ന ആങ്ങളമാരോടൊപ്പം ആരെയും ആകർഷിക്കുന്ന നീലകേശിയും വന്നു. ആ ആങ്ങളമാരെ കൊന്നതിന്റെ പകയടങ്ങാതെ പതിനെട്ടുവർഷം പൈക്കമിരന്നു നടന്ന നീലകേശി പ്രതികാരം തീർത്തു കാളീരൂപം പ്രാപിക്കുന്ന കഥ കണ്ണപ്പെരുണാനിൽനിന്ന് കൗതുകത്തോടെ നന്ദൻ കേട്ടിരുന്നു.

'എന്റീതൊരു പഴംകുടിപ്പാ വീട്ടുന്നു ഞാനും
കൈമൽപിടിക്കുന്നല്ലോ ഇരുമ്പിൻശൂലം
വായിൽ പൊടിക്കുന്നല്ലോ മുള്ളെകിറ്
കൈമൽ പൊടിച്ചുള്ളോരു ശൂലം
തരിയരന്റെ കരള് കുറിയകുത്തു കൊടുത്തു.'

ആഴിക്കരയിൽ താമസിക്കുന്ന കണ്ണപ്പെരുണാന്റെ വീട്ടിൽ നന്ദനെത്തുമ്പോൾ, മുറ്റത്തെ മാവിൻ ചുവട്ടിൽ ഒരു ഓലക്കീറിലിരുന്ന് അണിയലം തുടച്ചു വത്തിയാക്കുകയായിരുന്നു പെരുണാൻ.

"നിന്നെ അടുത്തൊന്നും ഇങ്ങോട്ട് കണ്ടതേയില്ലല്ലോ നമ്മളെയൊക്കെ മറന്നോ?"

പെരുണാൻ പരിഭവത്തോടെ പറഞ്ഞു.

"മറന്നിട്ടൊന്നുമില്ല. ജയിലിൽനിന്ന് വന്നപ്പോൾ ഇലക്ഷൻ തിര

ക്കായി."

"അടിയന്തരാവസ്ഥയിൽ എല്ലാ തെമ്മാടിത്തവും നടത്തിയിട്ടും അവരിവിടെ ജയിച്ചില്ലേ. ഈ ജനങ്ങളെങ്ങനെയാണ് ഇങ്ങനെയാവുന്നത്."

കേരളത്തിൽ കോൺഗ്രസ് ജയിച്ചതിന്റെ പ്രയാസം പെരുണാൻ നന്ദനോട് പ്രകടിപ്പിച്ചു.

"നമുക്ക് നേരെ നടന്ന പീഡനങ്ങൾ ജനങ്ങളോട് പറയാൻ നമുക്ക് പറ്റിയില്ലല്ലൊ.

ഇപ്പോഴല്ലേ നടന്ന സംഭവങ്ങളെല്ലാം ജനങ്ങളറിയുന്നത്."

നന്ദൻ പരാജയത്തിന്റ കാരണങ്ങൾ പെരുണാനെ ബോദ്ധ്യപ്പെടുത്തുവാൻ ശ്രമിച്ചു.

"നിന്നെ പൊലീസുകാർ പിടിച്ചുകൊണ്ടുപോയി ജയിലിലിട്ടത് അറിഞ്ഞപ്പോൾ എനിക്കന്ന് ഉറങ്ങാനേ കഴിഞ്ഞില്ല. നീലമ്മയും സുജാമണിയും കരഞ്ഞു. അടിയന്തരാവസ്ഥയല്ലേ മനുഷ്യപ്പറ്റില്ലാതെ അവറ്റകള് നിന്നെ എന്തെങ്കിലും ചെയ്യുമോയെന്നായിരുന്നു എന്റെ പേടി.

"അവർ നിന്നെ വല്ലാതെ അടിച്ചോ?"

"പിടിച്ചപ്പോൾ അമ്മയുടെ മുന്നിലിട്ട് തന്നെ തല്ലി പിന്നെ ഒന്നും ചെയ്തില്ല."

"ജയിലിൽ എങ്ങനെയായിരുന്നു. ഭക്ഷണമൊക്കെ സമയത്തിന് കിട്ടിയിരുന്നോ?"

"അതിനുള്ളിൽ പെട്ടാൽ അവർ തരുന്നത് കഴിക്കാനല്ലേ പറ്റൂ. രുചിയൊന്നും നോക്കിയില്ല. വിശപ്പടക്കാൻ കിട്ടിയതു കഴിച്ചു."

"സുജാമണീ...."

പെരുണാൻ മകളെ വിളിച്ചു. വിളികേട്ട് പുറത്തേക്ക് വന്ന സുജാമണി നന്ദനെ കണ്ട് ചിരിച്ചുകൊണ്ട് അടുത്തേക്ക് വന്നു.

"നീ വരാന്തയിൽ നിന്ന് ആ കസേരയെടുത്ത് ഇവിടെ ഇട്. അവനിരിക്കട്ടെ"

പെരുണാൻ സുജാമണിയോട് പറഞ്ഞു.

അവൾ വരാന്തയിലുണ്ടായിരുന്ന പഴയ മരക്കസേര മുറ്റത്തിട്ടു കൊടുത്തു.

"നിന്റെ പരീക്ഷ കഴിഞ്ഞില്ലേ?"

നന്ദൻ ചോദിച്ചു.

"കഴിഞ്ഞു."

"നല്ല മാർക്കോടെ പാസാകില്ലേ?"

അവൾ ചിരിച്ചുകൊണ്ട് തലയാട്ടി.

"പത്താം ക്ലാസ് പാസാകണമെങ്കിൽ കുത്തിയിരുന്ന് പഠിക്കണമെന്ന് ഞാനെപ്പോഴും അവളോട് പറയാറുണ്ട്."

പെരുണാൻ പറഞ്ഞു.

"അവൾ നല്ല കുട്ടിയാണ്. പാസാകും. പെരുണാൻ പേടിക്കണ്ട."

നന്ദൻ ആശ്വസിപ്പിച്ചു.

"നീ ഒളിവിൽ ഇവിടെയുള്ളപ്പോൾ പറഞ്ഞു പഠിപ്പിച്ചതുകൊണ്ട് രക്ഷ

പ്പെടുമെന്ന് ഒരു പ്രതീക്ഷ എനിക്കുണ്ട്."

അടിയന്തരാവസ്ഥയിൽ ഇടയ്ക്കിടെ പൊലീസും ഗുണ്ടകളും കച്ചിലത്തെരുവിൽ വിളയാടുമ്പോൾ ഒരു രക്ഷാത്തുരുത്തായിരുന്നു ആഴിക്കരയിലെ പെരുണാന്റെ വീട്. രാത്രിയിൽ എത്തുന്ന സഖാക്കൾക്ക് പെരുണാൻ അവലും കട്ടൻചായയും തയ്യാറാക്കി കൊടുക്കും. ചിപ്പിക്കുന്നിന്റെ തെക്കേ ചെരിവിൽ ആഴിക്കരയിലാണ് പെരുണാന്റെ വീട്. വീടിനോട് ചേർന്ന് ആഴിക്കര കാവ്. ആഴിക്കരക്കാവിനു മുകളിലെ കുന്നിൽനിന്ന് നോക്കിയാൽ തുറയും കടലും ഏഴിമലയും കാണാം. കരിമീനും കാളാഞ്ചിയും ധാരാളമുള്ള തുറയിലിറങ്ങി പെരുണാൻ മീൻ പിടിക്കും. നീലമ്മ അത് പാകം ചെയ്തു കൊടുക്കും. അങ്ങനെ പെരുണാന്റെ വീടുമായി നന്ദന് മറക്കാൻ കഴിയാത്ത ഹൃദയ ബന്ധമുണ്ട്.

"നീലമ്മ എവിടെ പോയി?"

"അവൾ കുട്ട്യപ്പയുടെ കണ്ടത്തിൽ പണിക്ക് പോയിനി. തെയ്യം കെട്ടിയതു കൊണ്ടൊന്നും ജീവിക്കാൻ കഴിയില്ല. നന്ദൻ കഞ്ഞി കുടിച്ചിട്ടാണോ വന്നത്. ഇല്ലെങ്കിൽ ഇവിടുന്ന് കുടിക്കാം."

"വേണ്ട ഞാൻ വീട്ടിൽ നിന്നും കുടിച്ചിട്ടാണ് ഇറങ്ങിയത്."

"എന്നാൽ കട്ടൻ ചായ ആയിക്കോട്ടെ. സുജാമണീ, നീ രണ്ട് കട്ടൻ ചായ ഉണ്ടാക്ക്. കണ്ടത്തിലെ പണിയൊന്നും അവൾക്കറിയില്ലായിരുന്നു. ഇവിടെ വന്നപ്പോൾ എല്ലാം പഠിച്ചു."

"നീലമ്മയുടെ നാട് അങ്ങ് വടക്കല്ലേ?"

"അതെ മംഗലാപുരത്ത്. ഒരു വർഷം തെയ്യത്തിന്റെ സീസൺ കഴിഞ്ഞപ്പോൾ വടക്കോട്ട് വണ്ടി കയറി മംഗലാപുരത്തെത്തി. അവിടെ കാര്യമായ പണിയൊന്നും കിട്ടിയില്ല. അവസാനം ഒരു മുക്കുവ കുടുംബവുമായി പരിചയപ്പെട്ടു. കടലിൽ മീൻ പിടിക്കുവാൻ പോകുന്ന അവരോടൊപ്പം ഞാനും പോയി. അങ്ങനെ ആറ് വർഷക്കാലം അവിടെ കഴിച്ചുകൂട്ടി. ആ കാലത്താണ് നീലമ്മയെ പരിചയപ്പെട്ടത്. അവൾ എന്റെ കൂടെ ഇങ്ങോട്ട് വന്നു. നീലകേശി വന്ന പോലെ."

"നീലകേശിക്കഥ പെരുണാനറിയുമോ?"

"അത് നമ്മൾ കെട്ടിയാടുന്നൊരു തെയ്യക്കോലമാണ്. നീലകേശി തെയ്യം. തെക്കുനിന്നും മരക്കപ്പലിൽ വന്ന നീലകേശി കച്ചിലപ്പട്ടണത്തിലെത്തി ചോമ്പു ചെട്ടിയെ കെട്ടിയ കഥ, അതിലുണ്ടായിരുന്ന മകനെ കൊന്ന കഥ"

കൊടുങ്ങല്ലൂരിൽനിന്നും കോലത്തു നാട്ടിലെ കച്ചില പട്ടണത്തിലേക്ക് കുല വാണിയൻമാർ ചരക്കുമായി പോകുന്ന വിവരം അറിഞ്ഞപ്പോൾ കോലത്തുനാട് കാണാനുള്ള തന്റെ കൊതി നീലകേശി ആങ്ങളമാരോട് തുറന്നു പറഞ്ഞു. ഏക സഹോദരിയുടെ ഏതാഗ്രഹവും സാധിച്ചു കൊടുക്കുന്ന ആങ്ങളമാർക്ക് മറുത്തൊന്നും പറയാൻ കഴിഞ്ഞില്ല. പലർക്കും മാറിമാറി വിവാഹം ചെയ്തുകൊടുത്തിട്ടും ഒരു കുഞ്ഞിക്കാല് കാണാനുള്ള ഭാഗ്യമില്ലാതെ നിരാശയിൽ കഴിയുകയാണവൾ. കേൾവി കേട്ട കോലത്തു നാട്ടിലെ കച്ചിലപ്പട്ടണത്തിൽ തനിക്കു പറ്റിയ മാരനെ

കണ്ടെത്താനുള്ള ഗൂഢോദ്ദേശ്യം കൂടി നീലകേശിക്കുണ്ടായിരുന്നു.

കരിനീലക്കണ്ണഴകിയായ നീലകേശിയുടെ സൗന്ദര്യം ആരെയും ആകർഷിക്കുന്നതായിരുന്നു. തനിക്കൊരു പുത്രനെ തരാൻ ശേഷിയില്ലാത്ത പുരുഷനെ സ്ഥിരമായി നിർത്താൻ അവൾ തയ്യാറായില്ല. അതിനു പറ്റിയ ഒരാളെ കണ്ടെത്താൻ മറുനാട്ടിലേക്ക് കപ്പലിൽ പോകാൻ തന്നെ ഒടുവിൽ നീലകേശി തീരുമാനിച്ചു. അതിന് തടസ്സം പറയാനുള്ള ധൈര്യം ആങ്ങളമാർക്കുണ്ടായിരുന്നില്ല.

വാണിഭം ചെയ്യാനുള്ള എല്ലാ ചരക്കുകളും കയറ്റിയ ശേഷം നീലകേശിയും ആങ്ങളമാരും കപ്പലിൽ കയറി. അറബിക്കടലിന്റെ ഓരം ചേർന്ന് കപ്പൽ വടക്കോട്ട് യാത്ര തിരിച്ചു.

മരക്കപ്പലിന്റെ മുകൾത്തട്ടിലിരുന്ന് നീലക്കടലിന്റെ ഭംഗി നീലകേശി ആവോളം ആസ്വദിച്ചു. തൊണ്ടിയിലും ധർമ്മപട്ടണത്തും ചരക്ക് വിറ്റ ശേഷം കപ്പൽ കച്ചിലപ്പട്ടണത്തിൽ എത്തിച്ചേർന്നു. അവിടെ വലിയ പാണ്ടികശാലകളുണ്ടായിരുന്നു. അവിടെ വെച്ചാണ് ചരക്ക് കൈമാറ്റം നടക്കുന്നത്.

കച്ചിലപ്പട്ടണത്തിലെത്തിയ നീലകേശിയെയും ആങ്ങളമാരെയും പ്രധാന വ്യാപാരിയായ ചോമ്പു ചെട്ടി സ്വീകരിച്ചു. ഒറ്റ നോട്ടത്തിൽ തന്നെ ചോമ്പുചെട്ടിയെ നീലകേശി കീഴ്പ്പെടുത്തി. ഒരാഴ്ചക്കാലം കച്ചിലപ്പട്ടണത്തിൽ അവർ താമസിച്ചു. ചരക്കെല്ലാം വിറ്റ് തീർന്ന ശേഷം കച്ചിലപ്പട്ടണത്തിലെ പ്രസിദ്ധ പട്ടു വസ്ത്രങ്ങളും വാങ്ങി കുല വാണിയൻമാർ മടങ്ങാൻ ഒരുങ്ങുമ്പോൾ നീലകേശി കൂടെ പോകാൻ കൂട്ടാക്കിയില്ല. ഒരാഴ്ചത്തെ താമസത്തിനിടയിൽ ചൊമ്പുചെട്ടിയുമായി നീലകേശി പ്രണയത്തിലായിക്കഴിഞ്ഞിരുന്നു.

എന്തിനും പോന്ന തന്റേടിയായ നീലകേശിയുടെ തീരുമാനത്തിനപ്പുറം മറുത്തൊന്നും പറയാനാകാതെ ആങ്ങളമാർ മടങ്ങി. ചോമ്പുചെട്ടി നീലകേശിയെ തന്റെ ഭവനത്തിലേക്ക് കൂട്ടികൊണ്ടുപോയി.

"എന്റെ ഭാര്യയായി കഴിയാൻ തയ്യാറാണോ?"

രാത്രി ഊണ് കഴിച്ച ശേഷം താംബൂലം ചവച്ചുകൊണ്ടിരിക്കുമ്പോൾ ചോമ്പുചെട്ടി ചോദിച്ചു.

തലകുലുക്കിക്കൊണ്ട് നീലകേശി സമ്മതഭാവത്തിൽ നിന്നു. തടിച്ച് ദീർഘകായനായ ചോമ്പുചെട്ടിയുടെ കണ്ണിലേക്ക് നീലകേശിയെറിഞ്ഞ വശ്യതയാർന്ന നോട്ടത്തിൽ അയാളുടെ ഉടലൊന്നുലഞ്ഞു. ചവച്ചുകൊണ്ടിരുന്ന താംബൂലം നീട്ടിത്തുപ്പിയ ശേഷം നീലകേശിയെ ആപാദചൂഡം ഒന്നു നോക്കി. കരിനീലക്കണ്ണിൽ അസാധാരണമായ വശ്യത. നിറഞ്ഞ മാറും ഇടുങ്ങിയ അരക്കെട്ടും. കാലുകൾക്ക് താങ്ങാവുന്നതിലേറെ ഭാരമുള്ള നിതംബം. എല്ലാം ചേർന്നൊരു കറുത്ത ദേവതയെപ്പോലെ നീലകേശി ജ്വലിച്ചുനിന്നു. പനങ്കുല പോലുള്ള മുടി വകഞ്ഞ് ഇടത് ചുമലിലൂടെ മാറിലേക്കിട്ടുള്ള അവളുടെ നില്പ് അധികനേരം നോക്കി നില്ക്കാൻ ചോമ്പുചെട്ടിക്ക് ക്ഷമയുണ്ടായില്ല. അയാൾ എഴുന്നേറ്റ് അവളുടെ അടുത്തേക്ക് നടന്നു. അവളുടെ ഇടതു ചുമലിൽ ഇടതു കൈവച്ച് നിതംബ

ത്തോട് ചേർന്ന് നിന്നു. വലതു കൈ കൊണ്ട് അടിവയറ്റിൽ ചേർത്ത് പിടിച്ച് മാറോടടുപ്പിച്ചു. നീലകേശിയുടെ വലതു കവിളിൽ ഒന്നു ചുംബിച്ചു. പിന്നെ മാറോട് ചേർത്ത് ആഞ്ഞ് പുല്കിയപ്പോൾ നീലകേശി ചോമ്പു ചെട്ടിയുടെ ശരീരത്തിലേക്ക് കത്തിപ്പടർന്നു. ആജാനബാഹുവായ ചോമ്പു ചെട്ടിക്ക് അധികനേരം നീലകേശിയോട് പൊരുതിനില്ക്കാനായില്ല.

വ്യാപാര കുടുംബത്തിൽ വളർന്ന നീലകേശിക്ക് ജന്മസിദ്ധമായി ലഭിച്ച വ്യാപാര തന്ത്രം ചോമ്പുചെട്ടിക്ക് പ്രയോജനമായി. അയാളുടെ വ്യാപാരം അനുദിനം വളർന്നു. കച്ചിലപട്ടണത്തെ ഏറ്റവും സമ്പന്നനായ വ്യാപാരിയായി അയാൾ മാറി.

ചരക്കുകൾ അന്യരാജ്യങ്ങളിലേക്കും ഭാരതത്തിന്റെ മറ്റ് ഭാഗങ്ങളിലേക്കും കൊണ്ടു പോകാനായി ഒരു മരക്കപ്പൽ നിർമ്മാണ കേന്ദ്രം വപ്രതുറയോട് ചേർന്ന് ആരംഭിച്ചു. കിഴക്കൻ മലകളിൽനിന്നും അനുയോജ്യമായ മരങ്ങൾ കിള്ളാ നദിയിൽക്കൂടെയും പെരുമ്പുഴയിലൂടെയും വപ്രതുറയിലെത്തിച്ചു. കപ്പൽ പണിയിൽ വിദഗ്ധരായ ആശാരിമാരുടെ ഒരു കേന്ദ്രമായിരുന്നു അന്ന് ആഴിക്കര.

നീലകേശി ഭാഗ്യദേവതയാണെന്നും അതോടുകൂടിയാണ് ചോമ്പു ചെട്ടി സമ്പന്നനായതെന്നും എങ്ങും സംസാര വിഷയമായി.

"പാഴിപ്പാറയിലെ തമ്മപ്പനെ എനിക്കൊന്നു തൊഴണം."

ഒരു ദിവസം നീലകേശി ചെട്ടിയോട് പറഞ്ഞു.

ചെട്ടി സമ്മതിച്ചു.

"തെരുവർക്കാട് കടന്ന് വേണം അവിടെയെത്താൻ. ഒറ്റയ്ക്ക് പോകരുത്. കൂടെ ഞാനും വരാം."

ചെട്ടി പറഞ്ഞു.

കച്ചിലപ്പട്ടണത്തിൽനിന്ന് പാഴിപ്പാറയിലേക്ക് കയറുന്ന പ്രദേശം അന്ന് വലിയ കാടായിരുന്നു. തെരുവർകാട് എന്നായിരുന്നു അതിനെ വിളിച്ചിരുന്നത്. കച്ചിലപട്ടണത്തെ തെരുവിന്റെ ഭാഗമായ കാടായതുകൊണ്ടായിരിക്കാം അങ്ങനെ വിളിച്ചത്. ആ കാടിനുള്ളിൽ ഒരു ഗുഹയുണ്ടായിരുന്നു. അതിൽനിന്ന് വെള്ളം ഒഴുകിക്കൊണ്ടിരിക്കും. ആ വെള്ളം താഴെ കാട്ടിനുള്ളിലെ ഒരു കുളത്തിലേക്ക് ഒഴുകിയെത്തും. അവിടെ നിന്ന് ആരംഭിക്കുന്ന തോട്ടിലൂടെ ആ നീർച്ചോല പെരുന്തുറയിലെത്തും.

നീലകേശിക്ക് തുണയായി ഒരു തെരുവർ പെണ്ണിനെയും കൂട്ടി ചോമ്പുചെട്ടി തെരുവർകാട്ടിലൂടെ നടന്ന് പാഴിപ്പാറയിലെത്തി. വടവന്യ തീർത്ഥത്തിൽ കുളിച്ച് തമ്മപ്പനെ തൊഴുതു. സ്വന്തം അപ്പനെ കണ്ടതു പോലെ നീലകേശിക്ക് അപ്പോൾ ഒരു തോന്നലുണ്ടായി. ചെറിയൊരുന്മാദം. പന്തികേട് തോന്നിയ ചോമ്പുചെട്ടി അവളെ കൂട്ടി തിരിച്ചു നടന്നു. തെരുവർകാട്ടിലെ ജഡപ്പൂ കണ്ടപ്പോൾ അത് പറിക്കാനുള്ള ആഗ്രഹം നീലകേശി പ്രകടിപ്പിച്ചു. ഒന്നിനും എതിര് പറയാത്ത ചോമ്പുചെട്ടി പൂ പറിക്കാൻ കാട്ടിൽ കയറി. അതുവരെ കാട്ടിലെ ഒരു കല്ലിന്മേൽ നീലകേശി പടിഞ്ഞാറോട്ട് നോക്കിയിരുന്നു.

മാസങ്ങൾ കഴിഞ്ഞിട്ടും മാസക്കുളി നില്ക്കാതെ വന്നപ്പോൾ നീല

കേശി അസ്വസ്ഥയായി.

"ഒരു കുഞ്ഞിന് ജന്മം നല്കാൻ കഴിയാതെ എന്റെ ജന്മം പാഴായിപ്പോകുമോ."

ഒരു ദിവസം രാത്രി ചോമ്പുചെട്ടിയോട് ചേർന്നിരുന്ന് വ്യാപാര കാര്യങ്ങൾ സംസാരിക്കുന്നതിനിടയിൽ നീലകേശി തന്റെ മനോവേദന പ്രകടിപ്പിച്ചു.

"അതൊക്കെ ദൈവം നിശ്ചയിക്കുന്നതല്ലേ നീലകേശി. നമ്മൾ ധൃതി കാട്ടിയതുകൊണ്ട് കാര്യമുണ്ടോ? അതൊക്കെ അതിന്റെ സമയമാകുമ്പോൾ നടക്കും. നമുക്ക് കാത്തിരിക്കാം."

"ദൈവമെന്താണ് എന്നോടിത്ര ക്രൂരത കാട്ടുന്നത്."

"അത് നിന്റെ ക്ഷമയില്ലായ്മ കൊണ്ട് തോന്നുന്നതാണ്. നമുക്ക് ക്ഷേത്രങ്ങളിൽ പ്രാർത്ഥന നടത്താം."

"ഞാൻ തമ്മപ്പനെ ഇടയ്ക്കിടെ ചെന്ന് തൊഴുന്നില്ലേ?"

"നമുക്ക് ജ്യോതിഷ പണ്ഡിതന്മാരോട് ചോദിക്കാം. അവർ പറയുന്ന പരിഹാര മാർഗ്ഗങ്ങൾ ചെയ്യാം."

ആ ആശ്വാസത്തോടെ നീലകേശി ഉറക്കത്തിലേക്ക് വീണു.

ചോമ്പുചെട്ടിയും നീലകേശിയും കണിശനെ കണ്ട് കണിശം നോക്കി. പേരൂരപ്പനേയും തൃക്കുറ്റ്യേരിയപ്പനേയും ഭജിക്കണമെന്ന് കണിശത്തിൽ കണ്ടെത്തി. ഒരു മരക്കപ്പലിൽ ഏഴിമലപ്പുഴ വഴി പെരുമ്പുഴയിലൂടെ അവർ പേരൂരപ്പനെ കാണാൻ പുറപ്പെട്ടു. വണ്ണാത്തിക്കടവിൽ കപ്പലടുപ്പിച്ച് അവർ തൃക്കുറ്റ്യേരിക്കുന്ന് കയറി തൃക്കുറ്റ്യേരിയപ്പനെ വണങ്ങിയ ശേഷം പേരൂരപ്പന്റെ സന്നിധിയിലേക്ക് അവർ നടന്നു. അവിടെയെത്തി ദിവസങ്ങളോളം അവർ ഭജനയിരുന്നു. തിരിച്ചു വന്ന് ഏതാനും ആഴ്ചകൾ കഴിഞ്ഞപ്പോൾ നീലകേശിക്ക് മാസക്കുളി നിന്നു.

കോമളനായ ഒരു കുഞ്ഞു പിറന്നാൽ പഴയന്നൂരമ്പലത്തിൽ കൂത്ത് നടത്താമെന്ന് ചോമ്പുചെട്ടി പ്രാർത്ഥിക്കുകയും ചെയ്തു. ഗർഭിണിയായ നീലകേശിയെ വിധിയാം വണ്ണം ചോമ്പുചെട്ടി പരിചരിച്ചു. പത്തുമാസം തികഞ്ഞപ്പോൾ അതികോമളനായ ഒരാൺകുഞ്ഞിനെ നീലകേശി പ്രസവിച്ചു. ആ സന്തോഷത്തിൽ ചേമ്പുചെട്ടി നാട്ടുകാർക്കെല്ലാം സദ്യകൊടുത്തു. പഴയന്നൂരിൽ കൂത്ത് നടത്താനുള്ള ഒരുക്കങ്ങൾ ഉടനെ ആരംഭിക്കുകയും ചെയ്തു.

വാണിഭം ചെയ്യാൻ ചോമ്പുചെട്ടി ഇടയ്ക്കിടെ പോകുന്ന സ്ഥലമായിരുന്നു പഴയന്നൂർ തെരു. ഏഴിമല പുഴയും പെരുമ്പുഴയും സംഗമിച്ച് പടിഞ്ഞാറോട്ടൊഴുകി കവ്വായിക്കായലിൽ എത്തിച്ചേരുന്നതിനു മുമ്പായി പഴയന്നൂർ കടവിൽ കപ്പൽ നിർത്തിയാണ് ചരക്കുകൾ തെരുവിലേക്ക് കൊണ്ടുപോകുന്നത്. തെരുവിനോട് ചേർന്ന് കൂത്തമ്പലം. കൂത്തമ്പലത്തിലെ കൂത്ത് കാണാനും, തെരുവിൽ നിന്ന് ചരക്ക് വാങ്ങാനും പലനാടുകളിൽ നിന്നും ആളുകൾ എത്തിച്ചേരും. തെരുവിൽ വാണിഭംചെയ്യുന്ന ചോമ്പുചെട്ടിക്ക് അവിടെ വലിയ സ്വാധീനമായിരുന്നു. ചെട്ടി പറഞ്ഞാൽ എന്തും ചെയ്യാൻ സന്നദ്ധമാവുന്ന ആളുകൾ അവിടെയുണ്ടായിരുന്നു.

അവർ കൂത്തിനുള്ള ഒരുക്കങ്ങളിൽ ഏർപ്പെട്ടിരിക്കുകയാണ്. പ്രത്യേകം തയ്യാറാക്കിയ ചെറിയൊരു മരക്കപ്പലിൽ നീലകേശിയും കുഞ്ഞും പഴയന്നൂരിലേക്ക് പുറപ്പെട്ടു. കൂടെ സഹായികളായ തെരുവിലെ പെണ്ണുങ്ങളും. ചോമ്പുചെട്ടി കൂത്തിനുള്ള ഒരുക്കങ്ങൾക്കായി നേരത്തേ പോയിരുന്നു. പഴയന്നൂർ കടവിൽ കപ്പൽ നിർത്തി നീലകേശിയും പരിവാരങ്ങളും കരയിലിറങ്ങി. ഒരു പല്ലക്കിൽ നീലകേശിയേയും കുഞ്ഞിനേയും കൂത്തമ്പലത്തിലെത്തിച്ചു. സ്ത്രീകൾക്കിരിക്കാൻ പ്രത്യേകം തയ്യാറാക്കിയ ഭാഗത്ത് നീലകേശി കൂത്ത് കാണാനിരുന്നു.

കൂത്തിനു മുമ്പുള്ള മിഴാവ് കൊട്ടാൻ ആരംഭിച്ചു. കൂത്തമ്പലത്തിന് ചുറ്റും ആളുകളുടെ തിരക്കായി.

നീലകേശിക്ക് ആൺകുഞ്ഞ് പിറന്നതും ആ സന്തോഷത്തിൽ പഴയന്നൂരിൽ കൂത്ത് നടത്തുന്നതും കച്ചിലപ്പട്ടണത്ത് വാണിഭം ചെയ്യാൻ വന്നവർ വഴി നീലകേശിയുടെ ആങ്ങളമാർ അറിഞ്ഞു. കുടുംബത്തിൽ ആൺതരി പിറന്നതിന്റെ ആഹ്ളാദത്തിൽ അവർക്കവിടെ അടങ്ങിയിരിക്കാൻ കഴിഞ്ഞില്ല. അവർ ഒരു മരക്കപ്പലിൽ കച്ചിലപ്പട്ടണത്തിലേക്ക് പുറപ്പെട്ടു. പഴയന്നൂർ കടവിൽ അവർ ഇറങ്ങി. അവർ കൂത്തമ്പലത്തിലെത്തി കാണികളുടെ കൂട്ടത്തിലിരുന്നു. നീലകേശിയുടെ ആങ്ങളമാർ കൂത്ത് കാണാൻ വന്നവരുടെ കൂട്ടത്തിലുണ്ടെന്നും അവർ നീലകേശിയേയും കുഞ്ഞിനേയും കൊണ്ടുപോകാനിടയുണ്ടെന്നും ചോമ്പുചെട്ടിയുടെ വാലിയക്കാർ അയാളുടെ ചെവിയിൽ സ്വകാര്യം പറഞ്ഞു.

അപകടം മണത്ത ചെട്ടി അവരിരിക്കുന്നിടത്തേക്ക് നടന്നു. കൂടെ വാലിയക്കാരും. ചോമ്പുചെട്ടി അവരെ ചോദ്യം ചെയ്തു.

“കൂത്തിന്റെ പാങ്ങറിയാത്ത നിങ്ങൾ ഇവിടെ ഇരിക്കരുത് ഉടനെ പോകണം.” ചോമ്പുചെട്ടി കല്പിച്ചു.

“ഞങ്ങൾ കപ്പലോട്ടി വന്ന കുലവാണിയരാണ്. ആചാരമറിയാതെ വന്നതാണ് ക്ഷമിക്കണം.” അവർ പറഞ്ഞു.

അത് കേൾക്കാൻ കൂട്ടാക്കാതെ ചെട്ടി അതിലൊരാളുടെ തലയ്ക്കടിച്ചു. പിന്നെ താമസിച്ചില്ല ചെട്ടിയുടെ കിങ്കരന്മാർ ആങ്ങളമാരെയെല്ലാം വെട്ടിക്കൊന്നു. നീലകേശിയുടെ ആങ്ങളമാരെ ചോമ്പുചെട്ടിയുടെ നേതൃത്വത്തിൽ കൊന്നത് നീലകേശി അറിഞ്ഞു. അവൾ ആർത്തലച്ച് ഉന്മാദിനിയെ പോലെ അവർ മരിച്ചു കിടക്കുന്നിടത്തേക്ക് വന്നു. ആങ്ങളമാർ ശിരസ്സ് ഛേദിക്കപ്പെട്ട് രക്തം വാർന്ന് മരിച്ച് കിടക്കുന്ന കാഴ്ച കണ്ട് അവളിൽ പ്രതികാരാഗ്നി ആളിക്കത്തി.

“എന്റെ ആങ്ങളമാരെ കൊന്ന ചോമ്പുചെട്ടിയോട് ഞാൻ പകരം ചോദിക്കും.”

അതൊരു ശപഥമായിരുന്നു. കുഞ്ഞിനേയും ഉപേക്ഷിച്ച് അവൾ അവിടം വിട്ടുപോയി. പിന്നീടവളെ ആരും കണ്ടില്ല.

മകൻ പിറന്നതിന്റെ പ്രാർത്ഥനയ്ക്കായി ഒരുക്കിയ ആ കൂത്തുപറമ്പ് ഒരു കൊലപ്പറമ്പായി മാറി. കച്ചിലത്തെരുവിൽ വ്യാപാരത്തിന് വന്ന് തിരിച്ചു പോവുകയായിരുന്ന ഏതോ കപ്പലിലാണ് നീലകേശി പോയ

ത്. പിന്നെ കച്ചിലപട്ടണത്തിൽ ആരും അവളെ കണ്ടിട്ടില്ല.

താപസിയുടെ വേഷം സ്വീകരിച്ച് അവൾ മധുരയിലും തഞ്ചാവൂരിലുമെല്ലാം അലഞ്ഞു നടന്നു. നീണ്ട പതിനെട്ട് വർഷം കടന്നുപോയി. എന്നിട്ടും അവളുടെ മനസ്സിലെ കനലണഞ്ഞില്ല.

കാവേരി പൂംപട്ടണത്തിൽ നിന്ന് കച്ചിലപ്പട്ടണത്തിലേക്ക് പുറപ്പെട്ട ഒരു വ്യാപാര കപ്പലിൽ നീലകേശി കച്ചിലത്തെരുവിലെത്തി. സന്ന്യാസിനി കച്ചിലത്തെരുവിലെ ആൽത്തറയിലിരിക്കുന്ന വിവരം വളരെ വേഗം തെരുവിലാകെ പരന്നു. അവർ ആളുകൾക്ക് ദർശനം നല്കി അനുഗ്രഹിച്ചു. വ്യാപാരികളിൽ പലരും അവരുടെ അനുഗ്രഹം വാങ്ങാൻ പോയി. ചോമ്പു ചെട്ടി മാത്രം അങ്ങോട്ടു പോയതേയില്ല.

താപസി അനുഗ്രഹത്തിനു വരുന്നവരുമായി വാദ പ്രതിവാദത്തിലേർപ്പെടുന്നതും അവരെല്ലാം പരാജിതരായി മടങ്ങുന്നതും ചോമ്പുചെട്ടി അറിഞ്ഞു. താപസിയുടെ വിശേഷങ്ങൾ കേട്ട് പോകാൻ പുറപ്പെട്ട മകൻ തരിയരനെ ചോമ്പുചെട്ടി തടഞ്ഞു.

വ്യാജവേഷത്തിൽ തന്നോട് പ്രതികാരം ചെയ്യാൻ വന്ന നീലകേശിയാണവളെന്ന് അവരെ കണ്ട് വന്നവരിലൂടെ ചേമ്പുചെട്ടി മനസ്സിലാക്കിയിരുന്നു. അതുകൊണ്ടാണ് മകനെ തടഞ്ഞത്. അച്ഛന്റെ ഉപദേശമൊന്നും തരിയരന്റെ തലയിൽ കയറിയില്ല. അവസാനം അച്ഛനെ അനുസരിക്കാതെ അവൻ പോവുക തന്നെ ചെയ്തു.

അമ്മ ഉപേക്ഷിച്ചു പോയ മകനെ കണ്ണിലെ കൃഷ്ണമണി പോലെയാണ് ചോമ്പുചെട്ടി വളർത്തിയത്. അവന്റെ പരിചരണത്തിനായി പ്രത്യേകമായി രണ്ട് സ്ത്രീകളെ വീട്ടിൽ ഏർപ്പാട് ചെയ്തിരുന്നു. അപരിചിതരായ ആരെയും അവനെ കാണാൻ അനുവദിക്കരുതെന്ന് ചട്ടം കെട്ടിയിരുന്നു. എഴുത്താശാനെ വീട്ടിൽ വിളിച്ചുവരുത്തി കാവ്യവും ശാസ്ത്രവുമെല്ലാം പഠിപ്പിച്ചു. പതിനഞ്ച് വയസ്സ് ആയപ്പോൾ തന്നോടൊപ്പം വാണിയം ചെയ്യാൻ പഠിപ്പിച്ചു. പിന്നെ ഒറ്റയ്ക്ക് തന്നെ ചെറു മരക്കപ്പലിൽ വാണിയം ചെയ്യാനായി അവനെ അയച്ചു. പതിനെട്ട് വയസ്സായ തരിയരൻ ഇപ്പോൾ അച്ഛനെപ്പോലെ കച്ചിലപ്പട്ടണത്തെ നല്ലൊരു വാണിയക്കാരനായി അറിയാൻ തുടങ്ങിയിരിക്കുന്നു.

“എനിക്ക് പോയേ പറ്റൂ ഇല്ലെങ്കിൽ ഞാൻ മരിക്കും.”

തരിയരന്റെ മറുപടിയിൽ ചെട്ടി തളർന്നുപോയി. പിന്നെ ഒന്നും പറഞ്ഞില്ല. തന്റെ അരികിലെത്തിയ തരിയരയനെ സമർത്ഥമായ തന്റെ സംഭാഷണ ചാതുരി കൊണ്ട് അതിവേഗം നീലകേശി തന്നിലേക്കാകർഷിച്ചു. അടുത്ത നിമിഷത്തിൽ പ്രതികാരം മനസ്സിൽ കത്തിയാളി.

ചൂതുകളിയിൽ ഞാൻ തോറ്റാൽ എന്റെ മുലയരിഞ്ഞു തരും. നീ തോറ്റാൽ നിന്റെ തലയരിഞ്ഞു തരണം.

ചൂതുകളിക്കാനായി തരിയരനെ ക്ഷണിച്ചുകൊണ്ട് നീലകേശി പറഞ്ഞു. അതിന് സമ്മതം മൂളിക്കൊണ്ട് തരിയരൻ കളി തുടങ്ങി. കളിയിൽ തരിയരൻ തോറ്റു. നീലകേശി പണയം ആവശ്യപ്പെട്ടില്ല. വളരെ സ്നേഹത്തോടെ തരിയരനെ മാറോട് ചേർത്ത് പിടിച്ചു. നെറ്റിയിൽ ചുംബിച്ചു.

അമ്മയില്ലാതെ വളർന്ന തരിയരന് അതൊരു ലാളനയായി അനുഭവപ്പെട്ടു.

"പഴയന്നൂരിൽ കൂത്ത് നടക്കുന്നുണ്ട്. നീ കാണാൻ വരണം. നമുക്കവിടെ വെച്ച് കാണാം."

തരിയരൻ അപ്പോൾ തന്നെ സമ്മതം മൂളി വാക്കു കൊടുത്തു.

കൂത്ത് കാണാൻ പോകുന്ന കാര്യം തരിയരൻ പറഞ്ഞപ്പോൾ ചോമ്പു ചെട്ടി പൊട്ടിത്തെറിച്ചു.

"അവൾ വിളിച്ചിടത്ത് നീ പോയാൽ അവൾ പ്രതികാരം ചെയ്യും. അവളെ വിശ്വസിക്കരുത്."

അതൊന്നും തരിയരന് ബോദ്ധ്യപ്പെട്ടില്ല.

"എനിക്ക് പോയേ പറ്റൂ. ഇല്ലെങ്കിൽ ഞാൻ മരിക്കും."

ആ വാശിയുടെ മുന്നിൽ ചോമ്പുചെട്ടി കീഴടങ്ങി.

കൂത്തു ദിവസം പഴയന്നൂരിലേക്ക് പോകാൻ ഒരുങ്ങുന്ന മകനോട് വാണിയം ചെയ്യാൻ പറ്റുന്ന ചരക്കുകളും കൊണ്ടുപോകണമെന്ന് ചെട്ടി പറഞ്ഞു. അതനുസരിച്ച് ഉത്സവച്ചന്തകളിൽ വിറ്റഴിക്കാൻ പറ്റുന്ന സാധനങ്ങളെല്ലാം കപ്പലിൽ കയറ്റി. ആ മരക്കപ്പൽ വപ്രതുറയിൽനിന്ന് ഏഴിമല പുഴയിലൂടെ പഴയന്നൂർ കടവിലെത്തി. പഴയന്നൂർ തെരുവിലൂടെ കൂത്തുത്സവ പറമ്പിൽ ചരക്കുകളെല്ലാം തലച്ചുമടായി എത്തിച്ചു. കൂത്തു ദിവസം ഉത്സവപ്പറമ്പിൽ നല്ല വ്യാപാരം നടക്കും. തരിയരൻ കൊണ്ടുവന്ന ചരക്കുകളെല്ലാം വൈകുന്നേരത്തോടെ വിറ്റുപോയി.

വ്യാപാരം കഴിഞ്ഞ ശേഷം തരിയരൻ താപസിയെ കാണാൻ പോയി. താപസി പ്രേമവാത്സല്യത്തോടെ തരിയരനെ പുണർന്ന് തന്റെ അരികിലിരുത്തി. പിന്നെ തന്റെ മടിയിൽ കിടത്തി ലാളിച്ചു. ഇരുവരും പിന്നീട് കൂത്ത് കാണാൻ പോയി. കൂത്ത് കഴിഞ്ഞ് മടങ്ങുമ്പോൾ തരിയരനോടൊപ്പം താപസിയും കപ്പലിൽ കയറി. വപ്രതുറയുടെ തെക്കേ കരയിൽ കപ്പൽ അടുപ്പിച്ച് അവർ അവിടെയിറങ്ങി.

"നമുക്ക് പാഴിക്കുന്ന് കയറി തമ്മപ്പനെ തൊഴുത് കച്ചിലപ്പട്ടണത്തേക്ക് പോകാം."

നീലകേശി പറഞ്ഞപ്പോൾ തരിയരൻ അതിന് സമ്മതിച്ചു.

വപ്രതുറയുടെ കരയിലിറങ്ങിയ രണ്ടുപേരും പാഴിക്കുന്നിലേക്ക് കയറി.

"നമുക്ക് ഈ മരച്ചോട്ടിലിരുന്ന് ക്ഷീണം തീർത്തിട്ട് പോകാം."

കുന്ന് കയറിയ ക്ഷീണത്തിൽ തന്റെ അരികിലിരുന്ന തരിയരനെ നീലകേശി വാത്സല്യത്തോടെ തന്റെ മടിയിൽ കിടത്തി. നടന്ന ക്ഷീണത്തിൽ തരിയരൻ അല്പം മയങ്ങി. നീലകേശിയുടെ പ്രതികാരം പതഞ്ഞുപൊങ്ങി. തന്റെ കൈയിൽ ഒളിപ്പിച്ചു വെച്ച കഠാരയെടുത്ത് തരിയരന്റെ മാറിൽ ആഞ്ഞൊന്നു കുത്തി. തരിയരൻ അവിടെ പിടഞ്ഞ് മരിച്ചു.

ഒരു ഉന്മാദിനിയെപ്പോലെ നീലകേശി പാഴിപ്പാറയിലൂടെ തമ്മപ്പന്റെ കോവിലിലേക്ക് നടന്നു.

നീ എന്റെ ക്ഷേത്രം അശുദ്ധമാക്കരുതെന്നും വടവന്യതീർത്ഥത്തിൽ കുളിച്ച ശേഷം എന്നെ ദർശിച്ചാൽ മതിയെന്നും അപ്പൻ പറയുന്നതു

പോലെ നീലകേശിക്ക് തോന്നി. അവൾ വടവന്യതീർത്ഥത്തിൽ മുങ്ങിക്കുളിച്ചു. അപ്പനെ ദർശിച്ച ശേഷം ചിറയുടെ തെക്കേക്കരയിലുള്ള മരച്ചുവട്ടിൽ തളർന്നുമയങ്ങി.

പഴയന്നൂരിൽ കൂത്തിനു പോയ തരിയരൻ തിരിച്ചെത്താത്തത് കണ്ട് ചോമ്പുചെട്ടിക്ക് ആശങ്കയായി. അദ്ദേഹം അന്വേഷണത്തിന് ആളുകളെ വിട്ടു. കൂത്തിനു പോകുമ്പോൾ ഉപയോഗിച്ച മരക്കപ്പൽ വപ്രതുറയിൽ കണ്ടെത്തി. തുറയിലും കരയിലും പാഴിക്കുന്നിലുമായി വലിയ തിരച്ചിൽ നടത്തി. പാഴിക്കുന്നിന്റെ വടക്കേ ചെരിവിലുള്ള കൂളിക്കുന്നിൽ രക്തത്തിൽ കുളിച്ച് മരിച്ചു കിടക്കുന്ന തരിയരനെ കണ്ടെത്തി. ഇത് നീലകേശിയുടെ പ്രതികാരം തന്നെയെന്ന് ചോമ്പുചെട്ടിക്ക് ഉറപ്പായി. വിവരം കോലാധിപനെ അറിയിച്ചു. കോലാധിപന്റെ പടയാളികൾ പാഴിക്കുന്നിലാകെ നീലകേശിയെ തിരഞ്ഞു. ഒടുവിൽ വടവന്യ തീർത്ഥക്കരയിൽ മയങ്ങിക്കിടക്കുന്ന നീലകേശിയെ പടയാളികൾ പിടിച്ചു. അവർ അവളെ കച്ചിലത്തെരുവിലേക്ക് കൊണ്ടുവന്നു. കച്ചിലപട്ടണത്തിലെ ആൽത്തറയിൽ ഇരിക്കുന്ന കോലാധിപന്റെ മുന്നിലേക്ക് നീലകേശിയെ കൊണ്ടുവന്നു. തെരുവിലെ അന്തേവാസികളെല്ലാം ആ ആൽത്തറയ്ക്ക് ചുറ്റും കൂടി നില്ക്കുകയാണ്. രൗദ്രഭാവത്തിൽ ഒരു കൂസലുമില്ലാതെ നീലകേശി നിന്നു.

"ഇവളെ പാഴിക്കുന്നിലെ തെരുവർകാട്ടിൽ കൊണ്ടുപോയി കൊന്നു തള്ളുക."

കോലാധിപൻ കല്പന പുറപ്പെടുവിച്ചു. അത് കേട്ട് നീലകേശി ഒന്നലറി. പടയാളികൾ അവളെ പാഴിക്കുന്നിലെ തെരുവർകാട്ടിൽ വലിച്ചിഴച്ച് കൊണ്ടുപോയി. അപ്പോഴും നീലകേശി കരഞ്ഞില്ല. തെരുവർകാട്ടിൽ വെച്ച് പടയാളികൾ നീലകേശിയെ തലയറുത്ത് കൊന്ന് കാട്ടിലേക്ക് വലിച്ചെറിഞ്ഞു. തലയറുക്കുമ്പോൾ നീലകേശി അലറിയ ആ അലർച്ച തെരുവർ കാട്ടിൽ കുറെ നേരത്തേക്ക് നിലച്ചതേയില്ല.

എല്ലാം കഴിഞ്ഞപ്പോൾ ചോമ്പുചെട്ടി ഒരു ഭ്രാന്തനെപ്പോലെയായി ഒരു ദിവസം അയാൾ ഒരു മരക്കപ്പലിൽ കയറി കടലിലേക്ക് പോയി. ചോമ്പുചെട്ടിയെ പിന്നെ ആരും കണ്ടില്ല.

തെരുവർ കാട്ടിൽനിന്നും ഇടയ്ക്കിടെ അലർച്ച കേൾക്കുന്നതായി നാട്ടിലാകെ വാർത്ത പരന്നു. കോലാധിപന്റെ കോവിലിലും ദേശവാസികളുടെ വീടുകളിലും ദുർലക്ഷണങ്ങൾ കണ്ടു തുടങ്ങി. ആ സംഭവത്തോടെ കച്ചിലപ്പട്ടണത്തെ വ്യാപാരം നിലച്ചു.

ദേശവാസികൾ കണിശനെ വരുത്തി കണിശം നോക്കി. നീലകേശിയായി വന്നത് കാളിയാണെന്നും ആ കാളിയാണ് തെരുവർകാട്ടിലിരുന്ന് അലറുന്നതെന്നും കണിശത്തിൽ കണ്ടു. അവർക്ക് മദ്യവും മാംസവും കൊടുത്ത് പൂജാദി കർമ്മങ്ങൾ ചെയ്തു കോപം ശമിപ്പിക്കണമെന്നും കണിശൻ വിധി കല്പിച്ചു. അങ്ങനെ നീലകേശി കോലാധിപന്റെയും ദേശവാസികളായ നായന്മാരുടെയും തെരുവരുടെയും ദേവതയായി തെരുവർകാട്ടിൽ വാണു. പിന്നെ തെരുവർകാട്ട് ഭഗവതിയായി തെയ്യക്കോലമായി.

ഒൻപത്

നില്ക്കാനൊരു തറയും പിന്നിലൊരു മറയും മാത്രമായി പതിനാലാം നമ്പർ പാനീസിന്റെ വെളിച്ചത്തിൽ നാടകം നടത്തിയനാട്. ഹാർമോണിയവും തബലയും ഇലത്താളവുമായി ഇല്ലങ്ങളിൽ കളിച്ച ആദ്യകാല നാടകാനുഭവങ്ങൾ നടനും ഗായകനുമായ സുകുവിൽ നിന്ന് കേട്ടപ്പോൾ നന്ദന് നാടിന്റെ പൈതൃകത്തിൽ അഭിമാനം തോന്നി.

യൂത്തിന്റെ പഞ്ചായത്ത് കമ്മിറ്റി മീറ്റ് ചെയ്യാൻ മനയൂരിലെ വായനശാലയിൽ നന്ദനെത്തുമ്പോൾ അവിടെ നാടക റിഹേഴ്സൽ നടക്കുകയായിരുന്നു. കമ്മിറ്റി ഭാരവാഹികളായ ബാലൻമാസ്റ്ററും അനന്തനും അതിൽ നടൻമാരാണ്. കമ്മിറ്റി നടത്തുന്നതിനായി കുറച്ചു നേരത്തേക്ക് അവർ റിഹേഴ്സൽ നിർത്തിവെച്ചു.

ബാലൻമാസ്റ്ററുടെ അദ്ധ്യക്ഷതയിൽ യോഗമാരംഭിച്ചു. സംസാരിക്കാൻ നന്ദനെ അദ്ധ്യക്ഷൻ ക്ഷണിച്ചു.

"ഇന്നുള്ള സ്റ്റേറ്റ് യുവജന സംഘടനകളെല്ലാം ചേർന്ന് ഒരഖിലേന്ത്യാ യുവജന പ്രസ്ഥാനം രൂപം കൊള്ളാൻ പോവുകയാണ്. താഴെത്തട്ട് മുതൽ സംസ്ഥാനം വരെയുള്ള സമ്മേളനങ്ങൾ കഴിഞ്ഞാൽ അഖിലേന്ത്യാ സമ്മേളനം നടക്കും. അത് പഞ്ചാബിൽ വെച്ച് നടത്താനാണ് തീരുമാനം. അതിന്റെ ഭാഗമായി നിങ്ങളുടെ സമ്മേളനവും നടത്തണം. അതിനുവേണ്ടി എല്ലാ സഖാക്കളും സജീവമായി രംഗത്തിറങ്ങണം. ഇതാണ് ഫർക്ക കമ്മിറ്റിയുടെ തീരുമാനമായി നിങ്ങളോട് എനിക്ക് പറയാനുള്ളത്."

"അപ്പോൾ നമ്മുടെ സംഘടനയുടെ പേര് എന്താകും? ഒരു സഖാവ് ചോദിച്ചു. "അത് ഇപ്പോൾ പറയാൻ കഴിയില്ല"

റിഹേഴ്സൽ തുടരാനുള്ളതുകൊണ്ട് ആ കമ്മിറ്റി യോഗം വേഗത്തിൽ പിരിഞ്ഞു.

"നന്ദൻ സഖാവിന് വേഗം പോകണോ കുറച്ചുനേരം റിഹേഴ്സൽ കണ്ടിട്ട് പോയാൽ പോരെ?"

ബാലൻ മാസ്റ്റർ ചോദിച്ചു.

"ആയിക്കോട്ടെ."

റിഹേഴ്സൽ ക്യാമ്പ് നടക്കുന്ന വായനശാലയുടെ മച്ചിന്റെ മുകളിലേക്ക് നന്ദനും ബാലൻമാസ്റ്ററും ഏണിപ്പടി കയറി. അമ്പതു പേർക്കിരിക്കാവുന്ന സൗകര്യമുള്ള വായനശാലയുടെ മച്ചിന്മേൽ ഒരു ഡസനോളം അഭിനേതാക്കൾ അണിനിരന്നിട്ടുണ്ടായിരുന്നു. അവരിൽ ചെറുപ്പക്കാരും പ്രായമായവരുമുണ്ട്. കൂട്ടത്തിൽ പഴയ നാടക ഗായകനും നടനുമായിരുന്ന പി പി സുകുവേട്ടനുമുണ്ട്.

"സുകുവേട്ടന് നന്ദനെയറിയുമോ?"

ബാലൻ മാസ്റ്റർ സുകുവിനോട് ചോദിച്ചു. "എനിക്കറിയാം, നമ്മുടെ യൂത്തിന്റെ നേതാവല്ലേ?"

"റിഹേഴ്സൽ കാണാൻ വന്നതാണോ?"

"അല്ല യൂത്തിന്റെ മീറ്റിങ് നടത്താൻ വന്നതാണ്. അതു കഴിഞ്ഞ

പ്പോൾ ബാലൻ മാസ്റ്റർ ഇങ്ങോട്ട് കൂട്ടിയതാണ്."

മനയൂർ എ എസ് കലാകേന്ദ്രത്തിന്റെ വാർഷികത്തിന് അവതരിപ്പിക്കാനുള്ള നാടകത്തിന്റെ റിഹേഴ്സലാണ് അവിടെ നടക്കുന്നത്.

"സുകുവേട്ടന്റെ നാടകാനുഭവങ്ങൾ കേൾക്കണമെന്ന് എനിക്കാഗ്രഹമുണ്ടായിരുന്നു. ഇതുവരെ അതിന് സാധിച്ചില്ല."

"അതിന് ഒരു പ്രയാസവുമില്ല. ഇപ്പോൾ തന്നെയാകാം."

"സുകുവേട്ടന് റിഹേഴ്സൽ കാണണ്ടേ?"

"ഞാൻ കണ്ടതാണ്. പിഴവുകളെന്തെങ്കിലും ഉണ്ടെങ്കിൽ ചൂണ്ടിക്കാട്ടാൻ വേണ്ടി വന്നതാണ്.

നമുക്ക് താഴത്തിരുന്ന് സംസാരിക്കാം."

നന്ദനും സുകുവും വായനശാലയുടെ താഴത്തെ ഓഫീസ് മുറിയിലേക്ക് പോയി.

"ഞാൻ സുകുവേട്ടനെക്കുറിച്ച് ചെറുപ്പത്തിലേ കേട്ടിരുന്നു. സുകുവേട്ടന്റെ 'ബലികുടീരങ്ങളെ' എന്ന ഗാനം പ്രസിദ്ധമാണല്ലോ."

"അത്രയ്ക്കൊന്നുമില്ല. ഞാൻ ഒരുപാട് പാർട്ടി സമ്മേളനങ്ങളുടെ വേദിയിൽ വിപ്ലവഗാനങ്ങൾ ആലപിച്ചിട്ടുണ്ട്. അമ്പത്തേഴിൽ ആദ്യമായി കമ്യൂണിസ്റ്റ് പാർട്ടി അധികാരത്തിൽ വന്നപ്പോൾ മന്ത്രിമാർക്കെല്ലാം കണ്ണൂരിൽ സ്വീകരണമുണ്ടായിരുന്നു. അന്ന് അതിനൊടൊപ്പം നാടകവുമുണ്ടായിരുന്നു. ആ നാടകത്തിലെ മുഖ്യ കഥാപാത്രത്തിന്റെ വേഷമിട്ടത് ഞാനായിരുന്നു. ആ നാടകം പിന്നീട് ബോംബെ, കല്ക്കത്ത എന്നിവിടങ്ങളിലും അന്നത്തെ പാർട്ടി നേതൃത്വം കളിപ്പിക്കുകയുണ്ടായി. എം കെ അർജ്ജുനന്റെയും ആർ കെ ശേഖറിന്റെയും കൂടെ വേദി പങ്കിടാൻ എനിക്കവസരമുണ്ടായിട്ടുണ്ട്. ഈ ചെറുമംഗലം നാടകപ്രസ്ഥാനത്തിന്റെയും മറ്റ് കലാ പ്രസ്ഥാനത്തിന്റെയും ഒരു പ്രധാന കേന്ദ്രമാണ്. ഇവിടുത്തെ തൊഴിലാളി പ്രസ്ഥാനവും കമ്യൂണിസ്റ്റ് പ്രസ്ഥാനവും ഉടലെടുത്ത കാലത്തുതന്നെ കലാ പ്രസ്ഥാനവും സജീവമായിട്ടുണ്ടായിരുന്നു. അതിന്റെ ഭാഗമായി ചെറുമംഗലത്തിന്റെ എല്ലാ ഭാഗത്തും കലാസമിതികളും വായനശാലകളും ഉയർന്നുവന്നു. ആദ്യകാല നാടകങ്ങളിൽ അഭിനയിക്കാൻ സ്ത്രീകൾ തന്നെ ഈ നാട്ടിൽ മുന്നോട്ടു വന്നിരുന്നു. അതിനു മുമ്പ് പുരാണ നാടകങ്ങളിൽ പുരുഷന്മാർ തന്നെയാണ് സ്ത്രീ വേഷം ചെയ്യുക. ദമയന്തിയുടെ വേഷമിടുന്ന ഒരു കൃഷ്ണൻനായരുണ്ടായിരുന്നു. അയാൾ ആ വേഷമിട്ട് കണ്ടാൽ അതിസുന്ദരിയായിരുന്നു. അത് കണ്ട് ഭ്രമിച്ച് അയാളെ പൊക്കിക്കൊണ്ടു പോകാൻ വരെ ചില ആളുകൾ ശ്രമിച്ചിരുന്നത്രെ."

"ഇവിടെ പുരാണ നാടകങ്ങൾ സജീവമായിരുന്നോ?"

"ആദ്യകാലത്ത് പുരാണകഥകളെ ആസ്പദമാക്കിയ നാടകങ്ങളായിരുന്നു കളിച്ചിരുന്നത്. *ദേവയാനീചരിതം, നളചരിതം, ദ്രൗപദീകീചകം, രുഗ്മിണിസ്വയംവരം* ഇവയൊക്കെയായിരുന്നു നാടകങ്ങൾ.

എന്റെ ഏട്ടൻ അന്ന് ആ നാടകങ്ങളിലെ പ്രധാന നടനായിരുന്നു. അന്ന് ഇന്നത്തെ പോലുള്ള സ്റ്റേജൊന്നുമുണ്ടായിരുന്നില്ല. ഇരു സൈ

ഡിലും ഓല കെട്ടിമറച്ച് പിന്നിൽ കർട്ടൻ കെട്ടി മറയ്ക്കും. നില്ക്കാനൊരു തറയും പിന്നിലൊരു മറയും അതാണന്നത്തെ നാടകത്തെക്കുറിച്ച് പറയാറ്. വെളിച്ചത്തിന് പഴയ പതിനാലാം നമ്പർ പാനീസ്. ഹാർമ്മോണിയവും തബലയും ചെറിയ ഇലത്താളവും ആയാൽ വാദ്യോപകരണങ്ങളായി. വലിയ ഇല്ലങ്ങളിലാണ് അക്കാലത്ത് നാടകങ്ങൾ കളിപ്പിക്കുക."

"കെ പി എ സിയുടെ രാഷ്ട്രീയ നാടകങ്ങളാണല്ലോ സാമൂഹ്യ മാറ്റത്തിൽ വലിയ പങ്ക് വഹിച്ചതായി പറയുന്നത്. ആ നാടകങ്ങൾ ഈ നാട്ടിൽ കളിപ്പിച്ചിരുന്നോ?"

"കെ പി എ സിയുടെ എല്ലാ നാടകങ്ങളും സ്ഥിരം കളിപ്പിക്കുന്ന ഒരു കേന്ദ്രമാണ് ഈ മനയൂര്. അതിന്റെ ചെലവിനായി ടിക്കറ്റ് വില്പന നേരത്തെ തുടങ്ങും. ആ നാടകങ്ങൾ കണ്ട് നമ്മുടെ നാട്ടിലെ കലാസമിതികളും രാഷ്ട്രീയ നാടകങ്ങൾ അവതരിപ്പിക്കാൻ തുടങ്ങി. പഴയ പാർട്ടി പ്രവർത്തകരിൽ പലരും നാടകനടന്മാരുമായിരുന്നു. അങ്ങനെയാണ് ഞാനും അതിന്റെ ഭാഗമായത്."

"കലാമണ്ഡലം കൃഷ്ണൻനായരെക്കുറിച്ച് സുകുവേട്ടന് അടുത്ത പരിചയമുണ്ടോ?"

"അദ്ദേഹം ഈ നാട്ടിൽ അധിക കാലമൊന്നും ഉണ്ടായിരുന്നില്ല. വളരെ ദരിദ്രമായ കുടുംബത്തിലായിരുന്നു അദ്ദേഹം ജനിച്ചത്. പ്രാഥമിക വിദ്യാഭ്യാസം മാത്രമേ നേടാൻ കഴിഞ്ഞിരുന്നുള്ളു. ചെറുമംഗലത്തെ ദേശവാഴി കുടുംബമായ വാരണക്കോട്ട് അന്ന് കഥകളി യോഗമുണ്ടായിരുന്നു. ഗുരു ചന്തുപണിക്കരും കീഴ്പ്പാടം നാരായണനുമായിരുന്നു ഗുരുക്കന്മാർ. കഥകളി പരിശീലിക്കാൻ പോകുന്ന കുട്ടികളുടെ കൂട്ടത്തിൽ അന്ന് കുട്ടിയായ കൃഷ്ണൻ നായരും പോയി. കൂടെയുണ്ടായിരുന്ന കുട്ടികൾ പലരും പരിശീലനം മതിയാക്കി പോയപ്പോഴും കൃഷ്ണൻനായർ അതിൽ ഉറച്ചുനിന്നു. പരിശീലനത്തിന്റെ അരങ്ങേറ്റം അന്ന് കടലായി ക്ഷേത്രത്തിലായിരുന്നു. അരങ്ങേറ്റം കാണാൻ വള്ളത്തോളും മുകുന്ദരാജയും ചിറയ്ക്കലെത്തി. അവർക്ക് കൃഷ്ണൻ നായരുടെ കളി നന്നായി പിടിച്ചു. അവർ അയാളെ കലാമണ്ഡലത്തിലേക്ക് കൊണ്ടുപോയി. പിന്നീട് വളരെ വിരളമായി മാത്രമേ നാട്ടിലേക്ക് വരാറുള്ളു."

പത്ത്

"**കേ**രളത്തിൽ ഭരണമാറ്റം വരാൻ പോവുകയാണ്. ഐക്യ ജനാധിപത്യമുന്നണിയുടെ കൂടെയുണ്ടായിരുന്ന മാണി കോൺഗ്രസും, സി പി ഐയും ഇടതുമുന്നണിയിലേക്ക് വന്നിരിക്കുന്നു. കേരളത്തിലെ കോൺഗ്രസ് പിളർന്ന് ആന്റണിയുടെ നേതൃത്വത്തിൽ ഒരു വിഭാഗവും ഇടതുമുന്നണിയിലേക്ക് വന്നിരിക്കയാണ്. അടിയന്തരാവസ്ഥയുടെ മറവിൽ അന്ന് ആഭ്യന്തര മന്ത്രിയായിരുന്ന കരുണാകരൻ കാട്ടിക്കൂട്ടിയ അതിക്രമങ്ങൾ ഇപ്പോൾ ഒന്നൊന്നായി പുറത്തുവന്നുകൊണ്ടിരിക്കുകയാണ്. കക്കയം ക്യാമ്പിൽ എഞ്ചിനീയറിങ് വിദ്യാർത്ഥിയായ രാജനെ ഉരുട്ടിക്കൊന്ന

പൊലീസുകാർക്ക് എല്ലാ സംരക്ഷണവും കൊടുത്തയാളാണ് കരുണാകരൻ. ആ കരുണാകരൻ നേതൃത്വം കൊടുക്കുന്ന മുന്നണിയാണ് നമുക്കെതിരായി മത്സരിക്കുന്നത്. രാജൻ കേസിൽ കളവ് പറഞ്ഞതിന് രാജിവെക്കേണ്ടിവന്ന കരുണാകരൻ ജനങ്ങളെ വെല്ലുവിളിച്ചുകൊണ്ട് വീണ്ടും മത്സരിക്കാനൊരുങ്ങിയിരിക്കയാണ്. ആ കരുണാകരൻ നേതൃത്വം കൊടുക്കുന്ന മുന്നണിയെ ആറടിമണ്ണിൽ കുഴിച്ചുമൂടാൻ മുഴുവൻ വോട്ടർമാരും ഇടതു ജനാധിപത്യമുന്നണിക്ക് വോട്ട് ചെയ്യണമെന്ന് ഞാൻ വിനീതമായി അഭ്യർത്ഥിക്കുന്നു."

കച്ചിലത്തെരുവിലെ ചാമുണ്ഡി ചന്തുവിന്റെ കടയുടെ മുന്നിൽ നിന്ന് നന്ദൻ കവലപ്രസംഗം നടത്തുന്നത് കടയുടെ മുന്നിലെ ബെഞ്ചിലിരുന്നു കണ്ണൻ മേസ്ത്രി മുഴുവനും കേട്ടു. മൈക്ക് കെട്ടിയ ജീപ്പിൽ വന്നാണ് നന്ദൻ പ്രസംഗം നടത്തിയത്. പ്രസംഗം നിർത്തിയ നന്ദന് കണ്ണൻ മേസ്ത്രി ഒരു ചായ വാങ്ങിക്കൊടുത്തുകൊണ്ട് ബെഞ്ചിലിരിക്കാൻ പറഞ്ഞു.

"നിന്റെ പ്രസംഗം മുഴുവൻ ഞാൻ കേട്ടു. ജോറായിട്ടുണ്ട്."

"ബോറായിരുന്നോ?"

"കുഴപ്പമില്ല. ഞാനെല്ലാ പ്രസംഗവും കേൾക്കാറുണ്ട്. നീ തുടങ്ങിയിട്ടല്ലേയുള്ളു. നന്നാവും."

"കണ്ണേട്ടൻ നേരത്തെ ഇവിടെയുണ്ടായിരുന്നോ?"

"നീ പ്രസംഗിക്കാൻ തുടങ്ങിയപ്പോഴാണ് ഞാനിവിടെ എത്തിയത്. ഈ ബെഞ്ചിലിരുന്ന് എല്ലാം കേട്ടു. നന്ദൻ ഇനിയെങ്ങോട്ടാണ്?"

"വൈകുന്നേരമായില്ലേ. ഇന്നിവിടെ അവസാനിപ്പിക്കുകയാണ്. കണ്ണേട്ടന്റെ വൈകിട്ടത്തെ പതിവ് പരിപാടി ഇന്നില്ലേ?"

അതുകേട്ട് കണ്ണൻ മേസ്ത്രി ഒന്ന് കുലുങ്ങിച്ചിരിച്ചു.

"അങ്ങോട്ടാണ് പോകുന്നത് നിനക്കതൊന്നും പറ്റില്ലല്ലോ. അതിരിക്കട്ടെ ഇലക്ഷനിൽ നമ്മൾ ജയിക്കുമോ. എഴുപത്തേഴിലേപ്പോലെ വീണ്ടും അവർതന്നെ അധികാരത്തിൽ വന്നേക്കുമോ?"

"ഇത്തവണ അതിനുള്ള സാദ്ധ്യത കുറവാണ്. അവരുടെ കൂടെയുണ്ടായിരുന്ന വലിയൊരു വിഭാഗം ഇടതുപക്ഷത്തോടൊപ്പം വന്നില്ലേ."

"ആന്റണിയോടൊപ്പം വന്ന കോൺഗ്രസുകാർ നമുക്ക് വോട്ട് ചെയ്യുമെന്ന് എനിക്ക് തോന്നുന്നില്ല. അവരെ വിശ്വസിക്കാൻ കൊള്ളില്ല."

"രാഷ്ട്രീയത്തിൽ വ്യക്തികളെ നോക്കിയല്ലല്ലോ നിലപാട് സ്വീകരിക്കുന്നത്. നയങ്ങൾ നോക്കിയല്ലെ. ശത്രുവിന്റെ ശത്രു മിത്രം. ഇന്ദിരാഗാന്ധിയുടെ നയങ്ങളെ എതിർക്കാൻ ആന്റണിയും മാണിയും മുന്നോട്ടു വന്നപ്പോൾ നമ്മൾ അവരെ സ്വീകരിക്കുന്നു. കൂടെ ഇടതുപക്ഷത്തിന്റെ ഭാഗമായ സി പി ഐ കൂടി ചേരുമ്പോൾ ഈ മുന്നണി ശക്തമായില്ലേ."

"രാഷ്ട്രീയത്തിൽ സ്ഥിരമായ ശത്രുവും സ്ഥിരമായ മിത്രവുമില്ല എന്നല്ലേ ഇ എം എസ് പറഞ്ഞത്."

"കേരം തിങ്ങിയ കേരളനാട്ടിൽ കെ ആർ ഗൗരി ഭരിക്കട്ടെ എന്നാണ് ഇന്നലെ പുന്നക്കരയിലെ സഖാക്കൾ രാത്രി നടത്തുന്ന പ്രകടനത്തിൽ മുദ്രാവാക്യം വിളിച്ചത്.

"മുഖ്യമന്ത്രിയായി ഗൗരിയമ്മ വരുമോ?"

"ഇപ്പോൾ അങ്ങനെയൊരു തീരുമാനമുള്ളതായി എനിക്കറിയില്ല. അതൊക്കെ ഇലക്ഷൻ കഴിഞ്ഞാൽ മാത്രമേ പറയുകയുള്ളു."

ആ സംഭാഷണം അവിടെ അവസാനിപ്പിച്ച് കണ്ണൻ മേസ്ത്രി കള്ള് ഷാപ്പിലേക്കും നന്ദൻ എൻ സിയുടെ വീട്ടിലേക്കും നടന്നു.

"നന്ദേട്ടനെ കുറേ നാളായി ഇങ്ങോട്ടൊന്നും കാണാറേയില്ലല്ലോ. നമ്മളെയൊക്കെ മറന്നോ?"

ചിപ്പിക്കുന്നിലെ വീടിന്റെ മുറ്റത്തെത്തിയപ്പോൾ സുഹാസിനി ചോദിച്ചു.

പരിഭവം കലർന്ന സ്വരത്തിലായിരുന്നു ചോദ്യം.

"തിരഞ്ഞെടുപ്പിന്റെ തിരക്കല്ലേ."

"അത്രയ്ക്ക് വലിയ നേതാവായോ?"

"ആയി വരികയാണ്."

"നേതാവാകുമ്പോൾ നമ്മളെയെല്ലാം മറക്കുമോ?"

"നീകുശുമ്പ് പറയാൻ പഠിച്ചുതുടങ്ങിയോ?"

"ഞാൻ എന്താ എപ്പോഴും കൊച്ചു കുട്ടിയാണോ?"

"ഇവളെപ്പോഴും ഇങ്ങനെയാണ്. കുശുമ്പു വർത്തമാനമേ പറയു."

അതുകേട്ട് വരാന്തയിലേക്ക് വന്ന ദേവകിയമ്മ പറഞ്ഞു.

"സാരമില്ല പഠിത്തമെല്ലാം കഴിഞ്ഞ് സ്വാതന്ത്ര്യംകിട്ടിയതല്ലേ"

"നന്ദേട്ടൻ മുകളിലേക്കല്ലേ ഞാനും വരാം"

നന്ദന്റെ കൂടെ സുഹാസിനിയും നടന്നു.

"നന്ദേട്ടനോട് ചിലത് പറയാനുണ്ട്. നാളെ വീട്ടിലുണ്ടാകുമോ?" സുഹാസിനി സ്വരം താഴ്ത്തി ചോദിച്ചു "ഉച്ചയ്ക്കുണ്ടാകും."

"നാളെ ഞാൻ ആ സമയത്ത് വരും."

ഏണിപ്പടി ഇറങ്ങിവരുന്ന എൻ സിയെ കണ്ടപ്പോൾ സുഹാസിനി അകത്തേക്ക് പോയി.

"നിന്നെ ഇപ്പോൾ കാണാറേയില്ലല്ലോ. തിരഞ്ഞെടുപ്പിന്റെ തിരക്കായിരിക്കും അല്ലേ?"

"അതെ. കവലപ്രസംഗവും കമ്മിറ്റി മീറ്റിങ്ങുമെല്ലാം കഴിയുമ്പോൾ രാത്രിയാകും. അതുകൊണ്ടാണ് വരാതിരിക്കുന്നത്."

"അതെല്ലാം വേണ്ടതാണ് അങ്ങനെ നിന്നെപ്പോലുള്ളവർ വളർന്നു വരണം. ഉള്ളിൽ ഭയങ്കര ചൂട്. നമുക്ക് മുറ്റത്തിരുന്നു സംസാരിക്കാം."

വരാന്തയിലുണ്ടായിരുന്ന പ്ലാസ്റ്റിക് കൊണ്ട് മെടഞ്ഞ രണ്ട് കസേരകൾ മുറ്റത്തിട്ട് എൻ സിയും നന്ദനും മുറ്റത്തിരുന്നു.

"എനിക്ക് നന്ദനോട് ചില കാര്യങ്ങൾ സംസാരിക്കാനുണ്ട്. നമ്മുടെ കുടുംബകാര്യങ്ങളാണ്. എനിക്ക് തുറന്നുപറയാൻ ആൺമക്കളൊന്നുമില്ലല്ലോ."

"എന്താണ് പ്രത്യേകിച്ച്?"

"സുഹാസിനിക്കൊരു വിവാഹാലോചന വന്നിട്ടുണ്ട്. ചെറുക്കന് ബാംഗ്ലൂരിലാണ് ജോലി. അവർക്ക് പെണ്ണിനെ ഇഷ്ടപ്പെട്ടു."

"സുഹാസിനി എന്തു പറയുന്നു?"

അവളൊന്നും പറയുന്നില്ല. ഇപ്പോൾ വിവാഹം വേണ്ട എന്നേ പറയുന്നുള്ളു. അതുകൊണ്ട് അവരോടൊന്നും പറഞ്ഞിട്ടില്ല. എനിക്ക് പ്രായമായി വരികയല്ലേ. നടക്കേണ്ടത് നടക്കേണ്ട പ്രായത്തിൽ നടന്നില്ലെങ്കിൽ പിന്നീട് പ്രയാസമാവില്ലേ."

അതു പറഞ്ഞപ്പോൾ എൻ സിയുടെ തൊണ്ടയിടറി.

"എൻ സിക്ക് ഇപ്പോൾ എത്ര വയസ്സായി?"

"അറുപത്തിഒമ്പത്"

"സുഹാസിനിക്ക്?"

"ഇരുപത്"

"അപ്പോൾ വൈകിയാണ് വിവാഹം?"

"അതെ. നാൽപ്പത്താറാമത്തെ വയസ്സിൽ. വിവാഹമേ വേണ്ടെന്നു തീരുമാനിച്ചതായിരുന്നു. അമ്പത്തേഴിൽ കമ്യൂണിസ്റ്റ് സർക്കാർ വന്ന കാലം. പാർട്ടി സഖാക്കളും അമ്മയും നിർബ്ബന്ധിച്ചു. അങ്ങനെയാണ് അച്ഛന്റെ മരുമകളായ ദേവകിയോട് വിവാഹാഭ്യർത്ഥന നടത്തിയത്. ദേവകിക്ക് അന്ന് മുപ്പത്തൊന്ന് വയസ്സ്. നേരത്തെ അവളെ ഒരാൾ വിവാഹം ചെയ്തിരുന്നു. ആ ബന്ധം ഒരാഴ്ചയേ നിലനിന്നിരുന്നുള്ളു. ഭർത്താവിന്റെ വീട്ടിലെ പെരുമാറ്റം മോശമാണെന്ന് പറഞ്ഞ് അവൾ അയാളെ ഒഴിവാക്കി വീട്ടിലേക്ക് വന്നു. പിന്നെ വിവാഹമേ വേണ്ട എന്ന നിലപാടിലായിരുന്നു. ഞാൻ വിവാഹാഭ്യർത്ഥന നടത്തിയപ്പോൾ അവൾ സന്തോഷത്തോടെ തയ്യാറായി. അങ്ങനെയാണ് അമ്പത്തേഴിൽ വിവാഹിതനായത്. അറുപതിൽ സുഹാസിനിയും പിറന്നു."

"ഡിഗ്രി പാസായില്ലേ. ഒരു ജോലി കിട്ടിയിട്ട് പോരെ?"

"അതിനൊക്കെ അവിടെ സാദ്ധ്യതയുണ്ടെന്നാണ് അവർ പറയുന്നത്."

"എന്നാൽ കുഴപ്പമില്ല ഞാനവളോട് സംസാരിക്കാം."

നന്ദനും എൻ സിയും സംസാരിച്ചുകൊണ്ടിരിക്കുമ്പോൾ ദേവകിയമ്മ വരാന്തയിലേക്ക് വന്നു. ഇരുത്തിയിലെ തൂണും ചാരിനിന്ന് ആ സംഭാഷണമെല്ലാം അവർ കേട്ടു.

അപ്പോഴാണ് സുഹാസിനി പറഞ്ഞതിന്റെ പൊരുൾ നന്ദന് മനസ്സിലായത്.

"നന്ദനിപ്പോൾ യൂത്തിന്റെ ബ്ലോക്ക് നേതാവായി എന്ന് കേട്ടു. നന്നായി ഉയർന്നുപോകണം എന്നാണെന്റെ ആഗ്രഹം"

എൻ സി വിഷയം മാറ്റിക്കൊണ്ട് പറഞ്ഞു.

"എന്തെങ്കിലും ജോലി കണ്ടെത്തണമെന്നാണ് എന്റെ ആഗ്രഹം അമ്മയും അതാണ് പറയുന്നത്."

"നമ്മളെല്ലാം ഒരുപാട് പ്രവർത്തിച്ചു എന്നത് ശരിയാണ്. അതുകൊണ്ടുമാത്രം നേതാവാകാൻ കഴിയില്ല. പിന്നിൽ സഹായിക്കാനാളും സന്നദ്ധതയും വേണം. ജോലിയും വരുമാനവും നോക്കാതെ പിടിച്ചുനില്ക്കാൻ കഴിയണം. എങ്കിലേ ഉയർന്നുപോകാൻ കഴിയൂ. നിന്നെപ്പോലുള്ളവർ

പ്രസ്ഥാനത്തിന് ആവശ്യമാണ്."

എൻ സി ഉള്ളു തുറന്നു പറഞ്ഞപ്പോൾ ത്യാഗത്തിന്റെ കനൽ വഴികൾ താണ്ടി വന്ന ആ മനുഷ്യനോട് നന്ദന് വല്ലാത്ത ആദരവ് തോന്നി. എൻ സിയോടും ദേവകിയമ്മയോടും യാത്ര പറഞ്ഞ് എഴുന്നേറ്റപ്പോൾ നന്ദന്റെ കണ്ണുകൾ സുഹാസിനിയെ തിരഞ്ഞു. അകത്തേക്കുള്ള വാതിലിന്റെ കട്ടിളയിൽ ചാരിനിന്ന് സുഹാസിനി എല്ലാം കേൾക്കുകയായിരുന്നു. തനിക്കിപ്പോൾ വിവാഹം വേണ്ടെന്നും, ചിലത് പറയാനുണ്ടെന്നും സുഹാസിനി പറയുന്നതിൽ എന്തോ ഒരു സൂചനയുള്ളതുപോലെ നന്ദന് തോന്നി.

എപ്പോഴും സ്വാതന്ത്ര്യത്തോടെ അടുത്ത് പെരുമാറുന്ന സുഹാസിനിയോട് പറയാൻ കഴിയാത്ത ഒരു അടുപ്പം നന്ദന് തോന്നിയിരുന്നു. എന്നാൽ അച്ചടക്കമുള്ള ഒരു പൊതു പ്രവർത്തകന്റെ അന്തസ്സിന് നിരക്കാത്ത ഒരു പെരുമാറ്റവും അവളുടെനേരെ കാണിച്ചിരുന്നില്ല. സഖാക്കളുടെ വീടുകളിൽ പെരുമാറുമ്പോൾ വഴിവിട്ട ബന്ധങ്ങൾ പാടില്ല എന്ന് പാർട്ടി പലപ്പോഴും പറയുന്നത് നന്ദൻ അക്ഷരംപ്രതി അനുസരിച്ചിരുന്നു.

പതിനൊന്ന്

"സുഹാസിനി നിന്നെ കാണാൻ വന്നിട്ടുണ്ട്."

ഉച്ചയ്ക്ക് ഊണ് കഴിച്ച് മുറിയിലിരിക്കുന്ന നന്ദനോട് ഭാനുമതിയമ്മ വന്നു പറഞ്ഞു.

"എവിടെ?"

"അടുക്കളയിലുണ്ട്."

നന്ദൻ അടുക്കളിയിലേക്ക് നടന്നു.

"സുഹാസിനി ഊണു കഴിച്ചോ?"

"കഴിച്ചിട്ടാണ് വന്നത്."

"നമുക്ക് പുഴയുടെ കരയിലിരുന്ന് സംസാരിക്കാം. ഇവിടെ ഭയങ്കര ചൂടാണ്. അവിടെയാകുമ്പോൾ കാറ്റും കിട്ടും."

ഭാനുമതിയമ്മയ്ക്ക് അത് കേട്ടപ്പോൾ എന്തോ ഒരു പന്തികേട് തോന്നി. പക്ഷേ, അവരൊന്നും പറഞ്ഞില്ല. നന്ദനും സുഹാസിനിയും പുഴക്കരയിലേക്ക് നടന്നു.

"എന്താണ് പ്രത്യേകിച്ച് പറയാനുള്ളത്?"

നടക്കുന്നതിനിടയിൽ നന്ദൻ ചോദിച്ചു.

"എനിക്കിപ്പോൾ വിവാഹം വേണ്ട. നന്ദേട്ടൻ അച്ഛനോട് പറഞ്ഞ് ഈ അന്വേഷണം ഒഴിവാക്കണം."

നന്ദൻ അല്പനേരം ആലോചനയിലായി പുഴക്കരയിലെ ചെറുതെങ്ങിന്റെ തണലിൽ രണ്ടു പേരുമിരുന്നു. തെളിഞ്ഞ പുഴയിലെ വെള്ളത്തിൽ അവരുടെ നിഴലുകൾ പ്രതിബിംബിച്ചു.

"അയാളെ ഇഷ്ടപ്പെട്ടില്ലേ?"

"അതല്ല."

"പിന്നെ?"

"നന്ദേട്ടനാണ് എന്റെ മനസ്സിൽ. വേറെ വിവാഹം വേണ്ട."

നന്ദൻ കുറച്ചുനേരത്തേക്ക് ഒന്നും മിണ്ടിയില്ല.

"നന്ദേട്ടനെന്താ ഒന്നു പറയാത്തത്?"

"വിവാഹത്തെക്കുറിച്ച് ഞാനിതുവരെ ചിന്തിച്ചിട്ടേയില്ല. നിന്റെ മനസ്സിൽ ഇങ്ങനെയൊരു മോഹമുണ്ടെന്ന് ഞാൻ കരുതിയിട്ടുമില്ല."

"അച്ഛനെപ്പോലെ ആദർശമുള്ള ആളായിട്ടാണ് ഞാൻ നന്ദേട്ടനെ കാണുന്നത്. ഇതുവരെ കാണുകയോ മനസ്സിലാക്കുകയോ ചെയ്യാത്ത ഒരാളുടെ കൂടെ കഴിയാൻ എനിക്ക് പറ്റില്ല."

"ആദർശം കൊണ്ടുമാത്രം ജീവിതം മുന്നോട്ട് പോകുമോ? തൊഴിലും വരുമാനവുമില്ലാത്ത എന്നെ കെട്ടിയാൽ അതൊരു ബാദ്ധ്യതയായി മാറില്ലേ? പുറമെ നിനക്കു കിട്ടിയ ഒരു നല്ല ജീവിതം തട്ടിക്കളഞ്ഞവനെന്ന് പറഞ്ഞ് സമൂഹം എന്നെ കുറ്റപ്പെടുത്തില്ലേ?"

"നന്ദേട്ടനെന്താണെന്ന് എനിക്കറിയാം. എല്ലാം അറിഞ്ഞുതന്നെയാണ് ഞാനീ തീരുമാനമെടുത്തത്. മറ്റൊരു വിവാഹത്തിന് ഞാൻ തയ്യാറാവില്ല. നന്ദേട്ടന് എന്നെ ഇഷ്ടമല്ലെങ്കിൽ അതു പറഞ്ഞാൽ മതി."

സുഹാസിനിയുടെ ആ വാക്കിൽ ഒന്നും പറയാൻ കഴിയാതെ നന്ദൻ അവളുടെ മുഖത്തേക്ക് തന്നെ നോക്കി. നന്ദനോടുള്ള അനുരാഗത്തിന്റെ ഓളങ്ങൾ ആ കണ്ണുകളിൽ അലയടിക്കുന്നുണ്ടായിരുന്നു. സുഹാസിനി നന്ദന്റെ അടുത്തേക്ക് ചേർന്നിരുന്നു. അവന്റെ ചുമലിൽ തല ചായ്ച്ചു. അതുവരെയറിയാത്ത ഒരു വൈകാരികാനുഭൂതി അന്നാദ്യമായി നന്ദന് അനുഭവപ്പെട്ടു.

വിജനവും വിശാലവുമായ പെരുന്തുറയിലെ രണ്ട് തോടുകൾ സംഗമിച്ച് പുഴയായൊഴുകുന്ന വപ്രയുടെ തീരത്ത് നന്ദനും സുഹാസിനിയും അറിയാതെ ആലിംഗനത്തിലമർന്നു.

പെട്ടെന്ന് പരിസരബോധം വീണ്ടെടുത്തു രണ്ടുപേരും എഴുന്നേറ്റു.

"വൈകുന്നേരം എനിക്ക് ഇലക്ഷന്റെ ഭാഗമായ ഒരു മീറ്റിങ്ങുണ്ട്. സുഹാസിനി വീട്ടിലേക്ക് പൊയ്ക്കോളൂ. നമുക്ക് പിന്നീട് സംസാരിക്കാം."

അതുപറഞ്ഞ് നന്ദൻ കച്ചിലത്തെരുവിലേക്കും സുഹാസിനി ചിപ്പിക്കുന്നിലേക്കും നടന്നു. വൈകുന്നേരം കച്ചിലത്തെരുവിലെ ഒരു വീട്ടുമുറ്റത്ത് വിളിച്ചു ചേർത്ത തിരഞ്ഞെടുപ്പ് യോഗത്തിൽ പങ്കെടുത്തശേഷം നന്ദൻ ചാമുണ്ഡി ചന്തുവിന്റെ ചായക്കടയിൽ കയറി. അപ്പോഴവിടെ കണ്ണൻമേസ്ത്രിയുമുണ്ടായിരുന്നു.

"നന്ദനെവിടന്നാണ് വരുന്നത്?"

"എനിക്കൊരു ഇലക്ഷൻ മീറ്റിങ്ങുണ്ടായിരുന്നു."

"നിനക്കെപ്പോഴും മീറ്റിങ്ങാണല്ലോ."

"കണ്ണേട്ടൻ വെൺകരയിൽ പോകാറില്ലേ?"

"ഒരാഴ്ചയായി പോയിട്ട്."

"മകനിപ്പോ എത്രയിലാണ് പഠിക്കുന്നത്?"

"എട്ടാം ക്ലാസിലാണ് മാരിപുരം ഹൈസ്കൂളിൽ"

“പുന്നക്കരയിലേക്കുള്ള ഈ രാത്രിയാത്ര ഒഴിവാക്കിക്കൂടെ കണ്ണേട്ടന്. രാത്രി കാൽതെറ്റി തോട്ടിൽ വീണാൽ ആരും കാണാനുണ്ടാവില്ല.”

“ഞാൻ പോകാൻ തുടങ്ങിയിട്ട് ഒരുപാട് വർഷമായില്ലേ. അങ്ങനെയാണ് വിധിയെങ്കിൽ അത് നടന്നോട്ടെ.”

അതു പറഞ്ഞ് കണ്ണൻ മേസ്ത്രി പതിവുപോലെ കുലുങ്ങിച്ചിരിച്ചു.

അതിനുശേഷം അയാൾ പതിവുപോലെ ഷാപ്പിലേക്ക് നടന്നു. നടന്നുപോകുന്ന കണ്ണൻ മേസ്ത്രിയുടെ ജീവിതത്തെക്കുറിച്ച് ഒരു നിമിഷം നന്ദൻ ഓർത്തുപോയി.

കച്ചിലത്തെരുവിലും പരിസരങ്ങളിലുമുള്ള കൽപ്പണിയെല്ലാം കണ്ണൻ മേസ്ത്രിയെയാണ് ആളുകൾ ഏല്പിക്കുന്നത്. കണ്ണൻ മേസ്ത്രിക്ക് കൂലിയുടെ കാര്യത്തിൽ കടുംപിടുത്തമില്ല. ഏറ്റ പണി വൃത്തിയായി ചെയ്തു കൊടുക്കും. കള്ള് കുടിച്ചാലും കണ്ണൻമേസ്ത്രിയുടെ പണി നല്ലതാണ് എന്നാണ് നാട്ടുകാർ പറയുക. രാവിലെ പുന്നക്കരയിൽ നിന്നിറങ്ങിയാൽ ചാമുണ്ഡി ചന്തുവിന്റെ കടയിൽ നിന്നാണ് പ്രാതൽ. ചന്തു രാവിലെ പുട്ടും കടലയും ഒക്കെ ഉണ്ടാക്കിവെക്കും. വീടുകളിലാണ് പണിയെങ്കിൽ ഉച്ചഭക്ഷണം അവർ കൊടുക്കും. ഇല്ലെങ്കിൽ മാരിപുരത്തു പോയി ഹോട്ടലിൽ നിന്ന് കഴിക്കും. വൈകുന്നേരം ആറ് മണിയോടെ പണി കഴിഞ്ഞ് കച്ചിലത്തെരുവിലെത്തും. പിന്നെ ഷാപ്പടയ്ക്കുന്നതുവരെ ഷാപ്പിലിരിക്കും. പറയുന്നത് മിക്കവാറും രാഷ്ട്രീയമായിരിക്കും.

ഷാപ്പിൽ നിന്നിറങ്ങിയാൽ വപ്രാനദിയുടെയും കണ്ണൈതോടിന്റെയും ചിറവരമ്പിലൂടെ പുന്നക്കരയിലെത്തും. ഇടയ്ക്ക് പാട്ട് പാടിയും ഇടയ്ക്ക് സ്വയം രാഷ്ട്രീയം പറഞ്ഞും ഓലച്ചൂട്ടിന്റെ വെളിച്ചത്തിൽ കണ്ണൻ മേസ്ത്രി നടന്നുപോകുന്നത് നാട്ടുകാർക്ക് ഒരു സ്ഥിരം കാഴ്ചയാണ്. കള്ള് കുടിച്ച് പാട്ടുപാടി രാത്രി വീട്ടിലെത്തുന്ന കണ്ണൻ മേസ്ത്രിയേയും കാത്ത് മേസ്ത്രിയുടെ പ്രായമായ അമ്മ ഭക്ഷണം വിളമ്പിവെച്ച് ഇപ്പോഴും കാത്തിരിക്കും.

നന്ദൻ കണ്ണൻ മേസ്ത്രിയെക്കുറിച്ച് ഓർത്തിരിക്കുമ്പോഴാണ് ഒരാൾ കണ്ണൻ മേസ്ത്രിയെ അന്വേഷിച്ച് ചന്തുവിന്റെ കടയിലേക്ക് കയറിവന്നത്.

“നിങ്ങളെവിടുന്നാണ് വരുന്നത്?” നന്ദൻ ചോദിച്ചു.

“വെൺകരയിൽ നിന്ന്”

“അത്യാവശ്യമുള്ള കാര്യമാണോ. അയാളിപ്പോൾ ഷാപ്പിലേക്ക് പോയതേയുള്ളു.”

“അയാളുടെ മകൻ മരിച്ചു.”

“എങ്ങനെ?”

“സ്കൂളിൽ നിന്ന് വന്ന ശേഷം ആരോടും പറയാതെ കുളത്തിൽ നീന്താൻ പോയി അപ്പോൾ കുളത്തിലാരുമുണ്ടായിരുന്നില്ല. അപസ്മാരമിളകിയിട്ടുണ്ടാകണം. മുങ്ങി മരിച്ചു.”

ഒരു ഞെട്ടലോടെയാണ് നന്ദനത് കേട്ടത്. കഴിഞ്ഞവർഷം ക്ഷയരോഗിയായ ഭാര്യ മരിച്ചതോടെ അവരുടെ അമ്മയാണ് അവന്റെ എല്ലാ കാര്യങ്ങളും ശ്രദ്ധിച്ചിരുന്നത്. ഇടയ്ക്കിടെ കണ്ണൻ മേസ്ത്രി അവനെ

പുന്നക്കരയിലേക്ക് കൂട്ടിവരും. കണ്ണൻ മേസ്ത്രിയുടെ ആകെ പ്രതീക്ഷ ആ മകനിലായിരുന്നു. അതും പോയി എന്നറിഞ്ഞാൽ ആ മനുഷ്യൻ തകർന്നുപോകും.

"നിങ്ങൾ പോയ്ക്കോളൂ. ഞാൻ കണ്ണൻ മേസ്ത്രിയെ കൂട്ടി വന്നോളാം. നിങ്ങളെ കണ്ടാൽ അയാൾ സംശയിക്കും."

നന്ദൻ അയാളെ പറഞ്ഞയച്ച ശേഷം ഷാപ്പിലേക്ക് നടന്നു. ഷാപ്പിന്റെ പുറത്തുനിന്ന് കണ്ണൻ മേസ്ത്രിയെ പുറത്തേക്ക് വിളിപ്പിച്ചു.

"എന്താണ് പ്രശ്നം നന്ദാ?"

"നിങ്ങളുടെ മകന് അപസ്മാരമിളകിയതായി ഒരാൾ തെരുവിൽ വന്നു പറഞ്ഞു. നമുക്കൊന്ന് പോയി അന്വേഷിച്ചു വരാം."

അതു കേട്ടപ്പോൾ കണ്ണൻ മേസ്ത്രിക്ക് ഒരു പന്തിയില്ലായ്മ അനുഭവപ്പെട്ടു. അയാൾ നന്ദന്റെ കൂടെ നടന്നു. അപ്പോഴേക്കും സന്ധ്യ കഴിഞ്ഞ് ഇരുട്ട് പരന്നിരുന്നു. നിലാവിന്റെ വെളിച്ചത്തിൽ രണ്ടുപേരും പാഴിപ്പാറയിലൂടെ വെൺകരയിലേക്ക് നടന്നു. പാഴിക്കുന്നിറങ്ങി വീടിനടുത്തെത്തിയപ്പോൾ പെട്രോമാസ്കിന്റെ വെളിച്ചത്തിൽ വീട്ടുമുറ്റത്തുള്ള ആൾക്കൂട്ടത്തെ കണ്ടപ്പോൾ തന്നെ കണ്ണൻ മേസ്ത്രി തളർന്നു. ആൾക്കൂട്ടത്തിന്റെ നടുവിൽ മരിച്ചുകിടക്കുന്ന മകനെ കണ്ടപ്പോൾ എല്ലാം മറന്നയാൾ പൊട്ടിക്കരഞ്ഞു. കണ്ണൻ മേസ്ത്രിയുടെ കരച്ചിൽ അധികനേരം കണ്ടിരിക്കാൻ നന്ദന് കഴിഞ്ഞില്ല. നിർഭാഗ്യവാനായ ഒരു മനുഷ്യന്റെ ദയനീയ രോദനം.

കണ്ണൻ മേസ്ത്രിയുടെ മകന്റെ ശരീരം മറവു ചെയ്ത ശേഷം വീട്ടിലെത്തിയ നന്ദന് അന്ന് രാത്രി ഉറങ്ങാനേ കഴിഞ്ഞില്ല. മേസ്ത്രിയുടെ മകന്റെ മരണം മനസ്സിനെ വല്ലാതെ വേദനിപ്പിച്ചു. അതോടൊപ്പം സുഹാസിനിയുടെ മനസ്സിലിരിപ്പ് അറിഞ്ഞതുമൂലമുണ്ടായ മാനസിക പ്രശ്നങ്ങളും നന്ദനെ അലട്ടിക്കൊണ്ടിരുന്നു. ഓരോ മനുഷ്യനും അവന്റേതായ ഒരു ഭ്രമണപഥത്തിലൂടെ സഞ്ചരിച്ചുകൊണ്ടിരിക്കുകയാണ്. അതോടൊപ്പം സമൂഹത്തിന്റെ ഭാഗമായും അവൻ കറങ്ങിക്കൊണ്ടിരിക്കുന്നു. എല്ലാം ഒരു പ്രകൃതി നിയമം പോലെ. സാധാരണ മനുഷ്യർ അതിനെ ദൈവത്തിന്റെ വിധി എന്ന് പറഞ്ഞ് ആശ്വസിക്കുന്നു. ആ ആശ്വാസമാണ് എല്ലാം മറന്ന് വീണ്ടും മുന്നോട്ട് പോകാൻ അവനെ പ്രേരിപ്പിക്കുന്നത്.

ഡിഗ്രി വിദ്യാഭ്യാസമുള്ള സുഹാസിനിക്ക് ഒരു ജോലി കിട്ടിയാൽ എൻ സിയുടെ കുടുംബത്തിന് അത് വലിയ ആശ്വാസമാകും. പ്രായമായി വരുന്ന അവർക്ക് ഏക മകളായ സുഹാസിനി അടുത്തുണ്ടാകുന്നതാണ് നല്ലത്. പ്രായമായ പെണ്ണിനെ എങ്ങനെയെങ്കിലും ഒരുത്തന്റെകൂടെ കെട്ടിച്ചയക്കണമെന്ന ധൃതിയാണ് പല കുടംബങ്ങളും കാണിക്കുന്നത്. പരസ്പരം മനസ്സിലാക്കാതെ നടത്തുന്ന അത്തരം വിവാഹങ്ങൾ പലതും പരാജയത്തിൽ കലാശിക്കുന്നു. എന്നെ ജീവിത സഖാവായി മനസ്സിൽ കണ്ടതിന് സുഹാസിനിയെ കുറ്റപ്പെടുത്താനാവില്ല.

അച്ഛനെപ്പോലെ ആദർശമുള്ള ഒരു ജീവിതപങ്കാളിയെ ആഗ്രഹിച്ചതിൽ അവരെ കുറ്റപ്പെടുത്താനാവില്ല. പക്ഷേ, ഒരു കുടുംബജീവിതം താങ്ങാനുള്ള ശേഷി ഇല്ലാതെ വിവാഹത്തിനൊരുങ്ങുന്നത് ബുദ്ധിയുമല്ല.

അതുകൊണ്ട് സുഹാസിനിക്ക് ഒരുജോലി ആകുന്നതുവരെ അവൾക്കുള്ള വിവാഹാന്വേഷണം ഒഴിവാക്കാൻ എൻ സിയെ പ്രേരിപ്പിക്കുന്നതാണ് ഇപ്പോഴുള്ള പരിഹാരം. അത് ബോദ്ധ്യപ്പെടുത്താൻ ഗോപിയേട്ടനാണ് പറ്റിയ ആൾ. മനസ്സിൽ ഒരു നിലപാടുണ്ടാക്കി നന്ദൻ ഉറങ്ങാൻ ഒരുങ്ങുമ്പോൾ പാതിരാക്കോഴി കൂകിയിരുന്നു.

പന്ത്രണ്ട്

രാവിലെ എഴുന്നേറ്റ് പ്രാഥമികകാര്യങ്ങൾ കഴിഞ്ഞ ശേഷം നന്ദൻ ഗോപിയുടെ വീട്ടിലേക്ക് നടന്നു.

നന്ദൻ എത്തുമ്പോൾ പശുവിനെ കറക്കുകയായിരുന്നു ഗോപി.

“നന്ദനിരിക്ക്. ഞാൻ ഉടനെ വരാം.”

അത് പറഞ്ഞ് കറന്ന പാലുമായി ഗോപി അകത്തേക്ക് പോയി. രാവിലെ എത്തിയ *ദേശാഭിമാനി* പത്രം വായിച്ച് നന്ദൻ വരാന്തയിലിരുന്നു. ജാനകി ടീച്ചർ നന്ദന് ചായ കൊടുത്തു.

“എന്തോ സീരിയസായ കാര്യമാണെന്ന് തോന്നുന്നല്ലോ. അല്ലെങ്കിൽ ഇത്ര രാവിലെ നീ വരൂല.”

പുറത്തേക്ക് വന്ന ഗോപി നന്ദന്റെ അടുത്തിരുന്നുകൊണ്ട് ചോദിച്ചു.

“എൻ സി കാണാൻ പറഞ്ഞതുകൊണ്ട് രണ്ട് ദിവസം മുമ്പ് ഞാൻ എൻ സിയുടെ വീട്ടിൽ പോയിരുന്നു. സുഹാസിനിക്ക് ഒരു വിവാഹാന്വേഷണം വന്നിട്ടുണ്ട്. അതിനവൾ വഴങ്ങുന്നില്ല. സംസാരിച്ച് അവളെ സന്നദ്ധയാക്കുന്നതിനുവേണ്ടിയാണ് എന്നെ വിളിപ്പിച്ചത്. ഇന്നലെ സുഹാസിനി എന്നെ കാണാൻ വന്നിരുന്നു അവൾ വിവാഹത്തിന് തയ്യാറല്ല എന്നാണ് എന്നോട് പറഞ്ഞത്. അവളുടെ ഇഷ്ടമില്ലാതെ നിർബ്ബന്ധിച്ച് വിവാഹം ചെയ്യിച്ചാൽ അത് പ്രയാസമാകും എന്നാണ് എനിക്ക് തോന്നുന്നത്. ഗോപിയേട്ടൻ എൻ സി യോട് സംസാരിക്കുന്നതാണ് നല്ലത്.

“അവൾക്ക് വേറെ വല്ല കണക്ഷനും ഉണ്ടോ?”

“അതെനിക്കറിയില്ല. ഒരു ജോലിയായിട്ടു മതിയെന്നാണ് അവളുടെ നിലപാട്.”

“അതു ശരിയാണ്. കൈയിലൊരു ജോലിയുണ്ടെങ്കിൽ ധൈര്യമായി ജീവിക്കാമല്ലോ. പെമ്പിള്ളേർക്ക് പതിനെട്ട് കഴിഞ്ഞാൽ അപ്പൊ കെട്ടിക്കണമെന്നാണ് നമ്മുടെ നാട്ടിലെ ഇപ്പോഴത്തെ ഒരു രീതി. അവർക്കൊരു ജോലിയും വരുമാനവുമുണ്ടായാൽ അവരുടെ ഭാവി ജീവിതം സുരക്ഷിതമാകും. സ്ത്രീകൾ ഭർത്താവിന്റെ വരുമാനത്തെ ആശ്രയിച്ചുകഴിയണം എന്ന പഴഞ്ചൻ മനോഭാവമാണ് നമ്മുടെ കൂട്ടത്തിലുള്ളവർക്ക് പോലും. ശരി നമുക്ക് സംസാരിക്കാം. വൈകുന്നേരങ്ങളിൽ ഇലക്ഷൻ യോഗങ്ങളുടെ തിരക്കാണ്. ഇനി ഇലക്ഷന് നാലുദിവസം മാത്രമല്ലേയുള്ളൂ. ഇത്തവണ ജയിക്കുമെന്ന ആത്മവിശ്വാസത്തിലാണെല്ലാവരും. നിനക്കിന്നെന്താണ് പരിപാടി?”

“എനിക്ക് കവലയോഗങ്ങളിൽ പോയി സംസാരിക്കണം.”

“എന്നാൽ അതുകഴിഞ്ഞ് വൈകുന്നേരം നമുക്ക് എൻ സിയുടെ വീട്ടിലേക്ക് പോകാം. ഞാൻ തെരുവിലുണ്ടാകും.”

ഇലക്ഷൻ പ്രചരണത്തിന്റെ മൂർദ്ധന്യത്തിലാണ് വാഹനത്തിൽ പോയി കവല പ്രസംഗം നടത്തുക. അതിന് യൂത്ത് നേതാക്കൻമാരെ യാണ് അധികവും നിശ്ചയിക്കുക. കഴിഞ്ഞ ഒരാഴ്ചയായി നന്ദൻ ആ പ്രവർത്തനത്തിലാണ്. അന്നത്തെ കവല പ്രസംഗത്തിനുശേഷം നന്ദൻ കച്ചിലത്തെരുവിലെത്തി ഗോപി അവിടെ കാത്തു നില്ക്കുന്നുണ്ടായിരുന്നു. രണ്ടു പേരും എൻ സിയെ കാണാൻ ചിപ്പിക്കുന്നിലേക്ക് നടന്നു.

വീടിന്റെ വരാന്തയിൽ എൻ സി യും ദേവകിയമ്മയും ഇരുന്ന് സംസാ രിക്കുകയായിരുന്നു. ഗോപിയും നന്ദനും വരുന്നതു കണ്ടപ്പോൾ ദേവകി യമ്മ എഴുന്നേറ്റ് വാതിലിനടുത്ത് വന്നുനിന്നു.

“രണ്ടാളും ഇരിക്ക്. ഇലക്ഷൻ തിരക്കിനിടയിൽ നിങ്ങൾക്ക് ഇ ങ്ങോട്ട് വരാൻ എങ്ങനെ സമയം കിട്ടി?”

എൻ സി ചോദിച്ചു.

“അത്യാവശ്യ കാര്യത്തിന് സമയം ഉണ്ടാക്കണമല്ലോ?”

ഗോപി പറഞ്ഞു.

“ദേവകി ഇവർക്ക് ചായ കൊടുക്കാൻ പാലുണ്ടോ?”

“ഉണ്ട്.”

“എന്നാൽ ചായ ഉണ്ടാക്ക്.

എന്തിനാണ് രണ്ടുപേരും ഈ തിരക്കിനിടയിൽ കുന്ന് കയറിയത്?”

“സുഹാസിനി ഇപ്പോൾ വിവാഹം വേണ്ട എന്നാണ് ഉറപ്പിച്ച് പറയു ന്നത്. അവളിങ്ങനെ പറയുന്ന സ്ഥിതിക്ക്.............” നന്ദൻ പറഞ്ഞുനിർത്തി.

“നമ്മളൊക്കെ ഇനിയെത്രകാലം എന്നാർക്കറിയാം. ഇപ്പോൾതന്നെ ക്ഷീണം കൂടിവരികയാണ്. അതിനിടയിൽ അവളൊരു വഴിക്കായാൽ സമാ ധാനത്തോടെ പോകാമല്ലോ.”

“അങ്ങനെയൊക്കെ ചിന്തിച്ച് എൻ സി ബേജാറാകരുത്. നമ്മളൊക്കെ ഇവിടെയില്ലേ. അവൾക്ക് ഒരു ജോലി ശരിയാവട്ടെ എന്നിട്ടുമതി വിവാഹം.”

അവൾക്കതാണാഗ്രഹമെങ്കിൽ അതു നടക്കട്ടെ. ബി എ കഴിഞ്ഞ തല്ലേ. ബി എഡ് ട്രെയിനിങ്ങിന് അയച്ചാൽ ഏതെങ്കിലും സ്കൂളിൽ ഒഴി വുണ്ടെങ്കിൽ ചേരാമല്ലോ.”

“അതിനൊക്കെ പണം വേണ്ടേ ഗോപി, ആരാണ് കാശ് തരിക. പിന്നെ കടം വാങ്ങണം. ആ കടം പിന്നെ ആര് തീർക്കും.”

“അങ്ങനെയൊക്കെ ചിന്തിച്ചാൽ ഈ പുതിയ കാലത്ത് ജീവിക്കാൻ കഴിയില്ല എൻ സി.”

അതിനിടയിൽ സുഹാസിനി ചായ കൊണ്ടുവന്ന് ഇരുത്തിയിൽ വെച്ച് തിരിച്ചുപോയി. എല്ലാം കേട്ട് വാതിലും ചാരിനിന്ന ദേവകിയമ്മ ചായ രണ്ടുപേർക്കും കൊടുത്തു.

“നിങ്ങൾ രണ്ടുപേരും പ്രായമായി വരികയല്ലെ. ഒരു സ്ഥിരവരുമാ നമുള്ള ജോലിയോടു കൂടി അവളിവിടെയുണ്ടാകുന്നത് നല്ലതാണ്. ആണായും പെണ്ണായും അവളല്ലേയുള്ളു. പ്രായമായ അമ്മയേയും അച്ഛ

നെയും വിട്ട് ദൂരനാട്ടിൽ പോയാൽ പെട്ടെന്ന് ഓടിയെത്താനാകുമോ. അതാണവൾക്കുള്ള പ്രയാസം."

നന്ദൻ അവരുടെ മനസ്സിൽ തട്ടുന്ന നിലയിൽ പറഞ്ഞപ്പോൾ എൻ സി ഒന്നയഞ്ഞു.

"അവളുടെ ഇഷ്ടം പോലെ നടക്കട്ടെ. വേറെ ഞാനെന്തു പറയാൻ."

ഒരു ദീർഘനിശ്വാസം വിട്ടുകൊണ്ട് എൻ സി പറഞ്ഞു.

"ഇലക്ഷൻ സമയമല്ലേ നിങ്ങൾക്ക് പല കാര്യങ്ങളുമുണ്ടാകും. സമയം കളയണ്ട നിങ്ങൾ പൊയ്ക്കോളു. ഇത്തവണ ജയിക്കുമെന്നല്ലേ എല്ലാവരും പറയുന്നത്."

"എന്നാൽ ഞങ്ങളിറങ്ങട്ടെ."

അതു പറഞ്ഞ് ഗോപി എഴുന്നേറ്റു. ഗോപിയും നന്ദനും മുറ്റത്തേക്കിറങ്ങുമ്പോൾ ദേവകിയമ്മയും സുഹാസിനിയും വരാന്തയിലേക്ക് വന്നു. നന്ദൻ സുഹാസിനിയുടെ മുഖത്തേക്ക് നോക്കി ഒന്നു ചിരിച്ചശേഷം തിരിഞ്ഞുനടന്നു.

പതിമൂന്ന്

കർഷകത്തൊഴിലാളി പെൻഷൻ വിതരണം ചെയ്യാൻ കച്ചിലത്തെരുവിൽ സംഘടിപ്പിച്ച ചടങ്ങിൽ അറുപതുകഴിഞ്ഞ അമ്മൂമ്മമാരും അച്ഛാച്ഛൻമാരും നേരത്തെ എത്തി കസേരയിൽ ഇടം പിടിച്ചിട്ടുണ്ട്. നൂറ്റാണ്ടുകളായി അടിമകളെപ്പോലെ മണ്ണിൽ പണിയെടുത്ത് അവസാനകാലത്ത് ആരോരുമില്ലാതെ മരണത്തിലൊടുങ്ങുന്ന പാവപ്പെട്ട കർഷകത്തൊഴിലാളികൾക്ക് സർക്കാർ പ്രഖ്യാപിച്ച നാൽപ്പതുരൂപ പെൻഷൻ ആദ്യമായി വാങ്ങുന്നതിനുവേണ്ടിയാണ് അവരെത്തിയിരിക്കുന്നത്. നായനാർ സർക്കാർ തങ്ങളെയും സർക്കാരിന്റെ പെൻഷൻകാരായി അംഗീകരിച്ചതിന്റെ അഭിമാനം അവരുടെ മുഖത്ത് തെളിഞ്ഞ് കാണുന്നുണ്ട്. ചേയിയമ്മയും പാട്ടിയമ്മയും കുഞ്ഞിക്കോരനുമെല്ലാം വെള്ളമുണ്ടുടുത്ത് കുപ്പായവുമിട്ട് അതിനുമീതെ രണ്ടാമുണ്ടായി ഒരു തോർത്ത് ചുമലിലിട്ട് ചുണ്ടിൽ ചിരിയുമായി ഇരിക്കുന്നതു കണ്ടപ്പോൾ ഇലക്ഷനിൽ ഇടതുമുന്നണിയുടെ വിജയം സഫലമായതായി നന്ദനു തോന്നി. അവിടെ പങ്കെടുത്തവർക്കെല്ലാം നന്ദൻ സ്വാഗതം പറഞ്ഞു. ചടങ്ങിൽ പങ്കെടുക്കാൻ എം എൽ എ എൻ എസ് ഷേണായിയും കെ വിയും ഗോപിയും എല്ലാം എത്തിച്ചേർന്നിട്ടുണ്ട്. അദ്ധ്യക്ഷനായി കെ വിയെ ക്ഷണിച്ച് നന്ദൻ സ്വാഗതപ്രസംഗം നിർത്തി. കെ വി അധികം സംസാരിക്കാതെ ഷേണായിയെ പെൻഷൻ വിതരണത്തിനായി ക്ഷണിച്ചു.

വെള്ള ഖാദിമുണ്ടും ഷർട്ടും ധരിച്ചെത്തിയ ഷേണായി ചിരിച്ചുകൊണ്ട് എല്ലാവരേയും അഭിവാദ്യം ചെയ്തു.

"ഇതുവരെ പെൻഷൻ വാങ്ങിയിരുന്നത് ആരാ - മാഷന്മാര്, സർക്കാരുദ്യോഗസ്ഥര്. നമ്മക്ക് പെൻഷൻ തരാൻ ആരെങ്കിലുമുണ്ടായിരുന്നോ? ഇല്ല. ഇപ്പോൾ നമ്മളും പെൻഷൻകാരായിരിക്കുന്നു. ഇനി വെറ്റില മുറു

ക്കാൻ കാശിന് മക്കളോട് ചോദിക്കണ്ട, ആരെയും ആശ്രയിക്കാതെ ഒരു നേരത്തെ കഞ്ഞി കുടിക്കാനുള്ള വക നായനാർ സർക്കാർ തന്നിരിക്കുന്നു. ഇതൊരു തുടക്കം മാത്രമാണ്. ഇത് കണ്ട് കരുണാകരൻ പറയുന്നത് ഇതൊരു പെൻഷൻ സർക്കാരാണെന്നാണ്. ആയിക്കോട്ടെ കരുണാകരനെപ്പോലെ പാവങ്ങളുടെ പോക്കറ്റടിക്കുന്ന സർക്കാരല്ല."

ഷേണായിയുടെ പ്രസംഗം കരഘോഷത്തോടെ എല്ലാവരും സ്വീകരിച്ചു. സന്ധ്യ മയങ്ങുന്നതിനുമുമ്പ് ആ യോഗം പിരിഞ്ഞു.

"എൻ സി പരിപാടികൾക്കൊന്നും വരാറില്ലേ?"

യോഗത്തിൽ എൻ സിയെ കാണാത്തതിനാൽ ഷേണായി ചോദിച്ചു.

"വരാറുണ്ട്. ഒരാഴ്ചയായി നല്ല സുഖമില്ല ശ്വാസം മുട്ടും ചുമയും."

നന്ദൻ അതു പറഞ്ഞപ്പോൾ എൻ സി യെ കാണണമെന്ന് ഷേണായി പറഞ്ഞു. പണ്ട് ഞാൻ ഒളിവിൽ കഴിഞ്ഞ സ്ഥലമാണിതെല്ലാം. അന്ന് നേതാക്കൾക്ക് ഷെൽട്ടറൊരുക്കുന്നതിൽ പ്രധാന ചുമതലക്കാരനായിരുന്നു എൻ സി.

ഗോപിയും നന്ദനും ഷേണായിയേയും കൂട്ടി ചിപ്പിക്കുന്ന് കയറി എൻ സിയുടെ വീട്ടിലെത്തി. അകത്തുനിന്ന് എൻ സി ചുമയ്ക്കുന്നതിന്റെ ശബ്ദം പുറത്ത് കേൾക്കുന്നുണ്ടായിരുന്നു. താഴെ വരാന്തയോട് ചേർന്നുള്ള മുറിയിൽ കിടക്കുന്ന എൻ സി യെ ഷേണായി അകത്തുകയറി കണ്ടു.

എൻ സി നല്ല ക്ഷീണത്തിലായിരുന്നു.

"ചുമ തുടങ്ങിയിട്ട് എത്ര ദിവസമായി?"

ഷേണായി അടുത്തുനില്ക്കുന്ന ദേവകിയമ്മയോട് ചോദിച്ചു.

"ഒരാഴ്ചയായി കഫക്കെട്ടായിരിക്കുമെന്ന് കരുതി കുരുമുളക് പൊടിയും തുളസിയുമിട്ട കാപ്പി കൊടുത്തു നോക്കി. അതിലൊന്നും നില്ക്കുന്നില്ല."

ഷേണായി എൻ സിയുടെ കൈ പിടിച്ചു. "ചുമ നില്ക്കുന്നേയില്ല" നെഞ്ച് തടവിക്കൊണ്ട് എൻ സി പറഞ്ഞു.

"ഗോപി, എൻ സിയെ വേഗം ഡോക്ടറെ കാണിക്കണം. നല്ല ക്ഷീണമുണ്ട്. സാനട്ടോറിയത്തിൽ കാണിക്കുന്നതാണ് നല്ലത്."

ഷേണായി പറഞ്ഞു.

"നാളെത്തന്നെ അതിനുള്ള ഏർപ്പാടുകൾ ചെയ്യാം." ഗോപി പറഞ്ഞു. യാത്ര പറഞ്ഞിറങ്ങിയ ഷേണായിയെ നന്ദൻ ബസിൽ കയറ്റി വിട്ടു.

അടുത്ത ദിവസം രാവിലെ ഒരു ജീപ്പിൽ ഗോപിയും നന്ദനും ചേർന്ന് എൻ സി യെ സാനട്ടോറിയത്തിലെത്തിച്ചു. ഡോക്ടർ പരിശോധിച്ച ശേഷം രോഗം ടി ബി യാണെന്ന് സ്ഥിരീകരിച്ചു. എൻ സിയെ സാനട്ടോറിയത്തിൽ അഡ്മിറ്റ് ചെയ്തു. സഹായിയായി നന്ദൻ ആശുപത്രിയിൽ തന്നെ നിന്നു.

സുഹാസിനിയും ദേവകിയമ്മയും എൻ സി യെ മാറി മാറി നിന്ന് പരിചരിച്ചു. രണ്ടാഴ്ച പിന്നിട്ടിട്ടും അസുഖത്തിന് കാര്യമായ കുറവുണ്ടായില്ല. എൻ സി യുടെ ശരീരം നാൾക്കുനാൾ ശോഷിച്ചു കൊണ്ടിരുന്നു.

എൻ സിയുടെ അവസ്ഥയറിഞ്ഞ് പാർട്ടിക്കാരും പഴയ പാർട്ടി സഖാക്കളും കാണാൻ ആശുപത്രിയിലേക്ക് വന്നുകൊണ്ടിരുന്നു.

"ഇനി അധികനാളില്ല. കൂടിയാൽ രണ്ടുദിവസം."

ഗോപി നന്ദനോട് പറഞ്ഞു.

അപ്പോഴേക്കും സംസാരിക്കാൻ പോലും കഴിയാതെ എൻ സി അവശനായി കഴിഞ്ഞിരുന്നു.

അന്ന് രാത്രി പത്ത് മണിയായപ്പോൾ ശ്വാസതടസ്സം ശക്തമായി ഡോക്ടർ വന്നു പരിശോധിച്ചു. "ഇനി ഒന്നും ചെയ്യാനില്ല."

ഡോക്ടർ പറഞ്ഞു. രാത്രി പതിനൊന്നു മണിയോടെ എൻ സിയുടെ ശ്വാസം നിലച്ചു. പിറ്റേന്നു രാവിലെ ആ വാർത്ത അനൗൺസ് ചെയ്തു. രാവിലെ പത്ത് മണിക്ക് കച്ചിലത്തെരുവിലെ വായനശാലയിൽ പൊതു ദർശനത്തിനു വെച്ചു. ജീവിതത്തിന്റെ നാനാതുറകളിൽപെട്ട നൂറുകണക്കിനാളുകൾ കച്ചിലത്തെരുവിലും എൻ സിയുടെ വീട്ടിലും അന്ത്യോപചാരമർപ്പിക്കാനെത്തി.

വൈകുന്നേരം നാല് മണിക്ക് നൂറുകണക്കിനാളുകളുടെ സാന്നിദ്ധ്യത്തിൽ എൻ സിയുടെ ഭൗതികശരീരം വീട്ടുപറമ്പിൽ സംസ്കരിച്ചു.

കെ വിയും ഗോപിയും അനുശോചനം രേഖപ്പെടുത്തി സംസാരിച്ച ശേഷം ഒരു മിനിറ്റ് മൗനമാചരിച്ച് എല്ലാവരും പിരിഞ്ഞു.

പതിനാല്

എൻ സി മരിച്ചതിന്റെ അടുത്ത ദിവസം നന്ദൻ എൻ സി യുടെ വീട്ടിലേക്കു പോയി. കുടുംബ ബന്ധുക്കളായ നാലഞ്ചുപേർ മാത്രമെ അവിടെയുണ്ടായിരുന്നുള്ളു. അകത്ത് കിടക്കുന്ന ദേവകിയമ്മയുടെ അടുത്ത് അല്പനേരം ഇരുന്നു.

"സുഹാസിനിയെവിടെ?"

"അവൾ മച്ചിൻമേൽ കിടക്കുകയാണ്."

നന്ദൻ മച്ചിൻമേൽ കയറിച്ചെല്ലുമ്പോൾ സുഹാസിനി വരാന്തയിലെ ബെഞ്ചിൽ പെരുന്തുറയിലേക്ക് നോക്കിയിരിക്കുകയായിരുന്നു. നന്ദനെ കണ്ടപ്പോൾ അവൾ എഴുന്നേറ്റു.

"സുഹാസിനി ഇരുന്നോളു."

നന്ദനവളുടെ ചുമലിൽപിടിച്ച് ബെഞ്ചിലിരുത്തി അവിടെ നന്ദനുമിരുന്നു. സുഹാസിനി നന്ദന്റെ തോളിൽ തലചായ്ച്ചു കരഞ്ഞു. നന്ദൻ പുറത്തുതട്ടി അവളെ ആശ്വസിപ്പിച്ചു.

"എന്തെങ്കിലും കഴിച്ചോ?"

"ചായ കുടിച്ചു."

"കരഞ്ഞുകൊണ്ടിരുന്നതുകൊണ്ട് കാര്യമില്ല. നീയാണ് കരുത്ത് കാണിക്കേണ്ടത്."

"നന്ദേട്ടനിടയ്ക്ക് ഇങ്ങോട്ട് വരണം ഞങ്ങൾക്ക് വേറെ ആരുമില്ല."

"ഞാൻ വരും. ആരുമില്ല എന്ന് ചിന്തിച്ച് ബേജാറാവണ്ട. ഞാൻ

കച്ചില തെരുവിൽ പോയി പിന്നീട് വരാം" എന്ന് പറഞ്ഞ് നന്ദൻ അവിടെ നിന്നിറങ്ങി.

കച്ചിലത്തെരുവിലെ അമ്പുക്കുഞ്ഞിയുടെ പലചരക്കുകടയിൽ നിന്ന് ഒരാഴ്ചത്തേക്ക് ആവശ്യമുള്ള വീട്ടുസാധനങ്ങൾ വാങ്ങി നന്ദൻ എൻ സിയുടെ വീട്ടിലെത്തിച്ചു.

ഇടയ്ക്കിടെ ഗോപിയും നന്ദനും എൻ സിയുടെ വീട്ടിൽ പോവുകയും അവിടെ ആവശ്യമുള്ള സാധനങ്ങൾ വാങ്ങിക്കൊടുക്കുകയും ചെയ്തു. സ്വന്തമായി കുറച്ച് കൃഷിയും ചെറിയൊരു തെങ്ങിൻ പറമ്പുമാണ് എൻ സിക്കുണ്ടായിരുന്നത്. അതിൽനിന്നുള്ള വരുമാനംകൊണ്ടായിരുന്നു ജീവിതം.

"എന്തെങ്കിലും ജോലി ചെയ്തു ജീവിക്കണമെന്നാണാഗ്രഹം. അതിനെന്തെങ്കിലും സാദ്ധ്യതയുണ്ടോ നന്ദേട്ടാ?"

ഒരു ദിവസം സുഹാസിനി നന്ദനോട് ചോദിച്ചു.

"ഞാനതിന് ശ്രമിക്കാം ഇപ്പോൾ അതിനുള്ള യാതൊരു സാദ്ധ്യതയും കാണുന്നില്ല."

"ഒന്നും കിട്ടിയില്ലെങ്കിൽ കൂലിപ്പണിക്ക് പോകാം എത്രയോ ആളുകൾ അങ്ങനെയും ജീവിക്കുന്നില്ലേ."

"ഏതുജോലിക്കും അതിന്റേതായ അന്തസ്സുണ്ട്. എന്റെ അമ്മയും കൃഷിപ്പണിയെടുത്താണ് ജീവിക്കുന്നത്. പക്ഷേ, ഡിഗ്രിവരെ പഠിച്ച സ്ഥിതിക്ക് അതിന് ചേർന്ന ഒരു ജോലി കിട്ടുന്നതുവരെ കുറച്ച് കാത്തിരിക്കുന്നതാണ് നല്ലത്. അമ്മയെവിടെ?"

"അമ്മ അടുക്കളയിലുണ്ട്. നന്ദേട്ടൻ വന്നത് ഞാൻ പറയാം."

സുഹാസിനി അകത്തേക്ക് പോയപ്പോൾ ദേവകിയമ്മ പുറത്തേക്ക് വന്നു.

"അടുക്കളയിലെ പണിയെല്ലാം തീർന്നോ?"

"അങ്ങനെ പ്രത്യേകിച്ച് പണിയൊന്നുമില്ല. എന്തെങ്കിലും ഉണ്ടാക്കി കഴിക്കണമല്ലോ. അവളെപ്പോഴും അച്ഛനിരിക്കുന്ന കസേരയിലിരുന്ന് പെരുന്തുറയിലേക്ക് നോക്കി ചിന്തയാണ്. പോകാനുള്ളവർ പോയി ബാക്കിയുള്ളവർക്ക് ജീവിതം ഉപേക്ഷിക്കാൻ കഴിയുമോ. ഇങ്ങനെ വന്നുപെടാൻ മാത്രം ജീവിതത്തിൽ ആർക്കും ഒരു ദ്രോഹവും ചെയ്തിട്ടില്ല. ആരുമില്ലാതെ ഞങ്ങളിന്ന് അനാഥാവസ്ഥയിലായി."

തൊണ്ടയിടറി ദേവകിയമ്മ പറഞ്ഞു.

"ദേവകിയമ്മ അങ്ങനെ ആശങ്കപ്പെടേണ്ട എല്ലാം ശരിയാവുന്ന ഒരു കാലം വരാതിരിക്കില്ല."

സുഹാസിനി കൊണ്ടുവന്ന ചായ കുടിച്ചുകൊണ്ട് നന്ദൻ പറഞ്ഞു.

"എപ്പോഴും നാടിനെക്കുറിച്ച് മാത്രമേ ആ മനുഷ്യൻ ചിന്തിച്ചിട്ടുള്ളു. കുടുംബത്തിന് രണ്ടാം സ്ഥാനമായിരുന്നു. കല്യാണം കഴിച്ച് ഒരാഴ്ച കഴിയുന്നതിനുമുൻപ് ഒരു സമ്മേളനമുണ്ടെന്നും പറഞ്ഞ് ഇവിടെനിന്ന് പോയി. പിന്നെ ഒരാഴ്ചകഴിഞ്ഞായിരുന്നു മടക്കം. എൻ സി യുടെ അമ്മയുള്ളതുകൊണ്ട് അന്ന് ധൈര്യത്തോടെ കഴിഞ്ഞു. അവർ നല്ല ധൈര്യ

മുള്ള സ്ത്രീയായിരുന്നു. നാൽപ്പത്തിയെട്ടിൽ എൻ സിയെ പിടിക്കാൻ വന്ന കുറുവടിപ്പടയുടെ നേരെ കൊടുവാളെടുത്തുചാടിയവരായിരുന്നു അവർ."

"ഞാൻ ചെറുപ്പത്തിൽ അവരെ കണ്ടിരുന്നു."

"നിങ്ങൾ സംസാരിക്ക് ഞാൻ കറി അടുപ്പത്ത് വെച്ചിട്ടാണ് വന്നത്. നന്ദൻ ഊണ് കഴിച്ചിട്ട് പോയാൽ മതി."

അത് പറഞ്ഞ് ദേവകിയമ്മ അടുക്കളയിലേക്ക് പോയി.

"നമുക്ക് മുകളിലിരിക്കാം കുറെക്കാലം അച്ഛനോടൊപ്പം ഇരുന്ന സ്ഥലമല്ലേ."

സുഹാസിനി നന്ദനെ കൂട്ടി ഏണിപ്പടികയറി.

"സമയം കിട്ടുമ്പോഴെല്ലാം നന്ദേട്ടൻ ഇവിടെ വരണം. മനസ്സ് തുറന്ന് സംസാരിക്കാൻ മറ്റാരുമില്ലല്ലോ."

"ഇടയ്ക്കിടെ വരുമ്പോൾ അതിന് വേറെ വ്യാഖ്യാനങ്ങൾ വരില്ലേ."

"നന്ദേട്ടന് ഇപ്പോഴും പേടി തീർന്നിട്ടില്ല അല്ലേ?"

"സ്ത്രീ പുരുഷ സൗഹൃദം ഒരു പ്രത്യേക രീതിയിലാണ് ഇന്നും സമൂഹം വീക്ഷിക്കുന്നത്. അതിൽനിന്ന് നമ്മുടെ പ്രസ്ഥാനങ്ങൾ പോലും മാറിയിട്ടില്ല."

"പിന്നെ എങ്ങനെയാണ് നിങ്ങൾ കമ്യൂണിസത്തിലേക്ക് പോകുന്നത്. എല്ലാ സ്വകാര്യതകളും സംരക്ഷിച്ചുകൊണ്ട് കമ്യൂണിസത്തിലേക്ക് പോകാൻ കഴിയുമോ?"

"സമൂഹം ഉയർത്തിപ്പിടിക്കുന്ന സദാചാര മൂല്യങ്ങൾ സംരക്ഷിക്കാൻ നമ്മൾ ബാധ്യസ്ഥരല്ലേ?"

"എല്ലാം സ്വന്തമാക്കിവെക്കാനുള്ള വ്യക്തിയുടെ ആർത്തിയിൽനിന്നുണ്ടായ സദാചാരമൂല്യങ്ങളല്ലേ അവയെല്ലാം. അത് അനുസരിക്കാൻ മാത്രമുള്ള യന്ത്രങ്ങളാണ് നമ്മളെങ്കിൽ ആരാണ് മാറ്റമുണ്ടാക്കേണ്ടത്?"

"സുഹാസിനി വളരെ കടന്നു ചിന്തിക്കുകയാണല്ലോ?"

"എനിക്ക് നഷ്ടപ്പെടാനൊന്നുമില്ലല്ലോ." ഇവിടെ മാറ്റം പറഞ്ഞ് പ്രസംഗിക്കുന്നവർക്ക് പലതും നഷ്ടപ്പെടാനുണ്ട്. അതുകൊണ്ടവർ ആമയെപ്പോലെ ഉള്ളിലേക്ക് തല വലിക്കും."

"വെറുതെയിരുന്ന് ചിന്തിച്ചാൽ ഭ്രാന്ത് പിടിക്കും. സുഹാസിനി അച്ഛനെപ്പോലെ പൊതുപ്രവർത്തനത്തിനിറങ്ങണം. അപ്പോൾ പല ധാരണകളും മാറും."

"സ്വന്തം കാലിൽ നില്ക്കാനുള്ള സാമ്പത്തിക ചുറ്റുപാടും സധൈര്യം തന്റെ നിലപാട് പറയാനുള്ള ആർജ്ജവവും ഇല്ലാതെ പൊതുപ്രവർത്തനം നടത്തിയതുകൊണ്ട് വലിയ പ്രയോജനമൊന്നുമില്ല. മറ്റുള്ളവർ നിയന്ത്രിക്കുന്ന ചരടിൽ ബന്ധിപ്പിക്കപ്പെട്ട ഒരു പാവ മാത്രമായിത്തീരും."

"അത്തരം പാവയായിട്ടാണോ സുഹാസിനി എന്നെയും കാണുന്നത്?"

"നന്ദേട്ടന്റെ ആത്മാർത്ഥതകൊണ്ട് അതൊന്നും ഇപ്പോൾ തിരിച്ചറിയില്ല. കുറച്ചുകഴിയുമ്പോൾ മനസ്സിലാകും. അപ്പോൾ ആരോഗ്യമെല്ലാം

നശിച്ച് പരാശ്രയത്തിൽ കഴിയേണ്ട അവസ്ഥയിലെത്തും."

"കുറെപ്പേർ തോല്ക്കുന്നതുകൊണ്ടാണല്ലോ കുറെപ്പേർ വിജയിക്കുന്നത്."

"എല്ലാവരും ജയിക്കുന്ന ഒരു കാലത്തിനുവേണ്ടിയല്ലേ നമ്മൾ പ്രവർത്തിക്കുന്നത്. എന്നിട്ട് നമ്മൾ എവിടെയുമെത്തുന്നില്ലല്ലോ."

"നമ്മുടേതു ഒരു ദീർഘകാലപോരാട്ടമാണ്. നമ്മുടെ കാലത്തുതന്നെ അതിന്റെ നേട്ടം കൈവരിക്കാൻ കഴിയണമെന്നില്ല. വരും തലമുറ ആ ലക്ഷ്യം കൈവരിക്കുകതന്നെചെയ്യും."

"നന്ദേട്ടന്റെ പ്രതീക്ഷയെ ഞാൻ നിരാശപ്പെടുത്തുന്നില്ല. ഭക്ഷണമായിട്ടുണ്ടാകും നമുക്ക് താഴേക്കു പോകാം."

നന്ദനും സുഹാസിനിയും ഒരുമിച്ചിരുന്ന് ഉച്ചയൂണ് കഴിച്ചശേഷം നന്ദൻ അവിടെ നിന്നിറങ്ങി.

ഊടു വഴികളിലൂടെ ആഴിക്കരയിലേക്കു നടന്നു. കണ്ണപ്പെരുണാനെ കണ്ടിട്ട് ഒരുപാട് നാളായി. ഇടയ്ക്ക് കണ്ടില്ലെങ്കിൽ പെരുണാൻ പരിഭവിക്കും.

നന്ദൻ പെരുണാന്റെ വീട്ടിലെത്തുമ്പോൾ ഉച്ചയൂണ് കഴിഞ്ഞുള്ള മയക്കത്തിലായിരുന്നു പെരുണാൻ. നന്ദൻ വിളിച്ചപ്പോൾ നീലമ്മ പുറത്തേക്ക് വന്നു.

"പെരുണാൻ ഉറങ്ങുകയാണോ?"

"ഇപ്പോൾ കിടന്നതേയുള്ളു ഞാൻ വിളിക്കാം."

"സുജാമണി കോളേജിൽ പോയിട്ടുണ്ടാകും, അല്ലേ?"

"അവൾ രാവിലെ പോയി."

"ഡിഗ്രി അവസാനവർഷമല്ലേ?"

"അതെ."

"നന്ദൻ ഊണ് കഴിച്ചിട്ടാണോ വരുന്നത്?"

പുറത്തേക്കുവന്ന പെരുണാൻ ചോദിച്ചു.

"ഞാൻ എൻ സി യുടെ വീട്ടിൽ പോയിരുന്നു. ഊണ് അവിടുന്ന് കഴിച്ചു."

"എൻ സി യുടെ മരണം താങ്ങാൻ അവർക്ക് പ്രയാസമായിരിക്കും. കുടുംബത്തിന് താങ്ങായി ഒരാൺതരിയില്ലല്ലോ. ആരോഗ്യമുള്ളകാലത്ത് നാടിനെക്കുറിച്ചുമാത്രമെ എൻ സി ചിന്തിച്ചിട്ടുള്ളൂ. ആ കുടുംബത്തെ സംരക്ഷിക്കാൻ പ്രസ്ഥാനത്തിന് ബാദ്ധ്യതയുണ്ട്. നന്ദൻ അതിന് മുൻകൈ എടുക്കണം."

പ്രസ്ഥാനത്തിന്റെ സജീവപ്രവർത്തകനല്ലെങ്കിലും അതിനെപ്പറ്റി നല്ല ധാരണയും അഭിപ്രായവുമുള്ളയാളാണ് പെരുണാൻ.

"നീലമ്മേ, നീ രണ്ട് കട്ടൻ ചായ ഉണ്ടാക്ക്. നമുക്ക് മുറ്റത്തെ ചക്കരമാവിന്റെ ചോട്ടിലിരിക്കാം അവിടെയാകുമ്പോൾ കാറ്റും കിട്ടും."

രണ്ട് കസേരകൾ മാവിന്റെ ചുവട്ടിലിട്ടുകൊണ്ട് പെരുണാൻ പറഞ്ഞു.

"നന്ദനിങ്ങനെ ട്യൂട്ടോറിയലുമായി നടന്നാൽ മതിയോ ഒരു ജോലിക്ക്

ശ്രമിക്കുന്നില്ലേ? വിവാഹത്തെക്കുറിച്ചെല്ലാം ആലോചിക്കേണ്ട സമയമായില്ലേ?"

"മുഴുവൻ സമയം പ്രവർത്തകനാകണമെന്നാണ് പ്രസ്ഥാനം പറയുന്നത്."

"ഒരു കുടുംബജീവിതം നയിക്കാൻ അതുകൊണ്ടുപറ്റുമോ? എന്റെ സംശയം സൂചിപ്പിച്ചുവെന്നേയുള്ളൂ ഞാൻ അതിനെതിരൊന്നുമല്ല."

"സമൂഹത്തിനു വേണ്ടി പ്രവർത്തിക്കുക എന്നതാണെന്റെ ആഗ്രഹം. അതിന്റെ മറ്റ് വശങ്ങളൊന്നും ഞാൻ ഇതുവരെ ആലോചിച്ചിട്ടില്ല. വരുന്നേടത്ത് വെച്ച് കാണാം."

"സുഹാസിനി ഡിഗ്രി വരെ പഠിച്ചതല്ലെ. ട്രെയിനിങ് കിട്ടിയാൽ അവൾക്ക് ടീച്ചറാകാൻ സാധിക്കില്ലേ? എന്റെ സംശയമാണ്."

"അതിനൊക്കെ സാദ്ധ്യതയുണ്ട്."

"സ്വന്തമായി ഒരു ജോലിയും വരുമാനവുമുണ്ടാകുമ്പോൾ ജീവിതത്തിൽ പിടിച്ചു നില്ക്കാൻ പറ്റും. നന്ദൻ അതിന് ശ്രമിച്ചാൽ അത് നടക്കും. അതാണെന്റെ അഭിപ്രായം."

"നോക്കാം. പെരുണാന് തെയ്യത്തിന്റെ പരിപാടിയൊന്നുമില്ലേ?"

"സീസൺ ആയി വരുന്നതേയുള്ളു. മറ്റന്നാൾ ഒരു മുത്തപ്പൻ വെള്ളാട്ടമുണ്ട്."

"മുത്തപ്പൻ ഒരു ജനകീയ ദൈവമാണല്ലോ. എല്ലായിടത്തും മുത്തപ്പൻ കോട്ടങ്ങൾ ഇപ്പോൾ ഉയർന്നു വരികയാണല്ലോ."

"ഒരു കാലത്ത് മലവാസികളുടെ ആരാധനാമൂർത്തിയായിരുന്നു മുത്തപ്പൻ. പൂർവ്വ പിതാക്കൻമാരെ ആരാധിക്കുന്ന സമ്പ്രദായത്തിൽനിന്നാണ് ഈ തെയ്യം രൂപപ്പെട്ടത്. പ്രധാന ദൈവങ്ങളെല്ലാം സവർണ്ണ ക്ഷേത്രങ്ങളെ കേന്ദ്രീകരിച്ചായപ്പോൾ കീഴാളൻമാർ മുത്തപ്പന് മഠപ്പുര കെട്ടി ആരാധിച്ചു. തങ്ങൾ കഴിക്കുന്ന കള്ളും മീനും പയറും മുത്തപ്പന് അവർ പൂജിച്ചു. ഇന്ന് മുത്തപ്പൻ മഠപ്പുരകൾ വ്യാപകമാണ്."

"വണ്ണാൻമാരും തീയ്യന്മാരുമാണ് മുത്തപ്പനെ കൂടുതലായി ആരാധിക്കുന്നത് കാണുന്നത്. അതിനെന്തെങ്കിലും പ്രത്യേകതയുണ്ടോ?"

"തീയ്യന്മാരും വണ്ണാൻമാരും എട്ടില്ലക്കാരാണ്. അതിലൊന്നാമത്തേത് തളിയിലാണ്. തെയ്യമില്ലാത്ത സമയങ്ങളിൽ ചൂണ്ടലിട്ട് മീൻ പിടിക്കാൻ പോകുന്നത് ഞങ്ങളുടെ ശീലമാണ്. തളിയിലെ പെരുവണ്ണാൻ ഒരു ദിവസം പറശ്ശിനി പുഴയിൽ ചൂണ്ടയിടാൻ പോയി. ഒരു പാട് നേരം കഴിഞ്ഞിട്ടും ചൂണ്ടലിൽ മീനൊന്നും കൊത്തിയില്ല. പെരുവണ്ണാൻ മനം നൊന്ത് മുത്തപ്പനെ പ്രാർത്ഥിച്ചു. അപ്പോൾ ചൂണ്ടയിലൊരു വലിയ തിരുത കുടുങ്ങി. മീനിനെ ചൂണ്ടയിൽ നിന്നെടുത്ത് തീ കത്തിച്ച് ചുട്ടെടുത്തു. അതിന് തൊട്ടടുത്ത് താമസിക്കുന്ന കുന്നുമ്മൽ തീയ്യന്റെ പുരയിൽ നിന്ന് കള്ളും വാങ്ങി ചൂണ്ടയിട്ട് തിരുതയെ കിട്ടിയ സ്ഥലത്ത് ഒരു കല്ല് വെച്ച് മീനും കള്ളും പെരുവണ്ണാൻ മുത്തപ്പന് നിവേദിച്ചു. പിന്നീടത് ശീലമായി. കുന്നുമ്മൽ പുരയിലെ തീയ്യക്കാരണവരും ആ പൂജയിൽ പങ്ക് ചേർന്നു. പെരുവണ്ണാന് പ്രായമായപ്പോൾ ആ കർമ്മം കുന്നുമ്മൽ പുരക്കാർ തുടർന്നു.

ഇത് ഒരു മഠപ്പുരയായി ഉയർന്നു. ഇന്ന് ലോകം അറിയുന്ന മഠപ്പുരയായി അത് മാറി. സവർണ്ണരുടെ സഹായമില്ലാതെ അവർണ്ണന് ആരാധിക്കാവുന്ന ദൈവമാണ് മുത്തപ്പൻ. ഇപ്പോൾ എല്ലാവരും മുത്തപ്പനെ ആരാധിക്കാൻ തുടങ്ങിയിരിക്കുന്നു.

ഈഴവ, വണ്ണാൻ സമുദായങ്ങളുടെ വീട്ടുപറമ്പുകളിൽ മിക്കയിടത്തും പൊടിക്കളമുണ്ട്. പ്ലാവ്, ചെമ്പകം എന്നീ മരങ്ങളുടെ ചുവട്ടിൽ കല്ല് വെച്ച് അതിന്മേൽ കത്തിച്ചു വെക്കുന്ന വിളക്കിലാണ് മുത്തപ്പൻ സങ്കല്പം. അങ്ങനെയുള്ള പൊടിക്കളം ഈ പറമ്പിലുമുണ്ട്. ആ കാണുന്നതാണ് പൊടിക്കളം."

വീടിന്റെ കിഴക്ക് ഭാഗത്തായി ചെമ്പക മരത്തിന്റെ കീഴെയുള്ള ചെറിയൊരു തറ ചൂണ്ടി പെരുണാൻ പറഞ്ഞു.

"ഇപ്പോൾ എല്ലാ റെയിൽവേ സ്റ്റേഷനുകളോട് ചേർന്ന് മഠപ്പുരകളുണ്ടല്ലോ?"

"റെയിൽവെ തൊഴിലാളികളാണ് അത് ചെയ്തത്. മുത്തപ്പൻ തൊഴിലാളികളുടെ ദൈവമാണ്. വടക്കേ മലബാറിൽ തൊഴിലാളി പ്രസ്ഥാനം ശക്തിപ്പെട്ടതിൽ ഈ വിശ്വാസം ഒരു പ്രധാന ഘടകമാണ്. അടിച്ചമർത്തപ്പെട്ടവരുടെ കൂടെയാണ് എന്നും മുത്തപ്പൻ എന്ന വിശ്വാസം തൊഴിലാളികൾക്കിടയിലുണ്ട്. പാവങ്ങളെ പീഡിപ്പിക്കാൻ തമ്പുരാക്കൻമാർ മുതിർന്നപ്പോൾ പാവങ്ങളുടെ പക്ഷം ചേർന്ന് പൊരുതാൻ മുത്തപ്പൻ മുതിർന്നു. മുത്തപ്പനെ ആട്ടിയോടിക്കാൻ കോട്ടയം രാജാക്കൻമാർ എല്ലാ ശ്രമവും നടത്തി. വിഷം കൊടുത്ത് കൊല്ലാൻ വരെ ശ്രമിച്ചിട്ടും അത് ഫലിച്ചില്ല. മുത്തപ്പൻ കീഴാളരുടെ കുടിലുകളിൽ ഉണ്ടാക്കുന്ന കള്ളും മീനും കഴിച്ച് അവരുടെ കൂടെ കഴിഞ്ഞ ദൈവമാണ്."

"നാടുവാഴിത്തത്തെ വെല്ലുവിളിക്കാൻ കീഴാളന് കരുത്തുണ്ടായതിൽ ഈ മുത്തപ്പൻ വിശ്വാസത്തിനും പങ്കുണ്ടെന്നല്ലേ കാണിക്കുന്നത്."

"തമ്പുരാക്കന്മാരെല്ലാം ദൈവങ്ങളെ കാണിച്ചാണല്ലോ പാവങ്ങളെ പേടിപ്പിച്ച് നിർത്തിയത്. അതിനെ ചെറുക്കാൻ പാവങ്ങൾക്കും ഒരു ദൈവമുണ്ടാകുന്നത് നല്ലതല്ലേ. മുള്ളിനെ മുള്ളുകൊണ്ടെടുക്കുന്നതുപോലെ."

"നമ്മുടെ തിയറി അത്തരത്തിലുള്ളതല്ലല്ലോ പെരുണാനെ. ഭൗതിക ചിന്തയിലൂടെയാണല്ലോ നമ്മുടെ പ്രസ്ഥാനം പ്രവർത്തിക്കുന്നത്."

"മരം കയറുമ്പോൾ തളയിടുന്നത് ഒരു പിടുത്തത്തിനുവേണ്ടിയല്ലേ നന്ദാ. പാവപ്പെട്ടവന് പടപൊരുതാൻ അവന്റെ വിശ്വാസം അവന് കരുത്ത് പകരുന്നുണ്ടെങ്കിൽ അതിന് നമ്മളെന്തിനാണ് എതിർപ്പ് കാണിക്കുന്നത്. എല്ലാവരും തിയറി പഠിച്ചിട്ടാണോ നമ്മുടെ കൂടെ നില്ക്കുന്നത്. ഞാൻ തെയ്യം കെട്ടി ജനങ്ങൾക്ക് അനുഗ്രഹം ചൊരിയുമ്പോൾ തന്നെ പ്രസ്ഥാനത്തിന്റെ കൊടിയും പിടിക്കുന്നില്ലേ?"

"അന്ധവിശ്വാസങ്ങളും അനാചാരങ്ങളും പ്രചരിപ്പിക്കാൻ പ്രസ്ഥാനത്തിന്റെ പ്രവർത്തകർക്ക് പറ്റില്ലല്ലോ?"

"സമൂഹത്തിന് നിരക്കാത്ത അന്ധവിശ്വാസങ്ങളെയും അനാചാരങ്ങളെയും എതിർക്കാൻ പ്രസ്ഥാനം ആഹ്വാനം ചെയ്തപ്പോൾ വിശ്വാ

സികളായ പാവങ്ങൾ അതിനോടൊപ്പം ചേർന്നിരുന്നല്ലോ? അതുകൊണ്ടാണല്ലോ അവരെ തോല്പിക്കാൻ നമുക്ക് കഴിഞ്ഞത്. തിയറി പറഞ്ഞ് പറഞ്ഞ് വിശ്വാസമാകെ പിശകാണ് എന്നിടത്തേക്ക് നമ്മളെത്തിയാൽ പിന്നെ നമ്മുടെ പിന്നിൽ ആരുമുണ്ടാകില്ല. മുച്ചിലോട്ടമ്മയും മാക്കപ്പോതിയും കാരിഗുരിക്കളും പൊട്ടൻ ദൈവവുമെല്ലാം സത്യത്തിനും നീതിക്കും വേണ്ടി നിലകൊണ്ടവരാണ്. അന്നത്തെ തമ്പുരാക്കൻമാർ അവരെ ഇല്ലാതാക്കി. പക്ഷേ, പില്ക്കാലത്ത് സമൂഹം അവരെയാണ് ആരാധിച്ചത്. ആ ദൈവങ്ങളെയും പുതിയ തമ്പുരാക്കൻമാർ സ്വന്തമാക്കാനല്ലേ ശ്രമിക്കുന്നത്. അതുവഴി വിശ്വാസികളെയും അവർ കൂടെ നിർത്താൻ ശ്രമിക്കുകയല്ലേ."

"പെരുണ്ണാൻ വലിയ തിയറി ആണല്ലോ പറയുന്നത്."

"ഞാൻ നന്ദനെപ്പോലെ തിയറിയൊന്നും പഠിച്ചിട്ടില്ല . പക്ഷേ, അനുഭവത്തിൽ നിന്ന് ഒരുപാട് പഠിച്ചിട്ടുണ്ട്. ഈ നാടിന്റെ മണ്ണും മണവും അറിയാതെ തിയറി മാത്രം പറഞ്ഞുപോയാൽ നമ്മൾ എവിടെയും എത്തില്ല.

സർവ്വജ്ഞപീഠം കയറാൻ പോകുന്ന ശങ്കരാചാര്യർ വഴിയിൽ എതിരെ വന്ന പുലയനോട് വഴി മാറാൻ പറഞ്ഞു. പുലയൻ അത് അംഗീകരിച്ചില്ല. അവിടെ പുലയൻ ചോദിക്കുന്ന ചോദ്യങ്ങളാണ് പൊട്ടൻ തെയ്യത്തിന്റെ തോറ്റം പാട്ടുകൾ.

"നാങ്കളെ കൊത്ത്യാലും ചോരയല്ലേ ചൊവ്വര്
നീങ്കളെ കൊത്ത്യാലും ചോരയല്ലേ ചൊവ്വര്
പിന്നെന്തേ ചൊവ്വര് കുലം പിശറ്ന്ന്
തീണ്ടിക്കൊണ്ടല്ലയോ കുലം പിശറ്ന്ന്"

നൂറ്റാണ്ടുകൾക്ക് മുമ്പ് പുലയൻ അത് പറഞ്ഞപ്പോൾ അവൻ പൊട്ടനായി. ഏറ്റവും വലിയ സുഖം രതിസുഖമാണെന്ന് പണ്ഡിതൻമാരോട് കന്യക പറഞ്ഞപ്പോൾ അവൾ പിഴച്ചവളാണെന്ന് പറഞ്ഞ് മുദ്രകുത്തി പുറത്താക്കി. അതാണ് മുച്ചിലോട്ടമ്മ. ആങ്ങളമാരുടെ അരുമയായ മാക്കത്തെ നാത്തൂന്മാർ അപവാദം പറഞ്ഞ് ചതിച്ചപ്പോൾ യാതൊരു ദാക്ഷിണ്യവുമില്ലാതെ ആങ്ങളമാർ കാട്ടിൽ കൊണ്ടുപോയി അവളെയും മക്കളെയും കൊന്നുതള്ളി. ആ ദൈവമാണ് മാക്കപ്പോതി. ഈ ചെറുമംഗലത്തുതന്നെയാണ് ഈ കഥ നടന്നത്. ഈ ചിപ്പിക്കുന്നിലൂടെയാണ് മാക്കത്തേയും മക്കളെയും കൊല്ലാൻ കൊണ്ടുപോയത്. കാരിഗുരിക്കളെ പുലിപ്പാലിനയച്ചതും ചതിക്കാനായിരുന്നു. സത്യത്തിനും നീതിക്കും വേണ്ടി രക്തസാക്ഷികളായ ദൈവങ്ങളെ നമ്മൾ കൈവിടരുത്. നമ്മുടെ പോരാട്ടത്തിന് കരുത്ത് പകരാൻ ആ ദൈവങ്ങൾ നമ്മുടെ കൂടെ വേണം."

"പെരുണ്ണാന്റെ തെയ്യം കണ്ടിട്ട് ഒരുപാട് നാളായി. കതിവന്നൂർ വീരന്റെ തോറ്റവും വാൾപ്പയറ്റും ഇപ്പോഴും ഓർമ്മയുണ്ട്. ആ തെയ്യം ഇപ്പോഴും കെട്ടാറുണ്ടോ?"

"കഴിഞ്ഞമാസം ഒരു നേർച്ചത്തെയ്യമായി ചെറുമംഗലത്ത് കെട്ടിയാടിയിരുന്നു. ഇപ്പോൾ പഴയതുപോലെ മലക്കം മറിയാനൊന്നും പറ്റുന്നില്ല."

"ഏതു കാലംമുതലാണ് തെയ്യത്തിന്റെ ഈ അനുഷ്ഠാനം തുടങ്ങിയത്?"

"തെയ്യത്തിന്റെ അനുഷ്ഠാനത്തിന് എഴുതിവെച്ച രേഖയൊന്നുമില്ല. തലമുറയായി കേട്ടതിനേയും ചെയ്തുകണ്ടതിനേയും അടിസ്ഥാനമാക്കിയാണ് തെയ്യം കെട്ടിയാടുന്നത്. കദംബരാജാവായ മയൂരവർമ്മൻ മലബാർ കീഴടക്കിയ കാലം മുതലാണ് ഈ അനുഷ്ഠാനം ഇവിടെ തുടങ്ങിയതെന്നാണ് എന്റെ പൂർവ്വികർ പറഞ്ഞു കേട്ടിട്ടുള്ളത്. കർണ്ണാടകത്തിലെ സിർസിയിൽ ഇപ്പൊഴും ഒരനുഷ്ഠാനകലയായി തെയ്യം കെട്ടിയാടുന്നുണ്ട്. അവിടത്തെ തെയ്യത്തിന് ഇവിടെയുള്ളതുപോലെ വർണ്ണപ്പൊലിമയൊന്നുമില്ല. പക്ഷേ, മുഖത്തെ ഭാവം കണ്ടാൽ ദൈവമിറങ്ങിവരുന്നതുപോലെ തോന്നും. ആ സമയത്ത് കണ്ടു നില്ക്കുന്ന ജനങ്ങൾ ഒരു വിഭ്രാന്തിയിലെന്നതുപോലെ മനസ്സിലുള്ളതെല്ലാം ദൈവത്തോട് തുറന്നു പറയും. ആ രീതി തന്നെയാണ് കോലത്തുനാട്ടിലെ കോലങ്ങൾക്കുമുള്ളത്."

"കോലത്തുനാട്ടിലെ കല എന്ന നിലയ്ക്കായിരിക്കില്ലേ കോലം എന്ന് പേര് വന്നത്?"

"കോലത്തു നാടിന്റെ കലയായി തെയ്യത്തെ പരിപോഷിപ്പിച്ചത് കോലത്തുതമ്പുരാക്കന്മാർ തന്നെയാണ്. അവരാണ് മണക്കാടൻ ഗുരുക്കളോട് എല്ലാ തെയ്യങ്ങളുടേയും കോലം കെട്ടിയാടാൻ ആജ്ഞാപിച്ചത്.

മണക്കാടൻ ഗുരുക്കൾ അത് ഒരൊറ്റരാത്രികൊണ്ട് കെട്ടിക്കാണിച്ചു എന്നാണ് കഥ. അതിന്റെ തുടർച്ചയാണ് ഇന്നു കാണുന്ന കോലങ്ങൾ. കോലം കെട്ടുന്ന വണ്ണാൻ, മലയൻ, അഞ്ഞൂറ്റാന്മാർ, മുന്നൂറ്റാന്മാർ, വേലന്മാർ ഇവർക്കെല്ലാം ആചാരവും പദവിയും കല്പിക്കാനുള്ള അധികാരം കോലത്തിരിക്കാണ്. ചിറയ്ക്കൽ കോവിലകത്തും നീലേശ്വരം കോവിലകത്തും ആചാരപദവി നല്കുന്ന ചടങ്ങ് ഇപ്പോഴും നടക്കാറുണ്ട്. കോലത്തുതമ്പുരാനിൽ നിന്നാണ് എനിക്കും പെരുണ്ണാൻ പദവി ലഭിച്ചത്. കച്ചിലത്തെരുവിന്റെ കിഴക്കേക്കരയിൽ ഇപ്പോഴും കോവിലകത്തിന്റെ ഒരു ശാഖയുണ്ട്. അവിടെനിന്നും ആചാരപദവി നല്കാറുണ്ട്. പെരുന്തുറയുടെ കരയിലായിരുന്നു പണ്ടത്തെ പ്രധാന കോവിലകം. അതെല്ലാം വിറ്റ് അവരെല്ലാം തെക്കൻ തിരുവിതാംകൂറിലേക്ക് പോയി. ആ കോവിലകത്ത് കുറ്റവാളികളെ ശിക്ഷിക്കുന്ന നിലവറകൾ ഉണ്ടായിരുന്നതായി എന്റെ അപ്പൻ പറഞ്ഞുകേട്ടിട്ടുണ്ട്. വപ്രയുടെ തീരത്തെ ക്ഷേത്രത്തിന്റെ ട്രസ്റ്റി ഇന്നും അവരാണ്."

"തെയ്യത്തെ എല്ലാവരും തൊഴുതു പ്രാർത്ഥിക്കുമ്പോൾ അഭിമാനം തോന്നാറുണ്ടോ?"

"അതൊരു പ്രത്യേക അവസ്ഥയാണ്. കോലം കെട്ടി കണ്ണാടിയിൽ നോക്കുന്നതോടെ നമ്മൾ ദൈവമായി മാറുകയാണ്. പിന്നെ മുടിയഴിക്കുന്നതുവരെ ദൈവഭാവത്തിലാണ് വാക്കും നടത്തവും. എല്ലാ കലകളുടേയും സമന്വയരൂപമാണ് തെയ്യം. അതിന് വർണ്ണമുണ്ട്, താളമുണ്ട്,

നൃത്തമുണ്ട്, സംഗീതമുണ്ട്, വേഷമുണ്ട്, ഭാവമുണ്ട്. കഥകളിയൊക്കെ തുടങ്ങുന്നതിന് എത്രയോ വർഷങ്ങൾക്കുമുൻപേ ഇത്രയും മനോഹരമായി രൂപംകൊണ്ട ഒരു അനുഷ്ഠാനകലാരൂപം വേറെയില്ല."

"തെയ്യം കെട്ടിയാൽ കിട്ടുന്ന വരുമാനം കൊണ്ട് വർഷം മുഴുവൻ ജീവിക്കാൻ പറ്റുമോ?"

"അതൊന്നും സാധിക്കില്ല. തെയ്യം കെട്ടിയാടുമ്പോൾ തെയ്യത്തെ എല്ലാവരും തൊഴുതുപ്രാർത്ഥിക്കും. അതുകഴിഞ്ഞാൽ വളരെ വിനയത്തോടെ തമ്പുരാക്കന്മാരുടെ മുന്നിൽ അടിയൻ പറഞ്ഞ് കുനിഞ്ഞ് നില്ക്കണം. അവര് തരുന്ന കോള് വാങ്ങാൻ തുലാത്തിനാണ് തെയ്യത്തിന്റെ ആരംഭം. പിന്നെ ഇടവത്തിൽ കളരി വാതുക്കൽ പരദേവതയുടെ മുടിയഴിക്കുന്നതോടെ ആ വർഷത്തെ കളിയാട്ടം അവസാനിക്കുന്നു. ബാക്കിയുള്ളകാലം വൈദ്യവും ചെറുജന്മാവകാശങ്ങളുമായി കാലം കഴിക്കും."

"എന്താണ് ചെറുജന്മാവകാശം?"

"ഓരോ കുടുംബത്തിനും പ്രദേശം തിരിച്ച് ചെറുജന്മാവകാശം കൊടുത്തിട്ടുണ്ട്. ആ പരിധിവിട്ട് മറ്റ് കുടുംബങ്ങൾക്ക് തെയ്യം കെട്ടാൻ പറ്റില്ല. തെയ്യക്കാലം കഴിഞ്ഞാൽ ആടിവേടൻ ഓണത്താർ, കോതാമൂരി തുടങ്ങിയ കോലങ്ങൾ കെട്ടി വീടുകളിൽ സഞ്ചരിക്കും. അപ്പോൾ അവർ തരുന്ന അരിയും പണവുമാണ് അപ്പോഴത്തെ വരുമാനം. കന്നി മാസത്തിൽ കൊയ്ത്തു നടക്കുമ്പോൾ വയൽ വരമ്പത്തുപോയി നില്ക്കും. അപ്പോൾ കൃഷിക്കാരൻ ഒന്നോ രണ്ടോ കറ്റതരും ഇതെല്ലാം ചേർന്നതാണ് ചെറുജന്മാവകാശം."

"ചികിത്സ പാരമ്പര്യമായി കിട്ടിയതാണോ?"

"അതു പാരമ്പര്യമാണ്. ബാലചികിത്സയാണ് പ്രധാനം ഇന്നത്തെപ്പോലെ കാശുണ്ടാക്കാനൊന്നും പണ്ട് കഴിയില്ല. വളരെ പാവങ്ങളാണ് ചികിത്സയ്ക്ക് വരിക. അവർ സന്തോഷിച്ച് എന്തെങ്കിലും തരുന്നതാണ് പ്രതിഫലം. ഒഴിവുനേരങ്ങളിൽ തുറയിലിറങ്ങി മത്സ്യം പിടിക്കും. മറ്റ് സമയങ്ങളിൽ അണിയലം തുന്നിയും മറ്റും കാലം കഴിക്കും അങ്ങനെയാക്കെയായിരുന്നു പഴയകാലത്തെ തെയ്യക്കാരുടെ ജീവിതം."

പതിനഞ്ച്

"എട നന്ദാ, കച്ചിലത്തെരുവിൽ നിന്ന് എന്തോ ബഹളം കേൾക്കുന്നു. എന്താണെന്ന് മനസ്സിലാകുന്നില്ല."

ഞായറാഴ്ചയായതുകൊണ്ട് ഉച്ചയ്ക്ക് ഊണ് കഴിഞ്ഞ് അല്പം ഉറങ്ങിയ ശേഷം ഒരു പുസ്തകം വായിക്കാനൊരുങ്ങുകയായിരുന്നു നന്ദൻ. അപ്പോഴാണ് അമ്മയുടെ വിളി. അമ്മ പറയുന്നതു കേട്ട് നന്ദൻ പുറത്തിറങ്ങി ശ്രദ്ധിച്ചു. തെരുവിൽ നിന്നുതന്നെയാണ് ബഹളം.

"ഞാൻ അന്വേഷിച്ച് ഉടനെ വരാം."

"അന്വേഷിക്കാൻ പോയിറ്റ് അതിന്റെ കൂടെ ചേരണ്ട. അതാണ് നിന്റെ ശീലം."

നന്ദൻ തെരുവിലേക്ക് നടന്നു. ചാമുണ്ഡിചന്തുവിന്റെ കടയുടെ പിറകിലെ പറമ്പിൽ നിന്നാണ് ബഹളം. കടവിലെ കല്യാണിയാണ് അവിടെ താമസിക്കുന്നത്. പരിസരവാസികളെല്ലാം അവിടെ ഒത്തുകൂടിയിട്ടുണ്ട്. വീട്ടുമുറ്റത്തുനിന്ന് മുരളിയുടെ അമ്മ മാതിയേച്ചി ഉറഞ്ഞുതുള്ളുകയാണ്.. കൈയിലൊരു അരിവാളുമുണ്ട്.

“രണ്ടിനേം ഞാനിന്ന് കൊല്ലും. എന്റെ ചെക്കനെയല്ലാതെ വേറെ ആരെയും നിനക്ക് കിട്ടിയില്ലേ തേവിടിശ്ശി.”

മാതിയേച്ചി ആരോടന്നില്ലാതെ പറയുകയാണ്.

“എന്താണ് പ്രശ്നം?”

ആൾക്കൂട്ടത്തിലൊരാളോട് നന്ദൻ ചോദിച്ചു.

“മുരളി കുറച്ചുനാളായി കല്യാണിയുമായി അടുപ്പത്തിലാണെന്നറിഞ്ഞാണ് മാതിയേച്ചി വന്നത്. മുരളി വീടിനുള്ളിലുണ്ട്. മാതിയേച്ചി ഒച്ചയെടുക്കുന്നതുകേട്ടാണ് ആളുകൾ ഒത്തുകൂടിയത്.”

ആൾക്കൂട്ടത്തിലൊരാൾ പറഞ്ഞു.

“നീ ഇതിലൊന്നും തലയിടണ്ട നന്ദാ, നാറ്റക്കേസാണ്.”

തെരുവിലെ കുമാരൻ മാഷ് നന്ദന്റെ അടുത്തേക്ക് വന്ന് പറഞ്ഞു. കുമാരൻ മാഷും ബഹളം കേട്ട് വന്നതാണ്.

മാതിയേച്ചിയുടെ കൂടെ ചെമ്മരാട്ടനുമുണ്ട്. അയാൾ ഒന്നും മിണ്ടാതെ ദൂരെ മാറി നില്ക്കുകയാണ്.

“ഈ നാട്ടുകാരെ കൊള്ളാഞ്ഞിട്ടല്ലേ ഈ പിഴച്ചവള് ഇവിടെ കഴിയുന്നത്. ഇവളെ നാട്ടീന്ന് ചാടിക്കണം. എവിട്ന്നോ തെണ്ടിത്തിരിഞ്ഞ് വന്നിറ്റ് ഈ നാട്ടിലെ പിള്ളറെ പെഴപ്പിക്കാൻ നടക്കുന്നു.”

മാതിയേച്ചിയുടെ അമർഷം ഇപ്പോൾ നാട്ടുകാരുടെ നേരയായി. ആരും അവരോട് പ്രതികരിക്കാൻ പോയില്ല. പോയാൽ അവരുടെ തെറി കേൾക്കേണ്ടിവരും. അതുകൊണ്ട് വന്നവർ വന്നതുപോലെ പിരിഞ്ഞു പോകാൻ തുടങ്ങി. ആളുകൾ ഒഴിഞ്ഞപ്പോൾ മാതിയേച്ചിയുടെ അരിശത്തിനും അയവു വന്നു. അപ്പോഴാണ് മാതിയേച്ചി നന്ദനെ കണ്ടത്.

“നീ ഈട ഉണ്ടായിരുന്നോ മോനെ?”

അതുവരെ അരിശംകൊണ്ട് തുള്ളിയ മാതിയേച്ചി സൗമ്യയായി.

“ഞാൻ ഒച്ച കേട്ട് വന്നതാണ്.”

“നിന്റെ പ്രായക്കാരനല്ലേ അവൻ. നിങ്ങൾ ഒന്നിച്ച് കളിച്ച് വളർന്നതല്ലേ. ഇവൻ ഇത്രയ്ക്ക് വെടക്കാവൂന്ന് ഞാൻ വിചാരിച്ചിറ്റ്ല.”

“സാരമില്ല, മാതിയേച്ചിയും ചെമ്മരാട്ടനും ഇപ്പോൾ പൊയ്ക്കോളൂ. മുരളിയെ ഞാൻ കൂട്ടി വരാം.”

“ഇവള് ഇവ്ട്ന്ന് ഒച്ചയെടുത്തിറ്റ് എന്ത് കാര്യം. ഇതെല്ലാം നേരത്തെ നോക്കേണ്ടതാണ്.”

ചെമ്മരൻ പറഞ്ഞു.

“എന്നാ പിന്നെ നിങ്ങള് നേരത്തെ നോക്കാഞ്ഞില്ലേ?”

മാതിയേച്ചി പിന്നെ ചെമ്മരാട്ടനോടായി. പിന്നെ ചെമ്മരാട്ടൻ മിണ്ടിയില്ല. ചെമ്മരാട്ടന്റെ വീട്ടിലെ അവസാനവാക്ക് എന്നും മാതിയേച്ചിയു

ടേതായിരുന്നു. രണ്ട് പേരെയും സമാധാനിപ്പിച്ച് നന്ദൻ അവരെ തിരിച്ച യച്ചു. അവർ പോയതിനുശേഷം നന്ദൻ മുരളിയെ വിളിച്ചു. മുരളി പുറത്തേക്കുവന്നു.

"നീ ഇപ്പോൾ എന്റെ കൂടെ വരുന്നോ?"

മുരളി തലയാട്ടി.

നന്ദൻ അവനേയും കൂട്ടി നന്ദന്റെ വീട്ടിലേക്കു വന്നു.

മൊട്ടക്കെ സ്കൂളിൽ ഏഴാം ക്ലാസുവരെ മുരളി നന്ദന്റെ സഹപാഠിയായിരുന്നു. ഏഴാം ക്ലാസിൽ തോറ്റപ്പോൾ മുരളി പഠനം നിർത്തി. ചെറുപ്പത്തിൽത്തന്നെ നാട്ടിലെ നാടൻ പണിക്കിറങ്ങി. ഏത് മരത്തിലും മുരളി അനായാസം കയറും. നാട്ടുകാർ അടയ്ക്കപറിക്കാനും തേങ്ങപറിക്കാനുമെല്ലാം മുരളിയെ വിളിക്കും. അടയ്ക്കപറിക്കാൻ ഒരു കവുങ്ങിൽ കയറിയാൽ അടുത്ത കവുങ്ങ് ആട്ടിപിടിച്ച് അതിലേക്ക് കയറും. അങ്ങനെ എല്ലാ കവുങ്ങിലെയും അടയ്ക്ക പറിച്ചുകഴിഞ്ഞാലേ മുരളി താഴേക്കിറങ്ങൂ. നാടൻപണിയെടുത്ത് ചെറുപ്പത്തിലെ കൈയിൽ കാശു വന്നപ്പോൾ കള്ളുകുടി തുടങ്ങി. ചാമുണ്ഡി ചന്തുവിന്റെ ചായക്കടയിൽ മുരളിക്ക് പ്രത്യേകപരിഗണനയാണ്. പണികഴിഞ്ഞുവരുന്ന മുരളിക്ക് ചായയും കടിയും ചന്തു പ്രത്യേകം കരുതിവെക്കും. മുരളിക്ക് നന്ദനെ വലിയ കാര്യമായിരുന്നു. പാർട്ടി പ്രവർത്തനത്തിന്റെ ഭാഗമായി നന്ദൻ ഏല്പിക്കുന്ന കാര്യമെല്ലാം മുരളി അനുസരണയോടെ ചെയ്യും. അങ്ങനെയുള്ള മുരളി ഇങ്ങനെയൊരു കെണിയിൽപെട്ടതിൽ നന്ദന് വല്ലാത്ത പ്രയാസം തോന്നി.

പുഴയോരത്താണ് മാതിയേച്ചിയുടെ തറവാട്. പുന്നക്കരയിലേക്ക് വിവാഹം ചെയ്തുപോയതാണ്. തറവാട്ടിൽ ഒരു സഹോദരനും സഹോദരിയും ഇപ്പോഴും താമസിക്കുന്നുണ്ട്. കച്ചിലത്തെരുവിലെ പഴയ ആളുകൾക്കെല്ലാം മാതിയേച്ചിയെ അറിയാം. അന്നേ പൊട്ടിത്തെറിച്ച വാക്കാണ് വായിൽ നിന്ന് വരിക.

അമ്മയുടെ തറവാട് വീടെന്ന നിലയിൽ മുരളി ഇടയ്ക്കിടെ അവിടെ വരാറുണ്ട്. ആ വരവിൽ നന്ദനെ കാണാനും വരും. വന്നാൽ തേങ്ങപറിച്ചു കൊടുക്കാനും മറ്റും സഹായിക്കും. അതിന് കൂലിയൊന്നും വാങ്ങില്ല. കച്ചിലത്തെരുവിലെ പല വീടുകളിലും മുരളിയെ പണിക്ക് വിളിക്കാറുണ്ട്. അതുകൊണ്ട് തെരുവിലുള്ളവർക്കെല്ലാം സുപരിചിതനാണ് മുരളി. ആയിടയ്ക്കാണ് പാഴിയങ്ങാടിയിൽ മത്സ്യം കയറ്റി അയക്കുന്ന കമ്പനിയിൽ മുരളിക്ക് പണികിട്ടിയത്. അവിടെവെച്ചാണ് കല്യാണിയെ പരിചയപ്പെടുന്നത്.

ഒരു ദിവസം നന്ദന്റെ വീട്ടിൽ മുരളി വന്നപ്പോൾ കമ്പനിയിലെ പണിയെക്കുറിച്ചും കല്യാണിയുടെ കഥയെക്കുറിച്ചും മുരളി വാചാലനായി നന്ദനോട് സംസാരിച്ചിരുന്നു. അങ്ങനെയാണ് കല്യാണിയുടെ കഥ നന്ദനറിഞ്ഞത്.

കൊടുങ്ങല്ലൂരിൽനിന്നാണ് കല്ല്യാണി പാഴിയങ്ങാടിയിലെത്തുന്നത്. കിള്ളാനദിക്ക് പാലം പണിയുന്നകാലം തെക്കുനിന്ന് വന്ന ചാക്കോ

മേസ്ത്രിയും കല്യാണിയും ഒരുമിച്ചു താമസിച്ചു. പാഴിയങ്ങാടിയിൽ പാലം വരുന്നതുവരെ ഈ കടവിലൂടെ ചങ്ങാടത്തിലാണ് വാഹനവും ആളു കളും കടന്നുപോയിരുന്നത്.

പാലം പണി തകൃതിയായി നടക്കുമ്പോൾതന്നെ മേസ്ത്രിയും കല്യാ ണിയും തമ്മിലുള്ള ബന്ധവും വളർന്നു. പരുക്കനായ മേസ്ത്രി സുന്ദരി യായ കല്യാണിയെ കൊണ്ടുനടക്കുന്നതിൽ പലർക്കും അസൂയയുണ്ടാ യിരുന്നു. പാലത്തിന്റെ പണിതീർന്നപ്പോഴേക്കും കല്യാണിക്ക് ഒരു പെൺ കുഞ്ഞ് പിറന്നു.

മറ്റൊരു സൈറ്റിൽ വർക്കുനോക്കാനുണ്ടെന്ന് പറഞ്ഞുപോയ ചാക്കോ മേസ്ത്രി പിന്നെ തിരിച്ചുവന്നില്ല. കല്ല്യാണി കുഞ്ഞിനേയും കൊണ്ട് വാടകവീട്ടിൽ കഴിഞ്ഞു. അപ്പോഴാണ് മത്സ്യക്കച്ചവടക്കാരനായ അബുസായ്വ് കല്യാണിയെ സഹായിക്കാനെത്തിയത്. അതിനെക്കുറിച്ച് നാട്ടുകാർ പലതും പറഞ്ഞെങ്കിലും കല്യാണി അത് കാര്യമാക്കിയില്ല. പരിചയപ്പെട്ട ആരെയും എളുപ്പം വശത്താക്കാനുള്ള ഒരു പ്രത്യേക കഴിവ് കല്യാണിക്കുണ്ടായിരുന്നു. ഏതായാലും 'കടവിലെ കല്യാണി' എന്ന പേരിൽ വളരെവേഗം പാഴിയിൽ കല്യാണി അറിയപ്പെട്ടു.

അബുസായ്വ് മത്സ്യസംസ്കരണപ്ലാന്റ് തുടങ്ങിയപ്പോൾ കല്യാ ണിക്ക് അവിടെ ജോലി കൊടുത്തു. ആ കമ്പനിയിലാണ് മുരളിയും എത്തി പ്പെട്ടത്. പണിയിൽ മിടുക്കനും മെയ്ക്കരുത്തുമുള്ള മുരളിയെ കല്യാണിക്ക് വേഗത്തിൽ ഇഷ്ടപ്പെട്ടു.

ഒരു ദിവസം വൈകുന്നേരം കമ്പനി വിട്ടിറങ്ങുമ്പോൾ കല്യാണി മുരളിയെ വീട്ടിലേക്ക് ക്ഷണിച്ചു.

"എനിക്കിന്ന് നേരമില്ല വൈകുന്നേരം ഒരു പരിപാടിയുണ്ട്."

മുരളി പറഞ്ഞു

"നിനക്കെപ്പോഴും പരിപാടിയാണല്ലോ. എന്റെ വീട്ടിലൊക്കെ വരാൻ മടിയായിരിക്കും അല്ലേ?"

"അങ്ങനെയൊന്നുമില്ല, എന്നാൽ നമുക്ക് പോകാം."

അങ്ങനെയാണ് ആദ്യമായി മുരളി കല്യാണിയുടെ വീട്ടിലെത്തുന്നത്.

"കല്യാണിയേച്ചിയുടെ മകളെവിടെ?"

"അവൾ അടുത്ത വീട്ടിലുണ്ട്. സ്കൂളിൽ നിന്നുവന്നാൽ ഞാൻ വരു ന്നതുവരെ അവിടെ നില്ക്കും."

"ഏതു ക്ലാസിലാ പഠിക്കുന്നത്?"

"ഒന്നാം ക്ലാസിൽ. അഞ്ചുവയസ്സുകഴിഞ്ഞു."

ഞാനൊരു ചായ ഉണ്ടാക്കട്ടെ എന്ന് പറഞ്ഞ് കല്യാണി അടുക്കള യിലേക്ക് പോയി. പിന്നെ ഒരു സ്റ്റീൽ പ്ലെയിറ്റിൽ പൂവൻ പഴവും ചായയും മുരളിയുടെ മുന്നിൽ വെച്ച് കല്യാണി അവന്റെ അടുത്തിരുന്നു. ഒരു പഴം തൊലിച്ച് കഴിച്ചുകൊണ്ടിരുന്ന മുരളിയുടെ വലത്തേതുടയിൽ കല്യാണി ഇടതുകൈവെച്ചു. മുരളിയിൽ അത് ചെറിയൊരു വിറയലുണ്ടാക്കി. ചായകു ടിച്ചുകഴിഞ്ഞപ്പോൾ മുരളിയുടെ കവിളിൽ ഒരുമ്മകൊടുത്ത് മുരളിയെ മാറോട് ചേർത്തു. അതുവരെ പിടിച്ചുനിന്ന മുരളിക്ക് പിന്നെ നിയന്ത്രിക്കാ

നായില്ല. തന്റെ ബലിഷ്ഠമായ കൈകളിൽ കല്യാണിയെ ഒതുക്കി. സുരതത്തിന്റെ സൂത്രവാക്യങ്ങളൊന്നും മുരളിക്കറിയില്ലെങ്കിലും കല്യാണിക്ക് മറക്കാനാകാത്തവിധം തന്റെ കരുത്ത് പ്രകടമാക്കിയാണ് മുരളി അവിടെ നിന്നും അന്നിറങ്ങിയത്. അത് പിന്നെയും തുടർന്നു.

"രാത്രി അടക്കിപിടിച്ച സ്വരത്തിൽ വാതിലിൽ ചിലർ മുട്ടിവിളിക്കും കാശിന് കതക് തുറന്നുകൊടുക്കുന്നവളാണ് കല്യാണി എന്നെന്നെകുറിച്ച് നാട്ടിൽ ഒരപഖ്യാതി പരന്നിട്ടുണ്ട്. അതിന്റെ ഭാഗമാണ് ഈ വാതിലിനുമുട്ടൽ. നമുക്ക് ഇവിടെ നിന്നുമാറി മറ്റൊരുസ്ഥലം കണ്ടെത്താൻ പറ്റുമോ?"

ഒരു ദിവസം മുരളി വന്നപ്പോൾ കല്യാണി ചോദിച്ചു.

"അന്വേഷിക്കാം. കച്ചിലത്തെരുവിൽ കിട്ടിയാൽ അത് സുരക്ഷിതമായിരിക്കും."

അങ്ങനെയാണ് ചാമുണ്ഡിചന്തുവിന്റെ കടയുടെ പിറകിലുള്ള പറമ്പിലെ ചെറിയ വീട് കല്യാണിക്കുവേണ്ടി മുരളി വാടകയ്ക്ക് എടുത്തത്. പാഴിയങ്ങാടിയിലെ ഒരു ഹാജിയുടേതായിരുന്നു. ആ സ്ഥലവും വീടും.

കല്യാണി കച്ചിലത്തെരുവിൽ താമസിക്കാൻ തുടങ്ങിയതോടെയാണ് ആളുകൾ മുരളിയുടെ പോക്കും വരവും ശ്രദ്ധിച്ചത്. ദോഷൈകദൃക്കുകളായ ചിലർ അത് മാതിയേച്ചിയുടെ ചെവിയിൽ എത്തിച്ചു. അതുകേട്ട അരിശത്തിലാണ് മാതിയേച്ചി അരിവാളുമായി ഇറങ്ങിപ്പുറപ്പെട്ടത്.

"അറിയാതെ അബദ്ധത്തിൽപ്പെടുന്നത് സാധാരണയാണ്. എന്നാൽ വിവേകമുള്ളവർ അതിൽ അള്ളിപ്പിടിച്ച് നില്ക്കാറില്ല."

നടക്കുന്നതിനിടയിൽ നന്ദൻ മുരളിയോടുപറഞ്ഞു

"സ്നേഹത്തോടെ പെരുമാറിയപ്പോൾ ഒഴിഞ്ഞുമാറാൻ മനസ്സുവന്നില്ല."

"ഇനിയെന്താണ് പരിപാടി? കുട്ടിയുള്ള കല്യാണിയെ കെട്ടണോ?"

"അവൾ പാവമാണ്. ആളുകൾ പറയുന്നതുപോലെ വേശ്യയൊന്നുമല്ല."

"നിന്നേക്കാൾ പ്രായമില്ലെ അവൾക്ക്?"

"അതൊന്നും പ്രശ്നമല്ല. ആളുകളെ ഭയന്ന് അവളെ അനാഥാവസ്ഥയിൽ ആക്കാൻ ഞാൻ തയ്യാറല്ല."

മുരളി അല്പം ഉറപ്പിച്ചാണ് അത് പറഞ്ഞത്.

"എല്ലാം നിന്റെ ഇഷ്ടം. ജീവിതം ഒന്നേയുള്ളൂ. നല്ലതുപോലെ ആലോചിച്ച് എല്ലാം തീരുമാനിക്കേണ്ടത് നീ തന്നെയാണ്. നീ ഇപ്പോൾ നിന്റെ വീട്ടിലേക്കുപോകണ്ട അത് കുഴപ്പമാകും. കാര്യങ്ങൾ ശരിയാവുന്നതുവരെ നീ എന്റെ കൂടെ കഴിഞ്ഞാൽ മതി."

നന്ദൻ മുരളിയെയുംകൂട്ടി വീട്ടിലെത്തുമ്പോൾ ഭാനുമതിയമ്മ വരാന്തയിൽ തന്നെയുണ്ടായിരുന്നു.

"എന്തായിരുന്നു കുഴപ്പം? മുരളിയെ എവിടുന്നു കിട്ടി?"

"അത് പിന്നെ പറയാം, അമ്മ രണ്ട് ചായ ഉണ്ടാക്ക്."

"എന്താ മുരളീ കുഴപ്പം? നീ ആകെ പരിഭ്രമിച്ചതുപോലെയുണ്ടല്ലോ?"

മുരളി ഒന്നും പറയാതെ നന്ദന്റെ മുഖത്തേക്കുനോക്കി.

"അമ്മയെന്തിനാ ഇങ്ങനെ കുത്തിച്ചോദിക്കുന്നത്. അതൊക്കെ ഞാൻ പിന്നെ പറയാം. അമ്മ ചായ ഉണ്ടാക്ക്."

അതുപറഞ്ഞപ്പോൾ ഭാനുമതിയമ്മ അകത്തേക്ക് പോയി.

"ഞാനേതായാലും ആളുകൾക്കിടയിൽ നാണംകെട്ടു. എന്നെ സഹായിച്ചിറ്റ് നന്ദന് പേരുദോഷമുണ്ടാക്കണ്ടാ. എന്നെ എന്റെ വഴിക്ക് വിട്ടേക്ക്. ഇനിയിപ്പോ വരുന്നേടത്തുവെച്ച് കാണാം."

"നമ്മൾ ഒരുമിച്ച് കളിച്ചുവളർന്നവരല്ലേ മുരളി. നീ ഒരപകടത്തിൽപ്പെടുമ്പോൾ രക്ഷപ്പെടുത്തേണ്ടത് എന്റെ കടമയല്ലേ. അതുകൊണ്ട് ഈ ബന്ധവുമായി മുന്നോട്ട് പോകേണ്ടതില്ല എന്നാണ് എനിക്ക് പറയാനുള്ളത്. ബാക്കിയെല്ലാം നിന്റെ ഇഷ്ടംപോലെ തീരുമാനിക്കാം."

"നന്ദൻ ഇക്കാര്യത്തിൽ എന്നെ നിർബ്ബന്ധിക്കരുത്. അവളെ ഒഴിവാക്കി സ്വയം രക്ഷപ്പെടാൻ ഞാനില്ല."

ഭാനുമതിയമ്മ ചായയുമായി വന്നപ്പോൾ സംസാരം നിർത്തി രണ്ടുപേരും ചായകുടിച്ചു.

"എനിക്കൊന്ന് തറവാട് വീടുവരെ പോകണം. നന്ദനെ ഞാൻ നാളെ കണ്ടോളാം. ഭാനുച്ചേച്ചീ, ഞാൻ പോകുന്നു."

എന്ന് പറഞ്ഞ് ചായകുടിച്ചശേഷം മുരളി ഇറങ്ങി നടന്നു. നടന്നുപോകുന്ന മുരളിയെ കുറെ നേരം നന്ദൻ നോക്കി നിന്നു.

"എന്താണ് മുരളിക്ക് പറ്റിയത്. നീ എന്നോടെന്തിനാണ് മറച്ചുവെക്കുന്നത് നന്ദാ?"

"അമ്മ അറിയുന്നതുകൊണ്ട് കുഴപ്പമൊന്നുമില്ല. അവന്റെ മുൻപിൽ നിന്ന് പറയണ്ട എന്നു കരുതിയാണ് പറയാതിരുന്നത്. അവൻ കടവിലെ കല്യാണിയെ കെട്ടാൻ പുറപ്പെട്ടിരിക്കയാണ്. അവർ തമ്മിൽ കുറച്ചു കാലമായി രഹസ്യബന്ധത്തിലാണ്. അതന്വേഷിക്കാൻ മാതിയേച്ചിവന്നതാണ് അമ്മ കേട്ട ബഹളം."

"അവനെങ്ങനെ ഇങ്ങനെയായിപ്പോയി. കഷ്ടം, ഒരുപകാരിയായ ചെക്കനായിരുന്നു. ആ പാഴിയിലെ പണിയാണ് എല്ലാം പറ്റിച്ചത്. അതിന്റെ ഒരു വിധി.

മറ്റെന്തുപറയാനാണ്."

പതിനാറ്

"**ഇ**ന്ന് കാവിൽ കളത്തിലരിയും പാട്ടുമുള്ള ദിവസമാണ്. നീ വരുന്നോ?"

വൈകുന്നേരം ക്ലാസ് കഴിഞ്ഞ് ഇറങ്ങുമ്പോൾ ഉണ്ണിമാഷ് നന്ദനോട് ചോദിച്ചു.

"ഒരുപാട് വൈകില്ലേ?"

"അതിനെന്താണ്? രാത്രി എന്റെ വീട്ടിൽ കഴിയാം."

ട്യൂട്ടോറിയലിൽ നന്ദനോടൊപ്പം ക്ലാസെടുക്കുന്ന മാഷാണ് ഉണ്ണി.

സ്നേഹത്തോടെയുള്ള ഉണ്ണിയുടെ ക്ഷണം നിരസിക്കാൻ നന്ദന് കഴിഞ്ഞില്ല. രണ്ടുപേരും കാവിലേക്ക് നടന്നു.

“ഇന്ന് കാവിൽ കോഴിയറവുണ്ടോ?”

“അത്താഴപൂജയുടെ ഭാഗമായി അത് എന്നും ഉള്ളതാണ്.”

“ഈ കോഴിബലിയൊക്കെ പ്രാകൃതമല്ലേ മാഷെ?”

“അതൊക്കെ നൂറ്റാണ്ടുകളായി തുടരുന്ന ആചാരങ്ങളല്ലേ നന്ദാ. കാവിലെ കാളിക്ക് വേണ്ടത് ശാക്തേയപൂജയാണ്. അതിന് കോഴിബലിയാണ് പ്രധാനം. പണ്ട് ആടിനെയൊക്കെ അറുക്കാറുള്ളതായി കേട്ടിട്ടുണ്ട്. കാളിഘട്ടിലെ കാളിക്ക് ഇപ്പൊഴും ഈ പൂജയുണ്ടല്ലോ.

അറുത്ത കോഴിയെ കാവിനടുത്തുവെച്ച് തന്നെ പാകം ചെയ്ത് ദേവിക്ക് നിവേദിക്കും. ഒപ്പം കള്ളും. പിന്നീടത് പൂജിച്ചവർക്ക് കൊടുക്കും.

പണ്ട് കാളിക്ക് നിവേദിക്കാനായി കോഴിയും കള്ളുമായി ദൂരദേശത്തുനിന്നും വരുന്നവർ ആ രാത്രി ഏതെങ്കിലും പൂജാരിയുടെ വീട്ടിൽ തങ്ങും. അന്ന് മദ്യവും മാംസവുമൊക്കെയായി ആഘോഷിക്കും. കാവിലെ പൂജയ്ക്ക് വരുന്നവരെ ആശ്രയിച്ചായിരുന്നു ഒരു കാലത്ത് പൂജാരീകുടുംബങ്ങളിലെ ജീവിതം.”

“ഇന്ന് അതൊക്കെ മാറിയില്ലേ. നിങ്ങളുടെ കുടുംബങ്ങളിൽ സർക്കാരുദ്യോഗസ്ഥരൊക്കെയുണ്ടല്ലോ.”

“അതെല്ലാം വന്നത് അടുത്തകാലത്താണ്.”

റോഡിൽനിന്നും കാവിലേക്കുള്ള ഇടവഴിയിലൂടെ നടന്ന് കുളത്തിൻ കരയിലെത്തിയപ്പോൾ കാവിലെ മൂത്തപൂജാരി കുളിച്ചുകയറുകയായിരുന്നു.

“നന്ദൻമാഷ് കാവിലൊക്കെ വരാറുണ്ടോ?”

പൂജാരി ചോദിച്ചു.

“ഉണ്ണിമാഷ് വിളിച്ചതുകൊണ്ട് വന്നതാണ്.”

“എനിക്ക് അത്താഴ പൂജയ്ക്കുള്ള സമയമായി. നമുക്ക് കാവിൽ വെച്ച് കാണാം.”

അതുപറഞ്ഞ് മൂത്ത പൂജാരി ധൃതിയിൽ നടന്നു ഉണ്ണിയും നന്ദനും കാവിന്റെ കിഴക്കെ നടയിലുള്ള അരയാൽത്തറയിലെത്തി. അരയാൽത്തറമേൽ ചുറ്റും ആളുകൾ ഇരിക്കുന്നുണ്ട്. അവരെല്ലാം കളത്തിലരി ഉത്സവത്തിന് വന്നതാണ്. അരയാൽ വൃക്ഷത്തിന്റെ ശിഖരങ്ങളിൽ കൂടണയാനെത്തിയ രാക്കിളികളുടെ കലപില ശബ്ദം. കാവിന് ചുറ്റുമുള്ള കാട്ടിൽ ഇരുട്ട് പരക്കാൻ തുടങ്ങി. നന്ദനും ഉണ്ണിയും കാവിന്റെ മുന്നിലെത്തിയപ്പോൾ ശ്രീകോവിലിൽ സന്ധ്യാദീപം തെളിഞ്ഞിരുന്നു.

“നന്ദൻ കാവിനകത്ത് കയറിയിട്ടുണ്ടോ?”

“പൂരം കാണാൻ വന്നിട്ടുണ്ട്. ഇതുവരെ അകത്തുകയറാൻ തോന്നിയിട്ടില്ല.”

“ശ്രീകോവിലിനു മുന്നിലുള്ള നമസ്കാരമണ്ഡപത്തിൽ മനോഹരമായ ദാരുശില്പങ്ങളുണ്ട്. അതു കാണണമെങ്കിൽ ഷർട്ടഴിച്ച് അകത്ത്

കയറണം."

"ഈ നാട്ടിൽ ജീവിക്കുമ്പോൾ ഇതെല്ലാം അറിയേണ്ടതല്ലേ മാഷെ. നമുക്ക് ഷർട്ട് അഴിച്ച് അകത്ത് കയറാം."

രണ്ടുപേരും നാലമ്പലത്തിനുള്ളിലേക്ക് കയറി. സാക്ഷാൽ ശ്രീകോവിലിനുള്ളിൽ വെള്ളിക്കണ്ണും മുകളിൽ ചന്ദ്രക്കലയുമുള്ള ശിവപ്രതിഷ്ഠ ദീപപ്രഭയിൽ തിളങ്ങുന്നുണ്ട്. ശ്രീകോവിലിനുമുന്നിലുള്ള നമസ്കാരമണ്ഡപത്തിൽ കളം വരച്ചു വെച്ചിട്ടുണ്ട്. അതിനുചുറ്റും പട്ടികയിൽ പിടിപ്പിച്ച തിരിവിളക്ക് കത്തിച്ച് വെച്ചിട്ടുണ്ട്. കളത്തിന് നടുക്ക് ഒരു തളികയിൽ അരി. കാവിലെ മൂത്ത പൂജാരി മണ്ഡപത്തിന്റെ പടിഞ്ഞാറ് ഭാഗത്ത് കിഴക്കോട്ട് തിരിഞ്ഞിരുന്ന് പൂജ ചെയ്യുകയാണ്. മൂന്നുപേരടങ്ങിയ വാദ്യസംഘം ചെണ്ട കൊട്ടുന്നുണ്ട്. വാതിൽമാടത്തിന്റെ വരാന്തയിലിരുന്ന് തെയ്യംപാടികൾ ദേവിയെ സ്തുതിച്ച് പാടുകയാണ്.

നമസ്കാര മണ്ഡപത്തിന്റെ വടക്കുപടിഞ്ഞാറെ തൂണിനോട് ചേർന്ന് ഒരു പീഠത്തിൽ ചുവന്ന പട്ട് വിരിച്ച് അതിലൊരു വാൾ വെച്ചിട്ടുണ്ട്.

"അതാണ് നാന്ദകവാൾ, ദേവിയുടെ തിരുവായുധം. പൂജ കഴിഞ്ഞാൽ ആ നാന്ദകവാൾ കാവിലമ്മയുടെ കോവിലിലേക്ക് എഴുന്നള്ളിക്കും."

ഉണ്ണി പറഞ്ഞു.

"ദാരുശില്പങ്ങളെവിടെ?"

"അത് നമസ്കാരമണ്ഡപത്തിന്റെ മച്ചിലാണ്. മുകളിലോട്ട് നോക്കണം."

എണ്ണവിളക്കിന്റെ വെട്ടത്തിൽ മങ്ങിയ നിലയിലാണെങ്കിലും മനോഹരമായ ദാരുശില്പങ്ങൾ നന്ദൻ കണ്ടു.

"കാവിലമ്മയുടെ കോവിലെവിടെയാണ്?"

"അവിടെയാണ്."

ഇടത്തോട്ട് ചൂണ്ടി ഉണ്ണി പറഞ്ഞു.

നമസ്കാരമണ്ഡപത്തിൽ നിന്ന് ഇടത്തോട്ട് തിരിഞ്ഞ് കുറച്ചു നടന്നപ്പോൾ പടിഞ്ഞാറോട്ട് മുഖമുള്ള കാവിലമ്മയുടെ കോവിലിനു മുന്നിലെത്തി. സുവർണ്ണ പീഠത്തിലിരിക്കുന്ന എട്ടടിയോളം ഉയരമുള്ള കാവിലമ്മയുടെ രൗദ്രഭാവമുള്ള വിഗ്രഹം സന്ധ്യാദീപത്തിന്റെ മങ്ങിയ പ്രഭയിൽ ഒരു നോക്ക് കണ്ടപ്പോൾ ഭയം ജനിപ്പിക്കുന്നതുപോലെ നന്ദന് തോന്നി.

"കാവിലമ്മ ഭദ്രകാളിയാണ്. വലതുകാൽ നിലത്തുകുത്തി ഇടതുകാൽകൊണ്ട് ദാരികന്റെ മേൽ ചവിട്ടി ശൂലം കൊണ്ട് വധിക്കുന്ന ഭാവത്തിലാണ് വിഗ്രഹം. കാണുമ്പോൾ പേടി തോന്നും. ദാരികനെ കൊന്ന് കലിയടങ്ങാതെ കൈലാസത്തിലെത്തിയ കാളിയെ ശാന്തയാക്കാൻ സുബ്രഹ്മണ്യനോട് കാളിയുടെ പ്രതിരൂപം വരയ്ക്കാൻ ശിവൻ നിർദ്ദേശിച്ചുവത്രെ. ആ വിശ്വാസത്തിന്റെ ഭാഗമാണ് കാവിലെ കളവും കളത്തിലരിയും."

ഉണ്ണിമാഷ് കളത്തിലരി ഉത്സവത്തിന്റെ ചരിത്രം വിവരിച്ചു. അപ്പോൾ വാദ്യമേളം മുഴങ്ങി. മൂത്തപൂജാരിയുടെ പൂജമുറുകുന്നതിനനുസരിച്ചാണ്

വാദ്യഘോഷം കൂടിയത്. വാതിൽ മാടത്തിന്റെ വരാന്തയിലിരുന്ന് പാടിയിരുന്ന തെയ്യം പാടികൾ ഇപ്പോൾ മണ്ഡപത്തിലേക്ക് കയറിയിരുന്ന് പാടിത്തുടങ്ങി. ദർശനം വന്ന മൂത്ത പൂജാരി തളികയിലുണ്ടായിരുന്ന അരിയെടുത്ത് നാലുപാടും എറിഞ്ഞു. പിന്നെ നാന്ദകവാളുമെടുത്ത് ഭദ്രകാളിക്കാവിലേക്ക് നടന്നു. കാവിലമ്മയ്ക്ക് നാന്ദകവാൾ സമർപ്പിച്ച ശേഷം പൂജ ചെയ്തു പൂജാരിയിറങ്ങി. അതോടെ കളത്തിലരി കണ്ടവരെല്ലാം പുറത്തേക്കിറങ്ങി.

പൂജ കഴിഞ്ഞിറങ്ങിയ പൂജാരി ഉണ്ണിയപ്പവും മലരുമടങ്ങിയ ഒരു പൊതി നന്ദന് കൊടുത്തു.

“ഭഗവതിയുടെ പ്രസാദമാണ്.”

നന്ദൻ ചിരിച്ചുകൊണ്ടത് വാങ്ങി.

“ഊണ് ഇല്ലത്ത് നിന്നാകാം. ഉണ്ണി നന്ദനേയും കൂട്ടി ഇല്ലത്തേക്കു വന്നോളൂ.” പൂജാരി പറഞ്ഞു.

ഉണ്ണി മൂത്ത പൂജാരിയുടെ അനുജന്റെ മകനാണ്. ആ അവകാശത്തോടെയാണ് ഉണ്ണിയോട് പറഞ്ഞത്. കാവിന്റെ കിഴക്കേനടയിലൂടെ നടന്ന് കുളത്തിനടുത്തുള്ള മൂത്ത പൂജാരിയുടെ ഇല്ലത്തെത്തിയപ്പോൾ പൂജാരിയുടെ ഭാര്യയും മകളും സ്നേഹത്തോടെ രണ്ടുപേരെയും സ്വീകരിച്ചു. ഇല്ലത്തിന്റെ ചുറ്റുവരാന്തയിലുള്ള ഇരുത്തിയിൽ രണ്ടുപേരുമിരുന്നു. പൂജാരിയുടെ മകൾ കോളേജിൽ നന്ദന്റെ ശിഷ്യയാണ്.

“മാഷെക്കുറിച്ച് എപ്പോഴും ഇവൾ പറയാറുണ്ട്.”

പൂജാരിയുടെ ഭാര്യ പറഞ്ഞു.

“ഇവളുടെ പഠനമൊക്കെ മോശമാണ്. നന്നായി വായിക്കാൻ പറയണം.” നന്ദൻ പറഞ്ഞു.

സംസാരത്തിനിടയിൽ മൂത്തപൂജാരി കയറിവന്നു.

“നന്ദൻ മാഷ്ക്ക് കുടിക്കാൻ എന്തെങ്കിലും കൊടുത്തോ?”

“അവർ വന്നു കയറിയതേയുള്ളൂ. ഇനിയിപ്പോൾ ഊണിന് സമയമായില്ലേ. കൈകഴുകി ഇരുന്നോളൂ.”

പാനീസ് വിളക്ക് വെച്ച് മൂന്നുപേർക്കും വരാന്തയിൽ പൂജാരിയുടെ മകൾ പലകയിട്ടു.

ഊണിനുകറിയായി നല്ല രുചിയുള്ള കോഴിയിറച്ചി വിളമ്പി.

പൂജയ്ക്കായി വരുന്നവർ കൊണ്ടുവരുന്ന കോഴിയെ ചിലർ തിരികെകൊണ്ടുപോകാറില്ല. അത് പൂജാരിയെ ഏല്പിക്കും അതുകൊണ്ട് മിക്കദിവസവും പൂജാരിയുടെ വീട്ടിൽ കോഴിക്കറിയുണ്ടാകും.

“പ്രധാനക്ഷേത്രങ്ങളിലെല്ലാം മദ്യവും മാംസവും ഉപയോഗിക്കാത്ത ബ്രാഹ്മണർ പൂജനടത്തുമ്പോൾ കോലത്തിരിയുടെ പ്രധാന കാവായ തെരുവർക്കാട്ട് ഭഗവതിക്ക് പൂജ നടത്താൻ നിങ്ങളെ നിശ്ചയിക്കാൻ പ്രത്യേക കാരണം വല്ലതുമുണ്ടോ?”

“അതിന്റെ പിന്നിൽ ഒരു കഥയുണ്ട്. കോലത്തുതമ്പുരാക്കന്മാരെ ക്ഷത്രിയരായി പെരിഞ്ചെല്ലൂർ ബ്രാഹ്മണർ അംഗീകരിച്ചിരുന്നില്ല. അവരെ ക്ഷത്രിയരാക്കാൻ ഒരു പ്രത്യേക ചടങ്ങ് പെരിഞ്ചെല്ലൂർ ബ്രാഹ്മണർ

ഏർപ്പെടുത്തി. ഹിരണ്യഗർഭം എന്നാണ് ആ ചടങ്ങിന്റെ പേര്.

സ്വർണ്ണനിർമ്മിതമായ പശുവിന്റെ വായിലൂടെ പ്രവേശിച്ച് അതിന്റെ യോനിയിലൂടെ പുറത്ത് വരിക അതാണ് ആ ചടങ്ങ്. അങ്ങനെ ഗായത്രി ജപിക്കാനും ബ്രാഹ്മണരോടൊത്ത് ഭക്ഷണം കഴിക്കാനും അതുവഴി അവർ പ്രാപ്തരായി. അങ്ങനെ കോലത്തുതമ്പുരാക്കന്മാർ ക്ഷത്രിയരായി വാഴുന്നകാലം.

ഹിരണ്യഗർഭകർമ്മത്തിന്റെ അധികാരമുപയോഗിച്ച് പെരിഞ്ചല്ലൂർ ബ്രാഹ്മണർ കോലത്തിരിമാരെ വിരട്ടിക്കൊണ്ടിരുന്നു. ഇതുസഹിക്കവയ്യാതായപ്പോൾ ഉദയവർമ്മൻ കോലത്തിരി പെരിഞ്ചല്ലൂർ ബ്രാഹ്മണരുമായി തെറ്റി. അതോടെ ബ്രാഹ്മണർ ക്ഷേത്രകർമ്മങ്ങളെല്ലാം ബഹിഷ്കരിച്ചു. പൂജാദികർമ്മങ്ങൾ നടത്താൻ കഴിയാതെ രാജാവ് പ്രതിസന്ധിയിലായി. ക്ഷേത്രങ്ങളെല്ലാം പെരിഞ്ചല്ലൂർ ബ്രാഹ്മണരുടെ ആധിപത്യത്തിലായതിനാൽ തെരുവർക്കാട്ട് ഭഗവതിയെ കോലത്തിരിയുടെ ആസ്ഥാനദേവതയായി വാഴിച്ചു. കർണ്ണാടകത്തിൽ കാളിപൂജ നടത്തിയിരുന്ന ഞങ്ങളുടെ പിതാമഹന്മാരെ കൊണ്ടുവന്ന് തെരുവർക്കാട്ട് ഭഗവതിയുടെ പൂജാരിമാരാക്കി.

ഞങ്ങൾ കാളിഘട്ടിൽ കാളിപൂജ നടത്തുന്ന ബംഗാളിബ്രാഹ്മണരുടെ പിൻമുറക്കാരാണെന്നാണ് പറയുന്നത്. കാളിപൂജ ആദ്യം ആരംഭിച്ചത് ബംഗാളിലെ ആദിമ നിവാസികൾക്കിടയിലാണത്രെ.

പെരിഞ്ചല്ലൂർ ബ്രാഹ്മണർ പിന്നീട് സാമൂതിരിയുടെ സൈനികസഹായത്തോടെ കോലത്തിരിയുമായി ഏറ്റുമുട്ടി. വിശാലമായ അറത്തിപ്പറമ്പിൽ വെച്ചായിരുന്നു ആ യുദ്ധം. കോലത്തിരി നായർ പടയാളികളെ ഉപയോഗിച്ച് അതിനെ നേരിട്ടു. ആ യുദ്ധത്തിൽ നിരവധി ബ്രാഹ്മണർ കൊല്ലപ്പെട്ടു. കോലത്തുനാട്ടിൽ ക്ഷേത്രപൂജാദികർമ്മങ്ങൾ ചെയ്യാൻ ബ്രാഹ്മണർ ഇല്ലാതായി. ഇത് പരിഹരിക്കാൻ കർണ്ണാടകത്തിൽ നിന്ന് സാഗര ബ്രാഹ്മണരെ കൊണ്ടുവരാൻ കോലത്തിരി തീരുമാനിച്ചു.

ഗോകർണ്ണത്തിനടുത്തുള്ള ഗുണവന്ത, ഇടുഗുഞ്ച, വിളയുർ എന്നീ മൂന്ന് ഗ്രാമങ്ങളിലെ ബ്രാഹ്മണരെ കോലത്തിരിയുടെ ആളുകൾ സമീപിച്ചു. രാജാവിന്റെ പ്രതാപം പരീക്ഷിക്കുന്നതിനായി അവർ ഒരു നിബന്ധന മുന്നോട്ടുവെച്ചു. ഗോകർണ്ണത്തെ ജീർണ്ണമായിക്കിടക്കുന്ന കോടിതീർത്ഥം നവീകരിക്കുകയാണെങ്കിൽ ഞങ്ങൾ വരാം എന്ന് അവർ സമ്മതിച്ചു. കോലത്തിരിയുടെ ആജ്ഞ പ്രകാരം രാജഭക്തരായ കോലത്തുനാട്ടിലെ ജനങ്ങൾ പാഴിക്കുന്നിന്റെ താഴ്‌വരകളിൽനിന്നും കല്ല് കൊത്തിയെടുത്ത് മരക്കപ്പലുകളിൽ കയറ്റി. ഓരോ കല്ലിനും ഒരു തൊഴിലാളി എന്ന നിലയിൽ നൂറുകണക്കിന് പണിക്കാരുമായി മരക്കപ്പൽ ഗോകർണ്ണത്തെത്തി. ഏതാനും മണിക്കൂറുകൾകൊണ്ട് കോടിതീർത്ഥം ജീർണ്ണോദ്ധാരണം ചെയ്തു. ഇതിൽ ആശ്ചര്യം പൂണ്ട ബ്രാഹ്മണർ കോലത്തുനാട്ടിലേക്ക് മരക്കപ്പലിൽ യാത്രതിരിച്ചു.

ചിപ്പിക്കുന്നിന്റെ പടിഞ്ഞാറുഭാഗത്തുള്ള ആഴിക്കരയിൽ അവർ കപ്പലിറങ്ങി ഇവിടേക്കുവന്ന ബ്രാഹ്മണരെ രാജാവ് ആചാര പരിഷ്കാരം

ചെയ്ത് മലയാള ബ്രാഹ്മണരാക്കി. അവരെ അഞ്ചുഗ്രാമങ്ങളിലായി പാർപ്പിച്ചു. ഭൂമിയും ഇല്ലങ്ങളും ക്ഷേത്രങ്ങളും അവർക്കായി ഒരുക്കിക്കൊടുത്തു."

"ഈ കാവിനടുത്തുവെച്ച് നിധികുംഭങ്ങൾ കിട്ടിയതായും അതിനുശേഷമാണ് ഈ കാവ് ഇന്നത്തെ നിലയിൽ പണിതതെന്നും പറഞ്ഞ് കേട്ടിട്ടുണ്ട്. അതിനെക്കുറിച്ച് പൂജാരിക്കറിയുമോ?"

"ചേണിച്ചേരി കണ്ണൻ നമ്പ്യാർ കോലത്തിരിയുടെ മന്ത്രിയായിരുന്ന കാലത്താണത്. അന്ന് കണ്ണൻ നമ്പ്യാർ ചെറുമംഗലത്തെ ദേശവാഴി കൂടിയായിരുന്നു.

അദ്ദേഹം കാവിനോട് ചേർന്ന് കളരിയുണ്ടാക്കി. നായർ പടയാളികളെ പരിശീലിപ്പിച്ചു. കോലത്തിരിക്ക് ശക്തമായ ഒരു നായർ പടയുണ്ടായത് കണ്ണൻ നമ്പ്യാരുടെ കാലത്തായിരുന്നു. അന്ന് പാഴിക്കുന്നിൽ അടിമച്ചന്തയുണ്ടായിരുന്നു. നാടുവാഴികളും ഭൂവുടമകളും അവരുടെ കൃഷിപ്പണിക്കാവശ്യമായ അടിമകളെ ഈ ചന്തയിൽനിന്നാണ് പണം കൊടുത്ത് വാങ്ങിയിരുന്നത്. അന്ന് ചേണിച്ചേരി കണ്ണൻ നമ്പ്യാരുടെ താവഴിയിലുള്ള കുഞ്ഞമ്പു നമ്പ്യാർ വിരുന്ധി എന്ന് പേരുള്ള അടിമയായ യുവതിയെ വാങ്ങി ചെറുമംഗലത്ത് പാർപ്പിച്ചു. അടിമപ്പണം കോലത്തിരിക്ക് അവകാശപ്പെട്ടതായിരുന്നു.

വിരുന്ധി ഒരു കറുത്ത സുന്ദരിയും തന്റേടിയുമായിരുന്നു. തമ്പുരാന് അവളെ ഏറെ ഇഷ്ടപ്പെട്ടു. അതുകൊണ്ട് അവൾക്ക് പ്രത്യേക പരിഗണന നല്കിയിരുന്നു. വിരുന്ധിയേയും കൊണ്ട് വീട്ടിലെത്തിയപ്പോൾ എണ്ണയും തോർത്തും കൊടുത്ത് കുളത്തിൽ കുളിക്കാൻ പറഞ്ഞു. കുളിച്ചുവന്ന വിരുന്ധിക്ക് കണ്ണഞ്ചിരട്ടയിൽ കറിയും പൊട്ടിയ ചട്ടിയിൽ ചോറും കൊടുത്തു. അതു കണ്ട് അറപ്പുതോന്നിയ വിരുന്ധി അത് കാൽ കൊണ്ട് തട്ടിക്കളഞ്ഞു. അതുകണ്ട് ചേണിച്ചേരി തമ്പുരാൻ വിരുന്ധിയെ വീടിന്റെ വടക്കിനിയിൽ കയറ്റിയിരുത്തി കഞ്ഞിയും കറിയും കിണ്ണത്തിൽ വിളമ്പി അവളെ ഊട്ടി. പിന്നെ ചെമ്മാരിയെ വിളിച്ച് അവൾക്ക് പ്രത്യേകം ചാള പണിത് താമസിപ്പിച്ചു. വിരുന്ധിക്ക് തുണയായി കാവിലെ ചന്തയിൽനിന്ന് കുഞ്ഞിക്കരിമ്പനെ വിലയ്ക്കുവാങ്ങി വിരുന്ധിയോടൊപ്പം പാർപ്പിച്ചു. എന്നാൽ വിരുന്ധി കരിമ്പനെ കൂടെക്കിടത്തിയില്ല. കുടിക്കാൻ കഞ്ഞി കൊടുത്ത ശേഷം പുറത്ത് പായ വിരിച്ചുകൊടുത്തു. കരിമ്പൻ തമ്പുരാനോട് പരാതി പറഞ്ഞു. തമ്പുരാൻ വിരുന്ധിയോട് അത് ചോദിച്ചപ്പോൾ ജാതി മര്യാദയനുസരിച്ച് കല്യാണം കഴിക്കാതെ കൂടെ കിടത്തില്ലെന്ന് പറഞ്ഞു. ആ മറുപടി തമ്പുരാന് ഇഷ്ടപ്പെട്ടു. വിരുന്ധിയെ കരിമ്പന് വിധിയാംവണ്ണം വിവാഹം ചെയ്തുകൊടുത്തു. വിരുന്ധി ഗർഭിണിയായി. പത്തുമാസം കഴിഞ്ഞപ്പോൾ വിരുന്ധി ഒരാൺകുഞ്ഞിനെ പ്രസവിച്ചു. തമ്പുരാൻ ആ കുഞ്ഞിന് കാരി എന്നു പേരിട്ടു. ചെറുംഗലത്ത് അവൻ കളിച്ചു വളർന്നു. പണിയെടുക്കാനുള്ള പ്രായമായപ്പോൾ കരിമ്പൻ കാരിക്ക് കൈക്കോട്ട് കൊടുത്ത് കണ്ടം കൊത്താൻ പറഞ്ഞു. ആദ്യത്തെ കൊത്തിൽ തന്നെ കൈക്കോട്ട് പൊട്ടി. കാരിയെ പണിക്കിറക്കുന്നത് ശരി

യല്ലെന്ന് തമ്പുരാന് തോന്നി. കാരിയെ എഴുത്തും പൊയ്തും പഠിപ്പിക്കാൻ തമ്പുരാൻ തീരുമാനിച്ചു.

അടിയാളർക്ക് എഴുത്തും പൊയ്തും പഠിക്കാൻ പാടില്ലാത്ത ആ കാലത്ത് ചേണിച്ചേരി തമ്പുരാൻ കാരിയെ എഴുത്ത് പഠിപ്പിക്കാൻ ഗുരുക്കളുടെ സന്നിധിയിലേക്ക് പറഞ്ഞയച്ചു. ഒരു വർഷം കൊണ്ട് എഴുത്ത് പഠിച്ച് പുറത്തിറങ്ങിയ കാരിയെ ദേശവാഴിയായ കണ്ണൻ നമ്പ്യാരുടെ സ്വാധീനത്തിൽ കുഞ്ഞമ്പു നമ്പ്യാർ കാവിലെ കളരിയിൽ ചേർത്തു. നായർ പടയാളികളെ മാത്രം പഠിപ്പിക്കുന്ന കളരിയിൽ ചേണിച്ചേരി തമ്പുരാന്റെ കുടുംബത്തിലെ കുട്ടിയാണെന്ന് പറഞ്ഞാണ് കാരിയെ തമ്പുരാൻ കളരിയിൽ ചേർത്തത്.

എല്ലാ അഭ്യാസമുറകളും പഠിച്ചിറങ്ങിയ കാരി പല നാടുകളിലുമുള്ള കളരിയിൽ മാറി മാറി അഭ്യസിച്ചു. കൂട്ടത്തിൽ കൂട് വിട്ട് കൂടുമാറുന്ന ആൾമാറാട്ട വിദ്യയും പഠിച്ച് കാവിലെ കളരിയിലിറങ്ങിയ കാരിക്ക് കളരി ഗുരുക്കൾ കാരിഗുരുക്കൾ എന്ന സ്ഥാനപ്പേര് നല്കി. ചാളയിൽ തിരിച്ചെത്തിയ കാരിയെ കരിമ്പന് തിരിച്ചറിയാൻ കഴിഞ്ഞില്ല. അയാൾ കാരിയെ തമ്പുരാനേ എന്ന് അറിയാതെ വിളിച്ചുപോയി. ചേണിച്ചേരി തമ്പുരാന്റെ അടുക്കലെത്തിയ കാരി താൻ പഠിച്ച വിദ്യകളെല്ലാം തമ്പുരാന് കാണിച്ചുകൊടുത്തു. എല്ലാം കണ്ട തമ്പുരാൻ കാരിയെക്കൊണ്ട് കല്യാണം കഴിപ്പിക്കുന്ന കാര്യം ആലോചിച്ചു. അങ്ങനെ ചെമ്പിലാടൻ ഗുരുക്കളുടെ മരുമകൾ വെള്ളച്ചിയെ കാരിയെക്കൊണ്ട് കല്യാണം കഴിപ്പിച്ചു.

ഈസമയത്താണ് അള്ളടം തമ്പുരാന്റെ അനുയായികൾ ചെറുമംഗലം ദേശത്തേക്ക് ചേണിച്ചേരിയെ കാണാനെത്തിയത്. അള്ളടം തമ്പുരാന്റെ വ്യാധിമാറ്റാൻ കാരിയെ തങ്ങളോടൊപ്പം അയക്കണമെന്ന് അവർ ചേണിച്ചേരിയോട് ആവശ്യപ്പെട്ടു. അതിൽ അപകടം മണത്ത ചേണിച്ചേരി അതിനു തയ്യാറായില്ല. പിന്നീട് ഭീഷണി മുഴക്കിയുള്ള ചെമ്പോല വന്നപ്പോൾ മനസ്സില്ലാമനസ്സോടെ അയക്കാൻ തയ്യാറായി. അള്ളടത്തേക്ക് പോയ കാരി അള്ളടംതമ്പുരാന്റെ വ്യാധിമാറ്റി.

രോഗത്തിൽ നിന്ന് രക്ഷപ്പെട്ട അള്ളടംതമ്പുരാൻ കാരിയെ ചതിച്ചു. പുലിപ്പാലും പുലിജഡയും ആവശ്യപ്പെട്ട തമ്പുരാന് വേണ്ടി കാരി ഒളിമായത്തിലൂടെ പുലിവേഷം പൂണ്ട് കാട്ടിലേക്ക് പോയി. പുലിപ്പാലും പുലിജഡയുമായി മടങ്ങിയ കാരിക്ക് പൂർവ്വരൂപം പ്രാപിക്കാനായില്ല. കടുത്ത ദുഃഖത്തോടെ കാരി കാട്ടിലേക്കോടിപ്പോയി. കാരിയുടെ കൂരയിരുന്നിടം കാരിക്കുനിയായി. കാരി പുലിമറഞ്ഞ തൊണ്ടച്ചൻ ദൈവമായി.

തങ്ങളുടെ ഏറ്റവും പ്രിയപ്പെട്ട കാരിക്ക് വന്നുപെട്ട ആപത്തിൽ ചേണിച്ചേരി തമ്പുരാക്കന്മാർ കടുത്തദുഃഖം അനുഭവിച്ചു. അള്ളടംതമ്പുരാന്റെ ക്രൂരത അവരുടെ മനസ്സിനെ അലട്ടി. അപാരമായ ഭരണപാടവത്തോടെ കോലത്തിരി നാടിന്റെ ഭരണം കൈകാര്യം ചെയ്തിരുന്ന കണ്ണൻനമ്പ്യാർ കോലത്തിരിയുമായി തെറ്റിപ്പിരിഞ്ഞു. ചെറുമംഗലത്ത്

കൂടിയുള്ള കോലത്തിരിയുടെ പല്ലക്ക് യാത്രയ്ക്ക് ചേണിച്ചേരി വിലക്ക് കല്പിച്ചു. കോലത്തിരിയോട് ഏറ്റുമുട്ടാൻ ഉള്ള കരുത്ത് ചേണിച്ചേരിക്ക് ഉണ്ടായിരുന്നോ?

ചേണിച്ചേരിയുടെ പിന്നിൽ അന്ന് ശക്തമായ നായർപ്പടയുണ്ടായിരുന്നു. ചെറുമംഗലത്ത് സ്വന്തമായി കുറ്റ വിചാരകേന്ദ്രവും ശിക്ഷാസംവിധാനവും ചേണിച്ചേരിക്കുണ്ടായിരുന്നു. തങ്ങൾക്കു വിലക്കു കല്പിച്ച ചേണിച്ചേരിയെ ചതിയിൽ തകർക്കാൻ കോലത്തിരി അവസരം കാത്തിരുന്നു. ദേശവാഴികളുടെ തറവാടുകളിലേക്ക് തെരുവർകാവിൽനിന്നും എഴുന്നള്ളത്തു പോകുന്ന സമ്പ്രദായം അക്കാലത്തുണ്ടായിരുന്നു. രാത്രിയിലാണ് പോവുക. ആ അവസരത്തിൽ വ്യാജവേഷത്തിൽ കോലത്തിരിയുടെ പടയാളികൾ അതിനോടൊപ്പം പോയി. അവർ ചേണിച്ചേരി തറവാടിനുനേരെ ഓർക്കാപ്പുറത്ത് ആക്രമണം നടത്തി. തറവാട്ടിലെ നിരവധി അംഗങ്ങളെ കൊന്നു. ഇരുട്ടിൽ ചിലർ ഓടിരക്ഷപ്പെട്ടു. എല്ലാം കഴിഞ്ഞപ്പോൾ അവർ തറവാട് അഗ്നിക്കിരയാക്കി. അങ്ങനെയാണ് ചേണിച്ചേരിയുടെ ആധിപത്യം ചെറുമംഗലത്ത് അവസാനിപ്പിച്ചത്.

പിന്നീട് ചെറുമംഗലത്തെ ദേശവാഴിസ്ഥാനം വാരണക്കോടിന് നല്കി. വാരണക്കോടിനെ ചിറയ്ക്കൽ കോവിലകത്തെ പ്രധാനമന്ത്രിയും ആക്കി. ആ വാരണക്കോടും പിന്നീട് കോലത്തിരിയുടെ കെട്ടിലമ്മയുടെ നിർബ്ബന്ധപ്രകാരം കൊലചെയ്യപ്പെട്ടു.

കുറ്റിപ്പടിയും ആനക്കോട്ടും അനവധി കമാനങ്ങളുമുള്ള ചിറയ്ക്കൽ കോവിലകത്തിന്റെ പടിപ്പുര മാളിക കടന്ന് മന്ത്രി വാരണക്കോട് സഭയിലേക്ക് പ്രവേശിക്കുമ്പോൾ സേവകരുടെ മദ്ധ്യത്തിൽ ഒരു പീഠത്തിൽ ആസനസ്ഥനായിരിക്കുന്ന കോലത്തിരി വലിയ രാജയെ കണ്ട് ഭവ്യതയോടെ നിന്നു.

"എന്താ വാരണക്കോട് അടിയന്തര കാര്യം വല്ലതുമുണ്ടോ?"

തമ്പുരാൻ തിരക്കി.

"ഉദയവർമ്മയുടെ കാലത്ത് അറബിക്കടൽ മുഖാന്തരം ഇവിടത്തെ ഉല്പന്നങ്ങൾ ക്രയവിക്രയം ചെയ്യാറുണ്ടെങ്കിലും അന്നവർക്ക് കച്ചവട താല്പര്യം മാത്രമേ ഉണ്ടായിരുന്നുള്ളു. കച്ചവടത്തിനായി വന്ന വാസ്കോ ഡഗാമയും രാജ്യത്തിന്റെ ചെങ്കോൽ പിടിക്കാൻ ശ്രമിച്ചു. ഇപ്പോഴിതാ ബ്രിട്ടീഷുകാരും എത്തിക്കഴിഞ്ഞു. അവർക്കും കച്ചവടം മാത്രം പോരാ നമ്മെ ഭരിക്കുകയും വേണം എന്നാണ് കേൾക്കുന്നത്. ഇവിടത്തെ ചെറു രാജ്യക്കാരായ പെർളാതിരി, സാമൂതിരി തുടങ്ങിയവയെല്ലാം ആഭ്യന്തര കലഹത്തിലും ചെറിയവര്, വലിയവര് എന്ന നയവും തുടർന്നാൽ വലിയ മത്സ്യം എല്ലാറ്റിനേയും വിഴുങ്ങും. ഇതറിയിക്കാനാണ് ഞാൻ അടിയന്തരമായും വന്നത്."

വാരണക്കോട് പറഞ്ഞുനിർത്തി.

"നമുക്ക് ആചാരവും അനുഷ്ഠാനവുമാണ് വലുത്. അതിലവർ ഇടപെടുമെന്ന് തോന്നുന്നില്ല. ഭരണകാര്യങ്ങളിൽ അവർ സഹായിക്കുകയും

സഹകരിക്കുകയും ചെയ്യുന്നതുകൊണ്ട് നമ്മുടെ സനാതനധർമ്മത്തിന് കോട്ടം തട്ടുകയുമില്ല."

വാരണക്കോടിന്റെ വാക്കിന് വലിയ ഗൗരവം കൊടുക്കാതെ വലിയ തമ്പുരാൻ മറുപടി പറഞ്ഞു.

"നാട്ടുരാജ്യങ്ങൾ തമ്മിലടിക്കുമ്പോൾ കച്ചവടത്തിന് അവരെ സ്വീകരിക്കുന്നത് നമുക്ക് ഗുണം ചെയ്യില്ല."

വാരണക്കോട് ആവർത്തിച്ചു.

തമ്പുരാൻ അത് ഗൗരവമായി എടുത്തില്ല. വാരണക്കോട് അസ്വസ്ഥനായി സഭയിൽനിന്നും മടങ്ങുമ്പോൾ അകത്തെ തളത്തിൽ നിന്ന് കർട്ടൻ നീക്കി തമ്പുരാട്ടി വാരണക്കോടിനെ കണ്ണുകൊണ്ട് കടാക്ഷിച്ചു.

"തിരുമനസ്സ് ഒന്നിങ്ങോട്ട് വരണം. ഈ വെള്ളിക്കൂജയിലെ പാൽ കുടിച്ചിട്ട് പോകാം."

തമ്പുരാട്ടിയുടെ ആ ക്ഷണം വാരണക്കോടിന് അത്രയ്ക്ക് അങ്ങ് പിടിച്ചില്ല.

"എനിക്കൊന്നിനും നേരമില്ല അടിയന്തരമായി ഇല്ലത്തെത്തണം."

വാരണക്കോട് ഒഴിഞ്ഞുമാറാൻ ശ്രമിച്ചു.

"അങ്ങനെ പറഞ്ഞ് പോകാൻ പറ്റില്ല. എത്രകാലമായി ഇങ്ങനെ പറഞ്ഞ് തടിതപ്പുന്നത്. ഈ സൂത്രം എന്നോട് വേണ്ട. ജീവിതം സുഖിക്കാനുള്ളതല്ലേ?"

കെട്ടിലമ്മ പരിഭവത്തോടെ പറഞ്ഞു.

"അല്ല ധർമ്മ സംരക്ഷണത്തിനാണ്. ഞാൻ ഗൃഹസ്ഥനാണ്. എനിക്ക് ഗൃഹസ്ഥാശ്രമധർമ്മമുണ്ട്. അതിൽ നിന്നെല്ലാം മാറിയാൽ എന്റെ നിലനില്പ് പോലും ഇല്ലാതാകും. അതുകൊണ്ട് ഞാൻ പോകുന്നു."

ഇത് പറഞ്ഞ് പോകാനായി വാരണക്കോട് തിടുക്കം കാട്ടി.

"എന്റെ ഭാഷ്യം മനസ്സിലായില്ലെന്നുണ്ടോ? എനിക്ക് ക്ഷമിക്കാൻ സാദ്ധ്യമല്ല. എന്തു പറയുന്നു പറഞ്ഞേ തീരൂ."

അതൊരാജ്ഞയായിരുന്നു.

"കെട്ടിലമ്മ എന്റെ മാതൃസ്ഥാനവും അന്നദാതാവിന്റെ സ്ഥാനവും വഹിക്കുന്നവരാണ്. അങ്ങേക്ക് സല്ലപിക്കാൻ ഇവിടെ വല്യതമ്പുരാൻ ഉണ്ടല്ലോ."

വാരണക്കോടൊരു കുലുക്കവുമില്ലാതെ പറഞ്ഞു.

"ആ കിഴവന്റെ കാര്യം പറയാതിരിക്കുകയാണ് ഭേദം. സുഖത്തിനും മാന്യതയ്ക്കും വേണ്ടി അയാളുടെ കെട്ടിലമ്മയായി അഭിനയിക്കുകയാണ് ഞാൻ. ഉർവ്വശി അർജ്ജുനനെ നപുംസകമാക്കി ശപിച്ചതേയുള്ളൂ. വേണ്ടി വന്നാൽ നിങ്ങളെ അതിൽ കൂടുതലും എനിക്ക് ചെയ്യേണ്ടിവരും."

എന്ന് പറഞ്ഞ് കാമാന്ധയായി വാരണക്കോടിനെ പുണരാൻ മുതിർന്ന തമ്പുരാട്ടിയുടെ കരവലയത്തിൽ നിന്ന് കുതറിമാറാൻ വാരണക്കോട് ശ്രമിക്കുമ്പോൾ കേൾവിയും കാഴ്ചയും കുറഞ്ഞ തമ്പുരാൻ ആ വഴിക്ക് നടന്നു വരുന്നുണ്ടായിരുന്നു. തമ്പുരാൻ കാര്യം തിരക്കിയപ്പോൾ

വാരണക്കോട് തന്നെ കയറിപ്പിടിക്കാൻ ശ്രമിക്കുകയായിരുന്നു എന്ന് കെട്ടിലമ്മ പറഞ്ഞു.

തമ്പുരാൻ അത് കാര്യമാക്കാതെ നടന്നു പോയി. കോവിലകത്തെ ഭരണ കാര്യങ്ങളിൽ യാതൊരു വീഴ്ചയും വരുത്താതെ വാരണക്കോട് പ്രവർത്തിച്ചുകൊണ്ടിരുന്നു. പക്ഷേ, എവിടെയോ ഒരു പന്തിയില്ലായ്മ. തനിക്ക് അപകടം മണക്കുന്നതായി വാരണക്കോടിന് തോന്നി. തമ്പുരാട്ടി തലയിണ മന്ത്രത്തിലൂടെ മന്ത്രിക്കെതിരായി നുണക്കഥ പറഞ്ഞ് കോലത്തിരിയെ വിശ്വസിപ്പിക്കാൻ ശ്രമിക്കുകയായിരുന്നു.

ഒരു ദിവസം കോലത്തിരിയുടെ സഭയിലേക്ക് കയറിപ്പോയ വാരണക്കോട് കണ്ടത് തമ്പുരാൻ കെട്ടിലമ്മയുടെ ആങ്ങളയുടെ കൂടെ ചതുരംഗം കളിക്കുന്നതായിരുന്നു. വളരെ പ്രധാനപ്പെട്ട ചില കാര്യങ്ങൾ സംസാരിക്കുന്നതിനായിരുന്നു മന്ത്രി വന്നത്. അതൊന്നും ശ്രദ്ധിക്കാതെ തമ്പുരാൻ കളിയിൽ മുഴുകി.

"പ്രധാനപ്പെട്ട ഒരു കാര്യം അറിയിക്കാനാണ് ഞാൻ വന്നത്."

വാരണക്കോട് പറഞ്ഞു. തമ്പുരാൻ അത് കാര്യമാക്കാതെ കളിയിൽ മുഴുകി. ഇത് സഹിക്കാൻ കഴിയാതെ വാരണക്കോട് തിരിഞ്ഞു നടന്നു.

ഒരു ദിവസം കോവിലകത്തിന്റെ ഇടനാഴിയിലൂടെ നടക്കുമ്പോൾ എതിരെ തമ്പുരാന്റെ അളിയൻ വരുന്നുണ്ടായിരുന്നു.

"ഭരണവുമായി ബന്ധപ്പെട്ട അത്യാവശ്യ കാര്യം പറയാൻ വന്നപ്പോൾ നിങ്ങളവിടെ കളിയിൽ മുഴുകിയത് ശരിയായില്ല."

വാരണക്കോട് തമ്പുരാന്റെ അളിയനോട് പറഞ്ഞു.

തമ്പുരാന്റെ അളിയന് വാരണക്കോടിന്റെ ഉപദേശം പിടിച്ചില്ല.

"പോടാ, നിന്റെ ഉപദേശം ആർക്ക് കേൾക്കണം."

അത് കേട്ട് സഹിക്കാനാകാതെ തമ്പുരാട്ടിയുടെ ആങ്ങളയ്ക്ക് വാരണക്കോട് ആഞ്ഞൊരടി കൊടുത്തു. വാരണക്കോട് പിന്നെ കോവിലകത്ത് നിന്നില്ല. നേരെ ചെറുമംഗലത്തേക്ക് യാത്രയായി. ഈ വിവരമറിഞ്ഞ് കെട്ടിലമ്മ കുപിതയായി. അവർ കോവിലകം വിട്ട് തന്റെ വീട്ടിലേക്ക് പോകാനൊരുങ്ങി.

"നീ പോകരുത് ഞാനയാളെ ഒഴിവാക്കാം."

തമ്പുരാൻ താഴ്മയോടെ കെട്ടിലമ്മയോട് പറഞ്ഞു.

"വാരണക്കോടിനെ മാലിൽ കെട്ടി വളപട്ടണം പുഴയിൽ താഴ്ത്തി ശ്വാസം മുട്ടിച്ച് കൊല്ലണം. സാധിക്കുമോ?"

കെട്ടിലമ്മ ഉറഞ്ഞു തുള്ളിക്കൊണ്ട് പറഞ്ഞു.

"ബ്രഹ്മഹത്യ പാപമാണ് തലമുറകൾക്കാകെ അതിന്റെ ദോഷമുണ്ടാകും. അത്രയ്ക്ക് വേണോ?"

"വേണം."

തമ്പുരാട്ടി ഉറപ്പിച്ചു പറഞ്ഞു.

പിന്നെ തമ്പുരാൻ മറുത്തൊന്നും പറഞ്ഞില്ല. വാരണക്കോടിനെ പിടിച്ചു കൊണ്ടുവന്ന് മാലിൽ കെട്ടിത്താഴ്ത്താൻ പടനായകന്മാരെ ചെറുമംഗലത്തേക്കയച്ചു.

അവർ വാരണക്കോട് ഇല്ലത്തിന്റെ മുറ്റത്ത് എത്തുമ്പോൾ വാരണക്കോട് എണ്ണ തേച്ച് കുളിക്കാനുള്ള ഒരുക്കത്തിലായിരുന്നു.

"കോവിലകത്തേക്ക് ചെല്ലാൻ കല്പനയുണ്ട്. ഞങ്ങളുടെ കൂടെത്തന്നെ പുറപ്പെടണം."

പടനായകന്മാർ പറഞ്ഞു.

അപ്പോൾ തന്നെ അതിന്റെ അപകടം വാരണക്കോടിന് ബോദ്ധ്യമായി. അയാൾ ഭാര്യയേയും മകനേയും അടുത്തുവിളിച്ചു.

"ഞാൻ പോയിട്ട് വരാം."

"എന്താണ് മുഖത്ത് വല്ലാത്തൊരു ദൈന്യത?"

ഭാര്യ ചോദിച്ചു.

"ഒന്നുമില്ല എല്ലാം വന്നിട്ട് പറയാം."

വാരണക്കോട് പടനായകന്മാരുടെ കൂടെ ഇറങ്ങി നടന്നു. ചിറയ്ക്കലിലേക്കുള്ള ദൂരം ദുർഘടമാണെന്ന് വാരണക്കോടിന് തോന്നി. ചിപ്പിക്കുന്നും കച്ചിലത്തെരുവും കടന്ന് പോകുമ്പോൾ ചുറ്റുമുള്ള പ്രകൃതി കൺനിറയെ നോക്കി. അവയെല്ലാം ശോകമൂകമായി നില്ക്കുന്നതുപോലെ.

"പുഴയിൽ എന്നെ മുക്കുമ്പോൾ മൂന്ന് പ്രാവശ്യം പൊക്കണം. അതെന്റെ അവസാനത്തെ ആഗ്രഹമാണ്."

വളപട്ടണം പുഴയിലേക്ക് കൊണ്ടുപോകുമ്പോൾ വാരണക്കോട് വഴിയിൽ വെച്ച് പറഞ്ഞു.

അങ്ങനെ ചെയ്യാമെന്ന് പടനായകന്മാർ വാക്ക് കൊടുത്തു. ചെറുകുന്നും പാപ്പിനിശ്ശേരിയും കഴിഞ്ഞ് വളപട്ടണം പുഴയുടെ അഴിമുഖത്തേക്ക് വാരണക്കോടിനെ പടനായകന്മാർ കൊണ്ടുപോയി. പിന്നെ മാൽകൊണ്ട് കെട്ടി ഭാരമേറിയ കരിങ്കല്ലിൽ മാൽ കെട്ടി പുഴയിൽ മുക്കി. നേരത്തെ പറഞ്ഞതുപ്രകാരം പിന്നെ മുകളിലേക്ക് പൊക്കി.

"സത്യം തെളിയുമ്പോൾ എന്നെ ലോകം അറിയും."

വീണ്ടും മുക്കിയ ശേഷം പിന്നെയും പൊക്കി.

"എന്റെ ഭരണ നിർവ്വഹണത്തിൽ ജനങ്ങളുടെ ജീവിതം സുഖപ്രദമാവട്ടെ"

മൂന്നാമതും മുക്കി നിവർത്തിയപ്പോൾ

"ഒരാൺകുഞ്ഞേയുള്ളൂ അവനും രാജ്യസേവകനാകട്ടെ"

പിന്നെ മുക്കിയ വാരണക്കോട് പുഴയുടെ അഗാധതയിലേക്ക് ആണ്ടുപോയി. പിന്നെ കുറേ കുമിളകൾ മാത്രം പൊങ്ങി വന്നു. കോലത്തിരി തമ്പുരാന്റെയും കുടുംബത്തിന്റെയും മനസ്സിന്റെ അകത്തളങ്ങളിൽ അവ കിടന്നു പൊട്ടി. തമ്പ്രാന്റെ തലയ്ക്ക് തീ പിടിച്ചതുപോലെ കോവിലിനുള്ളിൽ അസ്വസ്ഥനായി നടന്നു. അപ്പോഴാണ് വാരണക്കോടിന്റെ മകൻ കോവിലിനകത്തേക്ക് കയറിവരുന്നത്. അവനെ കണ്ടപ്പോൾ തമ്പുരാന്റെ മുഖം വിവർണ്ണമായി. ക്ഷീണിതനായ തമ്പുരാൻ തന്റെ സർവ്വാപരാധവും പൊറുക്കണമെന്ന് ആ ബാലന്റെ മുന്നിൽ താഴ്മയോടെ പറഞ്ഞു. അപ്പോഴേക്കും കെട്ടിലമ്മയും ആങ്ങളയും കോവിലിൽനിന്നും സ്ഥലംവിട്ടിരുന്നു."

പതിനേഴ്

ഉണ്ണാൻ കൃഷിയും ഉടുക്കാൻ കുഴിത്തറിയിൽ നെയ്ത തെരുവൻ തോർത്തുമായി കഴിഞ്ഞിരുന്ന മലബാറിലെ ജനങ്ങൾക്കിടയിലേക്ക് ബാസൽമിഷൻ കൈത്തറിയും ഇംഗ്ലീഷ് വിദ്യാഭ്യാസവും കൊണ്ടുവന്നു. കണ്ണൂർ കൈത്തറിയുടെ നാടായി. പുല്ലു പറിച്ച് പുരമേഞ്ഞ നാട്ടിൽ ആറോന്റെ പേര് കൊത്തിയ ഓടുകൾ മേൽക്കൂരയായി. സായിപ്പിന്റെ കൈവിരൽ തുമ്പിലൂടെ മലയാളത്തിന്റെ നിഘണ്ടു വിരചിതമായി. കൃഷിയും കുലത്തൊഴിലുമായി നടന്ന നാട്ടുകാർ വ്യവസായ തൊഴിലാളികളായി, തൊഴിലാളിവർഗ്ഗമായി.

ഇരിങ്ങന്നൂർ കുന്നിന്റെ ചെങ്കുത്തായ ഇറക്കത്തിലൂടെ നടന്നിറങ്ങി നന്ദൻ അച്ചപ്പന്റെ പാരിയിലെ തറവാട്ട് വീട്ടിലെത്തുമ്പോൾ വൈകുന്നേരമായിരുന്നു. അച്ചപ്പന്റെ ഇളയ മരുമകന്റെ കല്യാണത്തിൽ പങ്കെടുക്കാൻ തലേദിവസം തന്നെ പാരിയിൽ എത്തിയതായിരുന്നു നന്ദൻ. മുറ്റത്ത് കല്യാണ സദ്യയൊരുക്കുന്നതിന്റെ തിരക്കായിരുന്നു. ചെറിയമ്മാവൻ അതിനെല്ലാം നേതൃത്വം കൊടുത്തുകൊണ്ട് അവർക്കിടയിൽ അങ്ങോട്ടുമിങ്ങോട്ടും നടക്കുന്നുണ്ട്. വീടിന്റെ വരാന്തയിൽ അല്പം പ്രമാണിത്തത്തോടെ ഒരാൾ ഇരിക്കുന്നുണ്ട്. അറുപതിലേറെ പ്രായം തോന്നിക്കുന്ന അയാൾ പൂർണ്ണ ഖദർ ധാരിയാണ്.

“നീ അകത്തുപോയി ചായ കുടിക്കെടാ.”

ചെറിയമ്മാവൻ പറഞ്ഞതനുസരിച്ച് നന്ദൻ അകത്ത് കയറി ബന്ധുക്കളെയെല്ലാം കണ്ട് അമ്മായി കൊടുത്ത ചായയും കുടിച്ച് വരാന്തയിലേക്ക് വന്നു.

“ഇവനേതാണ് ബാലാ?”

കസേരയിലിരിക്കുന്ന ഖദർധാരി നന്ദനെ കണ്ട് ചെറിയമ്മാവനോട് ചോദിച്ചു.

“എന്റെ മരുമകനാണ്. പേര് നന്ദൻ. ഇവൻ കച്ചിലത്തെരുവിലെ വലിയ കമ്യൂണിസ്റ്റാണ്.”

“ഇദ്ദേഹം ആരാണ്?”

നന്ദൻ അമ്മാവനോട് ചോദിച്ചു.

“ഇയാൾ കോൺഗ്രസിന്റെ വലിയ നേതാവാണ്. പേര് കമ്മാരൻ നമ്പ്യാർ. നമ്മുടെ ബന്ധുവാണ്.”

“നന്ദനെന്താണ് ചെയ്യുന്നത്?”

“ട്യൂട്ടോറിയൽ കോളേജിൽ ക്ലാസെടുക്കും.”

“അപ്പോ ജോലിയൊന്നും ആയില്ല അല്ലേ. രാഷ്ട്രീയം നല്ലതാണ് അതിന്റെ കൂടെ ജീവിക്കാനും പഠിക്കണം.”

ചിരിച്ചുകൊണ്ട് കമ്മാരൻ നമ്പ്യാർ പറഞ്ഞു. കോൺഗ്രസെന്ന് കേട്ടപ്പോൾ തന്നെ നന്ദന്റെ മുഖം ചുളിഞ്ഞിരുന്നു. പിന്നെ ജീവിക്കാൻ പഠിക്കണമെന്നു കൂടി കേട്ടപ്പോൾ അത്ര കണ്ട് നന്ദന് പിടിച്ചില്ല.

“രാഷ്ട്രീയം കൊണ്ടു ജീവിക്കണം എന്നാണോ ഉദ്ദേശിക്കുന്നത്.

അതത്ര നല്ല പണിയാണെന്ന് എനിക്ക് തോന്നുന്നില്ല. സമൂഹത്തോടുള്ള പ്രതിബദ്ധത കൊണ്ടല്ലേ രാഷ്ട്രീയത്തിലേക്ക് വരുന്നത്. ജീവിക്കാനാണെങ്കിൽ വേറെ എത്ര വഴികളുണ്ട്."

"ഞാൻ പറഞ്ഞത് നന്ദന് പ്രയാസമുണ്ടാക്കിയോ. ഞാൻ അങ്ങനെയൊന്നും ഉദ്ദേശിച്ച് പറഞ്ഞതല്ല. നിങ്ങളുടെ പല നേതാക്കളേയും എനിക്കറിയാം. ജീവിതം മുഴുവൻ പ്രസ്ഥാനത്തിനുവേണ്ടി തുലച്ചവരും ജീവിക്കാൻ പഠിച്ചവരും അവരിലുണ്ട്. നന്ദന് ചെറുപ്പമായതുകൊണ്ട് ഇപ്പോഴതൊന്നും മനസ്സിലാവില്ല. ഞാനും പണ്ട് നിങ്ങളുടെ പാർട്ടിക്കാരനായിരുന്നു."

"പിന്നെന്തിനാണ് മാറിയത്?"

"അതിന്റെ പിന്നിലൊരു കഥയുണ്ട്. നന്ദനിരിക്ക്" അടുത്തുള്ള കസേര ചൂണ്ടി കമ്മാരൻ നമ്പ്യാർ പറഞ്ഞു.

"ചെറുപ്പത്തിൽ ഞാൻ വിളപ്പുറം കമ്പനിയിലെ തൊഴിലാളിയായിരുന്നു. അന്നവിടെ യൂണിയന്റെ വർക്കിലൊക്കെ പങ്കെടുക്കുമായിരുന്നു. പി ആർ ആയിരുന്നു അന്ന് യൂണിയൻ നേതാവ്. ഒരു ദിവസം യൂണിയന്റെ യോഗം ചേർന്നു കൊണ്ടിരിക്കുമ്പോൾ ചില കാര്യങ്ങളിൽ എനിക്കഭിപ്രായ വ്യത്യാസമുണ്ടായി. ഞാനത് ഷാർപ്പായി യോഗത്തിൽ പറഞ്ഞു. പക്ഷേ, അത് യോഗം അംഗീകരിച്ചില്ല. ഞാനപ്പോൾ തന്നെ യോഗത്തിൽ നിന്നിറങ്ങി. കൂടെ നാലഞ്ച് തൊഴിലാളികളും ഇറങ്ങി.

അങ്ങനെ ഇറങ്ങിവന്ന ഞങ്ങൾ കമ്പനിയിൽ കോൺഗ്രസിന്റെ യൂണിയൻ രൂപീകരിച്ചു. ഞാനതിന്റെ നേതാവുമായി. അങ്ങനെയാണ് ഞാൻ കോൺഗ്രസായത്."

"എത്ര വർഷമുണ്ടായിരുന്നു വിളപ്പുറം കമ്പനിയിൽ?"

"പന്ത്രണ്ട് വർഷം. അന്നെനിക്ക് ഇരുപത്തിരണ്ട് വയസ്സ്. അമ്പത്തിരണ്ടിലാണ് ഞാനവിടെ പണിക്ക് പോയത്. അന്നവിടെ മൂന്ന് ഷിഫ്റ്റിലായി ആയിരത്തോളം തൊഴിലാളികൾ ഉണ്ടായിരുന്നു. ഹാൻലൂം പവർലൂം ജക്കാർഡ് തുടങ്ങിയ തറികളെല്ലാം അവിടെയുണ്ടായിരുന്നു. അവിടെ നിന്നും കേൾക്കുന്ന സൈറണെ അടിസ്ഥാനമാക്കിയാണ് നാട്ടുകാർ അന്ന് സമയം കണക്കാക്കിയിരുന്നത്.

രാത്രിയിലെ ഷിഫ്റ്റും കഴിഞ്ഞ് നാട്ടിലെ നടവഴികളിലൂടെ ചൂട്ടും കത്തിച്ച് നടന്നു പോകുന്ന തൊഴിലാളികൾ അന്നൊരു പതിവ് കാഴ്ചയായിരുന്നു."

"എങ്ങനെയാണ് ആ കമ്പനി വിളപ്പുറത്ത് വന്നത്?"

"അത് വലിയൊരു കഥയാണ്.

രാവിലെ സ്കൂളിൽ പോകാൻ ഒരുങ്ങുകയായിരുന്നു സാമുവൽ. അപ്പോഴാണ് അസുഖം ബാധിച്ചു കിടക്കുന്ന അച്ഛൻ അരികിലേക്ക് വിളിച്ചത്.

'സാമുവൽ നീ ഇന്ന് സ്കൂളിൽ പോകണ്ട. കമ്പനി തുറന്ന് നീ അവിടെ ഇരിക്കണം. ഉച്ചയ്ക്കുള്ള ഊണ് കൊടുത്തയക്കാം'

അതു പറഞ്ഞശേഷം ആറോൻ ജുബ്ബയുടെ കീശയിൽ നിന്ന്

ഏതാനും നാണയത്തുട്ടുകളെടുത്ത് സാമുവലിന്റെ കൈയിൽ കൊടുത്തു. അച്ഛൻ പറഞ്ഞതനുസരിച്ച് സാമുവൽ കമ്പനിയിലേക്ക് നടന്നു. കണ്ണൂർ റെയിൽവേ സ്റ്റേഷന്റെ കിഴക്കുഭാഗത്തുള്ള കമ്പനി തുറന്ന് സാമുവൽ ഓഫീസിലിരുന്നു. എട്ടുമണിയോടെ അർദ്ധനഗ്നരായ തൊഴിലാളികൾ കമ്പനിയിലേക്ക് വന്നു. അവർ നെയ്യുന്നതു നോക്കി മഗ്ഗങ്ങൾക്കിടയിലൂടെ സാമുവൽ നടന്നു. ഇടതുകൈകൊണ്ട് മഗ്ഗത്തിന്റെ പടി പിടിച്ച് വലതുകൈകൊണ്ട് ഓടം ചാടിക്കുന്നത് സാമുവൽ കൗതുകത്തോടെ നോക്കി.

പുറത്തിറങ്ങി തെക്കോട്ട് നോക്കിയപ്പോൾ വിശാലമായ മൈതാനം ഇടയ്ക്ക് ഉപയോഗിക്കാതെ കിടക്കുന്ന മിലിട്ടറി ബാരക്കുകൾ. വൈകുന്നേരം കമ്പനി പൂട്ടി വീട്ടിലേക്ക് മടങ്ങുമ്പോൾ പത്തു വയസ്സുള്ള സാമുവലിന് പ്രായം കൂടിയതായി തോന്നി. ഈ ചെറുപ്രായത്തിൽ കമ്പനി നോക്കി നടത്താൻ അച്ഛൻ തന്നെ ചുമതലപ്പെടുത്തിയത് വലിയൊരു അംഗീകാരമായി സാമുവലിന് തോന്നി.

സ്കൂളിൽ പഠിക്കാൻ പോകാൻ കഴിയാത്തതിന് വിഷമമൊന്നും തോന്നിയില്ല.

"ഇന്നും കമ്പനിയിൽ പോകണോ?"

അടുത്ത ദിവസം രാവിലെ സാമുവൽ അച്ഛനോട് ചോദിച്ചു.

"പോകണം. അവിടെ നടക്കുന്ന കാര്യങ്ങളെല്ലാം നീ നോക്കിപ്പഠിക്കണം"

അതുകൂടി കേട്ടപ്പോൾ സാമുവലിന് അഭിമാനം തോന്നി. വളരെ താല്പര്യത്തോടെ സാമുവൽ കമ്പനി കാര്യങ്ങൾ നോക്കി നടത്തി. ആറോന്റെ അസുഖം തളർവാതമായിരുന്നു. വലിയ വൈദ്യന്മാർ വീട്ടിൽ വന്ന് അദ്ദേഹത്തെ ചികിത്സിച്ചു. അത് മാസങ്ങളോളം തുടർന്നു. സാമുവലിന്റെ പഠിപ്പ് പൂർണ്ണമായും നിലച്ചു.

ബാസൽ മിഷൻ മലബാറിൽ മിഷനറി പ്രവർത്തനം ആരംഭിക്കുന്നത് അക്കാലത്താണ്. ആയിരത്തി എണ്ണൂറ്റി മുപ്പത്തേഴിൽ കണ്ണൂരിൽ അവരുടെ പ്രവർത്തന കേന്ദ്രം തുറന്നു. ക്രിസ്തുമത പ്രചരണമായിരുന്നു അവരുടെ മുഖ്യലക്ഷ്യം. മതത്തിൽ ചേരുന്നവർക്ക് വിദ്യാഭ്യാസവും തൊഴിലും നല്കാൻ ലക്ഷ്യം വെച്ചുകൊണ്ട് വിദ്യാലയങ്ങളും തൊഴിൽ സ്ഥാപനങ്ങളും അവർ തുടങ്ങി.

അങ്ങനെയാണ് കണ്ണൂരിൽ ആദ്യമായി നെയ്ത്തുകമ്പനി വന്നത്. അതിനുമുമ്പ് ചാലിയ സമുദായക്കാർ താമസിക്കുന്ന തെരുവുകളിൽ കുഴിത്തറികൾ മാത്രമേയുണ്ടായിരുന്നുള്ളൂ. അവരുണ്ടാക്കുന്ന തോർത്തിന് തെരുവൻ തോർത്ത് എന്നാണ് നാട്ടിൽ വിളിച്ചിരുന്നത്. ബാസൽ മിഷൻ കൈത്തറി നെയ്ത്തിനുപുറമെ ഓട് വ്യവസായവും കൊണ്ടു വന്നിരുന്നു. മലബാറിൽ വിദ്യാലയങ്ങൾ തുടങ്ങിയ അവർ കോഴിക്കോട് മലബാർ ക്രിസ്ത്യൻ കോളേജും ആരംഭിച്ചു. ആ ബാസൽ മിഷൻ സമിതിയിലെ അംഗമായിരുന്നു ഹെർമ്മൻ ഗുണ്ടർട്ട്. ചിറയ്ക്കൽ സ്ഥിരതാമസമാക്കിയ ഗുണ്ടർട്ട് മലയാളം പഠിച്ച് മലയാളത്തിന് നിഘണ്ടു തയ്യാറാക്കി.

ബാസൽ മിഷന്റെ നെയ്ത്തു കമ്പനിയിൽ തൊഴിൽ തേടി വന്നതായിരുന്നു എട്ടിക്കുളത്തെ ചൂരക്കാട് വീട്ടിലെ ചെറുപ്പക്കാരൻ. നെയ്ത്തു കമ്പനിയിൽ ജോലി കിട്ടിയപ്പോൾത്തന്നെ ക്രിസ്തുമതം സ്വീകരിച്ച് ആറോനായി. നെയ്ത്തിന്റെ എല്ലാ വശങ്ങളും വളരെ വേഗം പഠിച്ച് ആറോൻ ആ കമ്പനിയിലെ മേസ്ത്രിയായി. തൊഴിലാളികൾ ആറോനെ ആറോൻ മേസ്ത്രി എന്നു വിളിച്ചു.

ബാസൽ മിഷന്റെ സഹായത്തോടെ ആറോൻ മേസ്ത്രി ഒരു ചെറിയ നെയ്ത്തുകമ്പനി സ്വന്തമായി തുടങ്ങി. അതിനുമുമ്പ് സാമുവേൽ സന്തോഷ് എന്നയാൾ കണ്ണൂരിൽ നെയ്ത്തു കമ്പനി തുടങ്ങിയിരുന്നു. അയാൾക്ക് ആറോനെ ഇഷ്ടപ്പെട്ടു. ആറോന് അയാളേയും. സന്തോഷിന്റെ ഏക മകളായ എമ്മയെ ആറോന് വിവാഹം ചെയ്തുകൊടുത്തു. അതിൽ ആദ്യം പിറന്ന പുത്രനാണ് സാമുവൽ. ക്രമേണ സന്തോഷിന്റെയും ആറോന്റേയും കമ്പനികൾ ഒന്നാക്കി. സാമുവലിന് എട്ടുവയസ്സുള്ളപ്പോൾ എമ്മ മരിച്ചു.

ആറോന്റെ അസുഖമൊരു വിധം ഭേദമായി കമ്പനിക്കാര്യങ്ങൾ അദ്ദേഹം നേരിട്ടു നടത്തുവാൻ തുടങ്ങി.

ആയിരത്തിത്തൊള്ളായിരത്തി ഏഴിലാണ് കണ്ണൂരിൽ ആദ്യത്തെ അഖിലേന്ത്യാ പ്രദർശനം നടന്നത്. കൃഷിയെക്കുറിച്ചും വ്യവസായത്തെക്കുറിച്ചും ഒരുപാട് കാര്യങ്ങൾ മനസ്സിലാക്കാൻ പതിനാല് വയസ്സുള്ള സാമുവലിന് അത് അവസരം നല്കി.

സാമുവൽ ഒരു ബാഡ്ജും ധരിച്ച് സ്റ്റാളുകളിലെല്ലാം ഒരു വളന്റിയറായി ഓടി നടന്നു. ആറോൻ പ്രദർശനത്തിന്റെ സംഘാടകരിൽ പ്രധാനിയായിരുന്നു.

സാമുവൽ ഒരു കാപ്പിക്കടയിൽ കയറി അര പൈസയ്ക്ക് ഒരു ഗ്ലാസ് കാപ്പിയും അര പൈസയ്ക്ക് പുട്ടും വാങ്ങിക്കഴിച്ചു. ചായയ്ക്ക് കാലണയായിരുന്നു (ഒന്നര പൈസ). ഇതുവരെ കാണാൻ കഴിയാത്ത വലിപ്പമുള്ള ചേനയും വാഴക്കുലയും പ്രദർശനത്തിൽ സാമുവൽ കണ്ടു. ആറോൻ കമ്പനിയുടെ കൈത്തറി ചരക്കുകൾ പ്രദർശനത്തിൽ ആളുകളിൽ വലിയ മതിപ്പുളവാക്കി. ഉത്തരേന്ത്യയിൽനിന്നും വന്ന പല വ്യാപാരികളും ആറോൻ കമ്പനിയുടെ ഏജൻസി എടുത്തു. ധാരാളം തുണികൾ കമ്പനി അന്ന് വിറ്റു. ആ പ്രദർശനത്തോടെ കമ്പനിയുടെ തുണികൾ ബോംബെയിലും കുടകിലും വടക്കേയിന്ത്യയിലുമെല്ലാം വലിയ േതാതിൽ വിറ്റഴിഞ്ഞു.

ഒന്നാം ലോക മഹായുദ്ധം പൊട്ടിപ്പുറപ്പെട്ട കാലം ഒന്നു രണ്ട് കൊല്ലം കഴിയുമ്പോഴേക്കും കൈത്തറി വസ്ത്രങ്ങൾക്ക് പ്രാധാന്യം വർദ്ധിച്ചു. കൊണ്ടുനടന്നു വില്ക്കുന്ന കൈത്തറി വസ്ത്രങ്ങൾ കയറ്റി അയക്കുന്ന നിലയിലായി. ആറോന്റെ കമ്പനിയുടെ ഷർട്ടും കോട്ടും ബെഡ്ഷീറ്റും രാജ്യത്താകെ വിറ്റഴിഞ്ഞു. അങ്ങനെയാണ് ആറോൻ കമ്പനി കണ്ണൂരിൽ അഭിവൃദ്ധിയിലേക്കുയർന്നത്. സാമുവലിന്റെ അനുജൻ ബോംബെയിൽ പോയി ടെക്സ്റ്റൈൽ ടെക്നോളജി പഠിച്ച് നാട്ടിലെത്തി. അതെല്ലാം ഉപ

യോഗപ്പെടുത്തി വ്യവസായം വിപുലപ്പെടുത്താൻ ആറോൻ ആലോചിച്ചു. അതിനുപറ്റിയ സ്ഥലങ്ങൾ അന്വേഷിക്കവെയാണ് വിളപ്പുറത്ത് വലിയ വനമായിക്കിടക്കുന്ന ഭൂമി കണ്ടെത്തിയത്. ആ സ്ഥലത്തെക്കുറിച്ച് പഠിക്കാൻ ആറോൻ സാമുവലിനെ ചുമതലപ്പെടുത്തി. അങ്ങനെ വിളപ്പുറത്ത് ആറോൻ കമ്പനിയുടെ ശാഖ തുടങ്ങി. കണ്ണൂരിൽ ചെയ്തുതീർക്കാൻ കഴിയാത്ത പ്രവൃത്തികൾ വിളപ്പുറത്തേക്ക് മാറ്റി. അതോടൊപ്പം കാടുകൾ വൃത്തിയാക്കി. തരിശുപറമ്പുകളിൽ തെങ്ങും കവുങ്ങും പിലാവും മാവും വെച്ച് പിടിപ്പിച്ചു. അത് കണ്ട് നാട്ടുകാരും അവരുടെ പറമ്പുകളിൽ ഇവയെല്ലാം വെച്ച് പിടിപ്പിച്ചു. വിളപ്പുറം ചെറുപ്പക്കാരുടെ നെയ്ത്തു പരിശീലന കേന്ദ്രമായി. കമ്പനിപ്പണി ജാതിക്ക് ചേർന്നതല്ലെന്ന് പറഞ്ഞ് അതിൽ നിന്ന് ആദ്യം അകന്നുനിന്നിരുന്ന നമ്പൂതിരി, നമ്പ്യാർ കുടുംബങ്ങളിലെ ചെറുപ്പക്കാരും പിന്നീട് നെയ്ത്തു പഠിച്ച് കമ്പനിത്തൊഴിലാളികളായി. സാമുവലും ഗ്രേസിയും വിളപ്പുറത്തുള്ള ബംഗ്ലാവിൽ ഇടയ്ക്കിടെ വന്ന് താമസിച്ചു.

അക്കാലത്താണ് മുടവൻ കുടുംബക്കാരുടെ കൈവശമുണ്ടായിരുന്ന മൂവായിരം ഏക്ര ഭൂമി അന്നത്തെ അഞ്ഞൂറ് രൂപയ്ക്ക് സാമുവേൽ വാങ്ങിയത്. അതിന്റെ പിന്നിൽ ഒരു കൊലപാതകത്തിന്റെ കഥയുണ്ട്.

പാരിയിലെ ജന്മിയായിരുന്ന മുടവൻ കോമൻ നമ്പ്യാർ മൂവായിരം ഏക്ര ഭൂമിയുടെ അധിപനായിരുന്നു. രണ്ടുതാവഴികളിലായി ഉണ്ടായിരുന്ന മരുമക്കൾക്കായിരുന്നു പിന്തുടർച്ചാവകാശം. മരുമക്കളെ പറ്റിച്ച് സ്വത്തെല്ലാം ഭാര്യക്കും മക്കൾക്കുമായി മാറ്റുന്നതിനായി സ്വത്തെല്ലാം കാര്യസ്ഥനായ കാരയിൽ കണ്ണൻ നായരുടെ പേരിൽ മറുപാട്ടമെഴുതി. ഇത് മരുമക്കളിൽ കഠിനമായ വൈരാഗ്യമുണ്ടാക്കി. കോമൻ നമ്പ്യാരോട് ചോദിക്കാതെ ഒരു ദിവസം മരുമക്കൾ തേങ്ങയിടാൻ ഒരു ചെത്തുകാരനെ തെങ്ങിൽ കയറ്റി. അത് കണ്ട് കോമൻ നമ്പ്യാർ ചെത്തുകാരനോട് താഴെയിറങ്ങാൻ പറഞ്ഞു. ഇതിൽ അരിശം പൂണ്ട മരുമകൻ കൈയിൽ കിട്ടിയ കത്തിയെടുത്ത് കോമൻ നമ്പ്യാരുടെ കുടലിൽ കുത്തിത്താഴ്ത്തി കോമൻനമ്പ്യാർ അവിടെത്തന്നെ പിടഞ്ഞു വീണു മരിച്ചു. ആ കേസിൽ ശിക്ഷിക്കപ്പെട്ട് മരുമകൻ ദീർഘകാലം ജയിലിൽ കിടന്നു.

കോമൻ നമ്പ്യാർ കൊല്ലപ്പെട്ടതോടെ മറുപാട്ടം വാങ്ങിയ കണ്ണൻ നായർ പേടിച്ചു. എങ്ങനെയെങ്കിലും സ്വത്തിന്റെ ഉടമസ്ഥതയിൽനിന്ന് ഒഴിയാനുള്ള ശ്രമമായി. വെറുതെ കൈയിൽ വന്ന ഭൂമി കൈവശം വെക്കാൻ ധൈര്യമില്ലാതെ ഒഴിവാക്കാനായി അന്നത്തെ പല ജന്മിമാരെയും കണ്ണൻനായർ സമീപിച്ചു. ആരും ഏറ്റെടുക്കാൻ തയ്യാറായില്ല. അങ്ങനെയാണ് കണ്ണൻനായർ സാമുവലിനെ സമീപിക്കുന്നത്.

സാമുവൽ പാരി മുതൽ വിളക്കോട് വരെ നീണ്ടുകിടക്കുന്ന നിബിഡ മരങ്ങളോടുകൂടിയ കുന്നിൻ പ്രദേശം നടന്നുകണ്ടു. അത്രയും പ്രദേശം ഏറ്റെടുക്കാനുള്ള കാശില്ലെന്ന് പറഞ്ഞു. ഒരു കാശും വേണ്ട സാമുവൽ ഏറ്റെടുത്താൽ മതിയെന്നായി കണ്ണൻനായർ. അങ്ങനെ അന്നത്തെ അഞ്ഞൂറ് രൂപ വില നിശ്ചയിച്ച് മുഴുവൻ സ്ഥലവും കണ്ണൻനായർ സാമു

വലിന്റെ പേരിലെഴുതി. അതിൽ ആയിരം ഏക്രയോളം തുച്ഛമായ വിലയ്ക്ക് സാമുവൽ നാട്ടുകാർക്ക് വിറ്റു. ബാക്കിയുള്ള രണ്ടായിരം ഏക്കറിൽ മുന്നൂറ് ഏക്ര സാനട്ടേറിയത്തിനും ആയിരം ഏക്ര വിനോബാജിയുടെ ഭൂദാന പ്രസ്ഥാനത്തിനും ബാക്കിയുള്ളത് ക്രിസ്ത്യൻ മെഷിനറിമാർക്കും നല്കി. അങ്ങനെ ആ ശാപഭൂമിയുടെ അവകാശം സാമുവലും കൈയൊഴിഞ്ഞു. ഭൂമി നല്കിയ കണ്ണൻനായരെ സംരക്ഷിക്കാൻ വിളപ്പുറത്തെ കമ്പനിയിൽ പതിനഞ്ച് രൂപ ശമ്പളത്തിന് കണ്ണൻനായർക്ക് ജോലി കൊടുത്തു. പുറമെ അഞ്ച് ഏക്ര സ്ഥലത്ത് ഒരു വീടും പണിതുനല്കി."

"സാമുവൽ അന്ന് മലബാറിലെ കോൺഗ്രസിന്റെ വലിയ നേതാവായിരുന്നില്ലേ. അദ്ദേഹം കടുത്ത കമ്യൂണിസ്റ്റ് വിരുദ്ധനാണെന്നും കമ്യൂണിസ്റ്റുകാരെ വേട്ടയാടാൻ കുറുവടിപ്പടയുണ്ടാക്കിയെന്നുമൊക്കെ ഞാൻ കേട്ടിരുന്നു."

"അതൊക്കെ ശരിയാണ്. അതിന് നേതൃത്വം കൊടുത്തത് സാമുവലിന്റെ അനുജനായിരുന്നു. അയാൾക്കായിരുന്നു അന്ന് വിളപ്പുറം കമ്പനിയുടെ ചുമതല.

മലബാറിൽ ദേശീയ പ്രസ്ഥാനം തുടങ്ങിയ കാലം മുതൽ അതിന്റെ നേതൃനിരയിൽ സാമുവലുണ്ടായിരുന്നു. ഭാര്യ ഗ്രേസിയായിരുന്നു അതിന് സാമുവലിനെ പ്രേരിപ്പിച്ചത്.

"നിനക്ക് ഞാനൊരു പെണ്ണിനെ കണ്ടിട്ടുണ്ട്. നിനക്ക് സമ്മതമാണേൽ അത് നമുക്ക് ആലോചിക്കാം."

ഒരു ദിവസം സാമുവലിനോട് ആറോൻ പറഞ്ഞു. ഇരുപത്തിരണ്ട് വയസ്സായ സാമുവൽ അതിന് എതിരൊന്നും പറഞ്ഞില്ല. ഹിന്ദുമതത്തിൽ നിന്നും ക്രിസ്ത്യൻ മതത്തിലേക്ക് മതം മാറിയ കുടുംബത്തിലെ അംഗമായിരുന്നു ഗ്രേസി. കോഴിക്കോട്ടെ ബാസൽ മിഷൻ ആശുപത്രിയിലെ ഡോക്ടറുടെ മകൾ. അദ്ധ്യാപിക. ട്രെയിനിങ് കഴിഞ്ഞ് സ്കൂളിൽ പഠിപ്പിക്കുന്ന ടീച്ചറായിരുന്നു ഗ്രേസി. ദേശീയ പ്രസ്ഥാനത്തിന്റെ പ്രവർത്തനങ്ങളിലും പൊതു പ്രവർത്തനങ്ങളിലും അതിയായ താല്പര്യമുള്ള ഗ്രേസി തന്റെ നിലപാടിലേക്ക് പടിപടിയായി സാമുവലിനെ മാറ്റിയെടുത്തു.

ശ്രീനാരായണ ഗുരു കണ്ണൂരിൽ വന്നാൽ ആറോന്റെ ആതിഥ്യത്തിലാണ് താമസിച്ചിരുന്നത്. ജാതി മതഭേദമില്ലാതെ മനുഷ്യരുടെ പുരോഗതിക്കുവേണ്ടി പ്രവർത്തിക്കുവാനുള്ള മനോഭാവം ആ ബന്ധം ആറോനിലുണ്ടാക്കി.

ഈ സമയത്താണ് ഗാന്ധിശിഷ്യനായ ആൻഡ്രൂസ് ആറോന്റെ ഭവനത്തിൽ അതിഥിയായി എത്തുന്നത്. അയിത്താചരണത്തിനെതിരായി ഗാന്ധിജി സമരമാരംഭിച്ച കാലം. പാപ്പിനിശ്ശേരിയിൽ നടന്ന ഒരു ഹരിജൻ മർദ്ദനം ആരോ ഗാന്ധിജിക്കെഴുതി. അത് അന്വേഷിക്കാൻ ഗാന്ധിജി പറഞ്ഞയച്ചതായിരുന്നു ആൻഡ്രൂസിനെ. ആറോൻ ആൻഡ്രൂസിനെ ആദരവോടെ സല്ക്കരിച്ചു. അന്വേഷണം കഴിഞ്ഞ് ആൻഡ്രൂസ് തിരിച്ചു പോയി.

ബ്രിട്ടീഷുകാരനായ ആൻഡ്രൂസിന്റെ ദേശീയ ബോധം സാമുവലിനേയും ഗ്രേസിയേയും വലിയ തോതിൽ സ്വാധീനിച്ചു.

റൗലത്ത് ആക്ടിനെതിരായി ഗാന്ധിജിയും കോൺഗ്രസും ആഹ്വാനം ചെയ്ത സത്യഗ്രഹ സമരം ശക്തമായപ്പോൾ ജാലിയൻവാലാ ബാഗിൽ കൂട്ടക്കൊല നടന്നു. ആ സംഭവം കഴിഞ്ഞ ഉടനെ ബ്രിട്ടീഷ് ഭരണത്തിനെതിരായി പ്രചാരണവുമായി ഗാന്ധിജി അഖിലേന്ത്യാ പര്യടനമാരംഭിച്ചു. അതോടൊപ്പം ഖിലാഫത്ത് പ്രസ്ഥാനവും ശക്തിപ്പെട്ടു. അതിനെ പ്രതിനിധീകരിച്ച് മൗലാനാ ഷൗക്കത്തലിയും ഗാന്ധിജിയോടൊപ്പം സഞ്ചരിച്ചു. ഇത് ഹിന്ദു മുസ്ലീം ഐക്യം ശക്തിപ്പെടുത്തി. കൂട്ടത്തിൽ സ്വരാജ്യഫണ്ടിലേക്ക് സംഭാവനയും സ്വീകരിച്ചു. ആ പര്യടനത്തിന് കണ്ണൂരിൽ സ്വീകരണം കൊടുക്കാനുള്ള ഒരുക്കങ്ങൾ നടന്നു. ദേശീയ പ്രസ്ഥാനത്തിൽ ആകൃഷ്ടരായ ഏതാനും പ്രമുഖ വ്യക്തികൾ ആറോനെ കാണാൻ പാപ്പിനിശ്ശേരിയിലെ ഭവനത്തിലേക്ക് വന്നു. കണ്ണൂരിൽ ഗാന്ധിജി വരുമ്പോൾ നല്ലൊരു തുകയും സ്വീകരണവും കൊടുക്കണമെന്ന് പറയാനായിരുന്നു അവർ വന്നത്. അതിന്റെ നേതൃത്വത്തിൽ സാമുവൽ ഉണ്ടാവണമെന്നും അവർ ആറോനോട് പറഞ്ഞു. അന്നത്തെ നാലായിരം രൂപ ആറോൻ ഗാന്ധിജിക്ക് സംഭാവന ചെയ്തു. ഗാന്ധിജിയോട് സംസാരിക്കാനുള്ള അപൂർവ്വാവസരവും അതുവഴി സാമുവലിന് കൈവന്നു. ദേശീയ പ്രസ്ഥാനത്തിൽ സാമുവൽ ആകൃഷ്ടനായി. അന്നതിന് മുൻകൈ എടുത്തതിന് സാമുവലിനുള്ള തോക്കിന്റെ ലൈസൻസ് പൊലീസ് റദ്ദാക്കി.

ഗാന്ധിജിയുടെ മലബാർ സന്ദർശനത്തോടെ ഹിന്ദുമുസ്ലീം ഐക്യപ്രസ്ഥാനം ശക്തിപ്പെട്ട് വന്നത് ബ്രിട്ടീഷുകാർക്ക് ഇഷ്ടപ്പെട്ടില്ല. അതിൽ ഭിന്നിപ്പുണ്ടാക്കാൻ ഇംഗ്ലീഷുകാർ ശ്രമിച്ചു. അതിന്റെ അനന്തര ഫലമാണ് മലബാർ ലഹള. ബ്രിട്ടീഷുകാർ അതിനെ മാപ്പിള ലഹള എന്ന് മുദ്രകുത്തി വർഗ്ഗീയവല്ക്കരിച്ചു. കലാപം അക്രമാസക്തമായപ്പോൾ അതിനെ നിയന്ത്രിക്കാൻ കോൺഗ്രസിനായില്ല. അവസാനം നടക്കാൻ പാടില്ലാത്ത പലതും നടന്നു. അത് ഹിന്ദു മുസ്ലീം വിരോധത്തിൽ ചെന്ന് കലാശിച്ചു. ഇതോടെ ഖിലാഫത്ത് പ്രസ്ഥാനം പരാജയപ്പെട്ടു. ഖലീഫ ആയിരുന്ന തുർക്കി സുൽത്താനെ ആ നാട്ടുകാർ തന്നെ നാടുകടത്തി.

ആയിരത്തിത്തൊള്ളായിരത്തി ഇരുപത്തെട്ട് മെയ്മാസം കോൺഗ്രസിന്റെ നാലാം കേരള സംസ്ഥാന സമ്മേളനം പയ്യന്നൂരിൽ നടന്നു. നെഹ്റുവായിരുന്നു അദ്ധ്യക്ഷൻ. സമ്മേളനത്തിൽ പങ്കെടുക്കാൻ കണ്ണൂരിലെത്തിയ നെഹ്റുവിനെ സാമുവലിന്റെ നേതൃത്വത്തിൽ സ്വീകരിച്ചു. റോയൽ ലഞ്ച് ഹോമിൽ ആതിഥ്യമരുളി. നെഹ്റു ഒരു ദിവസം ചാത്തുക്കുട്ടിനായരുടെ വിളക്കോട്ടുള്ള ഭവനത്തിലും താമസിച്ചു. റോയൽ ലഞ്ച് ഹോമിൽ താമസിച്ച് ഏതാനും ദിവസങ്ങൾ നെഹ്റു രാഷ്ട്രീയ പരിപാടികളിൽ പങ്കെടുത്തു. ആ ദിവസങ്ങളിൽ സാമുവലിന്റെ അതിഥിയായിരുന്നു നെഹ്റു.

ആയിരത്തിത്തൊള്ളായിരത്തി മുപ്പത്. ഗാന്ധിജി ഉപ്പു നിയമ ലംഘനം പ്രഖ്യാപിച്ച് ദണ്ഡിയിലേക്ക് മാർച്ച് ആരംഭിച്ചു. അത് ബ്രിട്ടനെതി

രായ ജൈത്രയാത്രയായി മാറി. ആദ്യം ബ്രിട്ടൻ അത് കാര്യമായെടുത്തില്ല. സമരം അത്ര കാര്യമാക്കേണ്ടതില്ല എന്നായിരുന്നു അവരുടെ മനോഭാവം. പക്ഷേ, ഗാന്ധിജിയോടൊപ്പം ലക്ഷങ്ങൾ അനുഗമിച്ചു.

ആ അവസരത്തിലാണ് ആറോൻ മരിക്കുന്നത്. കമ്പനി സാമുവൽ ഏറ്റെടുത്തു. ഒരു ദിവസം കോഴിക്കാട്ട് നിന്ന് കെ മാധവൻനായരും കെ കേളപ്പനും സാമുവലിനെ കാണാൻ വന്നു.

"പയ്യന്നൂരിലേക്ക് ഉപ്പു സത്യഗ്രഹജാഥ തീരുമാനിച്ചിട്ടുണ്ട്. അവർക്ക് കണ്ണൂരിലും പയ്യന്നൂരിലും താമസിക്കാൻ സൗകര്യമൊരുക്കണം. സ്വീകരണത്തിനുള്ള ഏർപ്പാടുകളും ചെയ്യണം. ആ ചുമതല സാമുവൽ ഏറ്റെടുക്കണം."

മാധവൻ നായർ മുഖവുരയില്ലാതെ പറഞ്ഞു. സാമുവൽ പെട്ടെന്ന് മറുപടി പറയാൻ പ്രയാസപ്പെട്ടു. അതുവരെ അച്ഛനോട് അഭിപ്രായം ചോദിച്ചായിരുന്നു തീരുമാനങ്ങൾ എടുത്തിരുന്നത്. ഇപ്പോൾ അച്ഛനില്ല. വ്യവസായം ശ്രദ്ധിക്കണം. ഉപ്പു സത്യഗ്രഹത്തെ സഹായിച്ചാൽ പൊലീസിന്റെ നോട്ടപ്പുള്ളിയാകും.

"എന്താണ് ആലോചിക്കുന്നത്. മറുത്തൊന്നും പറയണ്ട."

ഒരു ജ്യേഷ്ഠസഹോദരന്റെ അധികാരത്തോടെ മാധവൻനായർ പറഞ്ഞു.

"അണിയറയിലാണ് നിങ്ങൾ പ്രവർത്തിക്കുന്നത്. കഴിയുന്നത്ര നിങ്ങളുടെ പേര് പുറത്തു പറയാതിരിക്കാൻ ശ്രദ്ധിക്കാം."

കേളപ്പൻ പറഞ്ഞു.

സാമുവൽ ചുമതലയേറ്റു. നേതാക്കൾ സംതൃപ്തിയോടെ മടങ്ങി.

ആയിരത്തിത്തൊള്ളായിരത്തി മുപ്പത് ഏപ്രിൽ പതിനാലിന് വിഷു ദിവസം കോഴിക്കോടുനിന്ന് കേളപ്പന്റെ നേതൃത്വത്തിൽ ജാഥയാരംഭിച്ചു. ചർക്കയിൽ നൂൽ നൂറ്റും ദേശീയഗാനം പാടിയും നീങ്ങിയ ജാഥയ്ക്ക് വഴിനീളെ സ്വീകരണം ലഭിച്ചു. 'വരിക വരിക സഹജരെ സഹനസമര സമയമായ്' എന്ന ദേശീയഗാനം പാടിക്കൊടുക്കുന്ന ജാഥാംഗമായ കൃഷ്ണപിള്ളയെ എല്ലാവരും ശ്രദ്ധിച്ചു. കണ്ണൂരിലെ റോയൽ ലഞ്ച് ഹോമിൽ സമര ഭടന്മാർക്ക് താമസസൗകര്യം സാമുവൽ ഏർപ്പെടുത്തി.

പിറ്റേന്ന് ജാഥ പയ്യന്നൂരിലേക്ക് പ്രയാണമാരംഭിച്ചു. വഴിനീളെ സ്വീകരണം. പെരുമ്പ കടവിൽ ചാത്തുക്കുട്ടിനായരുടെ നേതൃത്വത്തിൽ നല്കിയ സ്വീകരണം ഗംഭീരമായിരുന്നു. പയ്യന്നൂരിലെ സാമുവലിന്റെ കെട്ടിടത്തിൽ സമരഭടന്മാർ താമസിച്ചു. ഉളിയത്ത് കടവിൽ ഉപ്പുകുറുക്കൽ സമരം നടന്നു. പൊലീസ് ആ സ്ഥലം ഉഴുതുമറിച്ച് അതിനെ തടഞ്ഞു. സമരം ചെറുമംഗലത്തേക്ക് മാറ്റി.

ആ സമരത്തിന്റെ പേരിൽ സാമുവലിനെതിരെ കേസ് വന്നു. കോടതിയിൽ വിചാരണ നടന്നു. ഒടുവിൽ ഒന്നരമാസം തടവും ആയിരം രൂപ പിഴയും വിധിച്ചു. പിഴയടയ്ക്കാതെ സാമുവൽ ജയിലിലേക്ക് പോയി. പിഴയടയ്ക്കാത്തതിന് വിളപ്പുറത്തെ ഇളകുന്ന മുതലുകൾ ജപ്തി ചെയ്തു. ഒന്നര മാസം വെല്ലൂർ ജയിലിൽ കോൺഗ്രസിന്റെ കേന്ദ്രനേതാക്കളോ

ടൊപ്പം ഏകാന്തത്തടവുകാരനായി സാമുവൽ കഴിഞ്ഞു. ഈ കാലത്ത് ഗ്രേസി കോൺഗ്രസിൽ സജീവമായി. സാമുവലും ഗ്രേസിയും കോഴിക്കോട് നിയമലംഘനത്തിൽ പങ്കെടുത്ത് വീണ്ടും ജയിലിൽ പോയി. ഗാന്ധി- ഇർവിൻ സന്ധിയോടെയാണ് മോചനം നേടിയത്.

ആയിരത്തിതൊള്ളായിരത്തി മുപ്പത്തൊന്നിൽ കണ്ണൂർ മുനിസിപ്പൽ ചെയർമാനായി സാമുവൽ തിരഞ്ഞെടുക്കപ്പെട്ടിരുന്നു. നിയമം ലംഘിച്ച് ജയിലിൽ പോയപ്പോൾ അത് രാജിവെച്ചു.

ആയിരത്തിത്തൊള്ളായിരത്തി മുപ്പത്തിനാലിൽ കേന്ദ്ര അസംബ്ലി യിലേക്ക് ഇലക്ഷൻ പ്രഖ്യാപിച്ചു. ഇലക്ഷനിൽ കോൺഗ്രസ് മത്സരിക്കാൻ തീരുമാനിച്ചു. മലബാർ, തെക്കൻ കർണ്ണാടക, നീലഗിരി തുടങ്ങിയ പ്രദേ ശങ്ങൾ ഉൾക്കൊള്ളുന്ന അസംബ്ലി മണ്ഡലത്തിലേക്ക് സാമുവൽ കോൺഗ്രസ് സ്ഥാനാർത്ഥിയായി. ആ തിരഞ്ഞെടുപ്പിൽ സാമുവൽ ജയിച്ച് കേന്ദ്ര അസംബ്ലിയിൽ അംഗമായി. മൂന്ന് കൊല്ലം തികഞ്ഞപ്പോൾ ക ാലാവധി തികയ്ക്കാതെ രാജിവെച്ചു.

പിന്നെ സാമുവൽ വ്യവസായത്തിൽ ശ്രദ്ധ കേന്ദ്രീകരിച്ചു. പാപ്പിനി ശ്ശേരിയിൽ ആറോൺ വീവിങ് & സ്പിന്നിങ് മിൽ സ്ഥാപിച്ചു. രണ്ടാം ലോക മഹായുദ്ധകാലം വ്യവസായം അഭിവൃദ്ധിപ്പെട്ടു. ആയിരത്തിത്തൊ ള്ളായിരത്തി അമ്പതോടെ മിൽ നഷ്ടമായി. അമ്പത്തിനാലിൽ മിൽ പൂട്ടി. സാമുവലും ഗ്രേസിയും പാപ്പിനിശ്ശേരി വിട്ട് കണ്ണൂരിലേക്ക് താമസം മാറി.

സാമ്പത്തികത്തകർച്ചയും കടബാദ്ധ്യതയുംകൊണ്ട് ഞെരുങ്ങിയ പ്പോൾ പാഴിക്കുന്നിന്റെ തെക്ക് പടിഞ്ഞാറെ ചെരിവിൽ ചൈനാക്ലേ വ്യവ സായം തുടങ്ങി. അതിന്റെ വിപുലീകരണത്തിനു വേണ്ടി പലഭാഗത്തും ധാരാളം ഭൂമി വാങ്ങി. അതിനു വേണ്ട പണം കോഴിക്കോട്ടെ മുൾത്താൻ മാരോട് കടം വാങ്ങി. നൂറുകണക്കിന് തൊഴിലാളികൾക്ക് പണിയായി. കമ്പനി ലാഭത്തിലായപ്പോൾ മുൾത്താന്മാരുടെ കടം വീട്ടി.

ആയിരങ്ങൾ പണിയെടുത്ത വിളപ്പുറത്തെ പവർലൂം വ്യവസായം പൂട്ടി നൂറുകണക്കിന് തൊഴിലാളികൾ വഴിയാധാരമായി. സാമുവലിന്റെ അനുജന്റെ മകനായ ജെസി, ക്രെയിപ്പ് നൂലിൽ തുണിയുണ്ടാക്കി കയറ്റി അയക്കുന്നതിൽ വിജയിച്ചു. ഇപ്പോൾ അതും നിലച്ചിരിക്കുന്നു.

കടുത്ത കമ്യൂണിസ്റ്റ് വിരോധിയാണെങ്കിലും വിവിധ മേഖലകളിൽ വ്യവസായ സംരംഭങ്ങൾ തുടങ്ങാൻ സാമുവൽ ചെയ്ത പരിശ്രമം കാർഷിക മേഖലയെമാത്രം ആശ്രയിച്ചു കഴിഞ്ഞിരുന്ന ഒരു വലിയ വിഭാഗം ജനത വ്യവസായത്തൊഴിലാളികളായി മാറാൻ ഇടയാക്കി. അവർ വർഗ്ഗബോധമുള്ള തൊഴിലാളി വർഗ്ഗമായി. കണ്ണൂരിൽ തൊഴിലാളി പ്രസ്ഥാനം ശക്തിപ്പെടുത്താൻ അതൊരു നിമിത്തമായി. അവസാന കാലം കണ്ണൂരിലെ തളാപ്പിലെ വീട്ടിലാണ് സാമുവലും ഗ്രേസിയും കഴിഞ്ഞത്. മക്കളില്ലാത്ത ആ ദമ്പതികൾ മറ്റുള്ളവരെ സഹായിച്ച് സംതൃപ്തിയട ഞ്ഞു."

പതിനെട്ട്

നേരം മദ്ധ്യാഹനമായിട്ടും ആകാശം ഒരു കറുത്ത കുട പോലെ ഇരുണ്ടു കിടക്കുകയാണ്. മാനം തെളിയാനുള്ള ലക്ഷണമൊന്നും കാണുന്നില്ല. അറബിക്കടലിൽനിന്നും ആഴിക്കരയിലൂടെ വന്ന തണുത്ത കാറ്റിനൊപ്പം ശക്തിയായ മഴയാരംഭിച്ചു. പാണ്ഡവൻ കുന്നിലെ പാറക്കെട്ടിലും കുറ്റിക്കാട്ടിലും പെയ്തിറങ്ങിയ മഴവെള്ളം പാറച്ചാലിലൂടെ കുത്തിയൊഴുകി. പടന്നപ്പാടത്തേക്ക് അത് പരന്നൊഴുകി. കതിരണിയാനൊരുങ്ങുന്ന നെൽച്ചോലകൾ കഴുത്തോളം വെള്ളത്തിലായി. മഴയൊന്നു ശമിച്ചപ്പോൾ കാർമേഘപ്പുതപ്പുകൾ വകഞ്ഞുമാറ്റി ചിപ്പിക്കുന്നിന്റെ മുകളിൽ സൂര്യൻ മുഖം കാണിച്ചു. ചിപ്പിക്കുന്നിലെ വീടിന്റെ മച്ചിലെ വരാന്തയിൽ സുഹാസിനി ആ കാഴ്ച കൗതുകത്തോടെ നോക്കിയിരുന്നു.

പടന്നപ്പാടത്തിനപ്പുറമുള്ള പുന്നക്കരയുടെ തെക്കേക്കരയിലുള്ള അച്ഛന്റെ തറവാട് വീടിന്റെ ഓടിട്ട മേല്ക്കൂര മരങ്ങൾക്കിടയിലൂടെ സുഹാസിനി കണ്ടു. സുഹാസിനിക്ക് അഞ്ച് വയസ്സുള്ളപ്പോഴാണ് എൻ സി ചിപ്പിക്കുന്നിലേക്ക് താമസം മാറ്റിയത്. എന്നും നാടിന്റെ വളർച്ചയ്ക്കു വേണ്ടി പോരാടിയ സ്നേഹനിധിയായ അച്ഛൻ. മരിക്കുന്നതിനുമുമ്പ് മകളുടെ വിവാഹം നടന്നു കാണണമെന്നാഗ്രഹിച്ചു, അത് നടന്നില്ല. അതിന്റെ മനഃപ്രയാസം അച്ഛനുണ്ടായിരുന്നു. അതിന് ഞാനാണല്ലോ കാരണക്കാരി. അച്ഛന്റെ ആഗ്രഹത്തിന് വഴങ്ങാതെ സ്വന്തം നിലപാടിൽ ഉറച്ചുനിന്നപ്പോൾ അച്ഛൻ ഇത്രവേഗം വിട്ടുപോകുമെന്ന് കരുതിയില്ല.

വിദ്യാഭ്യാസം കഴിഞ്ഞാൽ വിവാഹം നടത്തിവിടുക എന്നതാണ് പെൺകുട്ടികളുടെ കാര്യത്തിൽ മിക്ക രക്ഷിതാക്കളും സ്വീകരിക്കുന്നത്. മനസ്സിനിഷ്ടപ്പെട്ട് പരസ്പരമറിഞ്ഞ് ജീവിത പങ്കാളിയെ കണ്ടെത്താൻ കഴിയാതെ വിവാഹത്തിന്റെ കുരുക്കിൽപ്പെട്ട് എത്രയോ പെൺകുട്ടികൾ ജീവിതം തുലയ്ക്കുന്നത് കാണുമ്പോൾ അതിലൊരുവളായി മാറാൻ തയ്യാറാവാതിരുന്നത് ഒരു കുറ്റമായി തോന്നിയില്ല.

നന്ദേട്ടനെ ചെറുപ്പം മുതൽ കാണുന്നതാണ്. അച്ഛന്റെ ഉപദേശം തേടി ചെറുപ്പത്തിലേ പൊതുപ്രവർത്തനത്തിനിറങ്ങിയ ചെറുപ്പക്കാരൻ. മറ്റുള്ളവരുടെ വേദനയറിയാനും അവരെ സ്നേഹിക്കാനും സഹായിക്കാനുമുള്ളൊരു മനസ്സ് നന്ദേട്ടനുണ്ട്. അച്ഛനെപ്പോലെ നാടിന്റെ നന്മയ്ക്കു വേണ്ടി സ്വന്തം രക്ഷനോക്കാതെ പ്രവർത്തിക്കുന്ന നന്ദേട്ടനെ അയാളറിയാതെ മനസ്സിൽ കുടിയിരുത്തി. മറിച്ചൊരു തീരുമാനം ഈ മനസ്സിനെടുക്കാനാവില്ല.

അച്ഛൻ മരിച്ച് ഒരു വർഷം തികയാൻ പോകുന്നു. നന്ദേട്ടനും ഗോപിയേട്ടനുമെല്ലാം സഹായിക്കുകയും ശ്രദ്ധിക്കുകയും ചെയ്യുന്നുണ്ട്. എങ്കിലും പ്രായമായി വരുന്ന അമ്മയെ സംരക്ഷിച്ച് ജീവിക്കാൻ ഒരു തൊഴിൽ വേണം. ഒന്നും ചെയ്യാതെ അധിക നാൾ ഇങ്ങനെ പോകാനാകില്ല. എന്തെങ്കിലും തീരുമാനമെടുക്കണം. 'ട്രെയിനിങ് കഴിച്ച് ടീച്ചറാകാൻ നോക്ക്' എന്ന് കഴിഞ്ഞമാസം വന്നപ്പോൾ കെ വി പറഞ്ഞു. കെ വി വന്ന് പോകു

മ്പോൾ അമ്മയുടെ കൈയിൽ നൂറോ ഇരുന്നൂറോ വെച്ച് കൊടുക്കും.

'സുഹാസിനിയുടെ കാര്യത്തിൽ എന്തെങ്കിലും തീരുമാനമുണ്ടാക്കണം.' കഴിഞ്ഞമാസം വന്നപ്പോൾ അമ്മ പറഞ്ഞു.

'ഇവളൊരു ടീച്ചറാവട്ടെ. അതിന് ട്രെയിനിങ്ങിനു പോകണം.'

'അതിനുള്ള പണം എവിടന്നുണ്ടാക്കും?'

ദേവകിയമ്മ ചോദിച്ചു.

'അതൊക്കെ നമുക്ക് നോക്കാം. നമ്മളൊക്കെ ഇവിടെയില്ലേ?'

കെ വി പറഞ്ഞ ആ വാക്കുകൾ മനസ്സിന് കരുത്ത് പകരുന്നതായിരുന്നു.

"നീ എന്താണിങ്ങനെ ആലോചിച്ചിരിക്കുന്നത്. കഞ്ഞികുടിക്കണ്ടേ. സമയം മൂന്നായി."

ദേവകിയമ്മ വന്ന് പറഞ്ഞപ്പോഴാണ് സുഹാസിനി ചിന്തയിൽ നിന്നുണർന്നത്.

"ഇങ്ങനെ ആലോചിച്ചിരുന്നാൽ മനുഷ്യന് വട്ടുപിടിക്കും. എല്ലാറ്റിനും ഒരു കണക്കുണ്ട്."

ദേവകിയമ്മ അല്പം ശുണ്ഠിയോടെ അത് പറഞ്ഞ് താഴേക്കു പോയി.

സുഹാസിനി താഴെയിറങ്ങി കഞ്ഞികുടിക്കുമ്പോഴാണ് ഗോപിയും നന്ദനും അവിടേക്ക് കയറിവന്നത്.

"സുഹാസിനിയെവിടെ?"

ദേവകിയമ്മയോട് ഗോപി ചോദിച്ചു.

"കഞ്ഞികുടിക്കുന്നുണ്ട്. ഇപ്പഴാ മേളീന്നിറങ്ങിയത്. എപ്പ നോക്കിയാലും വരാന്തയിലിരുന്ന് ചിന്തയാണ്. ഇങ്ങനെ ചിന്തിച്ചാൽ എന്തിന് കൊള്ളും മനുഷ്യനെ."

"സാരമില്ല. നമുക്കതെല്ലാം മാറ്റിയെടുക്കാം. അവൾ ട്രെയിനിങ്ങിനു പോകട്ടെ."

"എനിക്കൊന്നുമറിയില്ല ഗോപീ. എല്ലാം നിങ്ങൾ തീരുമാനിക്കുന്നതുപോലെ.

കഴിഞ്ഞ മാസം ഇവിടെ വന്നപ്പോൾ കെ വിയും ഇതു തന്നെയാണ് പറഞ്ഞത്."

"അതെ കെ വിയും ഞങ്ങളുമെല്ലാം ആലോചിച്ചെടുത്ത തീരുമാനമാണ്.

നന്ദനും കൂടെ ട്രെയിനിങ്ങിന് പോകണമെന്നാണ് ഞങ്ങളുടെ അഭിപ്രായം. മിക്കവാറും മെറിറ്റിൽ കണ്ണൂരിൽത്തന്നെ ബി എഡിന് സീറ്റ് കിട്ടും എന്നാണ് പ്രതീക്ഷിക്കുന്നത്. അങ്ങനെയാകുമ്പോൾ യാത്രയ്ക്കും ഫീസിനുമുള്ള കാശ് മാത്രമേ വേണ്ടതുള്ളു. ഫീസ് കെ വിയുടെ വക അടയ്ക്കാമെന്ന് അദ്ദേഹം ഏറ്റിട്ടുണ്ട്. അതുകൊണ്ട് സുഹാസിനി ട്രെയിനിങ്ങിന് പോകാൻ തയ്യാറായിക്കോളു." ഗോപി പറഞ്ഞു.

ഇത് കേട്ട് വന്ന സുഹാസിനിക്ക് പ്രതീക്ഷയുടെ ഒരുൾക്കരുത്ത് കിട്ടിയതുപോലെ തോന്നി. അവൾ അടുക്കളയിൽ പോയി കട്ടൻചായ ഉണ്ടാക്കിക്കൊണ്ടുവന്ന് രണ്ടുപേർക്കും കൊടുത്തു.

അതു കുടിച്ചുകൊണ്ട് ഗോപിയും നന്ദനും അവിടെ നിന്നിറങ്ങി.

"കെ വിക്ക് ഇതെല്ലാം ഒരു ബാദ്ധ്യതയാവില്ലെ?" നടക്കുമ്പോൾ വഴിയിൽ വെച്ച് നന്ദൻ ഗോപിയോട് ചോദിച്ചു.

"അതോർത്ത് നീയെന്തിനാണ് തല പുണ്ണാക്കുന്നത്. അദ്ദേഹം അങ്ങനെയാണ്. ഇങ്ങനെ ചിലർക്കെല്ലാം അദ്ദേഹം സഹായം ചെയ്തിട്ടുണ്ട്. മാരിപുരം ബാങ്കിനെ ഇന്നത്തെ നിലയിൽ ഉയർത്തിയെടുത്തത് അദ്ദേഹത്തിന്റെ നിരന്തര പരിശ്രമം തന്നെയല്ലേ."

"ഒരുപാട് ത്യാഗം സഹിച്ചതല്ലേ അദ്ദേഹം?"

"അതൊക്കെ ഇന്നെത്രപേർക്കറിയാം. രണ്ടാം ലോക മഹായുദ്ധം അവസാനിക്കുമ്പോൾ നാട്ടിൽ കടുത്ത ഭക്ഷ്യക്ഷാമം. ഒരുമണി നെല്ല് കിട്ടാനില്ല. എല്ലാം ജന്മിമാരുടെ പത്തായത്തിൽ പൂട്ടി വെച്ച കാലം. കരിവെള്ളൂരിൽനിന്നും ചിറയ്ക്കൽ കൂലോത്തേക്ക് നെല്ല് കടത്തിക്കൊണ്ടുപോകാൻ വന്നപ്പോൾ എ വി കുഞ്ഞമ്പുവിന്റെ നേതൃത്വത്തിൽ അതിനെ തടഞ്ഞു. അതിനെതിരെ പൊലീസ് വെടിവെച്ചു. രണ്ടുപേർ അവിടെ പിടഞ്ഞു മരിച്ചു. അതിക്രൂരമായ മർദ്ദനത്തിൽ എ വിയും കൃഷ്ണൻ മാസ്റ്ററും മരിച്ചതായി കണക്കാക്കി പച്ചോലയിൽ കെട്ടിക്കൊണ്ടുപോയി.

ആ കേസിൽ കെ വി യെയും പി ആറിനെയുമെല്ലാം പ്രതിയാക്കി അറസ്റ്റ് ചെയ്തു കണ്ണൂർ സെൻട്രൽ ജയിലിലടച്ചു. നാൽപ്പത്തെട്ടായപ്പോഴേക്കും പാർട്ടി നിരോധിച്ചു. അന്ന് ഒളിവിലായിരുന്ന കെ വിയെ കണ്ണൻ പണിക്കരുടെ വീട്ടിൽനിന്നാണ് പിടിച്ചത്. കോൺഗ്രസിന്റെ കുറുവടിപ്പട ആർപ്പുവിളിയോടെ അനന്തഷേണായിയുടെ കടയിലേക്ക് അയാളെ കൊണ്ടുപോയി. അതിന്റെ കൂടെ പി ആറിനേയും പിടികൂടി. രണ്ടുപേരെയും വിളപ്പുറം കമ്പനി ഗേറ്റിലിട്ട് നടത്തിയ മർദ്ദനം ഈ നാടിന് മറക്കാൻ കഴിയുന്നതല്ല. പിന്നീടവരുടെ തലയിൽ മോസ്കോറോഡ് വെട്ടി പയ്യന്നൂർ സ്റ്റേഷനിലേക്ക് കൊണ്ടുപോയി. കുറെക്കഴിഞ്ഞപ്പോൾ കെ വി ക്ഷയരോഗിയായി. നീണ്ടകാലത്തെ ചികിത്സയിൽ രണ്ട് വാരിയെല്ലുകൾ എടുത്തുമാറ്റി. ഈ അടിയന്തരാവസ്ഥയിലും അവർ അദ്ദേഹത്തെ ഒഴിവാക്കിയില്ല. അദ്ദേഹത്തെ മിസ കേസിൽപ്പെടുത്തി സെൻട്രൽ ജയിലിലടച്ചു.

ഇങ്ങനെയെത്രയെത്ര കഥകൾ..."

ഇരുപത്

ബി എഡ് ട്രെയിനിങ് കഴിഞ്ഞെത്തിയ നന്ദൻ തക്ഷശിലകോളേജ് നടത്തുന്ന പിള്ളമാസ്റ്ററെ കണ്ട് സുഹാസിനിക്ക് അവിടെ ക്ലാസെടുക്കാൻ ഏർപ്പാടുണ്ടാക്കി. അയാൾ പറഞ്ഞതനുസരിച്ച് സുഹാസിനിയെയും കൂട്ടി പാഴിയങ്ങാടിയിലേക്ക് പോകുന്നതിനുമുമ്പായി സുഖമില്ലാതെ കിടക്കുന്ന കെ വിയെ കണ്ട് സംഗതി പറഞ്ഞ് പോകാമെന്ന തീരുമാനത്തോടെ അവർ കെ വിയുടെ വീട്ടിലേക്കു നടന്നു.

അസുഖം ബാധിച്ച കാൽ ടീപ്പോയിൽ കയറ്റിവെച്ച് ചാരുകസേര

യിലിരിക്കുകയായിരുന്ന കെ വി രണ്ടുപേരോടും കയറി ഇരിക്കാൻ പറഞ്ഞു.

"ഊണ് കഴിച്ചിട്ടാണോ രണ്ടുപേരും വന്നത്?"

"അതെ."

"ട്രെയിനിങ് എപ്പഴാ കഴിഞ്ഞത്?"

"ഇന്നലെ."

"ട്രെയിനിങ്ങിലായതുകൊണ്ട് നന്ദന് ഇത്തവണ ഇലക്ഷന്റെ വർക്കൊക്കെ ഒഴിവായി അല്ലേ?"

"വർക്കിൽ പങ്കെടുക്കാൻ കഴിയാത്തതിന്റെ പ്രയാസമുണ്ടായിരുന്നു. അവിടന്ന് വരാൻ പറ്റില്ലല്ലോ. വർക്ക് ചെയ്തിട്ടെന്ത് പ്രയോജനം. കരുണാകരന്റെ ഭരണം വീണ്ടും വന്നില്ലേ. ആന്റണിയും മാണിയും വന്നതുപോലെ തിരിച്ചുപോയപ്പോൾ ഭരണവും പോയി." അവരെ വിശ്വസിക്കാൻ കൊള്ളില്ല എന്ന് നമ്മുടെ അനുഭാവികൾ അന്നു തന്നെ പറഞ്ഞിരുന്നു."

"അന്ന് ആ നയം ശരിയായിരുന്നു. പിന്നെ കേന്ദ്രത്തിൽ ഇന്ദിരാഗാന്ധി തിരിച്ചുവന്നപ്പോൾ അവരങ്ങോട്ട് തിരിച്ചുപോയത് സ്വാഭാവികം."

"ഇനിയവർ പഴയതുപോലെ കളിക്കാൻ തുടങ്ങില്ലേ?"

"ഇനി പഴയതുപോലെയൊന്നും കളിക്കാൻ കഴിയില്ല. ആ കാലം പോയി. അതിരിക്കട്ടെ എന്താണ് നിങ്ങളുടെ അടുത്ത പരിപാടി."

"പി എസ് സി എഴുതി ജോലിക്ക് ശ്രമിക്കണം."

"മാനേജ്മെന്റ് സ്കൂളിൽ എവിടെയെങ്കിലും ഒഴിവുണ്ടോ?"

"ഇപ്പോൾ എവിടെയുമില്ല. പാഴിയങ്ങാടിയിലെ പിള്ളമാസ്റ്ററുടെ കോളേജിൽ സുഹാസിനിയെ ചേർക്കാമെന്ന് സമ്മതിച്ചിട്ടുണ്ട്. ജോലി കിട്ടുന്നതുവരെ സുഹാസിനി അവിടെ പോകട്ടെ."

"അപ്പോൾ നന്ദനോ?"

"ഞാൻ മാരിപുരത്തെ കോളേജിൽ പോകും."

"ശരി നിങ്ങളുടെ തീരുമാനംപോലെയാകട്ടെ. എന്നാൽ വൈകിക്കണ്ട പൊയ്ക്കോളൂ."

നന്ദനും സുഹാസിനിയും കച്ചിലത്തെരുവിൽനിന്നും ബസ് കയറി പാഴിയങ്ങാടിയിലിറങ്ങി പിള്ളമാസ്റ്ററുടെ കോളേജിലേക്ക് നടന്നു. ടൗണിലെ ഒരു കെട്ടിടത്തിന്റെ മച്ചിൻമേലാണ് കോളേജ് പ്രവർത്തിക്കുന്നത്. രണ്ടുപേരും ഓഫീസിലെത്തുമ്പോൾ പിള്ളമാസ്റ്റർ ക്ലാസെടുക്കുകയായിരുന്നു.

പിള്ളമാസ്റ്ററുടെ ഇംഗ്ലീഷ് ക്ലാസ് പ്രസിദ്ധമാണ്. മാഷിന്റെ ക്ലാസിലിരുന്നാൽ ഇംഗ്ലീഷ് അനായാസം കൈകാര്യം ചെയ്യാൻ കഴിയും എന്നാണ് പറയുക. അതുകൊണ്ട് പ്രീഡിഗ്രിക്ക് പഠിക്കുന്ന കുട്ടികൾ ആദ്യം തെരഞ്ഞെടുക്കുന്ന കോളേജ് പിള്ളമാസ്റ്ററുടേതായിരുന്നു.

തിരുവിതാംകൂറിൽ നിന്നാണ് പിള്ളമാസ്റ്റർ പാഴിയങ്ങാടിയിലെത്തുന്നത്. ഭാര്യ സുധാമണിടീച്ചർക്ക് മാരിപുരം ഹൈസ്കൂളിൽ ജോലികിട്ടിയപ്പോൾ മാസ്റ്റർ കുടുംബസമേതം ഇങ്ങോട്ട് വന്നതാണ്. എം എക്കാരനായ പിള്ളമാസ്റ്റർക്ക് അന്ന് ജോലിയുണ്ടായിരുന്നില്ല. അദ്ദേഹം പാഴിയ

ങ്ങാടിയിൽ ട്യൂട്ടോറിയൽ കോളേജ് തുടങ്ങി. അത് വിജയിക്കുകയും ചെയ്തു. കറുത്ത താടിയും കണ്ണടയും വെച്ച് കറുത്ത് മെലിഞ്ഞ പിള്ള മാസ്റ്റർ ഒരു മോട്ടോർ സൈക്കിളിലാണ് എപ്പോഴും യാത്ര.

"നന്ദൻ നേരത്തെ എത്തിയോ?"

ക്ലാസ് കഴിഞ്ഞ് ഓഫീസിലെത്തിയ പിള്ളമാസ്റ്റർ ചോദിച്ചു.

"ഇപ്പോൾ വന്നതേയുള്ളൂ."

"ഇരിക്കൂ."

അവിടെയുള്ള ബെഞ്ച് ചൂണ്ടി മാസ്റ്റർ പറഞ്ഞു. "ഇലക്ഷൻ വർക്കിനൊന്നും കാണാഞ്ഞപ്പോൾ ഞാൻ അന്വേഷിച്ചു. അപ്പോഴാണ് നന്ദൻ ട്രെയിനിങ്ങിന് പോയത് ഞാനറിഞ്ഞത്."

"സുഹാസിനിയെ അറിയില്ലേ?"

"എനിക്കറിയാം, എൻ സിയുടെ മകളല്ലേ. സുഹാസിനി ഹിസ്റ്ററി ക്ലാസെടുത്തോളൂ. നല്ല കുട്ടികളാണ്. ഒന്നും പേടിക്കണ്ട."

"നന്ദൻ കോളേജിൽ പോകാൻ തുടങ്ങിയോ?"

"ഇല്ല നാളെമുതൽ പോകണം."

"എന്നാൽ ഇന്ന് നിങ്ങൾ പൊയ്ക്കോളൂ. സുഹാസിനി നാളെ രാവിലെ വന്നോളൂ. നാളെ മുതൽ ക്ലാസെടുക്കണം." പിള്ളമാസ്റ്ററോടു യാത്ര പറഞ്ഞ് രണ്ടുപേരും അവിടെനിന്നിറങ്ങി.

പയ്യന്നൂർ ബസിൽ കയറി അവർ ചിപ്പിക്കുന്ന് സ്റ്റോപ്പിലിറങ്ങി. രണ്ടു പേരും എൻ സിയുടെ വീട്ടിലേക്ക് നടന്നു. വീട്ടിലെത്തുമ്പോഴേക്കും ദേവകിയമ്മ ചായയും ചക്കരക്കിഴങ്ങ് പുഴുങ്ങിയതും ഒരുക്കിവെച്ചിരുന്നു.

"നന്ദേട്ടാ, നമുക്ക് ഈ കുന്നിലൂടെ നടന്ന് എവിടെയെങ്കിലും കുറച്ചു നേരം സംസാരിച്ചിരിക്കാം."

ചായകുടിച്ചു കഴിഞ്ഞപ്പോൾ സുഹാസിനി സ്ത്രീസഹജമായ ഒരു കൊഞ്ചലോടെ നന്ദനോട് പറഞ്ഞു.

"എന്താണ് ഇപ്പോഴിങ്ങനെ തോന്നാൻ?"

"ട്രെയിനിങ് കഴിഞ്ഞ് തൽക്കാലമാണെങ്കിലും ഒരു ജോലി തുടങ്ങാൻ പോവുകയല്ലേ. കുറച്ചുനേരം മനസ്സ് തുറന്ന് സംസാരിച്ചിരിക്കാലോ."

"ആയിക്കോട്ടെ."

അവർ ദേവകിയമ്മയോട് പറഞ്ഞ് ചിപ്പിക്കുന്നിലൂടെ പടിഞ്ഞാറോട്ട് നടന്നു. "ഈ കുന്നിന്റെ തെക്ക് പടിഞ്ഞാറെ കോണിൽ നിന്ന് നോക്കിയാൽ ആഴിക്കരയിലെ തുറയും അറബിക്കടലും ഏഴിമലയുമെല്ലാം കാണാം. വിജനമായ കുന്നിൽനിന്ന് അസ്തമയവും കാണാം." നന്ദൻ പറഞ്ഞു.

അവർ നടന്ന് കുന്നിന്റെ തെക്ക് പടിഞ്ഞാറെ ചെരിവിലെ പുൽപ്പരപ്പിലിരുന്നു.

"എന്തുകൊണ്ടാണ് ഈ കുന്നിനെ ചിപ്പിക്കുന്ന് എന്ന് വിളിക്കുന്നത്?"

സുഹാസിനി ചോദിച്ചു.

"ഈ കുന്നിൻമുകളിൽ പലയിടത്തും ചിപ്പികളും കക്കത്തോടുമു

ള്ളതുകൊണ്ട്. അത് കടലിന്റെ ഭാഗമായതുകൊണ്ടെന്നാണ് പഴമക്കാർ പറയുന്നത്."

"ഇവിടെ വളരെ മനോഹരമായ കാഴ്ചയാണല്ലോ."

"അതുകൊണ്ടാണല്ലോ ഇങ്ങോട്ടുവന്നത്."

വിശാലമായ വപ്രതുറയിൽ സായം സന്ധ്യയിലെ സൂര്യവെട്ടം പതിഞ്ഞപ്പോൾ അതിമനോഹരമായ കാഴ്ചയായിരുന്നു. വപ്രതുറയിലെ കണ്ടൽക്കാടുകളിൽ ചേക്കേറാൻ ദേശാടനപ്പക്ഷികൾ പറന്നെത്തുന്നു. അതിനപ്പുറം വിശാലമായ തെങ്ങിൻ തോപ്പുകൾ. അതിനുമപ്പുറം അറബിക്കടൽ. അറബിക്കടലിനെ മുട്ടിയുരുമ്മിനില്ക്കുന്ന ഏഴിമല. ഏഴിമലയുടെ മുകളിൽ അസ്തമയത്തിന് തയ്യാറെടുത്തു നില്ക്കുന്ന സൂര്യൻ.

"സുഹാസിനി ഇതിനുമുൻപ് ഇവിടെ വന്നിട്ടുണ്ടോ?"

അറബിക്കടലിനേയും അസ്തമയസൂര്യനേയും നോക്കി ആസ്വദിച്ചിരിക്കുന്ന സുഹാസിനിയോട് നന്ദൻ ചോദിച്ചു.

"ഇവിടെ വന്നിട്ടില്ല. ഇതിന് താഴെയുള്ള ആഴിക്കരക്കാവിൽ അച്ഛനോടൊപ്പം പാട്ടുത്സവത്തിനുവന്നിരുന്നു."

"ഈ തുറ ഒരു കാലത്ത് കടലിന്റെ ഭാഗമായിരുന്നു. വപ്രയും ആഴിയും സംഗമിക്കുന്ന ഈ ഭൂമിക്ക് ആഴിക്കരയെന്ന് പേരു വന്നു."

"ആഴിക്കരക്കാവിലെ ഭഗവതിയുടെ കഥ സുഹാസിനിക്കറിയുമോ?"

"ഇല്ല."

"ആ ഭഗവതിക്കൊരു കഥയുണ്ട്. ആ കഥ പെരുണാനാണ് എന്നോട് പറഞ്ഞത്.

അറബ് നാട്ടിലെ ഒരു കപ്പൽ വ്യാപാരിയുടെ മകനാണ് പൂമാരൻ. പൂമാരൻ അച്ഛനോടൊപ്പം കച്ചിലപട്ടണത്തിൽ കപ്പലിൽ കച്ചവടത്തിന് വന്നിരുന്നു. പൂമാരൻ അറബ് നാട്ടിലെ രാജകന്യകയായ പൂങ്കന്നിയുമായി പ്രണയത്തിലായിരുന്നു. തിരിച്ചുപോയ പൂമാരൻ മലൈ നാട്ടിലെ മഹത്ത്വങ്ങൾ പൂങ്കന്നിയോട് പറഞ്ഞു. പൂങ്കന്നിക്ക് മലൈ നാട് കാണാൻ മോഹമുദിച്ചു. അവർ രണ്ടുപേരും ആരോടും പറയാതെ ഒരു മരക്കപ്പലിൽ മലൈ നാട്ടിലേക്ക് തിരിച്ചു. അലറിവരുന്ന തിരമാലകളിൽ കപ്പൽ ആഴ്ന്നു പോകുമോയെന്ന് തോന്നിയ നിമിഷങ്ങൾ പെട്ടെന്ന് കപ്പൽ സ്തംഭിച്ചതുപോലെ നിന്നു. ഒരിഞ്ച് മുന്നോട്ടുപോകുന്നില്ല. പൂങ്കന്നി ദൈവങ്ങളെ ഉള്ളുരുകി പ്രാർത്ഥിച്ചു. കപ്പലിന്റെ മുകൾത്തട്ടിൽ കയറി പൂമാരൻ ചുറ്റും നോക്കി. മനോഹരമായി വിരിഞ്ഞുനില്ക്കുന്ന ചെന്താമരപ്പൂക്കൾ. പൂമാരന് കാര്യം പിടികിട്ടി. ചെന്താമര തണ്ടുകൾക്കിടയിൽ കപ്പൽ കുടുങ്ങിയിരിക്കുന്നു. ചെന്താമര തണ്ടുകൾ അരിഞ്ഞുമാറ്റിയാലേ കപ്പൽ നീങ്ങുകയുള്ളൂ. പൂമാരൻ വജ്രസമാനമായ ഒരു കത്തിക്ക് കയർ കെട്ടി കത്തികടലിലേക്കെറിഞ്ഞു. ചെന്താമരത്തണ്ടുകൾ ഒന്നൊന്നായി അരിഞ്ഞുമാറ്റി.. അങ്ങനെ കുരുക്കിൽനിന്നും കപ്പൽ പുറത്തുകടന്നു. രണ്ടാഴ്ചത്തെ യാത്രയ്ക്കൊടുവിൽ അവർ ഏഴിമല കണ്ടു. അങ്ങനെയവർ ഈ ആഴിക്കരയിലെത്തി. ആഴിക്കരയിലടുത്ത കപ്പലിനരികിലേക്ക് ദേശവാസികൾ വന്നണഞ്ഞു. കപ്പലിലെ അറയിൽ പട്ടുവിരിച്ച പീഠത്തിൽ ഒരു ദേവതയെപ്പോലെ

അതിസുന്ദരിയായ ഒരു കന്യകയിരിക്കുന്നു കൂടെ ഒരു യുവാവും. പൂങ്കന്നിയേയും പൂമാരനേയും ദേശവാസികൾ ആഹ്ലാദത്തോടെ സ്വീകരിച്ചു. അവർക്ക് താമസിക്കാനിടം നല്കി. പൂമാരൻ കച്ചിലപട്ടണത്തിൽ വ്യാപാരത്തിലേർപ്പെട്ടു. അവരുടെ വിവാഹത്തിന് മുഹൂർത്തം കണ്ടു.

ആഴിക്കരക്കാരുടെ ഓമനകളായി അവർ ആഴിക്കരയിലും ചിപ്പിക്കുന്നിലും പൂമ്പാറ്റകളെപ്പോലെ ഉല്ലസിച്ച് നടന്നു.

ഒരുനാൾ ഈ ചിപ്പിക്കുന്നിൽ വെച്ച് സർപ്പദംശനമേറ്റ് പൂങ്കന്നി മരണപ്പെട്ടു. പൂങ്കന്നിയുടെ വിയോഗദുഃഖം സഹിക്കാൻ കഴിയാതെ പൂമാരൻ ആഴിയിൽ ചാടി ജീവനൊടുക്കി. അവരുടെ വേർപാട് ദേശവാസികളെ ദുഃഖത്തിലാഴ്ത്തി. അവർ പൂങ്കന്നിയേയും പൂമാരനേയും ആചാരമര്യാദയോടെ സംസ്കരിച്ചു. പിന്നീട് നാട്ടിൽ ചില ദുർലക്ഷണങ്ങൾ കണ്ടപ്പോൾ കണിശനെ വരുത്തി കണിശം നോക്കി. ആഴികടന്നു വന്ന പൂങ്കന്നി ദേവതയാണെന്നും പൂമാരൻ ഗന്ധർവ്വനാണെന്നും അവരെ കുടിയിരുത്തി പരിപാലിക്കണമെന്നും കണിശത്തിൽ കണ്ടത്രെ. അങ്ങനെ ദേശവാസികൾ പൂങ്കന്നിക്ക് അറകെട്ടി ആരാധിക്കാൻ തുടങ്ങി. അതിനു മുന്നിൽ പൂമാരനും ഒരു തറകെട്ടി. അങ്ങനെ ഇന്തോ ആര്യവംശജയായ പൂങ്കന്നി ആഴിക്കരക്കാരുടെ ദേവതയായി."

"അറബ് നാട്ടിലും ആര്യവംശജരുണ്ടായിരുന്നോ?" അവർ ഇസ്ലാം വിശ്വാസികളല്ലേ?

"ഇസ്ലാം മതം രൂപം കൊള്ളുന്നതിനും എത്രയോ മുൻപാണിത്. മദ്ധ്യ പൂർവ്വേഷ്യൻ രാജ്യത്തുണ്ടായിരുന്ന ഇന്തോ ആര്യൻമാർ ലോകത്തിന്റെ പല ഭാഗങ്ങളിലേക്കും സഞ്ചരിച്ചു. അവർ ഒരിടത്തും ഒതുങ്ങിക്കഴിഞ്ഞില്ല. യൂറോപ്പിലേക്കും പശ്ചിമേഷ്യയിലേക്കും ഇന്ത്യയിലേക്കുമെല്ലാം അവർ സഞ്ചരിച്ചു. സൂര്യനും വരുണനും ഇന്ദ്രനും ശിവനുമെല്ലാം അവരുടെ ദേവന്മാരായിരുന്നു. അറബ് നാട്ടിലെ പല രാജകുടുംബങ്ങളുടെയും അടിവേരുകൾ കിടക്കുന്നത് ഈ ഇന്തോ ആര്യവംശത്തിലാണ്. മറുനാട്ടിൽ നിന്ന് മരക്കപ്പലിൽ വന്നവരെല്ലാം ആര്യറ്നാട്ടിൽ നിന്നാണെന്നാണ് പഴയ പാട്ടുകളിലെല്ലാം കാണുന്നത്.

ആര്യറ് നാട്ടിൽ പിറന്ന കന്നി
കോലത്ത് നാട് കിനാക്കണ്ടിനി...."

ഇരുപത്

പെരുന്തുറയിലൂടെ പുന്നക്കരയിലേക്ക് പുതുതായി ഉണ്ടാക്കിയ റോഡിലൂടെ നന്ദൻ പുന്നക്കരയിലേക്ക് പോകുമ്പോൾ സൂര്യൻ ചിപ്പിക്കുന്നിന്റെ മുകളിൽ നിന്നും ഏഴിമലയുടെ ഭാഗത്തേക്ക് നീങ്ങിയിരുന്നു. പെരുന്തുറയിൽ വെള്ളം നിറഞ്ഞുകിടക്കുകയായിരുന്നു. വെള്ളത്തിനു മീതെ പൂത്തുനില്ക്കുന്ന പൂത്താലി മനോഹരമായ കാഴ്ചയായിരുന്നു. തോട്ടുചിറകളിലെ കൈതക്കാടുകൾക്കിടയിലും ചിറവരമ്പുകളിലും ദേശാടനപ്പക്ഷികൾ. പണ്ട് കരിഞ്ചനും കീരിപ്പാലയും കൃഷിചെയ്തിരുന്ന

കൈപ്പാട് പ്രദേശം പോട്ടപ്പുല്ല് കൈയടക്കിയിരിക്കുന്നു. അതിനിടയിൽ കുട്ട്യപ്പയുടെ പോത്തുകൾ ഇളകി മേയുന്നുണ്ട്. പെരുന്തുറയിലെ പ്രമാണിയായ കർഷകനാണ് കുട്ട്യപ്പ. കൈപ്പാട് ഭൂമിയിൽ നല്ലൊരു ഭാഗം അയാളുടെ കൈവശമാണ്. വെള്ളം കയറി നെൽകൃഷി നശിക്കാൻ തുടങ്ങിയപ്പോൾ കുട്ട്യപ്പ നെൽകൃഷി നിർത്തി. അതോടെ കൈപ്പാട്ടിൽ പോട്ടപ്പുല്ല് വളർന്നു. അവിടെ പോത്ത്കൃഷിയാണ് ആദായകരമെന്ന് കണ്ട കുട്ട്യപ്പ ഡസൻക്കണക്കിന് പോത്തുകുട്ടികളെ വാങ്ങി കൈപ്പാട്ടിലിറക്കി. ആളുകൾ കുട്ട്യപ്പയെ കുറ്റപ്പെടുത്തിയും പ്രകീർത്തിച്ചും സംസാരിച്ചു. കുട്ട്യപ്പ കണ്ണ് കണ്ട കൃഷിക്കാരനാണ്.

റോഡ് വരുന്നതിനുമുൻപ് പെരുന്തുറയിൽ വെള്ളം കയറിയാൽ പുന്നക്കരക്കാർക്ക് പുറനാടുകളുമായി ബന്ധപ്പെടാൻ പ്രയാസമായിരുന്നു. പെരുന്തുറയിലെ വയൽവരമ്പിലൂടെ അരയോളം വെള്ളത്തിൽ നടന്നാണ് പുന്നക്കരക്കാർ പാഴിയങ്ങാടിയിലേക്കും പയ്യന്നൂരിലേക്കും പോയിരുന്നത്. കെ സി ആർ എം എൽ എ പെരുന്തുറ റോഡിന് ഫണ്ട് അനുവദിച്ചു. അങ്ങനെയാണ് പുന്നക്കരക്കാർക്ക് ശാപമോക്ഷം കിട്ടിയത്.

റോഡിലൂടെ നടക്കുമ്പോൾ പോത്തിനെ തെളിക്കാൻ വന്ന കുട്ട്യപ്പ നന്ദനെ കണ്ടു.

“നന്ദനെങ്ങോട്ടാണ്?”

“തറവാട്ടിലേക്കാണ്. തറവാട്ടിൽ പോയിറ്റ് ഒരുപാട് നാളായി. നെൽക്കൃഷിയെല്ലാംവിട്ട് പോത്ത് കൃഷിയായി അല്ലേ?”

“പിന്നെന്ത് വേണ്ട്. ജീവിക്കണ്ടെ. നെൽകൃഷിമാത്രം നോക്കി നടന്നാൽ വായിൽ പോവില്ല.”

“നെൽകൃഷി അഭിവൃദ്ധിപ്പെടുത്തണമെന്നല്ലേ സർക്കാർ പറയുന്നത്.”

“സർക്കാര് പറഞ്ഞിട്ടെന്താ കാര്യം. ഇവിടെ പണിക്കാളുണ്ടോ. ഇനി വന്നാൽത്തന്നെ പണ്ടത്തെപ്പോലെ പണി എടുക്കോ. പണ്ട് ഒരു സേർ നെല്ലാണ് ഒരുപണിക്കാരത്തീടെ കൂലി. ഇന്ന് മുന്നൂറും ചായീം ചോറും കൊടുത്താലും ആളില്ല. എല്ലാവരും മണ്ണ് തൊടീക്കാതെ മക്കളെ പഠിപ്പിച്ചു. അവര് ഉദ്യോഗം നോക്കി നടക്കലാണ്. പിന്നെങ്ങനാ കൃഷി നടത്തണ്ട്.”

“പണ്ടത്തെപ്പോലെ അടിമക്കൂലിക്ക് പണിയെടുക്കണം എന്ന് നമുക്ക് പറയാൻ പറ്റുമോ? അവർക്കും ജീവിക്കണ്ടേ?”

“അതൊക്കെ ശരിതന്നെ. കൃഷികൊണ്ട് കൃഷിക്കാരന് മൊതലാവണ്ടെ? ഇവിടെ ജന്മിത്തം അവസാനിച്ച് കൃഷിക്കാരന് ഭൂമി കിട്ടി. അവന്റെ കൃഷി ആദായകരമാക്കാൻ പിന്നെ എന്തെങ്കിലും ചെയ്തോ?”

“സർക്കാർ സബ്സിഡിയൊക്കെ കൊടുക്കുന്നില്ലേ?”

“അതുകൊണ്ടെന്ത് കാര്യം? കാലിപൂട്ടി വിത്തെറിഞ്ഞ് പോകും. പിന്നെ കളപറിക്കൂല. കളകൂടിയാൽ നെല്ല് കിട്ടൂല. കൃഷി സമയത്തിന് നടക്കണം. ഇല്ലെങ്കിൽ ഒരു കാര്യവുമില്ല.”

ഇപ്പോഴും ഒരു നല്ല കർഷകനായി തോർത്ത് മുണ്ടുടുത്ത് കൈപ്പാട്ടിൽ പോത്തുകളോടൊപ്പം നടക്കുന്ന കുട്ട്യപ്പാട്ടൻ പറയുന്നതിൽ ചില

സത്യങ്ങളുണ്ടെന്ന് നന്ദനും തോന്നി. ആധുനികകാലത്തിനനുയോജ്യമായ നിലയിൽ കൃഷിയെ ശാസ്ത്രീയമായി വികസിപ്പിക്കേണ്ടതുണ്ട്. ജന്മിത്തം അവസാനിപ്പിച്ചതല്ലാതെ അതിന്റെ തുടർ പ്രക്രിയ നടന്നില്ല. അതാണ് പോത്ത് കൃഷിയിലേക്കെല്ലാം കുട്ട്യപ്പയെപോലുള്ള പ്രധാന കർഷകർ നീങ്ങിയത്. തറവാട്ട് വീട്ടിലെത്തുമ്പോൾ പറമ്പിൽ പച്ചക്കറിയെ പരിപാലിക്കുന്ന തിരക്കിലായിരുന്നു നന്ദന്റെ ഇളയമ്മ സരസ്വതിയമ്മ..

"പച്ചക്കറിയൊക്കെ കായ്ച്ചോ?"

ഇളയമ്മയുടെ ശ്രദ്ധ തിരിക്കാൻ നന്ദൻ ചോദിച്ചു.

"കായ്ച്ച് വരുന്നതേയുള്ളൂ. നിനക്കിങ്ങോട്ടുള്ള വഴിയൊക്കെ അറിയോ?"

"ഞാൻ ഒരു വർഷക്കാലമായി ട്രെയിനിങ്ങിലല്ലേ?"

"അത് ഞാനറിഞ്ഞിനി. നിനക്കെവിടെയെങ്കിലും ജോലി ശരിയായോ?"

"അതിന് ശ്രമിക്കുന്നുണ്ട്. ദിനേശൻ കമ്പനിയിൽ പോകാറില്ലെ?"

"ഇന്ന് പോയിറ്റ്ണ്ട്. ഇപ്പം പണിയെല്ലാം കൊറവാണ്."

"ഇപ്പോൾ കറവില്ലേ?"

"അതും കൊറഞ്ഞു. രണ്ട് പശു ഉണ്ടായതിലൊന്നിനെ വിറ്റു."

"നീ എറേത്ത് കേറി ഇരിക്ക് മോനെ. ഞാനിപ്പം വരാം."

ഇളയമ്മ കാലും കൈയും കഴുകി അകത്തേക്ക് പോയി.

നന്ദൻ തറവാട് വീടിന്റെ പടിഞ്ഞാറെ വരാന്തയിലിരുന്ന് പടിഞ്ഞാറോട്ട് നോക്കി. തറവാട്ട് പറമ്പിനും പെരുന്തുറയ്ക്കും ഇടയിലുള്ള പടന്നപ്പാടത്ത് നെല്ല് കതിരിട്ട് നില്ക്കുന്നു. പടന്നപ്പാടം മൂന്ന് വിളയെടുക്കുന്ന പാടമാണ്. നെൽകൃഷി കഴിഞ്ഞാൽ ഉഴുന്നും മുതിരയും കൃഷി ചെയ്യും. അതു കഴിഞ്ഞാൽ പച്ചക്കറി. പ്രധാനമായും വെള്ളരി കൃഷിയായിരുന്നു. അതുകൊണ്ട് വെള്ളരിക്കണ്ടം എന്നും പടന്നപ്പാടത്തെ വിളിക്കാറുണ്ട്. വിശാലമായ പടന്നപ്പാടത്തിന്റെ നടുവിൽ രണ്ടു വീടുകൾ വന്നിരിക്കുന്നു.

"നന്ദേട്ടൻ നേരത്തെ വന്നോ?"

ദിനേശൻ പിറകിൽനിന്ന് ചോദിച്ചു.

"ഇപ്പോ വന്നതേയുള്ളൂ. ഞാൻ നിന്നെ അന്വേഷിച്ചപ്പോൾ കമ്പനിയിൽ പോയെന്ന് പറഞ്ഞു. പണിയുണ്ടോ?"

"പണിയെല്ലാം കുറവാണ്. ഇന്നൊരുപാവ് കിട്ടീറ്റ്ണ്ട്. അത് മഗ്ഗത്തിൽ കേറ്റീട്ടാണ് വരുന്നത്. കൈത്തറിയുടെ കാര്യെല്ലം പോക്കാണ്."

"എന്താണ് കാരണം പറയുന്നത്?"

"ഓർഡറില്ല എന്നാണ് പറയുന്നത്. കൈത്തറിയുടെ പേരിൽ യന്ത്രത്തറിയിൽ നെയ്ത തുണിയാണ് കയറ്റിയയക്കുന്നത്."

"എല്ലാ രംഗത്തും കാലോചിതമായ മാറ്റം വേണം. ഇല്ലെങ്കിൽ നിലനില്ക്കാനാവില്ല." അതിനിടയിൽ സരസ്വതിയമ്മ രണ്ടുപേർക്കും ചായയും പൂവൻപഴവും കൊണ്ടുവച്ചു.

"നീ കല്യാണത്തിന്റെ പരിപാടിയൊന്നും നോക്കുന്നില്ലേ നന്ദാ? ഈ കന്നിയിലേക്ക് ഇരുപത്തൊമ്പത് തികഞ്ഞില്ലേ?"

ചായ കുടിക്കുന്നതിനിടയിൽ സരസ്വതിയമ്മ ചോദിച്ചു.

"നോക്കുന്നുണ്ട്."

"ഏടെയ്യെങ്കിലും കണ്ടോ?"

"കണ്ടിട്ടുണ്ട്."

"ഏട?"

"നമ്മുടെ മരിച്ചുപോയ എൻ സിയുടെ മകളാണ്."

"അവര് നമ്മളെ ജാതിയല്ലല്ലോ."

"ജാതിയൊന്നും നോക്കുന്നില്ല."

"അവര് ടീച്ചറല്ലെ നന്ദേട്ടാ?"

"അതെ. ട്യൂട്ടോറിയൽ കോളേജിൽ ക്ലാസെടുക്കുന്നുണ്ട്. ദിനേശനറിയുമോ?"

"അറിയാം, കുഴപ്പമില്ല."

"ഞാൻ ഒന്നും പറീന്നില്ല. എല്ലാം നിങ്ങളുടെ ഇഷ്ടം പോലെ നടക്കട്ട്."

അതു പറഞ്ഞ് സരസ്വതിയമ്മ അകത്തേക്ക് പോയി.

"റോഡ് വന്നതോടെ പുന്നക്കരയ്ക്ക് വലിയ മാറ്റം വന്നില്ലേ. മൊട്ടക്കെ സ്കൂൾ ഹൈസ്കൂളായി. അംഗൻവാടി, വായനശാല എല്ലാം വന്നില്ലേ."

"പക്ഷേ, ആളുകൾക്ക് വലിയ മാറ്റമൊന്നും വന്നിട്ടില്ല."

"അതൊക്കെ മാറും. മുമ്പ് പുന്നക്കരയിൽ ആകെ രണ്ട് മാഷന്മാരായിരുന്നു സർക്കാരുദ്യോഗസ്ഥരായിട്ട് ഉണ്ടായിരുന്നത്. ഇപ്പോൾ കുറെ ചെറുപ്പക്കാർ സർക്കാരുദ്യോഗസ്ഥരായില്ലേ. പത്താം ക്ലാസുപോലും പാസാകാതെ പാതി വഴിക്ക് പഠിപ്പ് നിർത്തി പണിക്കിറങ്ങിയവരായിരുന്നു പഴയ കാലത്തെ ചെറുപ്പക്കാർ. ഇന്ന് പ്രീഡിഗ്രിയെങ്കിലും ഇല്ലാത്ത ചെറുപ്പക്കാർ വിരളമാണ്. നീ പ്രീഡിഗ്രി പാസായതല്ലേ. തൊഴിൽ അപേക്ഷയൊന്നും അയക്കാറില്ലേ?"

"അയക്കാറുണ്ട്. ഇപ്പോൾ ഒരു റാങ്ക് ലിസ്റ്റിലുണ്ട്. പക്ഷേ, അതിന്റെ കാലാവധിക്കുള്ളിൽ നിയമിക്കുന്നില്ലല്ലോ?"

"അതിന് സർക്കാരിന്റെ പിൻവാതിൽ നിയമനം അവസാനിപ്പിക്കണം. ഇപ്പോഴത്തെ സർക്കാരിന്റെ നയമാണ് അതിനുകാരണം. അടുത്ത ഇലക്ഷനിൽ ഭരണമാറ്റം വന്നാൽ നമുക്ക് നോക്കാം."

"ദിനേശാ, സരസ്വതിയില്ലേ?"

സരസ്വതിയമ്മയെ ചോദിച്ചുകൊണ്ട് കരമനയില്ലത്തെ സാവിത്രി അന്തർജ്ജനം കൈയിലുള്ള അരിസഞ്ചി ഇറയത്തിന്റെ ഇരുത്തിയിൽ വെച്ചു കൊണ്ട് ചോദിച്ചു.

"അമ്മ അകത്തുണ്ട് ഞാൻ വിളിക്കാം."

"ഇല്ലത്തമ്മയ്ക്ക് ചായ വേണോ?"

പുറത്തേക്ക് വന്ന സരസ്വതിയമ്മ ചോദിച്ചു.

"കിട്ടിയാൽ കുടിക്കാ."

സരസ്വതിയമ്മ അവർക്ക് ചായയും പഴവും കൊടുത്തു. ചായ കുടിച്ചശേഷം അവർ റേഷൻകാർഡും അരിയും ഏല്പിച്ച് തിരിച്ചുപോയി.

"ഇല്ലത്തമ്മയിപ്പോൾ അരിവാങ്ങിക്കൊടുക്കുന്ന ജോലിയും തുടങ്ങിയോ? ഒരു കാലത്ത് എങ്ങനെ ജീവിച്ചവരായിരുന്നു ഇവരൊക്കെ. വാരവും പാട്ടവും പെട്ടെന്ന് നിലച്ചപ്പോൾ പല കുടുംബങ്ങളും പട്ടിണിയുടെ വക്കിലായി."

"എങ്ങനെയെങ്കിലും ജീവിക്കണ്ടെ? തെക്കൻ തിരുവിതാംകൂറിന്ന് കരമനനമ്പൂതിരി കല്യാണം കയിച്ച് കൊണ്ടന്നതാണ്. ആട നല്ല കോപ്പുള്ള കുടുംബത്തിലായിരുന്നു അവര്. ഈടത്തെ നമ്പൂരിനെ കെട്ട്യപിന്ന അതിന്റെ കോലം കെട്ടു. ഒരു മോനുണ്ട്. അത് ചെറുപ്പത്തിലെ നാട് വിട്ട്നി." സരസ്വതിയമ്മ പറഞ്ഞു.

"നമ്പൂതിരി ശാന്തിക്ക് പോകുന്നില്ലേ? ഇവരെ ഇങ്ങനെ നടക്കാൻ വിടുന്നത് മോശമല്ലേ?"

"അയാൾക്ക് ശാന്തിയൊക്കെയുണ്ട്. അങ്ങ് കണ്ണൂരിലെ ഏതോ അമ്പലത്തിലാണ്. ആടീം അയാക്കൊരു ഓള്ണ്ട്ന്നാ കേക്കുന്നത്. ആടത്തന്ന്യാണ് അയാളധികും താമസം. ഇല്ലത്തമ്മയ്ക്ക് ഒന്നും കൊടുക്കൂല. പിന്നെ ജീവിക്കണ്ടെ? നാട്ടിലുള്ളോർക്ക് അരീം സാധനോം വാങ്ങി എത്തിക്കും. അവര് കൊടുക്കുന്നത് വാങ്ങും അങ്ങോട്ടൊന്നും ചോദിക്കൂല."

"ഇതൊരു പീഡനമല്ലേ?"

നന്ദന്റെ ധാർമ്മിക രോഷം ഉണർന്നു.

"അതിന് അവർക്കാരോടും പരാതി ഒന്ന്വല്ല. ഉള്ളിലെ അമർഷം ഇങ്ങനെ നടന്നു തീർക്കുന്നു."

ദിനേശൻ പറഞ്ഞു.

"ചന്ദ്രേട്ടനെ കണ്ടിട്ട് ഒരുപാട് നാളായി, എന്തുണ്ട് ഇപ്പോൾ സ്ഥിതി?" നന്ദൻ ചോദിച്ചു.

"സ്ഥിതിയൊക്കെ മോശം തന്നെ. പണ്ട് കമ്പനി നടത്തുന്ന കാലത്ത് എടുത്തുവെച്ച സ്ഥലങ്ങളെല്ലാം വിറ്റുതീർന്നു. ഏടത്തിയമ്മയുടെ പേരിൽ കുറച്ച് റബ്ബർ തോട്ടമുണ്ട്. അതുകൊണ്ട് ജീവിച്ചുപോകുന്നുണ്ട്."

"എഴുപതുകളിൽ കോറത്തുണിക്ക് ഡിമാന്റ് വന്ന കാലം. അന്ന് നാട്ടിൽ മുക്കിലും മൂലയിലും നെയ്ത്ത്കമ്പനികളായിരുന്നു. ആഴ്ചയിൽ അന്ന് ആയിരം രൂപ വരെ കൂലി കിട്ടും. അന്നത്തെ മികച്ച കൂലിയാണത്. അന്നാണ് ചന്ദ്രേട്ടൻ കമ്പനി ജോലി മതിയാക്കി സ്വന്തമായി കമ്പനി തുടങ്ങിയത്. ഒരു ഡസനോളം തൊഴിലാളികൾ ചന്ദ്രേട്ടന്റെ കമ്പനിയിൽ പണിക്കുണ്ടായിരുന്നു. ആളൊരു സാധുവാണ്. ആര് ചോദിച്ചാലും കൈയിൽ കാശുണ്ടെങ്കിൽ കൊടുക്കും. ഒന്നിച്ച് കൂട്ടി കള്ള് വാങ്ങിക്കൊടുക്കും. അക്കാലത്ത് അങ്ങനെ പലരും അദ്ദേഹത്തെ പറ്റിച്ചിരുന്നു."

"നമ്മുടെ ചെറിയമ്മ സുഖമില്ലാതെ കിടക്കുകയാണ്. ഞാൻ അതു വഴി വരുമ്പോൾ അവർ നന്ദേട്ടനെ അന്വേഷിക്കാറുണ്ട്."

"അമ്മയുടെ അടുത്ത ആളാണ്. അമ്മയും കാണണമെന്ന് പറയാ

റുണ്ട്. ഒരു കാലത്ത് ഈ നാട്ടിലെ പ്രസവം മുഴുവൻ എടുത്തത് അവരുടെ കൈകൊണ്ടായിരുന്നു. ഇളയമ്മ നിന്നെ പ്രസവിക്കുന്ന സമയത്ത് ഞാനും അച്ഛനുമാണ് ചെറിയമ്മയെ വിളിക്കാൻ പോയിരുന്നത്. നിന്റെ അച്ഛനന്ന് ഇവിടെയില്ലായിരുന്നു.

'എന്റമ്മോ എനിക്ക് വയ്യാ' എന്ന ഇളയമ്മയുടെ കരച്ചിൽകേട്ടാണ് ഞാനുണർന്നത്. ഇറയത്ത് അച്ഛന്റെകൂടെ കിടക്കുകയായിരുന്നു ഞാൻ. അപ്പോഴേക്കും അച്ഛനും ഉണർന്നു.

അകത്തുനിന്നും വാതിൽ തുറന്ന് അമ്മാമ്മ പുറത്തേക്കുവന്നു.

'എടാ നന്ദാ, നീ അച്ഛനേയും കൂട്ടി ചെറിയേന വിളിച്ചോണ്ടുവാ. നിന്റെ എളേമ്മക്ക് ഈറ്റ് നോവ് തുടങ്ങി.' അത് അച്ഛൻ കേൾക്കാൻ പറഞ്ഞതായിരുന്നു. അച്ഛൻ ഒരു ഓലച്ചൂട്ട് കത്തിച്ച് പുറത്തേക്കിറങ്ങി, കൂടെ ഞാനും. കുറ്റിക്കാടും പാറക്കെട്ടും നിറഞ്ഞ പുറമ്പറമ്പിലെ ഒറ്റയടിപ്പാതയിലൂടെ ചന്തുപ്പണിക്കരുടെ കുടിലിലേക്ക് നടന്നു. പേര് കേട്ട കോലധാരിയായിരുന്നു ചന്തുപ്പണിക്കർ. ഒരു വീഴ്ചയിൽ കാലൊടിഞ്ഞുപോയി. അതിനുശേഷം തെയ്യം കെട്ടിയിട്ടില്ല.

അച്ഛൻ പണിക്കരെ നീട്ടിവിളിച്ചു.

ചെറിയമ്മയാണ് വിളികേട്ടത്. ഉണർന്നെണീറ്റ ചെറിയമ്മയും മകളും വാതിൽ തുറന്ന് ഞങ്ങളെ നോക്കി.

'എന്തിനാ തമ്പ്രാക്കള് വന്നത് അമ്മ തമ്പ്രാക്കൾക്ക് വേദന വല്ലതും.............'

'ഉം' അച്ഛൻ ഒന്നു മൂളി.

'അടിയൻ ഇപ്പൊ വരാം' എന്ന് പറഞ്ഞ് ചെറിയമ്മ അകത്തേക്ക് പോയി വെറ്റിലയെടുത്ത് ധൃതിയിൽ മുറുക്കി. പിന്നെ നേരത്തെ തയ്യാറാക്കിവെച്ച പച്ച മരുന്നെടുത്ത് മടിക്കുത്തിൽവെച്ച് ഒരു തോർത്തുമുണ്ടെടുത്ത് മാറിലേക്കിട്ട് മാറുമറയ്ക്കാത്ത ചെറിയമ്മ വാതിലടച്ച് ഞങ്ങളുടെ പിന്നാലെ നടന്നു. വീട്ടിലെത്തിയ ഉടനെ ചെറിയമ്മ അകത്തേക്ക് പോയി. ഇളയമ്മയുടെ ഞരക്കവും കരച്ചിലും കൂടിക്കൊണ്ടേയിരുന്നു.

'ഇപ്പൊ ശരിയാവും' ചെറിയമ്മ ആശ്വസിപ്പിച്ചുകൊണ്ടേയിരുന്നു. ഇറയത്തെ ഈ ഇരുത്തിയിലെ തൂണും ചാരി വിഷമത്തോടെ ഞാനിരുന്നു. അകത്ത് കുട്ടിയുടെ കരച്ചിൽ കേട്ടു. ചെറിയമ്മയുടെ കൈയിലിരുന്ന് കുട്ടി കരയുകയായിരുന്നു. ഇളയമ്മയുടെ കരച്ചിൽ നിന്നിരുന്നു.

'കുട്ടി ആണാണ്. നന്ദാ, നീ മട്ടലെടുത്ത് മുറ്റത്തടിക്ക്.'

അമ്മാമ്മ പുറത്തേക്ക് വന്ന് പറഞ്ഞു. ഞാൻ മുറ്റത്തിന്റെ തുമ്പത്തുണ്ടായിരുന്ന മട്ടലെടുത്ത് മുറ്റത്ത് പട പടാ അടിച്ചു.

അപ്പോഴേക്കും നേരം പുലർന്നിരുന്നു.

ഇപ്പോൾ അതെല്ലാം പോയി. എല്ലാ പ്രസവങ്ങളും ആശുപത്രിയിലായില്ലേ. അവരെ കണ്ടിട്ടുവരാം പ്രായമുള്ളവരല്ലേ."

"അതിന്റെ അടുത്ത വീട്ടിലെ കണ്ണൻ മേസ്ത്രിയും കിടപ്പിലാണ്. അയാൾക്ക് നന്ദേട്ടനെ വലിയകാര്യമാണ്. അവിടെയും കേറിക്കോ."

നന്ദൻ ചെറിയമ്മയെ കാണാൻ പോകുമ്പോൾ വഴിയിൽവെച്ച് മാതിയേച്ചിയെ കണ്ടു.

"നിന്നെ ഇങ്ങോട്ടൊന്നും കാണുന്നില്ലല്ലോ മോനേ?"

"പല തിരക്കുകൾ കൊണ്ടാണ് വരാത്തത്."

"മുരളിയെ കാണാറില്ലേ. ഓൻ ഇങ്ങോട്ടൊന്നും വരാറേയില്ല."

"ഞാൻ അവനോട് പറയാം."

അത് പറഞ്ഞ് നന്ദൻ നടന്നു.

ചെറിയമ്മയുടെ വീട്ടിലെത്തിയ നന്ദനെ കണ്ടപ്പോൾ ചെറിയമ്മയ്ക്ക് വലിയ സന്തോഷമായി.

"നിനക്ക് ഇടയ്ക്കൊക്കെ ഇങ്ങോട്ട് വന്നൂടേ മോനേ?"

"നേരം കിട്ടാത്തതുകൊണ്ടാണ് ചെറിയമ്മേ. ചെറിയമ്മയുടെ കൂടെ മക്കൾ ആരൊക്കെയുണ്ട്?"

"എന്റെ കമലമോള് മാത്രമേയുള്ളൂ. ഓളെ കല്യാണം കഴിഞ്ഞിറ്റ. മോന് കുടിക്കാൻ എന്തെങ്കിലും ആക്കട്ടെ?"

"ഇപ്പോൾ ഒന്നുംവേണ്ട. ഞാൻ തറവാട്ടിൽനിന്ന് ചായകുടിച്ചിട്ടാണ് വരുന്നത്. എനിക്കൊന്ന് കണ്ണൻ മേസ്തിരിയെ കാണണം."

"കണ്ണൻ മേസ്തിരിയുടെ കാര്യം മോശന്നെ മോനെ. ഇപ്പൊ കെടപ്പിലായി."

"എന്നാൽ ഞാനിറങ്ങട്ടെ."

"പോട്. ഭാനു തമ്പ്രാക്കളെ കണ്ടിട്ട് ഒരുപാടായി. ഞാൻ ചോദിച്ചൂന്ന് പറയണം."

"പറയാം."

ചെറിയമ്മയുടെ വീട്ടിൽനിന്ന് ഇറങ്ങി കണ്ണൻ മേസ്ത്രിയുടെ വീട്ടിലേക്ക് കയറുമ്പോൾ ആരുമുണ്ടായിരുന്നില്ല. പഴയവീടിന്റെ ഞാലിപ്പുരയിലാണ് കണ്ണൻ മേസ്ത്രി കിടക്കുന്നത്. വെളിച്ചം കുറവായിരുന്നു ആ മുറിയിൽ. നന്ദനെ കണ്ടപ്പോൾ കണ്ണൻ മേസ്ത്രി എഴുന്നേറ്റിരുന്നു.

"ആരാണ് കൂടെയുള്ളത്?"

"ആരുമില്ല. ആറുമാസംമുൻപ് അമ്മ മരിച്ചതിൽ പിന്നെ അപ്പുറം താമസിക്കുന്ന പെങ്ങളാണ് ഭക്ഷണം തരുന്നത്. ഇവിടെയിങ്ങനെ ഒറ്റയ്ക്ക് കിടക്കും."

"ഇപ്പോൾ തെരുവിലേക്ക് വരാറില്ലേ?"

"വരാറുണ്ട്. ഇപ്പോൾ പണിയെടുക്കാനൊന്നും കഴിയുന്നില്ല. പലപ്പോഴും ജീവിതം അവസാനിപ്പിക്കണമെന്ന് തോന്നാറുണ്ട്."

"അവസാനിപ്പിക്കുന്നത് എളുപ്പമുള്ള കാര്യമല്ലേ."

"ഇനി ആർക്കുവേണ്ടിയാണ് നന്ദാ ജീവിക്കേണ്ടത്. ആർക്കും വേണ്ടാത്ത ഒരു പാഴ്ജന്മമായില്ലേ ഞാൻ."

കണ്ണൻ മേസ്ത്രി അതു പറഞ്ഞ് കണ്ണ് തുടച്ചു. കണ്ണൻ മേസ്ത്രിയേയും കണ്ടു മടങ്ങുമ്പോൾ ഇരുട്ട് പരന്നിരുന്നു. പല ജീവിതങ്ങളെക്കുറിച്ചും ചിന്തിച്ച് നന്ദന്റെ മനസ്സിനും വിങ്ങലുണ്ടായി.

ഇരുപത്തി ഒന്ന്

നന്ദൻ രാവിലെ കോളേജിൽ ക്ലാസെടുക്കാനെത്തുമ്പോൾ അദ്ധ്യാപകരും വിദ്യാർത്ഥികളും കോളേജ് വരാന്തയിൽ കൂടിനില്ക്കുന്നത് കണ്ടു.

"എന്താണ് എല്ലാവരും ഇങ്ങനെ കൂടിനില്ക്കുന്നത്?"

"നമ്മുടെ നന്ദിനിയെ രണ്ടുപേർ മാനഭംഗപ്പെടുത്താൻ ശ്രമിച്ചു."

ഉണ്ണിമാഷ് പറഞ്ഞു.

"എവിടെവച്ച്?"

"പാഴിപ്പാറയിൽവച്ച്. നന്ദിനി കോളേജിലേക്ക് രാവിലെ ക്ലാസിന് വരികയായിരുന്നു. അപ്പോഴാണ് അവർ കയറിപ്പിടിക്കാൻ ശ്രമിച്ചത്. അവൾ നിലവിളിച്ചപ്പോൾ അതുവഴി കാവിലേക്ക് പോകുന്ന രണ്ടുപേരുടെ ശ്രദ്ധയിൽപ്പെട്ടു. അവരെ കണ്ടപ്പോൾ ആ തെമ്മാടികൾ ഓടിപ്പോയി."

"അവരാരാണെന്ന് അറിയുമോ?"

"വെൺകരയിൽ ഉള്ളവരാണ് എന്നാണ് കേട്ടത്. അവർക്ക് ഭരണസ്വാധീനം ഉണ്ടെന്നാണ് കേൾക്കുന്നത്."

"എന്തു സ്വാധീനമുള്ളവരായാലും തരക്കേടില്ല. ഇത്തരം തെമ്മാടികളെ അധികം വിലസാൻ അനുവദിച്ചുകൂടാ."

അടുത്തദിവസം നന്ദൻ മുരളിയെയും കൂട്ടി അതിലൊരാളെ പിടിച്ചു. അപ്പോഴുണ്ടായ ദേഷ്യത്തിൽ അഞ്ചാറ് അടിയും കൊടുത്തു. അത് കേസായി. മുന്നൂറ്റേഴ് വകുപ്പ് ചേർത്തായിരുന്നു കേസ്. കോടതി രണ്ടുപേരെയും റിമാൻഡ് ചെയ്തു കണ്ണൂർ സബ്ബ് ജയിലിലടച്ചു.

സെല്ലിൽ ചെറുമംഗലക്കാരനായ മുഹമ്മദിന്റെ കൂടെയാണ് രണ്ടുപേരെയും ലോക്കപ്പ് ചെയ്തത്. മുഹമ്മദിനെ നന്ദന് നേരത്തെ അറിയാമായിരുന്നു.

അടിയന്തരാവസ്ഥവരെ പാർട്ടിയുടെ പ്രതിഷേധ പ്രകടനങ്ങളിൽ ഉച്ചത്തിൽ മുദ്രാവാക്യം വിളിച്ചുകൊടുക്കുകയും ഏതു കുഴപ്പത്തിന്റെയും മുൻപിൽ നില്ക്കുകയും ചെയ്യുന്ന മുഹമ്മദ് അടിയന്തരാവസ്ഥയിൽ പാർട്ടി വിട്ടു. പിന്നീടയാൾ ഗൾഫിലേക്ക് പോയി. "ഇപ്പോൾ ഇവിടെ വരാൻ എന്താണ് കേസ്?"

നന്ദൻ മുഹമ്മദിനോട് ചോദിച്ചു.

"എന്റെ പേരിൽ ഒരു വാറണ്ടുണ്ട്. ഗൾഫിൽ നിന്ന് വന്നപ്പോൾ അതിന്റെ പേരിൽ പിടിച്ചതാണ്. ജാമ്യം കിട്ടുന്ന കേസാണ്. മുമ്പ് ആറ് മാസം ഈ സബ്ബ് ജയിലിൽ ഞാൻ കിടന്നിട്ടുണ്ട്.

"അതെന്തിന്?"

"അതൊരു കൊലക്കേസാണ്."

"എന്തായിരുന്നു സംഭവം?"

"ഏഴിപുരത്തെ പുഴയിൽനിന്നും മത്സ്യം പിടിക്കുന്നതുമായി ബന്ധപ്പെട്ട പ്രശ്നത്തിന്മേൽ സംഘർഷമുണ്ടായി. കണ്ടിലേലവുമായി ബന്ധപ്പെട്ടായിരുന്നു സംഘർഷം. കണ്ടിലേലത്തിനെടുത്ത ആമുഹാജി നാട്ടു

കാർ തോട്ടിൽ നിന്നും മീൻ പിടിക്കുന്നതു തടഞ്ഞു. നാട്ടുകാരത് കൂട്ടാക്കിയില്ല. ആമുഹാജി മലപ്പുറത്തുനിന്നും ഗുണ്ടകളെ ഇറക്കി. അവർ നാട്ടുകാരെ ഭീഷണിപ്പെടുത്താൻ തുടങ്ങി. ഒരു ദിവസം പുഴക്കരയിലെ കുനിയിൽ താമസിക്കുന്ന കാഞ്ഞിരന്റെ കുടിലിന് ആമുഹാജിയുടെ ഗുണ്ടകൾ തീവെച്ചു. കണ്ടിത്തുരുത്ത് ഗുണ്ടകളുടെ കേന്ദ്രമായി. അതോടുകൂടി ആ ഭാഗത്തേക്ക് ആരും മത്സ്യം പിടിക്കാൻ പോകാതായി. ഗുണ്ടാവിളയാട്ടം അവസാനിപ്പിക്കാൻ ഏഴിപുരത്തെ പ്രസ്ഥാനം തീരുമാനിച്ചു. അതിനുവേണ്ടി ചിലർ എന്നെ കാണാൻ ചെറുമംഗലത്തേക്ക് വന്നു. സംഘർഷമെന്നുകേട്ടാൽ അന്നെനിക്കൊരു ലഹരിയായിരുന്നു. ഞാനന്ന് അവരുടെ കൂടെ പോയി. കൂടെ എന്റെ ചങ്ങാതിയായ കോരനേയും കൂട്ടി രാത്രി ഒൻപതുമണിക്ക് ഏഴിപുരം കൈപ്പാട്ടിൽ ഞാൻ എത്തുമ്പോൾ ഇരുന്നൂറോളം നാട്ടുകാർ സംഘടിച്ചു നില്ക്കുന്നതാണ് കണ്ടത്. കുറച്ചകലെ കണ്ടിത്തുരുത്ത് മങ്ങിയ വെളിച്ചത്തിൽ ഞാൻ കണ്ടു. ആദ്യം പത്തുപേർ മാത്രം അങ്ങോട്ട് പോയാൽ മതി. ആളധികമായാൽ പാമ്പും ചാവില്ല. വിസിൽ കേട്ടാൽ മാത്രം മറ്റുള്ളവർ വന്നാൽ മതി. ഞാൻ പറഞ്ഞത് എല്ലാവരും അംഗീകരിച്ചു. എന്റെ നേതൃത്വത്തിൽ പത്തുപേരടങ്ങിയ സംഘം മുന്നോട്ട് നീങ്ങി. കണ്ടിത്തുരുത്തിനടുത്തെത്തിയപ്പോൾ കുറെ വൈക്കോൽ കൂനകളല്ലാതെ ആരെയും കാണാനില്ല. ഞങ്ങളുടെ കൂട്ടത്തിൽ നിന്നൊരാൾ ആ കൂനയിലേക്ക് ടോർച്ചടിച്ചു. അപ്പോൾ ആരെടാ ടോർച്ചടിക്കുന്നത് എന്ന് ചോദിച്ച് ആ കൂനയിൽ നിന്നൊരാൾ പുറത്തേക്ക് ചാടി. ഞാനയാൾക്ക് ആഞ്ഞൊരടികൊടുത്തു. അപ്പോഴേക്കും മറ്റ് കൂനകളിൽനിന്നും ഗുണ്ടകൾ പുറത്തേക്ക് ചാടി. പിന്നെ പൊരിഞ്ഞ അടിയായിരുന്നു. പുറത്തോട് പുറം തിരിഞ്ഞുനിന്നടിച്ചു. പിടിച്ചുനില്ക്കാൻ കഴിയില്ല എന്നു തോന്നിയപ്പോൾ വിസിലടിച്ചു. മാറിനിന്ന നാട്ടുകാർ നാലുഭാഗത്തുനിന്നും കണ്ടിത്തുരുത്തിനെ വളഞ്ഞു. ഞങ്ങളുടെ കൂട്ടത്തിൽ നിന്നാരോ അതിലൊരാളെ കൊടുവാൾ കൊണ്ട് വെട്ടി. ചെറുത്തുനില്ക്കാനാകാതെ ആമുഹാജിയുടെ ഗുണ്ടകൾ പുഴയിലേക്ക് ചാടി രക്ഷപ്പെട്ടു.

രാത്രി ഞാൻ ചെറുമംഗലത്തേക്ക് മടങ്ങി. പുഴയിൽ ചാടിയ ഗുണ്ടകളിലൊരാൾ മുങ്ങി മരിച്ചത് പിറ്റേന്നാണ് ഞാനറിഞ്ഞത്. അടുത്ത ദിവസത്തെ പത്രത്തിൽ പ്രതികളുടെ പേര് വന്നു. അതിൽ ഞാനും പെട്ടിരുന്നു. ആ കേസിൽ ആറു മാസക്കാലം ഒളിവിൽ കഴിഞ്ഞിരുന്നു. പിന്നെ പൊലീസിന് കീഴടങ്ങി. ആറുമാസം ഈ ജയിലിൽ കിടക്കുകയും ചെയ്തു."

"ആ കേസ് പിന്നീടെന്തായി?"

"ഗുണ്ടാസംഘത്തിൽ പെട്ട ഒരു മലപ്പുറക്കാരനായിരുന്നു സാക്ഷി. കോടതി അയാളുടെ മൊഴി അംഗീകരിച്ചില്ല. ആ കേസ് വെറുതേ വിട്ടു."

"പ്രസ്ഥാനത്തിൽനിന്നും അകന്ന് പോകാൻ എന്താണ് കാരണം?"

"അച്യുതമേനോൻ ഭരിക്കുന്ന കാലം. കരുണാകരൻ ആഭ്യന്തരമന്ത്രി. കണ്ണൂരിൽ അപ്രഖ്യാപിത അടിയന്തരാവസ്ഥ. ആയുധധാരികളായ ഗുണ്ടകൾ ആരെയും അടിക്കുന്ന കാലം കൂട്ടിന് പൊലീസും. ബന്ദും പണിമു

ടക്കും ലാത്തിച്ചാർജും നിത്യ സംഭവങ്ങളായി. പണിയെടുക്കുന്ന തൊഴിലാളികളെ പണിശാലകളിൽ കയറി അടിക്കുക, അവരുടെ പേരിൽ കള്ള ക്കേസുകൾ ചുമത്തുക, ജയിലിലടയ്ക്കുക ഇതായിരുന്നു അന്നത്തെ അവസ്ഥ. ഞാൻ നിരവധി കേസുകളിൽ പ്രതിയായി. ആഴ്ചയിൽ ആറു ദിവസവും കോടതി കയറണം. ജീവിക്കാൻ കഴിയാത്ത സ്ഥിതിയായി അപ്പോഴാണ് അടിയന്തരാവസ്ഥ പ്രഖ്യാപനം. എന്നെ പിടിച്ചു പീഡിപ്പിച്ച് ജയിലിലടയ്ക്കാൻ നീക്കമുണ്ടെന്ന് എന്റെ പരിചയക്കാരനായ പൊലീസുകാരനിൽനിന്ന് എനിക്ക് വിവരം കിട്ടി. ഞാൻ ഒരു ഫാദറുടെ സഹായത്തോടെ ചില ഭരണക്കാരേയും പൊലീസുദ്യോഗസ്ഥരേയും കാണാൻ തീരുമാനിച്ചു. അന്ന് സി ഐ നരിക്കോടൻ നാരായണനായിരുന്നു. പൊലീസിലെ ഭീകരൻ പി ആറിനെ ഒരു ബന്ദ് ദിവസം നടുറോഡിലിട്ട് നട്ടെല്ലിന് ബൂട്ട്സിട്ട കാലുകൊണ്ട് ചവിട്ടി നട്ടെല്ല് തകർത്തത് അയാളായിരുന്നു. അതോടെയാണ് പി ആർ നിത്യരോഗിയായത്. ദീർഘകാലം ആയുർവ്വേദ ചികിത്സ നടത്തിയാണ് അയാൾ കഷ്ടിച്ച് രക്ഷപ്പെട്ടത്.

ഒരു ദിവസം ഫാദർ എന്നെ ഒരു എസ്റ്റേറ്റ് ബംഗ്ലാവിലേക്ക് കൂട്ടിക്കൊണ്ട് പോയി. അവിടെ ബംഗ്ലാവ് നോക്കി നടത്തുന്ന ഒരാൾ മാത്രമേ ഉണ്ടായിരുന്നുള്ളു.

'സി ഐ നരിക്കോടൻ ഇപ്പോൾ ഇവിടെ വരും.' ഫാദർ പറഞ്ഞു. 'എന്നെ കിട്ടിയാൽ ശരിപ്പെടുത്തുമെന്ന് പറഞ്ഞു നടക്കുന്നയാളാണ്. സംഗതി അപകടമാകുമോ?'

ഞാൻ എന്റെ ആശങ്ക ഫാദറോട് പറഞ്ഞു

'ഞാൻ വിളിച്ചിട്ടാണ് നീ വന്നിട്ടുള്ളത്. എന്റെ അനുവാദമില്ലാതെ അയാൾ എന്തെങ്കിലും കാണിച്ചാൽ അതിനെ ഞാൻ നേരിട്ടോളാം. നീ ഭയപ്പെടേണ്ട അകത്തിരുന്നോളൂ. അയാൾ വരുമ്പോൾ വിളിക്കാം.'

ഫാദർ പറഞ്ഞതനുസരിച്ച് ഞാൻ ഒരു മുറിക്കകത്ത് കതകടച്ചിരുന്നു. ഏതാനും സമയം കഴിഞ്ഞപ്പോൾ നരിക്കോടനെത്തി ഫാദറുമായി കുശലം പറയുന്നത് ഞാൻ മുറിക്കകത്തിരുന്ന് കേട്ടു. കുറച്ചു കഴിഞ്ഞപ്പോൾ ഫാദർ കതകിന് മുട്ടി. ഞാൻ വാതിൽ തുറന്നു.

'പുറത്തേക്ക് വന്നോളു.'

ഫാദർ പറഞ്ഞു.

സ്വീകരണമുറിയിലെ സോഫയിലിരിക്കുന്ന നരിക്കോടനെ ഞാൻ കണ്ടു. മുന്നിലെ ടിപ്പോയിൽ ഒരു മദ്യക്കുപ്പിയും രണ്ട് ഗ്ലാസും വെച്ചിട്ടുണ്ട്.

'നിങ്ങളുടെ കക്ഷി ഇവിടെയുണ്ട്.'

ഫാദർ എന്നെ ചൂണ്ടി നരിക്കോടനോട് പറഞ്ഞു.

എന്നെ കണ്ടയുടനെ നരിക്കോടൻ ക്രുദ്ധനായി ചാടി എഴുന്നേറ്റു. പെട്ടെന്ന് മുന്നോട്ട് വന്ന് എന്റെ കഴുത്തോട് ചേർന്ന് ഷർട്ട് കൂട്ടിപ്പിടിച്ചു. അടിക്കാനോങ്ങിയപ്പോൾ ഫാദർ തടുത്തു.

'എന്റെ ഉറപ്പിന്മേലാണ് മുഹമ്മദ് ഇവിടെ വന്നിട്ടുള്ളത്. അയാളുടെ ദേഹത്ത് തൊടാൻ പറ്റില്ല. അതിനപ്പുറം എന്തെങ്കിലും ചെയ്താൽ നിങ്ങൾ

ഈ ഗെയിറ്റ് കടന്ന് പുറത്തു പോകില്ല.' അത് ഫാദറുടെ അന്ത്യശാസന മായിരുന്നു.

ഫാദറുടെ കടുത്ത നിലപാട് കേട്ടപ്പോൾ നരിക്കോടൻ ഷർട്ടിൽ നിന്നും കൈവിട്ടു.

'ഇവൻ പാർട്ടി മാറാൻ തീരുമാനിച്ച് ഇവിടെ വന്നതാണ്. അതു കൊണ്ട് ഇന്നു മുതൽ ഇവനെ വേട്ടയാടുന്ന ഏർപ്പാട് അവസാനിപ്പി ക്കണം.'

ഫാദർ കടുപ്പിച്ച് പറഞ്ഞു. നരിക്കോടൻ സോഫയിലിരുന്നു. എതി രെയുള്ള സോഫയിൽ ഫാദർ എന്നോടും ഇരിക്കാൻ പറഞ്ഞു.

എന്റെ അരികിൽ ഫാദറും ഇരുന്നു.

'പ്രസ്ഥാനം മാറാൻ തീരുമാനിച്ചോ?'

'തീരുമാനിച്ചു'

'നീ എപ്പോഴും കടുത്ത ഭാഷയിലാണല്ലോ എനിക്കെതിരെ മുദ്രാ വാക്യം വിളിക്കുന്നത്.'

'പ്രസ്ഥാനത്തിന്റെ ഭാഗമായി നില്ക്കുമ്പോൾ വിളിക്കേണ്ടി വരുന്ന താണ് സാർ.'

പിന്നീട് കൂടുതലൊന്നും ചോദിച്ചില്ല. നരിക്കോടൻ മുന്നിലുള്ള മദ്യ ക്കുപ്പി തുറന്ന് രണ്ട് ഗ്ലാസിലും മദ്യം ഒഴിച്ചു. ഒരു ഗ്ലാസെടുത്ത് എനിക്ക് തന്നു.

ഒന്ന് അയാളും കൈയിലെടുത്തു.

'ഇത് കുടിച്ചുകൊണ്ട് നമ്മൾ തമ്മിലുള്ള അലോഹ്യം ഇന്നത്തോടെ അവസാനിപ്പിക്കാം' നരിക്കോടൻ പറഞ്ഞു.

'നരിക്കോടൻ ഒഴിച്ചു തന്ന മദ്യം കുടിച്ച് കൊണ്ട് ഞാനെന്റെ കമ്യൂ ണിസ്റ്റ് രാഷ്ട്രീയത്തിന് അന്ത്യംകുറിച്ചു.'

ഇരുപത്തി രണ്ട്

ലോകത്തുള്ള എല്ലാ നന്മകളും ഇങ്ങോട്ട് വരട്ടെ എന്നു പറ ഞ്ഞവരാണ് മലയാളികൾ. ചൈനാക്കാരും റോമാക്കാരും അറബികളും ജൂതന്മാരും എല്ലാം ഇവിടേക്ക് വന്നു. അവരെയെല്ലാം ആദരവോടെയാണ് നമ്മൾ സ്വീകരിച്ചത്. അവരുടെ ഉല്പന്നങ്ങൾ ഇങ്ങോട്ടും ഈ നാടിന്റെ ഉല്പന്നങ്ങൾ അങ്ങോട്ടും കൈമാറി പരസ്പരം സംസ്കാരങ്ങൾ പങ്കു വച്ചു. ക്രിസ്ത്യൻ മിഷനറിമാരും മുസ്ലീം മത പ്രചാരകരും വന്നപ്പോൾ അവർക്ക് പള്ളിപണിയാനും പെണ്ണിനെ നല്കാനും ഇവിടത്തെ രാജാ ക്കന്മാർ പോലും സന്നദ്ധമായി. മതപരിവർത്തനം നടത്തിയ മുസ്ലിംപട യാളികൾ തമ്പുരാക്കന്മാരുടെ സേനാനായകരായി. എന്നാൽ പോർച്ചു ഗീസുകാരും ഇംഗ്ലീഷുകാരും ഇവിടെ വന്നത് വ്യപാരവും അധികാരവും കൈയടക്കാൻ ആയിരുന്നു. അതോടുകൂടിയാണ് ഭിന്നിപ്പിച്ചുഭരിക്കാൻ തുടങ്ങിയത്. അതിന്നും തുടരുന്നു.

കുഞ്ഞഹമ്മദ് മാഷ് അസുഖം ബാധിച്ച് കിടപ്പിലാണെന്ന് മുരളി പറഞ്ഞിട്ടാണ് നന്ദനറിയുന്നത്. മുരളി പണിയെടുക്കുന്ന കമ്പനിയുടെ അടുത്താണ് മാസ്റ്ററുടെ വീട്.

നന്ദൻ കുഞ്ഞഹമ്മദ് മാസ്റ്ററുടെ വീട്ടിലെത്തുമ്പോൾ മാസ്റ്ററും ഭാര്യ ഖദീജ ബീവിയും വരാന്തയിൽ ഇരിക്കുന്നുണ്ടായിരുന്നു.

"നന്ദൻ കയറിയിരിക്കൂ."

മാസ്റ്റർ പറഞ്ഞു.

"എങ്ങനെയുണ്ട് അസുഖം?"

"ഇപ്പോൾ സുഖമുണ്ട്. കുറച്ച് കാലത്തേക്ക് റസ്റ്റ് വേണമെന്നാണ് ഡോക്ടർ പറഞ്ഞത്. അതുകൊണ്ട് പുറത്ത് പോകാൻ തുടങ്ങിയിട്ടില്ല. ഞാനും ഖദീജയും ഇവിടെയിരുന്ന് സൊറപറയും. ഇടയ്ക്ക് നിങ്ങളെപ്പോലെ ചിലർ കാണാൻ വരും. അവരുമായി സംസാരിച്ചിരിക്കുമ്പോൾ സമയം പോയിക്കിട്ടും. ട്യൂട്ടോറിയൽ കോളേജിൽ പോകാറില്ലേ?"

"പോകാറുണ്ട്."

"അതുകൊണ്ട് മാത്രം ജീവിക്കാൻ കഴിയുമോ. ട്രെയിനിങ് കഴിഞ്ഞതല്ലേ. ഏതെങ്കിലും സ്കൂളിൽ ചേരാൻ ശ്രമിച്ചുകൂടെ?"

"അതിന് പണം വേണ്ടെ മാഷേ."

"തല്ക്കാലം ബാങ്കിൽനിന്നും കടം വാങ്ങിക്കൂടേ. ജോലി കിട്ടിയാൽ തീർക്കാമല്ലോ?"

"അങ്ങനെയൊന്നും ഇതുവരെ ചിന്തിച്ചിട്ടില്ല."

"ഖദീജ, നീ നന്ദന് ചായ കൊടുക്ക്."

മാസ്റ്റർ ഭാര്യയോട് പറഞ്ഞു.

കോളേജിൽ നന്ദന്റെ ചരിത്രാദ്ധ്യാപകനായിരുന്നു മാസ്റ്റർ. എഴുത്തുകാരൻ കൂടിയായ കുഞ്ഞഹമ്മദ് മാസ്റ്റർ ലോകചരിത്രവും ഇന്ത്യാചരിത്രവും വളരെ അനായാസമായി ക്ലാസെടുക്കുമായിരുന്നു. അത് കൗതുകത്തോടെ കേട്ടിരിക്കും. ഇടയ്ക്ക് സംശയങ്ങൾ ചോദിക്കും. യാതൊരു അസഹിഷ്ണുതയും കാണിക്കാതെ ക്ഷമയോടെ മറുപടി പറയും.

"ചരിത്രത്തിൽ നിന്റെ താല്പര്യം കണ്ടപ്പോൾ എന്നെപ്പോലെ നീ ഒരു ചരിത്രാദ്ധ്യാപകനാകും എന്ന് ഞാൻ പ്രതീക്ഷിച്ചിരുന്നു."

മാസ്റ്റർ പറഞ്ഞു.

"ഇപ്പോഴും വായനയും പഠനവും മുടങ്ങാതെ തുടരുന്നുണ്ട്. അതിന്റെ കൂടെ കുറച്ച് രാഷ്ട്രീയ പ്രവർത്തനവുമുണ്ട്."

"അതെനിക്കറിയാം. രാഷ്ട്രീയത്തിൽ പ്രവർത്തിക്കുമ്പോൾ മുകളിലേക്ക് കയറിപ്പോകാനുള്ള സാമർത്ഥ്യം വേണം. നിന്നേടത്ത് നിന്നാൽ കാലം കഴിയുമ്പോൾ ഒന്നുമല്ലാതാകും. അപ്പോഴുണ്ടാകുന്ന നഷ്ടബോധം മനസ്സിനെ തളർത്തും. സമയം വൈകിയിട്ടൊന്നുമില്ല. ഞാൻ ഓർമ്മിപ്പിച്ചെന്നു മാത്രം."

"ചരിത്രത്തിൽ മാരാഹി പട്ടണം എന്ന് പറയുന്നത് ഈ പാഴിയങ്ങാടിയെക്കുറിച്ച് തന്നെയല്ലേ?"

ബീവി കൊടുത്ത ചായ കുടിക്കുന്നതിനിടയിൽ നന്ദൻ മാസ്റ്ററോട്

ചോദിച്ചു.

"അതെ. കിള്ളാ നദി കടലിൽ ചേരുന്ന അഴിമുഖമായിരുന്നു മാരാഹി. പാഴിക്കുന്നിന്റെ തെക്കും പടിഞ്ഞാറും അന്ന് കടലിന്റെ ഭാഗമായിരുന്നു. പാഴിക്കുന്നിന്റെ വടക്കുള്ള വപ്ര നദി കടലിൽ ചേരുന്ന സ്ഥലമായിരുന്നു ഇന്നത്തെ വപ്ര തുറ. ആദ്യകാലത്ത് ഈ കടൽക്കരയിൽ ആൾപാർപ്പൊന്നുമുണ്ടായിരുന്നില്ല. അന്ന് കച്ചിലത്തെരുവായിരുന്നു പ്രധാന ജനവാസ കേന്ദ്രം. നാടുവാഴിത്തമ്പുരാക്കന്മാരുടെ കോവിലകവും അവിടെയായിരുന്നു. തഞ്ചാവൂരിൽനിന്നും വന്ന തെരുവരും ചെട്ടിമാരും വാണിയം ചെയ്യുന്ന പ്രധാന വ്യാപാര കേന്ദ്രം കൂടിയായിരുന്നു കച്ചിലപട്ടണം. കോവിലകത്തോട് ചേർന്ന് നില്ക്കുന്ന നായന്മാരും മറ്റ് വിഭാഗങ്ങളുമായിരുന്നു വപ്രയുടെ ഇരു കരകളിലും അന്ന് താമസിച്ചിരുന്നത്."

"അന്ന് കടലാണെന്ന് പറയുന്ന സ്ഥലമെല്ലാം ഇന്ന് കരയാണല്ലോ മാഷേ?"

"അത് ഒരു പ്രളയത്തിനുശേഷമുണ്ടായ മാറ്റമാണ്. പാഴിക്കു തെക്കും പടിഞ്ഞാറുമുള്ള കടൽ തെക്കോട്ട് നീങ്ങി. കടലിന്റെ ഒരു ഭാഗം മാടായി മാറി. കിള്ളാ നദി തെക്കോട്ട് തിരിഞ്ഞൊഴുകി വളപട്ടണം പുഴയുമായി ചേർന്ന് കടലിനോട് ചേർന്നു. പാഴിയുടെ പടിഞ്ഞാറ് ഭാഗം വിശാലമായ മണൽക്കരയായി. ഏഴിമലയുടെ കിഴക്കെ അടിവാരത്തിലൂടെ പെരുമ്പുഴയും വപ്രയുംചേർന്നൊഴുകി പാലക്കോട് അഴിമുഖത്തിലൂടെ കടലിൽ ചേർന്നു. അതോടെ മാരാഹിയുടെ പ്രസക്തിയും കുറഞ്ഞു. വ്യാപാരം വളപട്ടണം കേന്ദ്രീകരിച്ചായി. പ്രധാന തമ്പുരാന്റെ കോട്ടയും കോവിലകവും അങ്ങോട്ടേക്ക് മാറി. കച്ചവടത്തിനായി അറബി നാടുകളിൽനിന്നും അറബികൾ പ്രവാചകന്റെ കാലത്തിനു മുമ്പ് തന്നെ ഇവിടെ വന്നിരുന്നു. അവർക്ക് പാഴിയുടെ തെക്ക് ഭാഗത്ത് കടൽക്കരയിൽ കുടിൽ കെട്ടി താമസിച്ച് കച്ചവടം ചെയ്യാൻ അന്നത്തെ തമ്പുരാക്കന്മാരായ പെരുമാക്കൾ എല്ലാ സൗകര്യവും ചെയ്ത് കൊടുത്തിരുന്നു.

മൂഷിക വംശരാജാവായ വലഭന്റെ കാലത്താണ് ഈ മാരാഹി ഒരു പട്ടണമായി മാറുന്നത്. കിഴക്കൻ മലകളിൽനിന്ന് കിള്ളാ നദിയിലൂടെ കുരുമുളക്, ഇഞ്ചി, ഗ്രാമ്പു തുടങ്ങിയ ചരക്കുകൾ തോണികളിൽ മാരാഹി പട്ടണത്തിലെത്തും. അറബികളും ചീനക്കാരും റോമക്കാരുമെല്ലാം ഇവിടെ നിന്ന് ഇതെല്ലാം വാണിയം ചെയ്യും. അങ്ങനെ മാരാഹി ഒരു വലിയ വ്യാപാര കേന്ദ്രമായപ്പോൾ കച്ചിലപട്ടണത്തിന്റെ പ്രസക്തി കുറഞ്ഞു. പള്ളിബാണ പെരുമാളുടെ കാലത്ത് കിള്ളാ നദിയുടെ കരയിൽ പുതിയൊരു കോവിൽ പണിതു. അതിനോട് ചേർന്ന് വലിയൊരു ഏരിയുണ്ടായിരുന്നു. ആ ഏരി ഇപ്പോഴുമുണ്ട്. പ്രവാചകന്റെ കാലവുമായിരുന്നു അത്. അന്ന് കച്ചവടക്കാരായി വന്ന് അറബികളുടെ കൂട്ടത്തിൽ ഇസ്ലാം മതപ്രചാരകരുണ്ടായിരുന്നു. അവരിൽ പലരും ഇവിടത്തെ സ്ത്രീകളെ വിവാഹം കഴിച്ച് ഇവിടെ പാർപ്പുറപ്പിച്ചു. അവർക്ക് പ്രാർത്ഥനയ്ക്കായി പള്ളി പണിയാൻ പാഴിക്കുന്നിന്റെ തെക്കു കിഴക്കെചെരിവിൽ പ്രത്യേകം സ്ഥലം പള്ളിബാണപ്പെരുമാൾ നല്കി. ആ പള്ളിയാണ് മാരാഹി പള്ളി. മലബാറിലെ

ആദ്യത്തെ ഇസ്ലാം പള്ളി. അറബികൾ വരുന്ന കാലത്തുതന്നെ ജൂതന്മാരും ഇവിടെ വന്നിരുന്നു. അവരിൽ പലരും പാഴിക്കുന്നിലെ തടങ്ങളിലായിരുന്നു താമസിച്ചിരുന്നത്. അവർക്ക് മുങ്ങിക്കുളി പ്രധാനമായിരുന്നു. അതിനായി അവർ താമസിച്ച പ്രദേശത്തെല്ലാം കുളങ്ങൾ കുഴിക്കുമായിരുന്നു. അതാണ് ഇന്ന് പാഴിക്കുന്നിൽ കാണുന്ന ജൂതക്കുളം. അവരും കച്ചവടക്കാരായിരുന്നു."

"ചേരമാൻ പെരുമാൾ ഇസ്ലാം മതം സ്വീകരിച്ച് മക്കത്തേക്ക് പോയ ഒരു കഥ പ്രചരിക്കുന്നുണ്ടല്ലോ?"

"അതെല്ലാം വെറുതേ പ്രചരിപ്പിക്കുന്നതാണ്. ചരിത്രത്തിൽ അതിന് കൃത്യമായ തെളിവൊന്നുമില്ല. പള്ളി ബാണപ്പെരുമാൾ ഇസ്ലാം മതം സ്വീകരിച്ചിരുന്നു. അദ്ദേഹം അറബികളോടൊപ്പം അറേബ്യയിലേക്ക് പോവുകയും ചെയ്തിരുന്നു. പിന്നീട് മടങ്ങി വന്നിരുന്നില്ല. അത് ഇസ്ലാം മതത്തിന് വലിയ സ്വീകാര്യതയുണ്ടാക്കി. കടൽ യാത്ര നടത്തി കച്ചവടം നടത്തി നാടിന് സമ്പത്തുണ്ടക്കുന്ന ഇസ്ലാം മതക്കാരോട് വളരെ സ്നേഹത്തോടെയായിരുന്നു നാട്ടുകാർ പെരുമാറിയിരുന്നത്.

കച്ചവടം, ചികിത്സ, സ്നേഹത്തോടെയുള്ള പരിചരണം എന്നിവ നടത്തുന്ന സൂഫിവര്യന്മാരും അവരുടെ കൂട്ടത്തിലുണ്ടായിരുന്നു. അവർ ജനങ്ങളുടെയിടയിൽ വലിയ ആദരവ് പിടിച്ചുപറ്റിയിരുന്നു. അതുകൊണ്ട് അവർണ്ണരിലും സവർണ്ണരിലുമുള്ള പലരും ഇസ്ലാം മതം സ്വീകരിച്ചു. മാരാഹി വലിയൊരു മുസ്ലീം കേന്ദ്രമായി മാറി. കോലത്തിരി തമ്പുരാക്കന്മാർ അവരെ പടയാളികളുടെ കൂട്ടത്തിലും ചേർത്തു. തീരദേശത്ത് കടലുമായി ബന്ധപ്പെട്ട വ്യാപാരം, കടൽ വഴിയുള്ള കൊള്ളക്കാരെ നേരിടൽ എന്നിവയ്ക്കെല്ലാം കോലത്തിരി ചുമതലപ്പെടുത്തിയത് മുസ്ലീം പടയാളികളെയായിരുന്നു. ആ പടയുടെ തലവനായിരുന്നു മുഹമ്മദലി. പള്ളിക്കോവിലിനകത്തെ രണ്ട് കന്യകകൾ കോവിലിനടുത്തുള്ള പുഴയിൽ കുളിക്കാനിറങ്ങി. അവർ ഒരുപാട് നേരം നീന്തിത്തുടിച്ചു. അതിലൊരു കന്യക ഒഴുക്കിൽപ്പെട്ടു. മറ്റേ കന്യക നീന്തിക്കയറി കരയ്ക്കണഞ്ഞ് നിലവിളിച്ചു. അത് കേട്ട് കോവിലിനടുത്തുള്ള സൈനിക കേന്ദ്രത്തിലുണ്ടായിരുന്ന മുഹമ്മദലി നദീതീരത്തേക്കോടി. രാജകന്യക ഒഴുക്കിൽപ്പെട്ടത് കണ്ട് പുഴയിലേക്ക് എടുത്ത് ചാടി കന്യകയെ കരയ്ക്കടുപ്പിച്ചു. പക്ഷേ, കന്യക വെള്ളത്തിൽ നിന്ന് കരയ്ക്ക് കയറിയില്ല. ഒഴുക്കിൽ ഉടുമുണ്ട് നഷ്ടപ്പെട്ടിരുന്നു. മുഹമ്മദലി തന്റെ തോളിൽ കെട്ടിയിരുന്ന തോർത്ത് മുണ്ട് കന്യകയ്ക്ക് കൊടുത്തു. അതുടുത്ത് കന്യക കരയ്ക്ക് കയറി കോവിലിലേക്ക് പോയി. കന്യകയെ അപകടത്തിൽ നിന്ന് ജീവൻ രക്ഷിച്ച മുഹമ്മദലിയെ കോവിലകത്തെ തമ്പുരാൻ വിളിച്ച് വരുത്തി പ്രത്യേകം അഭിനന്ദിച്ചു. കോവിലിലെത്തിയ കന്യക അകത്തുകയറാൻ തയ്യാറായില്ല. ആദ്യമായി എന്റെ കൈ പിടിച്ചതും എനിക്ക് ഉടുതുണി തന്നതും മുഹമ്മദലിയാണ്. അതുകൊണ്ട് അയാളുടെ കൂടെ എന്നെ അയക്കണം എന്ന് അവൾ പറഞ്ഞു. അതിനെ തമ്പുരാൻ എതിർത്തില്ല. മുഹമ്മദലിക്ക് കന്യകയെ നല്കി. കോവിലകത്തെ കന്യക രാജകുമാരിയായി ജീവിക്കണം

എന്ന് തമ്പുരാൻ തീരുമാനിച്ചു. ആഴി കാക്കുന്ന മുഹമ്മദലിക്ക് ആഴിയുടെ തീരത്ത് കാനത്തൂരിൽ കൊട്ടാരം പണിത് അവിടെ താമസിപ്പിച്ചു. തന്റെ നാടിന്റെ ഒരു ഭാഗം അവർക്കായി പ്രത്യേകം വിട്ടുകൊടുത്തു, അങ്ങനെ മുഹമ്മദലി ആഴിരാജാവായി. ലക്ഷദ്വീപ് തുടങ്ങിയ ദ്വീപുകളുടെ അധീശത്തം മുഹമ്മദലിക്കായി. കടൽ വ്യാപാരത്തിന്റെ പ്രധാന കേന്ദ്രമായി ആഴിക്കര മാറി. കോവിലകത്തെ കന്യക ഇസ്ലാം രാജകുമാരിയായി, അറയ്ക്കൽ ബീവിയായി. മമ്മാലിക്കിടാവുകൾ എന്നായിരുന്നു കോലത്തിരിമാർ അറയ്ക്കൽ രാജകുടുംബാംഗങ്ങളെ വിളിച്ചിരുന്നത്. കോലത്തിരി കോവിലകത്തും അറയ്ക്കൽ കൊട്ടാരത്തിലും മരണം നടന്നാൽ മരണാനന്തര ചടങ്ങുകൾക്ക് രണ്ടുപേരും അന്യോന്യം പങ്കെടുക്കണമെന്ന് വ്യവസ്ഥയുമുണ്ടാക്കി."

"അറബികളോടും മുസ്ലീമുകളോടും ഉദാരമായ സമീപനമാണ് മലബാറിലെ രാജാക്കന്മാർ സ്വീകരിച്ചു കാണുന്നത്. പിന്നെ എപ്പോഴാണ് അകല്ച്ച വരാൻ തുടങ്ങിയത്?"

"അത് പോർച്ചുഗീസുകാരുടെ വരവോടെയാണ്.

വാസ്കോഡഗാമയുടെ നേതൃത്വത്തിൽ മൂന്ന് കപ്പലുകളിലായി പോർച്ചുഗീസ് സംഘം പന്തലായിനിയിൽ എത്തി. അവിടെനിന്ന് കരവഴി കോഴിക്കോട്ടെത്തി മലബാറിലെ കുരുമുളക് വ്യാപാരത്തിന്റെ സാദ്ധ്യതകളാരാഞ്ഞു. അതിന്റെ കുത്തക നേടുകയായിരുന്നു അവരുടെ ലക്ഷ്യം. അന്നവർ മടങ്ങിപ്പോയി. പിന്നീട് ആറു കപ്പലുകളിലായി കോഴിക്കോട് വന്നിറങ്ങി. അറേബ്യയിലേക്ക് കുരുമുളക് കയറ്റി അയക്കുന്നത് നിർത്തണമെന്നും അതുകൊണ്ടുണ്ടാകുന്ന നഷ്ടം ഞങ്ങൾ തന്നു കൊള്ളാമെന്നും അവർ സാമൂതിരിയോട് പറഞ്ഞു. അത് സാമൂതിരി അംഗീകരിച്ചില്ല. തന്റെ കൂടെ നില്ക്കുന്ന മുസ്ലീം കച്ചവടക്കാരെ കൈവിടാൻ സാമൂതിരി തയ്യാറായില്ല. അതിന് പ്രതികാരമായി മുസ്ലീം നാവികപ്പടയാളികളെ പോർച്ചുഗീസുകാർ ആക്രമിച്ചു. സാമൂതിരി തിരിച്ചടിച്ചു. എഴുപതോളം വരുന്ന പോർച്ചുഗീസുകാർ കൊല്ലപ്പെട്ടു. ഗത്യന്തരമില്ലാതെ അവർ കപ്പലിൽ കയറി കരയിലേക്ക് വെടിവെച്ചു. കരയിൽനിന്നും അങ്ങോട്ടും വെടിയുതിർത്തു. പിടിച്ചു നില്ക്കാനാതെ വന്നപ്പോൾ പോർച്ചുഗീസുകാർ പിന്മാറി കൊച്ചിയിലേക്ക് പോയി. കൊച്ചി രാജാവുമായി സന്ധിയിലേർപ്പെട്ടു. അവിടെയുണ്ടായിരുന്ന ഒരു മുസ്ലീം പള്ളി പൊളിക്കാനും അവിടെ ഒരു ക്രിസ്ത്യൻ ദേവാലയം ഉണ്ടാക്കാനും കൊച്ചി രാജാവ് കൂട്ടുനിന്നു. പിന്നീടവർ കണ്ണൂരിലേക്ക് വന്ന് കോലത്തിരിയെ കണ്ടു. കോലത്തിരി പോർച്ചുഗീസുകാർക്ക് കുരുമുളക് കച്ചവടം ചെയ്യാൻ എല്ലാ സൗകര്യവും ചെയ്തുകൊടുത്തു. കപ്പലുകൾ നിറയെ കുരുമുളകും ചുക്കും കൊണ്ട് പോർച്ചുഗീസുകാർ നാട്ടിലേക്ക് മടങ്ങി. ഈ കച്ചവടം മൂന്ന് വർഷത്തോളം തുടർന്നു. അവർ കൊച്ചിയിലും കണ്ണൂരും അധിവാസമുറപ്പിച്ച ശേഷം മറ്റുള്ളവർ കടൽ വ്യാപാരം നടത്തുന്നത് നിരോധിച്ചു. പോർച്ചുഗീസുകാരുടെ അനുമതിയില്ലാത്ത ചരക്കു കപ്പലുകൾ അവർ പിടിച്ചെടുത്തു. സാമൂതിരിയും അവരുടെ മുസ്ലീം നാവികപ്പടയും പോർച്ചുഗീസുകാരു

മായി നിരന്തരം ഏറ്റുമുട്ടി. നിരന്തര യുദ്ധംകൊണ്ട് സാമൂതിരിയുടെ ശക്തി ക്ഷയിച്ചു. മുസ്ലീം പടയാളികളുടെ സഹായത്തോടെ സാമൂതിരി പോർച്ചുഗീസുകാരെ നേരിടാൻ ശ്രമിച്ചെങ്കിലും അത് ഫലപ്രദമായില്ല. 1510 ൽ കോഴിക്കോട്ടെത്തിയ പോർച്ചുഗീസ് സൈന്യം കോഴിക്കോട്ടെ പള്ളിക്ക് തീവെച്ചു. പൊന്നാനിയിലെത്തി തീരത്തുള്ള അമ്പതോളം വഞ്ചികളും കത്തിച്ചു. സാമൂതിരിയുടെ കൊട്ടാരത്തിലേക്ക് പ്രവേശിക്കാൻ ശ്രമിച്ചപ്പോൾ നായർ പടയാളികൾ തടഞ്ഞു. അഞ്ഞൂറോളം പറങ്കികളെ വകവരുത്തി. സാമൂതിരിയെ പിടിക്കാൻ പുറപ്പെട്ട പറങ്കികൾക്ക് തിരിഞ്ഞോടേണ്ടി വന്നു. പക്ഷേ, കണ്ണൂരിലും കൊച്ചിയിലും കൊല്ലത്തും അവർക്ക് കോട്ട പണിയാൻ രാജാക്കന്മാർ സൗകര്യം ചെയ്തു കൊടുത്തു.

മലബാറിലെ രാജാക്കന്മാരുടെ ഔദാര്യത്തിൽ എല്ലാ സൗകര്യങ്ങളും അനുഭവിച്ച് ജീവിച്ച മുസ്ലീമുകൾ പോർച്ചുഗീസ് ആധിപത്യം വന്നതോടെ എല്ലാ പീഡനങ്ങൾക്കും ഇരയായി. ഹജ്ജ് യാത്ര തടയൽ, സ്വത്തുക്കൾ നശിപ്പിക്കൽ, പള്ളികളും ഭവനങ്ങളും അഗ്നിക്കിരയാക്കൽ, പ്രവാചകരെ നിന്ദിക്കൽ, മുഖത്ത് തുപ്പൽ. മുസ്ലീങ്ങളെ പിടിച്ച് അടിമകളാക്കുന്നതും സർവ്വ സാധാരണമായി. വലിയ സന്നാഹങ്ങളോടെ അവർ മുസ്ലീം കപ്പലുകൾ പിടിച്ചെടുത്തു. മുസ്ലീങ്ങളെ തടവിലാക്കുന്നതും സ്ത്രീകളെ അപമാനിക്കുന്നതും സർവ്വ സാധാരണയായി. മതം മാറ്റി ക്രിസ്ത്യാനികളാക്കുന്നതും പതിവായി.

സാമൂതിരി പോർച്ചുഗീസുകാരുമായി സന്ധിയിലേർപ്പെടാൻ തീരുമാനിച്ചു. അവർക്ക് കോഴിക്കോട് കോട്ട പണിയാൻ അനുവാദവും കൊടുത്തു. കുഞ്ഞാലിമരയ്ക്കാരുടെ നേതൃത്വത്തിൽ എല്ലായിടത്തും മുസ്ലീങ്ങൾ ഇതിനെ എതിർത്തു. പുതിയങ്ങാടി കടലിൽ ഉണ്ടായിരുന്ന മുസ്ലീം കപ്പൽ പോർച്ചുഗീസുകാർ പിടിച്ചെടുത്തു. അതിലുണ്ടായിരുന്ന നൂറു കണക്കിന് മുസ്ലീങ്ങളെ കൊന്നുതള്ളി. കുഞ്ഞാലി മരയ്ക്കാർ രണ്ടാമൻ എന്നറിയപ്പെടുന്ന കുട്ടിപോക്കർ പൊന്നാനി മുതൽ മംഗലാപുരം വരെയുള്ള തീരദേശങ്ങളിൽ പോർച്ചുഗീസുകാരുമായി പൊരുതി. അവസാനം ഏഴിമലയ്ക്കടുത്ത് വെച്ചുള്ള പോരാട്ടത്തിലായിരുന്നു അയാളുടെ അന്ത്യം.”

“അറയ്ക്കൽ രാജവംശവുമായി കോലത്തിരി ശത്രുതയിലായതായി കേൾക്കുന്നുണ്ടല്ലോ?”

“ശരിയാണ്.

അറയ്ക്കൽ കൊട്ടാരത്തിന്റെ ഭാഗമായ പള്ളിയുടെ താഴികക്കുടം സ്വർണ്ണം പൂശി. അത് കോലത്തിരി തമ്പുരാന് സഹിക്കാൻ കഴിഞ്ഞില്ല. പെരിഞ്ചല്ലൂർ രാജരാജേശ്വരന് മാത്രമേ സ്വർണ്ണം പൂശിയ താഴികക്കുടമുള്ളു. കോവിലകത്തിന്റെ അനുമതിയില്ലാതെ താഴികക്കുടം സ്വർണ്ണം പൂശിയ അറയ്ക്കൽ രാജാവിനെതിരെ കോലത്തിരി ഉറഞ്ഞുതുള്ളി. അറയ്ക്കലിനെ എല്ലാ നിലയിലും ഒറ്റപ്പെടുത്താനായി പിന്നീടുള്ള ശ്രമം. അറയ്ക്കൽ കൊട്ടാരത്തിനോട് ചേർന്ന് പറങ്കികൾക്ക് കോട്ട പണിയാൻ സൗകര്യം ചെയ്തുകൊടുത്തു. അവർ കോട്ടയിലെ പീരങ്കി തിരിച്ചുവെച്ചത്

അറയ്ക്കലിനു നേരെയായിരുന്നു. അറയ്ക്കലിന്റെ പടനായകനായ വലിയ ഹസ്സനെ ചതിയിൽ പറങ്കികൾക്ക് പിടികൂടാൻ കോലത്തിരി കൂട്ടുനിന്നു. ഇത് കൂടുതൽ അകല്ച്ചയ്ക്കിടയാക്കി. ഹസ്സനെ പോർച്ചുഗീസുകാർ പിന്നീട് തൂക്കിലേറ്റി. മുസ്ലീങ്ങളുടെ പള്ളികളും പുരകളും തീവെച്ച് ആക്രമിക്കുന്നത് പറങ്കിപ്പട തുടർന്നു. പിന്നീടത് ഹിന്ദു ക്ഷേത്രങ്ങൾക്കു നേരെയായി.

കടലിന്റെ കുത്തക പറങ്കികൾ പിടിച്ചടക്കിയതോടെ കടൽ പടയാളികളായ മരയ്ക്കാർമാരും അറയ്ക്കലിലെ മാപ്പിള പടയാളികളും ചേർന്ന് രഹസ്യമായി മാരാഹി കേന്ദ്രീകരിച്ച് ആയുധ പരിശീലനം തുടർന്നു.

മാരാഹി കടലിൽ 680 പേരെ പോർച്ചുഗീസുകാർ കൂട്ടക്കുരുതി നടത്തി. 17-ാം നൂറ്റാണ്ടോടുകൂടി ഹൈദറിന്റെ പടയോട്ടം മലബാറിനെ ലക്ഷ്യമാക്കിയെത്തി. പറങ്കികളുടെയും കോലത്തിരിയുടെയും പീഡനം സഹിച്ച് കഴിയുകയായിരുന്ന അറയ്ക്കൽ രാജാവ് ഹൈദർ വന്നതോടെ പ്രൗഢിയിലേക്ക് ഉയർന്നു. മൈസൂരുമായുള്ള ബന്ധത്തിലൂടെ അറയ്ക്കൽ രാജ്യം കരുത്ത് നേടി. കോലത്തിരി കോവിലകത്ത് മൂപ്പിളമ തർക്കംമൂലം പരസ്പര വിശ്വാസം നഷ്ടപ്പെട്ട ഇളമുറത്തമ്പുരാക്കന്മാരിൽ ചിലർ ഹൈദർക്ക് പിന്തുണ നല്കി. അറയ്ക്കൽ രാജാവ് ഹൈദരാലിയെ നേരിട്ട് കണ്ട് മലബാറിലേക്ക് ക്ഷണിച്ചു. ഹൈദരാലി അറയ്ക്കലിനെ തന്റെ നാവിക സേനയുടെ അഡ്മിറൽ ആയി നിയമിച്ചു. ഹൈദരാലി മാരാഹി കോട്ട കീഴടക്കി. പാഴിക്കുന്നിലെ പാളയത്തിൽ ഹൈദറുടെ സൈന്യം താവളമടിച്ചു. ഏഴിമല പുഴയിൽനിന്ന് കിള്ളാ നദിയിലേക്ക് പ്രത്യേക തോട് കീറി ചരക്ക് സൈനിക നീക്കം സുഗമമാക്കി. ആ തോടിന് സുൽത്താൻ തോട് എന്ന് പേരിട്ടു. കിള്ളാ നദിയിൽനിന്നും വളപട്ടണം പുഴയിലേക്കുള്ള യാത്ര സൗകര്യപ്രദമായി. ഹൈദരാലി കോലത്തിരിയുടെ വളപട്ടണം കോട്ടയും കീഴടക്കി."

"ഹൈദരാലിയും ടിപ്പുസുൽത്താനും ഇവിടെയുണ്ടായിരുന്ന ഹിന്ദുക്കളെ വല്ലാതെ പീഡിപ്പിച്ചെന്നും രക്ഷയില്ലാതെ അവർ തിരുവിതാംകൂറിലേക്ക് പലായനം ചെയ്തുവെന്നുമാണല്ലോ ഇവിടെ പറഞ്ഞു കേൾക്കുന്നത്. അതിനെക്കുറിച്ച് മാസ്റ്ററുടെ അഭിപ്രായമെന്താണ്?"

"അതിൽ തീരെ കഴമ്പില്ല എന്നൊന്നും ഞാൻ പറയുന്നില്ല. പക്ഷേ, ഇന്ന് കാണുന്ന നിലയിൽ സവർണ്ണ ജന്മിമേധാവിത്തത്തെ വെല്ലുവിളിക്കാനുള്ള കരുത്ത് അടിമതുല്യം ജീവിച്ചവർക്ക് ഉണ്ടായത് അന്നാണ്. മലബാർ മൈസൂരിന്റെ കീഴിലായപ്പോൾ ഇവിടത്തെ ഭൂബന്ധങ്ങളാകെ അവർ പൊളിച്ചെഴുതി. അതുവരെ നമ്പൂതിരിമാരും പ്രഭുക്കന്മാരും കൈയടക്കിവെച്ചിരുന്ന സമ്പത്തിന് അവർ നികുതി ചുമത്തി. ഇടപ്രഭുക്കന്മാരുടെ സ്വകാര്യ സേനയെ ഇല്ലാതാക്കി. നായന്മാർ വാൾ ധരിച്ച് നടക്കാൻ പാടില്ലെന്ന് ഹൈദർ പ്രഖ്യാപിച്ചു. അന്യോന്യം പടവെട്ടിയും ചതിച്ചും തമ്മിലടിച്ച് കഴിഞ്ഞിരുന്ന ആര്യ ബ്രാഹ്മണരും നാടുവാഴികളും മൈസൂർ സേനയുടെ മുന്നിൽ വിറങ്ങലിച്ച് പോയി.

ഈ അവസരം മുതലെടുത്ത് പലരും ഇസ്ലാം മതം സ്വീകരിച്ചു. ആ

സ്വാധീനത്തിൽ നൂറ്റാണ്ടുകളായി കൊണ്ടുനടന്ന അമർഷം പൊട്ടിയൊഴുകി. അതിൽ പല അനിഷ്ടസംഭവങ്ങളുമുണ്ടായി. പേടി പൂണ്ട നിരവധി നായർ പടയാളികൾ കാടുകയറി ഒളിത്താവളങ്ങളിൽ കഴിഞ്ഞു. നമ്പൂതിരിമാർ കൂട്ടത്തോടെ തിരുവിതാംകൂറിലേക്ക് പലായനം ചെയ്തു. ബ്രിട്ടീഷുകാരുടെ ആധിപത്യം വന്നതോടെയാണ് അവർ തിരിച്ച് നാട്ടിലേക്ക് വന്നത്. അപ്പോഴേക്കും പഴയതുപോലെ അടിച്ചമർത്താൻ കഴിയാത്ത വിധം ശക്തമായ ഒരു സമൂഹം ഇവിടെ രൂപപ്പെട്ടിരുന്നു. ബ്രിട്ടീഷുകാർക്കെതിരായ ചെറുത്ത് നില്പിലും ആ സ്വാധീനം പിന്നീട് പ്രകടമായി.

ജന്മി നാടുവാഴിത്തത്തിനെതിരായ പോരാട്ടമായി അത് കാലാന്തരത്തിൽ ശക്തിപ്പെട്ടു. തുടർന്ന് ബ്രിട്ടീഷുകാർ ജന്മിത്തത്തേയും നാടുവാഴികളേയും സംരക്ഷിക്കുന്ന നിലപാട് സ്വീകരിച്ചെങ്കിലും മൈസൂർ രാജാക്കന്മാർ ഉണ്ടാക്കി വെച്ച ഭൂവ്യവസ്ഥയും നികുതി സമ്പ്രദായവും തിരുത്താൻ തയ്യാറായില്ല. അതിന്റെയെല്ലാം ഭാരം നായർ കർഷകരുൾപ്പെടെയുള്ള കുടിയാന്മാർ അനുഭവിക്കാൻ നിർബ്ബന്ധിതമായി. ബ്രാഹ്മണന്റെ സംബന്ധത്തിൽ നായർ സ്ത്രീകളിൽ ജനിച്ച കുട്ടികൾക്ക് അച്ഛനെ തൊടാനോ അച്ഛന്റെ സ്വത്തിനോ അവകാശമില്ല. നായർ തറവാട്ടിൽ വിവാഹം ചെയ്യുന്ന നായർക്ക് ശേഷി കുറഞ്ഞാൽ സ്ത്രീകൾ അയാളെ ഒഴിവാക്കി വേറെ വിവാഹം കഴിക്കും. അയാൾ പിന്നീട് സഹോദരിയുടെ മക്കളോടൊപ്പം കാരണവരുടെ ആശ്രിതനായി കഴിയേണ്ടിവരും. ഈ മരുമക്കത്തായ വ്യവസ്ഥ കോലത്തിരിയുടെ നാട്ടിലെ മുസ്ലീമുകൾക്കും ഉണ്ടായിരുന്നു. കല്യാണം കഴിഞ്ഞാൽ പെണ്ണിന്റെ പുരയ്ക്ക് പുയ്യാപ്ലയായി കഴിയുക.

കടലിൽ മീൻ പിടിച്ചും അത് ചുമന്ന് നടന്ന് വിറ്റും കാർഷിക വിഭവങ്ങൾ കച്ചവടം ചെയ്തും അത് മറിച്ച്‌വിറ്റുമായിരുന്നു പഴയകാലത്ത് മുസ്ലീമുകൾ ജീവിച്ചിരുന്നത്. വിദ്യാഭ്യാസം നേടിയവർ വളരെ കുറവായിരുന്നു. ചെറിയ പ്രായത്തിൽത്തന്നെ അവർ കച്ചവടത്തിലേക്ക് തിരിയും. ഒരു കാലത്ത് സിങ്കപ്പൂരിലും പെനാങ്കിലും മലേഷ്യയിലും തൊഴിൽ തേടി പോയവരിൽ മാരാഹിയിലെ ഒട്ടേറെ മുസ്ലീങ്ങളുമുണ്ടായിരുന്നു. അറുപതുകളായപ്പോൾ ഗൾഫ് നാടുകളിൽ സാദ്ധ്യതയുണ്ടെന്ന് അറിഞ്ഞ് കള്ള ഉരുക്കളിൽക്കയറി നിരവധി പേർ ഗൾഫിലെത്തി.

അന്ന് ഗൾഫിലേക്ക് പോകാൻ പാസ്പോർട്ടും വിസയുമൊന്നുമുണ്ടായിരുന്നില്ല. അധികാരികളുടെ കണ്ണുവെട്ടിച്ച് കള്ള ഉരുക്കളിലാണ് യാത്ര. നമ്മുടെ ഏഴിമലയെപ്പോലുള്ള ഒരു മലയുണ്ട് ഗൾഫിൽ. ദുബായിയുടെ തെക്കേതീരത്തോട് ചേർന്ന് നില്ക്കുന്ന കോർഫക്കാൻ മലയാണത്.

ആ മലയെ ലക്ഷ്യമാക്കിയാണ് കള്ളഉരുക്കൾ കരയ്ക്കണഞ്ഞിരുന്നത്. കരയിൽനിന്നും ഒന്നോ രണ്ടോ കിലോമീറ്റർ ദൂരത്ത് കടലിലാണ് അവരെ ഇറക്കുക. പലപ്പോഴും രാത്രിയാണ് ഇറക്കുക. പിന്നെ നീന്തി കരയ്ക്കടുക്കണം. നീന്താനറിയാത്തവരും ദിശതെറ്റി നീന്തിയവരും എത്രയോ കടലിൽ മുങ്ങി മരിച്ചിട്ടുണ്ട്.

കരയ്ക്കണഞ്ഞാൽ മലയാളികളാരെങ്കിലുമുണ്ടോയെന്ന് നോക്കി കുറച്ചുനാൾ അലഞ്ഞുതിരിയും. പിന്നെ ഏതെങ്കിലും അറബിയുടെ ഔദാര്യത്തിൽ കഴിഞ്ഞുകൂടും. അന്ന് ഇന്നത്തെപ്പോലെ കർശനമായ നിയമങ്ങളൊന്നും ഗൾഫിലുണ്ടായിരുന്നില്ല. ഇന്നത്തേതുപോലെ എണ്ണവ്യാപാരവുമുണ്ടായിരുന്നില്ല. സ്വർണ്ണക്കടത്തായിരുന്നു അന്ന് പ്രധാനം.

എണ്ണയുല്പാദനത്തിലും മൂലധനനിക്ഷേപത്തിലും ഗൾഫ് നാടുകൾ സമ്പന്നമായതോടെയാണ് വിസയും പാസ്പോർട്ടുമായി ആളുകൾ അങ്ങോട്ട് ഒഴുകാൻ തുടങ്ങിയത്. എഴുപതുകളിൽ വിസയും പാസ്പോർട്ടുമുണ്ടാക്കി ലക്ഷക്കണക്കിന് മലയാളികൾ ഗൾഫിലേക്ക് നിയമപരമായി കുടിയേറിയപ്പോൾ അന്ന് ഏറ്റവും കൂടുതൽ ആളുകൾ പോയ പ്രദേശം മാരാഹി ആയിരുന്നു."

ഇരുപത്തി മൂന്ന്

കർക്കിടകമാസത്തിലെ ഒരു ഞായറാഴ്ച. കറുത്ത മേഘങ്ങൾക്കിടയിൽ സൂര്യൻ മറഞ്ഞിരിക്കുകയാണ്. പുറത്തിറങ്ങാൻ മടിച്ച് ഉച്ചവരെ നന്ദൻ വീട്ടിൽ തന്നെയിരുന്നു.

ഊണ് കഴിച്ച ശേഷം ഫർക്ക ഓഫീസിൽ നടക്കുന്ന മീറ്റിങ്ങിൽ പങ്കെടുക്കാൻ മാരിപുരത്തേക്ക് പുറപ്പെട്ടു. ഫർക്ക ഓഫീസിൽ നന്ദനെത്തുമ്പോൾ ഇ വിയും കെ വിയും ശ്രീദേവിടീച്ചറുമെല്ലാം യോഗത്തിനെത്തിയിരുന്നു. കുറച്ചുകഴിഞ്ഞപ്പോൾ ഗോപിയുമെത്തി.

"യോഗം തുടങ്ങുകയാണ്. എല്ലാവരും കയറിയിരിക്ക്." ഇ വി എല്ലാവരോടുമായി പറഞ്ഞു.

"എന്താണ് ഇന്നത്തെ അജണ്ട?"

അടുത്തിരിക്കുന്ന ഗോപിയോട് നന്ദൻ സ്വകാര്യം ചോദിച്ചു.

"സമ്മേളനമാവാനാണ് സാദ്ധ്യത."

"യോഗനടപടികൾ ആരംഭിക്കുകയാണ്. സഖാവ് കെ വി അദ്ധ്യക്ഷൻ. അജണ്ട പാർട്ടിയുടെ ഫർക്ക സമ്മേളനമാണ്. സമ്മേളനം മാരിപുരത്തുവെച്ച് നടത്തണമെന്നാണ് എനിക്ക് നിർദ്ദേശിക്കാനുള്ളത്. അത് വിജയിപ്പിക്കാനുള്ള തീരുമാനങ്ങളാണ് നമുക്ക് എടുക്കാനുള്ളത്."

ഇ വിയുടെ മാർഗ്ഗനിർദ്ദേശങ്ങൾ അധികം ചർച്ചയില്ലാതെ എല്ലാവരും ഐകകണ്ഠേന അംഗീകരിച്ചു.

യോഗം കഴിഞ്ഞ ശേഷം നന്ദൻ അവിടെനിന്നും ചിപ്പിക്കുന്നിലേക്ക് പുറപ്പെട്ടു. മാരാഹിയിലെ മാപ്പിള സ്കൂളിൽ താല്ക്കാലിക ഒഴിവിൽ ടീച്ചറായി സുഹാസിനിക്ക് ജോലി ആയ കാര്യം അവളോട് പറയണം.

എൻ സിയുടെ വീട്ടിലെത്തുമ്പോൾ ദേവകിയമ്മ വരാന്തയിൽത്തന്നെയുണ്ടായിരുന്നു.

"നന്ദൻ പുഴ വഴിയാണോ വരുന്നത്?"

"അല്ല, ഞാൻ മാരിപുരത്തെ യോഗം കഴിഞ്ഞ് റോഡിലൂടെയാണ് വന്നത്."

“പെരുന്തുറയിൽ ഭയങ്കരമായി വെള്ളം കയറിയിട്ടുണ്ടല്ലോ?”

“ഇന്നലത്തെ രാത്രിയിൽ കനത്തെ മഴയായിരുന്നല്ലോ?”

“സുഹാസിനി എവിടെ?”

“അവൾ മുകളിൽ ഉണ്ട്. നന്ദന് ചായ ആക്കാം.”

“വേണ്ട, ഞാൻ ഫർക്ക ഓഫീസിൽനിന്ന് കുടിച്ചിരുന്നു.”

നന്ദൻ ഏണിപ്പടി കയറി മച്ചിൻമേൽ എത്തുമ്പോൾ സുഹാസിനി പുസ്തകം കൈയിൽപ്പിടിച്ച് കസേരയിൽ ഉറക്കത്തിലായിരുന്നു.

“ഇരുന്നുറങ്ങുകയാണോ?”

“അല്ല, വായിച്ചിരുന്നപ്പോൾ ഒന്നു മയങ്ങിയതാണ്.”

“നന്ദേട്ടൻ വന്നിട്ട് കുറേ നേരമായോ?”

“ഇപ്പോൾ വന്നതേയുള്ളൂ.”

കാമുകിയെത്തേടി വന്ന കാമുകനെപ്പോലെ ഒരു കുളിർകാറ്റ് വരാന്തയിലേക്ക് ചോദിക്കാതെ കയറിവന്നു.

അതിന്റെ പിന്നാലെ മഴയും. നന്ദനും സുഹാസിനിയും വരാന്തയിലിരുന്നു പെരുന്തുറയിലേക്ക് നോക്കി. പെരുന്തുറയിൽ കടൽപോലെ വെള്ളം നിറഞ്ഞിരിക്കുകയാണ്. തോട്ടുചിറകളിലെ കണ്ടൽക്കാടുകളും കൈതയും വെള്ളത്തിനുമീതെ അങ്ങിങ്ങായി തല നിവർത്തിനില്ക്കുന്നുണ്ട്. അതിനുമപ്പുറമുള്ള പടന്നപ്പാടത്തും വെള്ളം കയറിയിട്ടുണ്ട്. നെൽച്ചോലകൾ വെള്ളത്തിനു മീതെ തലനിവർത്താനുള്ള ശ്രമത്തിലാണ്.

“എവിടെയായിരുന്നു. കുറച്ചുദിവസമായി കണ്ടതേയില്ലല്ലോ?”

“പാർട്ടിയുടെ സമ്മേളനങ്ങൾ നടക്കുന്നുണ്ട്. അതിന്റെ തിരക്കിലാണ്. അതിനിടയിൽ നിനക്കൊരു ജോലി തരപ്പെടുത്താനുള്ള ശ്രമത്തിലുമായിരുന്നു. മാരാഹിയിലെ മാപ്പിള സ്കൂളിൽ ഒരു താല്ക്കാലിക അദ്ധ്യാപകന്റെ ഒഴിവുണ്ട്. സുഹാസിനിക്ക് വേണ്ടി ഞാനത് പറഞ്ഞുവെച്ചിട്ടുണ്ട്.”

“അപ്പോൾ നന്ദേട്ടൻ?”

“ഞാനിപ്പോൾ ട്യൂട്ടോറിയലിൽ ക്ലാസെടുക്കുന്നുണ്ടല്ലോ. താല്ക്കാലികമാണെങ്കിലും ഒരു സ്കൂൾ അദ്ധ്യാപികയാകുന്നത് നല്ലതല്ലേ. അതു പറയാനാണ് ഞാനിപ്പോൾ ഇങ്ങോട്ട് വന്നത്.”

“അതിന് കാശ് കൊടുക്കണോ.?”

“വേണ്ട.”

ഇടയ്ക്കു വന്ന ശക്തിയായ കാറ്റിൽ വരാന്തയിലേക്ക് മഴച്ചാറൽ അടിച്ചപ്പോൾ സുഹാസിനി നന്ദന്റെ അരികിലേക്ക് ചേർന്നിരുന്നു. പിന്നെ നന്ദന്റെ ചുമലിൽ കൈവച്ച് മുഖമമർത്തി.

“ചാപല്യങ്ങളൊന്നും കാണിക്കാതെ. ആരെങ്കിലും കണ്ടാൽ.”

നന്ദൻ ഒഴിഞ്ഞുമാറാൻ നോക്കിയെങ്കിലും അവൾ അവന്റെ മാറിലേക്ക് ചാഞ്ഞു.

“നന്ദേട്ടൻ എന്തിനാണ് ഇങ്ങനെ മസിൽ പിടിച്ചുനില്ക്കുന്നത്. എപ്പോഴും രാഷ്ട്രീയം മാത്രമേ തലയിലുള്ളൂ. ഇങ്ങനെ പോയാൽ മുരടനായിപ്പോകും.”

"അങ്ങനെയൊന്നുമില്ല. പൊതുപ്രവർത്തകരാകുമ്പോൾ എല്ലാത്തിലും മിതത്വം പാലിക്കണം. മറ്റുള്ളവരുടെ തെറ്റുകൾ ചൂണ്ടിക്കാട്ടി തിരുത്തിക്കേണ്ടവരാണ് നമ്മൾ. നമ്മുടെ വാക്കിലും പ്രവൃത്തിയിലും അതിന് കരുത്തു ലഭിക്കണമെങ്കിൽ മനസ്സിൽ കുറ്റബോധം ഉണ്ടാകാൻ പാടില്ല. മറ്റുള്ളവർ കാണുന്നില്ല എന്നുറപ്പുവരുത്തി പലതും ചെയ്യുന്നവരുണ്ടാവാം. അവർ സമൂഹത്തിന്റെ മുന്നിൽ മാന്യതയുടെ അവതാരങ്ങളാകാനും ശ്രമിക്കും. പക്ഷേ, അത്തരക്കാർക്ക് ഇച്ഛാശക്തിയോടെ അനീതിയോട് പൊരുതാനാവില്ല."

"ഇങ്ങനെ ആദർശവും കൊണ്ട് നടക്കുന്ന എത്രപേരുണ്ട് നിങ്ങളുടെ പ്രസ്ഥാനത്തിൽ?"

"ഒരുപാട് പേരുണ്ട്. അവർ വലിയ നേതാക്കളൊന്നും ആയിരിക്കില്ല. അത്തരക്കാരുള്ളതുകൊണ്ടാണ് ഈ പ്രസ്ഥാനം നിലനില്ക്കുന്നത്. അവർ എന്നീ പ്രസ്ഥാനത്തിൽ നിന്നകലുന്നുവോ. അന്നീ പ്രസ്ഥാനം ചരമഗതി പ്രാപിക്കും."

"നമ്മൾ എന്നും ഇങ്ങനെ കഴിഞ്ഞാൽ മതിയോ?"

സുഹാസിനി നന്ദന്റെ കണ്ണുകളിലേക്ക് അർത്ഥവത്തായ നോട്ടമെറിഞ്ഞുകൊണ്ട് ചോദിച്ചു.

"ഒരു ജോലി ഉറപ്പാകട്ടെ എന്നിട്ട് നമുക്ക് ആലോചിക്കാം."

നന്ദൻ അവളെ പുറത്തു തട്ടി ആശ്വസിപ്പിച്ചുകൊണ്ട് പറഞ്ഞു.

"നന്ദേട്ടനില്ലാത്ത ജീവിതത്തെക്കുറിച്ച് ഇനി ചിന്തിക്കാനേ കഴിയില്ല. അതു തീരുമാനിച്ചു കഴിഞ്ഞു. അത് എന്ന് തുടങ്ങണമെന്ന് നന്ദേട്ടൻ തീരുമാനിച്ചാൽ മതി. ഞാൻ കൂടെ വരും."

"എല്ലാം നീ ആഗ്രഹിക്കുന്നതുപോലെ നടക്കട്ടെ. ഞാനിറങ്ങട്ടെ ഇനിയങ്ങോട്ട് സമ്മേളനങ്ങളുടെ തിരക്കായി."

സമ്മേളനങ്ങളും പാർട്ടി കോൺഗ്രസും കഴിഞ്ഞ ശേഷം ഒരു ദിവസം വന്ന വാർത്ത ഫർക്കയിലെ പാർട്ടി പ്രവർത്തകരെയാകെ ഞെട്ടിച്ചു. കെ സി ആറിനെ സസ്പെന്റ് ചെയ്തിരിക്കുന്നു. കേട്ടവർക്ക് അത് വിശ്വസിക്കാൻ കഴിഞ്ഞില്ല. ആരാലും ചോദ്യം ചെയ്യപ്പെടാത്ത അനിഷേദ്ധ്യ നേതാവായിട്ടാണ് എല്ലാവരും അദ്ദേഹത്തെ കണ്ടിരുന്നത്. അടുത്ത ദിവസം നടന്ന ഫർക്ക യോഗത്തിൽ ജില്ലാ സെക്രട്ടറി തീരുമാനം വിശദീകരിച്ചപ്പോൾ ഭൂരിഭാഗം കമ്മിറ്റി അംഗങ്ങൾക്കും അത് ഉൾക്കൊള്ളാൻ കഴിഞ്ഞില്ല.

യോഗം കഴിഞ്ഞ് നന്ദനും ഗോപിയും കച്ചിലത്തെരുവിലേക്ക് നടന്നു.

"ഇത് എനിക്ക് ഉൾക്കൊള്ളാനേ കഴിയുന്നില്ല. അയാളുടെ വളർച്ചയിൽ അസൂയ ഉള്ളവർ ചെയ്ത വേലയാണിത്. ഇത് അംഗീകരിച്ച് കൊടുക്കാൻ പറ്റില്ല."

നടക്കുന്നതിനിടയിൽ ഗോപി പറഞ്ഞു.

"പ്രസ്ഥാനം എന്തെങ്കിലും കാണാതെ ഇങ്ങനെയൊരു നടപടി എടുക്കുമോ ഗോപിയേട്ടാ."

നന്ദൻ സംശയം പ്രകടിപ്പിച്ചു.

"കെ സി ആറിനെപ്പോലെ ജനകീയ അംഗീകാരമുള്ള എത്ര നേതാക്കളുണ്ട് ഈ പ്രസ്ഥാനത്തിൽ. അത് വെറുതെ ഉണ്ടായതല്ല. എല്ലാറ്റിന്റേയും മുന്നിൽ അയാൾ നില്ക്കും. പ്രതിസന്ധി നിറഞ്ഞ നാളുകളിൽ അയാൾ എനിക്കൊരു കരുത്തായിരുന്നു."

"പ്രസ്ഥാനത്തിന്റെ നേതാവ് എന്ന നിലയ്ക്കല്ലേ അയാൾ ഈ പ്രവർത്തനങ്ങളെല്ലാം നടത്തിയത്. ഇപ്പോൾ ഒരു നടപടി എടുത്തുഎന്നതുകൊണ്ട് ഇത്രയ്ക്ക് വികാരം കൊള്ളണോ?"

"അയാൾ ഈ നടപടി അനുസരിച്ചു നില്ക്കുമെന്ന് എനിക്ക് തോന്നുന്നില്ല. ചില കടുത്ത നടപടികളിലേക്ക് പോകാനാണ് സാദ്ധ്യത. അങ്ങനെ വന്നാൽ പ്രസ്ഥാനം പിളരും."

"പ്രസ്ഥാനത്തിന് പോറലേല്ക്കുന്ന ഒന്നിനും നമുക്ക് കൂട്ട് നില്ക്കാൻ പറ്റില്ല. വ്യക്തിയല്ലല്ലോ പ്രസ്ഥാനം."

നന്ദൻ അതു പറഞ്ഞത് ഗോപിക്ക് അത്രയ്ക്ക് ഇഷ്ടപ്പെട്ടില്ല. അദ്ദേഹം അതിനെക്കുറിച്ച് പിന്നെ അധികമൊന്നും സംസാരിച്ചില്ല.

കെ സി ആർ പ്രസ്ഥാനത്തിൽ നിന്നുകൊണ്ടുതന്നെ തന്റെ അടുത്ത അനുയായികളുമായി പലയിടത്തും രഹസ്യയോഗങ്ങൾ ചേർന്നുകൊണ്ടിരുന്നു. ഇതു മനസ്സിലാക്കി പാർട്ടി കെ സി ആറിനെ പാർട്ടിയിൽനിന്നും പുറത്താക്കി.

ചില നേതാക്കൾ കെ സി ആറിന് സ്വീകരണം നല്കി പ്രസ്ഥാനം വിട്ടു. ഇ വിയും ഗോപിയുമെല്ലാം അതിനോടൊപ്പം പോയി.

വർഷങ്ങളായി ഒരുമിച്ച് നടന്ന് രാഷ്ട്രീയപ്രവർത്തനം നടത്തിയ ഗോപിയും നന്ദനും രണ്ടുപക്ഷത്തായി. നാടുനീളെ വിശദീകരണയോഗങ്ങൾ സജീവമായി.

"നീ യുവാക്കൾക്കിടയിൽ പ്രത്യേകം ശദ്ധിക്കണം. ഇ വിയും ഗോപിയും അവരുടെ പക്ഷത്തേക്ക് ആളുകളെ പിടിക്കുവാൻ നടക്കുകയാണ്"

ഫർക്ക ഓഫീസിൽവെച്ച് കെ വി നന്ദനോട് പറഞ്ഞു.

"ഗോപിയേട്ടൻ കെ സി ആറിനുവേണ്ടി മരിക്കാൻപോലും തയ്യാറാണെന്ന മാനസികാവസ്ഥയിലാണ്."

"അവർ തമ്മിലുള്ള ബന്ധം അങ്ങനെയായിരുന്നു. പ്രസ്ഥാനത്തിനതീതമായി പലയിടത്തും ഇതുപോലെ അയാൾ വ്യക്തിബന്ധം ഉണ്ടാക്കിയിട്ടുണ്ട്. അവരാണ് അയാളുണ്ടാക്കിയ പ്രസ്ഥാനത്തിന്റെ കൂടെ പോയത്."

"അടുത്ത ദിവസം നരിപുരത്തൊരു സ്വീകരണം വെച്ചതായി കേൾക്കുന്നുണ്ട്. ആ യോഗം കലക്കണമെന്നാണ് എന്റെ അഭിപ്രായം."

"അതൊക്കെ ശ്രദ്ധിച്ചു വേണം. പൊലീസ് ഫോഴ്സുണ്ടാകും.

അവർ ലാത്തിച്ചാർജ്ജ് നടത്തുമ്പോൾ ആളുകൾ ഓടി അപകടത്തിൽപെടാൻ സാദ്ധ്യതയുണ്ട്."

നന്ദൻ അതിന് മറുപടിയൊന്നും പറഞ്ഞില്ല. കെ വി എല്ലാം മുൻകൂട്ടി

ക്കണ്ട് പറയുന്ന നേതാവാണ്. നരിപുരത്തെ സ്വീകരണം ഏതായാലും നല്ല നിലയിൽ നടക്കരുത് എന്ന് നന്ദൻ മനസ്സിലുറപ്പിച്ചു.

സ്വീകരണദിവസം വൈകുന്നേരം ആറുമണിയോടെ മൂന്ന് ഇടിവണ്ടികളിൽ പൊലീസെത്തി. അവർ റോഡിന്റെ ഇരുവശത്തുമായി നിരന്നു നിന്നു. കെ സി ആറിന് കരുണാകരസർക്കാർ എല്ലാ സുരക്ഷയും ഉറപ്പാക്കിയിട്ടുണ്ട്.

സാധനം വാങ്ങാനെന്ന വ്യാജേന നന്ദൻ അവിടെയെല്ലാം നടന്നു നിരീക്ഷിച്ചു. നേരിയതോതിൽ ഇരുട്ട് പരക്കാൻ തുടങ്ങി. ഏഴുമണിയോടെ കെ സി ആർ എത്തി. ഗോപി ആയിരുന്നു സ്വാഗതം. അദ്ധ്യക്ഷൻ ഇ വി യും. കെ സി ആർ പ്രസംഗിക്കാനെഴുന്നേറ്റ് ഏതാനും വാക്കുകൾ പറയുമ്പോഴേക്കും തുരുതുരാ ഏറുവന്നു. ഇ വിയും ഗോപിയും ഇരുന്നകസേര പൊക്കിപ്പിടിച്ച് ഏറ് തടുക്കുന്നു. കെ സി ആർ അപ്പോഴും വെല്ലുവിളിച്ച് പ്രസംഗിക്കുകയാണ്.

പൊലീസുകാർ കണ്ണിൽ കണ്ടവർക്കുനേരെയെല്ലാം ലാത്തിചാർജ് നടത്തി. പൊതുയോഗം കലങ്ങി. ഒരു ഹരത്തിന് പ്രസംഗം കേൾക്കാൻ വന്ന പലർക്കും ലാത്തിച്ചാർജിൽ പരിക്കുപറ്റി.

അതോടെ നന്ദനും ഗോപിയും കടുത്ത ശത്രുതയിലായി. വ്യക്തിജീവിതത്തിൽ വളരെ സ്നേഹത്തിൽ ഒരു കുടുംബംപോലെ കഴിഞ്ഞവർ രാഷ്ട്രീയഭിന്നത വന്നപ്പോൾ ശത്രുരാജ്യങ്ങളെപ്പോലെ രണ്ടുചേരിയായി.

വ്യക്തിബന്ധങ്ങളേക്കാളുപരി പ്രസ്ഥാനത്തിന്റെ പ്രത്യയശാസ്ത്ര നിലപാടിൽ ഉറച്ചുനില്ക്കുക എന്നതായിരുന്നു നന്ദനെടുത്ത സമീപനം.

ഇരുപത്തി നാല്

ഒരു മാസമായി മാരിപുരത്തേക്ക് പോയിട്ടില്ല. മന്ത്രിമാരെ തടയൽ സമരത്തിന്റെ ഭാഗമായ കേസും കോടതിയും ജയിലുമൊക്കെയായി ഒരു മാസം കടന്നുപോയി.

രാവിലെ 10 മണിക്ക് നന്ദൻ കോളേജിലെത്തുമ്പോൾ ഓഫീസിൽ ഉണ്ണിമാഷ് മാത്രമേയുണ്ടായിരുന്നുള്ളു. നന്ദനെ കണ്ടപ്പോൾ ഉണ്ണിമാഷ് എഴുന്നേറ്റ് നന്ദന്റെ കൈപിടിച്ചു.

"ജയിലിൽനിന്നു വന്നത് ഞാനറിഞ്ഞു. ഇന്ന് അങ്ങോട്ട് വരണമെന്ന് തീരുമാനിച്ചതാണ്."

ഉണ്ണിമാഷ് പറഞ്ഞു.

"ക്ലാസെല്ലാം നന്നായി നടക്കുന്നില്ലേ?"

"ഉണ്ട്. നന്ദനെടുക്കേണ്ട ക്ലാസെല്ലാം ഞങ്ങൾ അഡ്ജസ്റ്റ് ചെയ്ത് എടുത്തു."

നന്ദൻ മാഷ് വന്നതറിഞ്ഞ് കോളേജിലെ കുട്ടികളും മാഷന്മാരും ഓഫീസിലേക്ക് വന്നു.

"സമരത്തിൽ പങ്കെടുത്തവരെ പൊലീസ് വല്ലാതെ മർദ്ദിച്ചെന്ന് പത്ര

ത്തിൽ വായിച്ചു. മാഷെയും അവർ മർദ്ദിച്ചോ?"

"ലാത്തിച്ചാർജിൽ ഒന്നുരണ്ടടി കിട്ടിയിരുന്നു. രാഷ്ട്രീയക്കാർക്ക് പറഞ്ഞതല്ലേ അതെല്ലാം."

അവരോടൊപ്പം സൗഹൃദം പങ്കുവെച്ച് നന്ദനും ഉണ്ണിയും റോഡിലേക്കിറങ്ങി.

"ഭക്ഷണം കഴിക്കണ്ടേ?"

ഉണ്ണി ചോദിച്ചു.

"നമുക്ക് കൃഷ്ണഭവനിൽ നിന്ന് കഴിക്കാം."

"അതു വേണ്ട നമുക്ക് വീട്ടിൽനിന്ന് കഴിക്കാം. നന്ദൻ വന്നാൽ വീട്ടിലേക്ക് കൂട്ടണമെന്ന് അമ്മ പ്രത്യേകം പറഞ്ഞിരുന്നു. ജയിലിലാണ് എന്ന് കേട്ടപ്പോൾ അമ്മയ്ക്ക് വലിയ സങ്കടമായി."

"രാഷ്ട്രീയ ജീവിതം എന്നു പറയുന്നത് ഇങ്ങനെയൊക്കെ തന്നെയല്ലേ ഉണ്ണീ. ഒന്നും നമ്മളെ ആശ്രയിച്ചല്ലല്ലോ നടക്കുന്നത്. രാഷ്ട്രീയമായ സ്റ്റേജിലെ നടന്മാർ മാത്രമല്ലേ. നമ്മൾ അതിന്റെ രചനയും സംവിധാനവുമെല്ലാം നിർവ്വഹിക്കുന്നത് മുകളിൽ നിന്നല്ലേ."

"എന്നാലും നന്ദന്റെ ആത്മാർത്ഥത അല്പം കൂടുതലാണ്. സ്വന്തം നിലനില്പ് നോക്കാതെ ഇങ്ങനെ എത്രനാൾ പോകാൻ പറ്റും."

"എന്നെപ്പോലെ ഈ രാഷ്ട്രീയത്തിന്റെ ഭാഗമായി ഒരുപാട് സഖാക്കൾ പീഡനങ്ങൾ അനുഭവിക്കുന്നില്ലേ. അവരെക്കുറിച്ചെല്ലാം ഓർക്കുമ്പോൾ എന്റെ പ്രയാസങ്ങൾ വളരെ നിസ്സാരമായിട്ടാണ് ഞാൻ കാണുന്നത്."

"അത് നന്ദന്റെ ഉയർന്ന ബോധം. എല്ലാവരും അങ്ങനെയൊന്നുമല്ല."

പലരും ഉന്നം വെക്കുന്നത് വരുമാനമുള്ള ജോലിയും സ്ഥാനമാനങ്ങളും എങ്ങനെ തരപ്പെടുത്താമെന്നാണ്. അതിനുവേണ്ടി നേതാക്കളുടെ ഓരം ചേർന്ന് നടക്കും. അതിന്റെ ദുരന്തമാണ് കെ സി ആറിനെ പുറത്താക്കിയപ്പോൾ കണ്ടത്. അയാളാണ് പാർട്ടിയെന്ന് പറഞ്ഞ് ഗോപിയേട്ടനും ഇ വിയുമെല്ലാം കൂടെപ്പോയില്ലേ. ഇപ്പോൾ സമരം നടത്തിയതേതായാലും നന്നായി. അതുകൊണ്ട് അങ്ങോട്ടുള്ള ചാട്ടം അല്പം കുറഞ്ഞിട്ടുണ്ട്."

"ഉണ്ണി രാഷ്ട്രീയക്കാരെക്കുറിച്ച് നന്നായി പഠിക്കാൻ ശ്രമിക്കുന്നുണ്ടല്ലോ"

"ഞാൻ നിങ്ങളെപ്പോലെ പ്രവർത്തിക്കുന്നില്ലെങ്കിലും എല്ലാം മനസ്സിലാക്കാൻ ശ്രമിക്കുന്നുണ്ട്."

"നന്ദൻമാഷ് കോളേജിൽ വരാൻ തുടങ്ങ്യോ?"

വീട്ടിലേക്കുള്ള കോണിയിറങ്ങി മുറ്റത്തെത്തിയ നന്ദനെക്കണ്ട് തങ്കമണിയമ്മ ചോദിച്ചു.

"ജയിലിൽ നിന്നു വന്നതിനുശേഷം ഇന്ന് ആദ്യമായി വന്നതാണ്."

"മാഷ് കേസിൽപ്പെട്ട് ജയിലിൽ പോയി എന്നു കേട്ടപ്പോൾ

വല്ലാത്ത പ്രയാസം തോന്നി. രണ്ടാളും കൈകഴുകി ഇരിക്ക്. ഞാൻ ചോറെടുക്കാം."

അതു പറഞ്ഞ് തങ്കമണിയമ്മ അടുക്കളയിലേക്ക് പോയി.

നന്ദനും ഉണ്ണിയും ഇരുത്തിയോട് ചേർന്നിട്ട ബെഞ്ചിൽ ഊണ് കഴിക്കാനിരുന്നു.

പാഴിക്കുന്നിൽനിന്നും ഒഴുകി വരുന്ന ഉറന്ന വെള്ളം വീടിനു മുന്നിലെ നീർച്ചാലിലൂടെ ഒഴുകിപ്പോകുന്നത് നന്ദൻ കൗതുകത്തോടെ നോക്കി.

തങ്കമണിയമ്മ വിളമ്പിയ ഭക്ഷണം കഴിച്ച് വരാന്തയിലെ ഇരുത്തിയിൽ രണ്ടുപേരുമിരുന്നു.

"ഈ സമരമെല്ലാം നടത്തിയതിന്റെ ഗുണം അടുത്ത ഇലക്ഷനിൽ നമുക്കുണ്ടാകുമോ?"

"അഴിമതിക്കെതിരായി നടത്തിയ ഈ സമരത്തിലൂടെ സർക്കാരിന്റെ പ്രതിച്ഛായ തകർക്കാൻ നമുക്ക് കഴിഞ്ഞിട്ടുണ്ട്. അതുകൊണ്ട് ഇടതുമുന്നണി അധികാരത്തിൽ വരാനുള്ള സാഹചര്യമാണ് ഇന്ന് കേരളത്തിലുള്ളത്."

"ആരധികാരത്തിൽ വന്നാലും ഈ മാരിപുരത്തിനൊരു മാറ്റവുമില്ല. മാരിപുരം ബാങ്കിനും പാർട്ടിയുടെ ഫർക്ക ഓഫീസിനും പുതിയ കെട്ടിടങ്ങളുണ്ടായി എന്നതൊഴിച്ചാൽ ഞാൻ എട്ടാം ക്ലാസിൽ പഠിക്കുന്ന കാലത്ത് കണ്ട അതേ മാരിപുരം തന്നെയാണ് ഇന്നും. അക്കാലത്തുതന്നെ ഇവിടെ ആശുപത്രിയും ഹൈസ്കൂളും പൊലീസ് സ്റ്റേഷനും പോസ്റ്റാഫീസും രജിസ്ട്രാഫീസും എല്ലാമുണ്ടായിരുന്നു."

"അതിനു മുമ്പിവിടെ ഒരു സിനിമാ ടാക്കീസുമുണ്ടായിരുന്നു."

ഉണ്ണിയുടെ സംസാരം കേട്ട് അവർ സംസാരിക്കുന്നിടത്തേക്ക് വന്ന തങ്കമണിയമ്മ പറഞ്ഞു.

"എനിക്കമ്പതു വയസ്സായി. ഞാൻ കാണുന്ന കാലത്തും ഈ മാരിപുരം ഇങ്ങനെ തന്നെയായിരുന്നു. ദൂരസ്ഥലത്തു നിന്നുവരെ അന്ന് തെരുവർക്കാവിലേക്ക് ആളുകൾ വരുമായിരുന്നു. അന്ന് ആളുകൾ പകൽ പോലും നടന്നു പോകാൻ പോലും പേടിച്ചിരുന്ന പാലത്തറയെല്ലാം ഇന്ന് വലിയ ടൗണായില്ലേ."

"അമ്മ പറഞ്ഞത് ശരിയാണ്. ചില നാടുകളിൽ വലിയ മാറ്റങ്ങളാണ് വന്നുകൊണ്ടിരിക്കുന്നത്. പണ്ട് കൃഷിയേയും പരമ്പരാഗത തൊഴിലുകളെയും ആശ്രയിച്ചായിരുന്നു ആളുകളുടെ ജീവിതം. ഇന്നതെല്ലാം പോയില്ലേ. പുതിയ വ്യവസായങ്ങളൊന്നും നമ്മുടെ നാട്ടിലേക്ക് വരുന്നില്ല. ഉള്ളതു പൂട്ടിപ്പോവുകയാണ്. എന്തെങ്കിലും പണി കൊടുക്കുന്ന ഒരു സ്ഥാപനം ആരെങ്കിലും തുടങ്ങിയാൽ അപ്പൊ അവിടെ കൊടി പിടിക്കും. അതുകൊണ്ടല്ലേ ആരും ഒന്നും ഇവിടെ തുടങ്ങാത്തത്."

"അതെല്ലാം വെറുതെ പറയുന്നതാണ് ഉണ്ണീ. പണിയെടുക്കുന്നവർക്ക് ന്യായമായ കൂലി കൊടുക്കണം എന്നു പറയുന്നത് ന്യായമല്ലേ. പണ്ട് കൃഷിയും പരമ്പരാഗത തൊഴിലും ഉണ്ടായിരുന്ന കാലത്ത് എങ്ങിനെ

യായിരുന്നു നാട്ടിലെ ജീവിതം. ഒരു ദിവസം പണിയെടുത്താൽ ഒരു സേർ നെല്ലായിരുന്നു കൂലി. അന്ന് പണിയെടുത്താൽ ന്യായമായ കൂലിയില്ല. രോഗം വന്നാൽ ചികിത്സ കിട്ടാതെ മരിക്കും. കുട്ടികളെ പഠിപ്പിക്കാൻ കഴിഞ്ഞിരുന്നില്ല. പ്രായമാകുമ്പോൾ കുലത്തൊഴിലിന് പോകും. കിട്ടുന്നത് തുച്ഛമായ കൂലി. ഇന്നതെല്ലാം മാറിയില്ലേ. തന്റെ ജോലിക്ക് ന്യായമായ കൂലി ചോദിച്ചുവാങ്ങാനുള്ള തന്റേടം ആളുകളിലുണ്ടാക്കിയത് കൊടി പിടിക്കുന്ന പ്രസ്ഥാനം തന്നെയല്ലേ."

"പക്ഷേ, വികസനം മുരടിച്ചില്ലെ നന്ദാ. ഒന്നും ഇവിടെ ഉണ്ടാക്കുന്നില്ലല്ലോ. നമുക്ക് വേണ്ടതെല്ലാം പുറത്തുനിന്നല്ലേ വരുന്നത്."

"ഉണ്ണി പറയുന്നത് ഭാഗികമായി ശരിയാണ്. എന്നാൽ മറ്റ് നാട്ടിലെ ആളുകൾ ജീവിക്കുന്നതുപോലെയാണോ നമ്മുടെ നാട്ടിലെ ആളുകളുടെ ജീവിതം. ഒരുപാട് മാറിയില്ലേ. പത്താം ക്ലാസ് പാസാകാത്ത ഒരു ചെറുപ്പക്കാരൻ ഇന്ന് നാട്ടിലുണ്ടോ? അവർ ജോലി നേടാൻ ലോകത്തിന്റെ പലഭാഗങ്ങളിലേക്കും പോവുകയാണല്ലോ. അടുത്ത കാലത്ത് ഗൾഫിലേക്കാണ് ആയിരക്കണക്കിന് ചെറുപ്പക്കാർ കടൽ കടന്നു പോയത്. അവരുണ്ടാക്കുന്ന പണം ഈ നാട്ടിലേക്ക് വരാൻ തുടങ്ങിയപ്പോൾ ഈ നാടിന്റെ മുഖച്ഛായ മാറിയില്ലേ."

"കുറെ കെട്ടിടങ്ങളും വീടുകളും വന്നതല്ലാതെ എന്തു വളർച്ചയാണുണ്ടായത്?"

"അതുമൊരു വളർച്ചയാണ്. നിർമ്മാണ പ്രവർത്തനങ്ങളുമായി ഒരു പാട് തൊഴിലവസരങ്ങൾ വന്നില്ലേ. കല്ല് വെട്ടുന്നവർ, കൽപ്പണി എടുക്കുന്നവർ, പൂഴി വാരുന്നവർ, ആശാരിമാർ, വാഹനമോടിക്കുന്നവർ, ചുമട്ടുകാർ, ചെറുകിട കച്ചവടക്കാർ ഇങ്ങനെ നിരവധി പുതിയ തൊഴിലുകൾ നമ്മുടെ നാട്ടിലുണ്ടായില്ലേ. പണ്ടിവരെല്ലാം കൃഷിയെയും കുലത്തൊഴിലിനെയും ആശ്രയിച്ചു കഴിഞ്ഞവരല്ലേ."

"അതോടുകൂടി കൃഷി പോയില്ലേ? ഇപ്പോൾ ആന്ധ്രയിൽനിന്നും അരിവരുന്നതുനോക്കിയിരിപ്പല്ലേ. കൃഷി ചെയ്യുന്ന പാടങ്ങളെല്ലാം നികത്തി റിയൽ എസ്റ്റേറ്റുകാർ പണമുണ്ടാക്കുന്നു."

"ഉണ്ണിയുടെ ആ അഭിപ്രായത്തോട് ഞാനും യോജിക്കുന്നു. കൃഷിക്കുപകരിക്കുന്ന സ്ഥലങ്ങളൊന്നും നികത്താൻ അനുവദിക്കരുത്. അതിനൊരു നിയന്ത്രണമുണ്ടാക്കണം. നമുക്ക് വേണ്ടത് നമ്മുടെ നാട്ടിൽ തന്നെ ഉണ്ടാക്കാൻ കഴിയണം. ഒരുപാട് സമയമായി. ഞാൻ പോകട്ടെ."

തങ്കമണിയമ്മയോട് യാത്രപറഞ്ഞ് നന്ദൻ മാരിപുരത്തേക്ക് നടന്നു. മാരിപുരം റോഡിലൂടെ ഫർക്ക ഓഫീസിലേക്ക് നടക്കുമ്പോൾ ബസ സ്റ്റോപ്പിൽ നില്ക്കുന്ന മുരളിയെ കണ്ടു.

"മുരളി എങ്ങോട്ടാണ്?"

"എങ്ങോട്ടുമില്ല."

"കമ്പനിയിൽ പോയില്ലേ?"

"കമ്പനിയിൽ പണിയില്ല."

"നീ ഭക്ഷണം കഴിച്ചോ?"

"കഴിച്ചു. നന്ദനെങ്ങോട്ടാണ്?"

"ഫർക്ക ഓഫീസിലേക്ക് നീ വരുന്നോ?"

"എനിക്ക് നന്ദനോട് ചില കാര്യങ്ങൾ പറയാനുണ്ട്. അതിനാണ് ഞാൻ ഇങ്ങോട്ട് വന്നത്. കോളേജിൽ ചോദിച്ചപ്പോൾ ഉണ്ണിമാഷുടെ കൂടെ കാവിന്റെ ഭാഗത്തേക്ക് പോയതായി അറിഞ്ഞു. നന്ദൻ വരുന്നതും നോക്കിയാണ് ഞാനിവിടെ നില്ക്കുന്നത്."

"നമുക്ക് ഓഫീസിലിരുന്ന് സംസാരിക്കാം."

നന്ദൻ മുരളിയേയും കൂട്ടി ഫർക്ക ഓഫീസിലേക്ക് നടന്നു. നന്ദൻ ഫർക്ക ഓഫീസിലെത്തുമ്പോൾ കസേരയിൽ കാൽ കയറ്റി വെച്ച് പത്രം വായിക്കുകയായിരുന്നു പാർട്ടി സെക്രട്ടറി പി വി.

"ജയിലിൽ നിന്നു വന്നതിനുശേഷം നന്ദനെ കണ്ടതേയില്ലല്ലോ?"

പി വി ചോദിച്ചു.

"അതിനു ശേഷം ഇന്നാണ് മാരിപുരത്ത് വന്നത്. ബാലേട്ടൻ നേരത്തെ എത്തിയോ?"

"ഞാൻ ഉച്ചയ്ക്കുശേഷമാണ് എത്തിയത്."

"പുതിയ പരിപാടിയെന്തെങ്കിലുമുണ്ടോ?"

"പരിപാടി പലതും വരും. അടുത്ത വർഷം ഇലക്ഷനല്ലേ. അതിന്റെ തയ്യാറെടുപ്പ് ഇപ്പോൾ തന്നെ തുടങ്ങണം എന്നാണ് പാർട്ടി പറയുന്നത്. പിന്നെ കെ സി ആർ പ്രശ്നവും. മറ്റന്നാൾ ഉച്ചയ്ക്ക് മീറ്റിങ് വിളിച്ചിട്ടുണ്ട്. നന്ദനിന്ന് എന്താണ് പരിപാടി?"

"ഇന്ന് പരിപാടിയൊന്നുമില്ല. ഇവിടെ വന്ന സ്ഥിതിക്ക് കയറിയതാണ്."

"ഇനിയെങ്ങോട്ടാണ്?"

"വീട്ടിലേക്ക്."

"ശരി."

നന്ദൻ മുരളിയേയും കൂട്ടി കച്ചിലത്തെരുവിലേക്ക് നടന്നു.

"മുരളിയുടെ മോളെന്തുചെയ്യുന്നു?"

നടക്കുന്നതിനിടയിൽ നന്ദൻ ചോദിച്ചു.

"അവൾ ബാലവാടിയിൽ പോകുന്നുണ്ട്."

"കല്യാണി എന്തു ചെയ്യുന്നു?"

"അവൾ രാവിലെ കമ്പനിയിലേക്കെന്ന് പറഞ്ഞ് വീട്ടിൽ നിന്നിറങ്ങും. പിന്നെ എത്തുന്നത് സന്ധ്യ കഴിഞ്ഞായിരിക്കും."

"അവിടെ പണിയില്ലെന്നല്ലേ പറഞ്ഞത്?"

"അവിടെ പണിയൊന്നുമില്ല. എന്തിനാണ് പോകുന്നതെന്ന് എനിക്കറിയില്ല. ചോദിച്ചാൽ എന്റെ നേരെ ഒച്ചയെടുക്കും. ഞാനൊന്നും പറയാറില്ല. ഇപ്പോൾ ഞാൻ പഴയപോലെ കൂലിപ്പണിക്കു പോകും."

"അവൾ പോകുന്നതിൽ മുരളിക്ക് സംശയമുണ്ടോ?"

"ആളുകൾ അവളെപ്പറ്റി പറയുന്നത് അവൾ പഴയതുപോലെയായി എന്നാണ്. ആദ്യമൊന്നും ഞാനതു കാര്യമാക്കിയിരുന്നില്ല. ഇപ്പോൾ യാതൊരു താല്പര്യവുമില്ലാത്ത നിലയിലാണ് എന്നോട് പെരുമാറുന്നത്. മകളെ വിചാരിച്ചാണ് ഞാൻ സഹിച്ചുനില്ക്കുന്നത്. തുറന്നുപറയാൻ നന്ദനല്ലാതെ എനിക്ക് മറ്റാരുമില്ല. കുടുംബത്തെ ധിക്കരിച്ചാണ് ഞാനീ ബന്ധത്തിനിറങ്ങിയത്. അതിനുശേഷം അങ്ങോട്ട് പോയിട്ടില്ല. ഇനി എന്തു ചെയ്യണമെന്ന് ഒരു നിശ്ചയവുമില്ല. എല്ലാം എന്റെ തെറ്റാണ്."

മുരളി നെടുവീർപ്പിട്ട് നിർത്തി.

"മുരളി വിഷമിക്കണ്ട, നമുക്ക് സംസാരിച്ച് നേരെയാക്കാൻ നോക്കാം.

ആളുകൾ പറയുന്നതെല്ലാം അപ്പടി വിശ്വസിക്കണ്ട. അങ്ങനെയായാൽ കുടുംബജീവിതം കൊണ്ടുപോകാൻ കഴിയില്ല."

കച്ചിലത്തെരുവിലെത്തിയ അവർ ചാമുണ്ഡി ചന്തുവിന്റെ കടയിൽ നിന്ന് ചായ കുടിച്ചശേഷം മുരളിയെ കല്യാണിയുടെ വീട്ടിലാക്കി നന്ദൻ വീട്ടിലേക്ക് നടന്നു.

മുരളിയെ ആശ്വസിപ്പിച്ച് വീട്ടിലാക്കിയെങ്കിലും മുരളി പറഞ്ഞ കാര്യങ്ങൾ നന്ദന്റെ മനസ്സിനെ അലട്ടിക്കൊണ്ടിരുന്നു. കടവിലെ കല്യാണിയുടെ കഴിഞ്ഞ കാല ജീവിതരീതിയനുസരിച്ച് നോക്കിയാൽ മുരളി കേട്ടത് ശരിയാകാനാണ് സാദ്ധ്യത. അങ്ങനെയാണെങ്കിൽ മുരളിക്ക് അധിക കാലം ആ ബന്ധവുമായി മുന്നോട്ടു പോകാനാവില്ല. അവൻ തകർന്നുപോകും. എല്ലായിടത്തും ഒരുപകാരിയായി ഓടിയെത്തുന്നവനാണ് അവൻ. വീട്ടിലെത്തിയിട്ടും നന്ദന്റെ മനസ്സിനെ അത് അലട്ടിക്കൊണ്ടിരുന്നു. മുരളി എന്തെങ്കിലും കടുംകൈ ചെയ്യുമോയെന്നായിരുന്നു നന്ദന്റെ ഭയം. അടുത്ത ദിവസം അവനോട് സംസാരിച്ച് അവന്റെ മനസ്സിന് കരുത്ത് പകരണം എന്ന് തീരുമാനിച്ചാണ് നന്ദൻ അന്ന് ഉറങ്ങാൻ കിടന്നത്.

"മുരളി തൂങ്ങിമരിച്ചു പോലും." രാവിലെ ഭാനുമതിയമ്മ കരഞ്ഞുകൊണ്ടു നന്ദനെ വിളിച്ചുണർത്തിയാണ് ആ വിവരം പറഞ്ഞത്.

"ആരാണ് പറഞ്ഞത്?"

"രാവിലെ കടയിൽ പാല് കൊടുക്കാൻ പോയ കാർത്ത്യായനിയാണ് ഇപ്പോൾ എന്നോട് പറഞ്ഞത്. അതിന്റെയൊരു വിധി."

അറിഞ്ഞയുടനെ നന്ദൻ കല്യാണിയുടെ വീട്ടിലേക്ക് പോയി. അവിടെ ആളുകൾ കൂടിയിട്ടുണ്ട്. വീടിനടുത്തുള്ള കശുമാവിൻ കൊമ്പിൽ തൂങ്ങി നില്ക്കുന്ന മുരളിയുടെ മൃതശരീരം നന്ദൻ കണ്ടു. അത് അധികനേരം നോക്കി നില്ക്കാൻ കഴിയാതെ നന്ദൻ തളർന്നുപോയി.

ഇരുപത്തി അഞ്ച്

രാവിലെ കോളേജിലേക്ക് പോകാൻ കച്ചിലത്തെരുവിലെ ബസ്സ്റ്റോപ്പിൽ നന്ദനെത്തുമ്പോൾ സ്കൂളിലേക്ക് പോകാനായി സുഹാസിനിയും സ്റ്റോപ്പിലുണ്ടായിരുന്നു. മാരാഹിയിലെ സ്കൂളിൽ താല്കാ

ലിക ടീച്ചറായിച്ചേർന്ന സമയത്താണ് നന്ദൻ സമരത്തിൽ പങ്കെടുത്ത് ജയിലിൽ പോയത്. അതിനുശേഷം സുഹാസിനിയെ ആദ്യമായി കണ്ടുമുട്ടിയതാണ്.

"ജയിലിൽ നിന്ന് വന്നിട്ട് എന്തേ വീട്ടിലേക്ക് വരാതിരുന്നത്?"

സുഹാസിനി ചോദിച്ചു.

"ഇന്നലെ വരണമെന്ന് കരുതിയതാണ്. അതിനിടയിൽ മുരളി ആത്മഹത്യ ചെയ്തല്ലോ. ഇന്നലെ മുഴുവൻ അതിന്റെ കൂടെയായിരുന്നു."

"എന്താണ് മുരളിയേട്ടന് പറ്റിയത്? ആത്മഹത്യ ചെയ്യാൻ മാത്രം എന്തെങ്കിലും പ്രശ്നമുണ്ടായിരുന്നോ?"

"കല്യാണിയുമായുള്ള പ്രശ്നം തന്നെ. തലേദിവസം എന്നോട് ചില കാര്യങ്ങൾ പറഞ്ഞിരുന്നു. സംസാരിച്ച് പരിഹരിക്കാം എന്ന് ഞാൻ പറഞ്ഞതായിരുന്നു. അതിനിടയിലാണ് അവനിത് ചെയ്തത്. അതിരിക്കട്ടെ എങ്ങനെയുണ്ട് നിന്റെ ടീച്ചറുദ്യോഗം."

"കുഴപ്പമില്ല. നന്ദേട്ടനെ അറിയുന്നവരാണ് സഹ അദ്ധ്യാപകർ. ആ സ്നേഹം എന്നോടും കാണിക്കുന്നുണ്ട്.

എനിക്കിന്ന് ഉച്ചവരെ മാത്രമേ ക്ലാസുള്ളു. ഉച്ചയ്ക്കുശേഷം വീട്ടിലെത്തും. നന്ദേട്ടൻ വീട്ടിലേക്ക് വരണം. കുറെ നാളായില്ലെ ഒന്നിച്ചിരുന്നിട്ട്."

"വന്നിരുന്നു സൊറ പറയാനൊന്നും നേരമില്ല. ഒരു ഭാഗത്ത് യൂത്തിന്റെ സമരം. വേറൊരു ഭാഗത്ത് കെ സി ആർ പ്രശ്നം. യോഗങ്ങളും വിശദീകരണങ്ങളുമായി എപ്പോഴും പരിപാടിയാണ്. ഇന്നൊരു മീറ്റിങ്ങുണ്ട്. അത് നേരത്തെ തീർന്നാൽ അങ്ങോട്ട് വരാം."

അവർ സംസാരിക്കുന്നതിനിടയിൽ പാഴിയങ്ങാടിയിലേക്കുള്ള ബസ് വന്നു. അവർ രണ്ടു പേരും അതിൽ കയറി.

ഉച്ചയ്ക്ക് ഫർക്ക ഓഫീസിൽ ചേർന്ന മീറ്റിങ്ങിൽ കെ സി ആറിന്റെ പുതിയ പാർട്ടി രൂപീകരണനീക്കം ജില്ലാസെക്രട്ടറി വിശദീകരിച്ചു. കെ വിയായിരുന്നു അദ്ധ്യക്ഷൻ.

"പഴയബന്ധംവെച്ച് പലരേയും കെ സി ആർ സ്വാധീനിക്കാൻ ശ്രമിക്കുന്നുണ്ട്. അതുകൊണ്ട് പഴയബന്ധമുള്ളവരെല്ലാം അയാളുടെ കൂടെയാണ് എന്ന് പറഞ്ഞ് അവരെ അകറ്റുന്ന നിലപാടും നമ്മുടെ ചിലരിലുണ്ട്. അതു ശരിയല്ല പലരും തെറ്റിദ്ധരിച്ച് അയാളോട് അനുഭാവം കാണിച്ചിട്ടുണ്ടാകാം. അവർക്ക് നമ്മുടെ നിലപാട് വ്യക്തമാക്കിക്കൊടുത്ത് നമ്മുടെ കൂടെ ഉറപ്പിച്ചു നിർത്താൻ നമ്മൾ പരിശ്രമിക്കണം."

ജില്ലാസെക്രട്ടറി പറഞ്ഞവസാനിപ്പിച്ചു.

നരിപുരത്തെ യോഗത്തിനുമുൻപ് കെ സി ആറിനുവേണ്ടി അനുകൂലമായി അഭിപ്രായം പറഞ്ഞ പലരും പിന്നീട് നിലപാട് മാറ്റി. പൊലീസിനെ നിർത്തി പ്രസംഗിക്കാൻ തുടങ്ങിയതോടെ ചിലർക്ക് നേരത്തെയുണ്ടായിരുന്ന ബഹുമാനവും പോയി. അവർ പ്രസ്ഥാനത്തിന്റെ കൂടെ നിന്നു. അഥവാ പോയാൽ ജനങ്ങളിൽ നിന്നൊറ്റപ്പെടും എന്ന

ഭയവും ചിലരിലുണ്ടായിരുന്നു.

യോഗം അധികം ചർച്ചയില്ലാതെ പിരിഞ്ഞു.

"സുഹാസിനിക്ക് ഒരു സ്കൂളിൽ താല്ക്കാലികമായി ജോലി കിട്ടിയിട്ടുണ്ട്."

യോഗം കഴിഞ്ഞപ്പോൾ നന്ദൻ കെ വിയോട് പറഞ്ഞു.

"സ്ഥിരവേക്കൻസി കിട്ടാനുണ്ടോ?"

"ഇപ്പോഴില്ല. അവൾ പി എസ് സി റാങ്ക് ലിസ്റ്റിലുണ്ട്."

"ശരി എങ്ങനെയെങ്കിലും രക്ഷപ്പെടട്ടെ. ഒരു പുരുഷന്റെ സഹായമാണ് ആ കുടുംബത്തിന് ആവശ്യം. അതിനെക്കുറിച്ച് നന്ദൻ ആലോചിച്ചോ?"

"ഞാനതിനൊരുക്കമാണ്."

"അങ്ങനെയെങ്കിൽ നമുക്കത് വേഗം നടത്തിക്കളയാം ഒരു ചെറിയ ചടങ്ങുമതി ഞാനതിനുള്ള ഏർപ്പാടുകൾ ചെയ്യാം."

കെ വിയോട് യാത്ര പറഞ്ഞ് നന്ദൻ എൻ സിയുടെ വീട്ടിലെത്തുമ്പോൾ നാലുമണി കഴിഞ്ഞിരുന്നു ദേവകിയമ്മയും സുഹാസിനിയും അപ്പോൾ വരാന്തയിലിരുന്ന് സംസാരിക്കുകയായിരുന്നു.

നന്ദനെ കണ്ടപ്പോൾ അവർ എഴുന്നേറ്റു.

"കെ സി ആറിന്റെ യോഗം നന്ദേട്ടന്റെ നേതൃത്വത്തിലാണ് കലക്കിയത് എന്നാണല്ലോ നാട്ടിൽ സംസാരം." ദേവകിയമ്മ ചായ എടുക്കാൻ അകത്തേക്ക് പോയപ്പോൾ സുഹാസിനി ചോദിച്ചു.

"ഈ അവസരത്തിൽ പ്രസ്ഥാനത്തെ സംരക്ഷിക്കാൻ ശക്തമായ നിലപാട് സ്വീകരിച്ചില്ലെങ്കിൽ പിന്നെ പ്രസ്ഥാനമുണ്ടാവില്ല. ശത്രുക്കളുടെ ക്യാമ്പിലാണിന്നയാൾ. അവരുടെ സഹായത്തോടെയാണ് പുതിയ പാർട്ടി വളർത്താൻ ശ്രമിക്കുന്നത്. പ്രസ്ഥാനത്തിന്റെ എല്ലാ ശത്രുക്കളും അയാളെ സഹായിക്കാൻ പുറപ്പെടുന്നത്. നമ്മുടെ പ്രസ്ഥാനത്തെ തകർക്കാനുള്ള ഉദ്ദേശ്യത്തോടെയാണ്. അല്ലാതെ കെ സി ആറിനോടുള്ള സ്നേഹം കൊണ്ടല്ല.

"നന്ദേട്ടന്റെ അടുത്ത ആളല്ലെ ഗോപിയേട്ടൻ. ഇത്രത്തോളം എതിർപ്പ് നന്ദേട്ടൻ കാണിക്കണോ?"

"രാഷ്ട്രീയത്തിൽ അതെല്ലാം പതിവാണ്. സുഹാസിനി പറയുന്നതുപോലെയാണെങ്കിൽ ടി വി തോമസും ഗൗരിയമ്മയും അകന്നുകഴിയേണ്ട ആവശ്യമുണ്ടായിരുന്നോ? പ്രസ്ഥാനം ദുർബ്ബലവും കെ സി ആർ ശക്തനുമാണെന്നുവന്നാൽ ഇപ്പോൾ പ്രസ്ഥാനത്തിലുള്ള പലരും അങ്ങോട്ട് പോകില്ലേ?

ഓരോ നേതാക്കളും അവരുടെ വ്യക്തിപ്രഭാവം പ്രസ്ഥാനത്തിൽ അടിച്ചേല്പിക്കാൻ തുടങ്ങിയാൽ അവരുടെ ഏറാൻ മൂളികളായി മറ്റുള്ളവർ കഴിയേണ്ടി വരും."

"ഇന്ന് ബസിറങ്ങിവരുമ്പോൾ ഗോപിയേട്ടനെ കച്ചിലത്തെരുവിൽവെച്ച് കണ്ടിരുന്നു. കണ്ടപ്പോൾ ഒന്ന് ചിരിച്ചു. കൂടുതലൊന്നും ചോദി

ക്കാതെ നടന്നുപോയി. സാധാരണ അങ്ങനെയായിരുന്നില്ല."

"അതൊന്നും സാരമാക്കണ്ട. അദ്ദേഹം അങ്ങനെയാണ്. ഒരു നിലപാട് എടുത്താൽ അതിനുവേണ്ടി മരിച്ച് പണിയെടുക്കും. ആര് പറഞ്ഞാലും അതിൽ നിന്ന് പിൻമാറില്ല. വേറെ ചിലരുണ്ട് പ്രസ്ഥാനത്തെ കുത്താൻ കിട്ടുന്ന ചാൻസെല്ലാം ഉപയോഗിക്കും. തരം കിട്ടുമ്പോൾ അതിലെ നേതാക്കളുടെ ചങ്ങാത്തവും ഉറപ്പിക്കും."

"രണ്ടുപേരും ചായ കഴിക്ക്. എന്നിട്ട് മതി സംസാരം."

ദേവകിയമ്മ പറഞ്ഞു.

"നമുക്ക് കുറച്ചുനേരം കുന്നിലിരുന്ന് സംസാരിക്കാം. കെ വി ചില കാര്യങ്ങൾ പറഞ്ഞിട്ടുണ്ട്."

ചായകുടിക്കുമ്പോൾ നന്ദൻ പറഞ്ഞു.

"എന്നാൽ നമുക്ക് ആഴിക്കരക്കാവിന്റെ മുകളിൽ അന്നിരുന്നിടത്തേക്ക് പോകാം. അവിടെയിരുന്ന് അസ്തമയം കാണാൻ നല്ല സുഖമാണ്."

ദേവകിയമ്മയോട് അല്പം വൈകുമെന്ന് പറഞ്ഞ് അവർ രണ്ടുപേരും ചിപ്പിക്കുന്നിലൂടെ പടിഞ്ഞാറോട്ട് നടന്നു.

"ഇന്ന് നമ്മുടെ നാട്ടിലാരെങ്കിലും മരിച്ചിട്ടുണ്ടോ?"

വിജനമായ ചിപ്പിക്കുന്നിന്റെ വടക്കേചെരിവിലുള്ള കുണ്ടിൽ തടത്തിലെ ശ്മശാനത്തിൽ നിന്ന് പുകപൊങ്ങുന്നതുകണ്ടപ്പോൾ സുഹാസിനി ചോദിച്ചു.

"പൊതുശ്മശാനമല്ലേ ദൂരത്തുള്ള ആരെങ്കിലുമായിരിക്കും. പണ്ട് പാവപ്പെട്ടവരെയൊന്നും ദഹിപ്പിക്കാത്തകാലത്ത് മൃതദേഹം കൊണ്ടുവന്ന് കുഴിച്ചുമൂടുന്ന സ്ഥലമായിരുന്നു ഈ കുണ്ടിൽത്തടം. ഈ കുണ്ടിൽത്തടത്തിൽ നവീനശിലായുഗത്തിലെ മനുഷ്യർ ജീവിച്ച ഒരു ഗുഹയുണ്ട്."

"നന്ദേട്ടൻ എപ്പോഴാണ് ഈ കുന്നിനെക്കുറിച്ചെല്ലാം ഇങ്ങനെ പഠിച്ചത്?"

"അടിയന്തരാവസ്ഥക്കാലത്തെ സംഘർഷനാളുകളിൽ ഇവിടെയൊക്കെയായിരുന്നു നമ്മുടെ താവളം. ചില ദിവസങ്ങളിൽ പെരുന്തുറ കടന്ന് പുന്നക്കരയിലേക്ക് പോകും. അവിടെയെത്തിയാൽ പേടിക്കാനില്ല. അന്നാണ് ഇതെല്ലാം മനസ്സിലാക്കിയത്."

അവർ രണ്ടുപേരും നേരത്തെ കഥപറഞ്ഞിരുന്ന കുന്നിലെ പുൽത്തകിടിയിൽ ഇരുന്നു.

അസ്തമിക്കാൻ പോകുന്ന സൂര്യനെ ഏഴിമലയുടെ മുകളിൽ ഒരു വലിയ കുങ്കുമപ്പൊട്ടുപോലെ അവർ കണ്ടു. മലയുടെ പടിഞ്ഞാറുള്ള കടലിലേക്ക് അത് താണുകൊണ്ടിരിക്കയാണ്.

കടാങ്കോട്ട് മാക്കവും കാരിഗുരുക്കളും കടന്നുപോയ ആ ചിപ്പിക്കുന്നിലിരുന്ന് നന്ദനും സുഹാസിനിയും ആ അസ്തമയ സന്ധ്യ ആവോളം ആസ്വദിച്ചു.

"എന്താണ് കെ വി പറഞ്ഞത്?"

നന്ദനെ മുട്ടിയിരുമ്മിക്കൊണ്ട് സുഹാസിനി ചോദിച്ചു.

"ലളിതമായ ഒരു ചടങ്ങാക്കി അടുത്തുതന്നെ കല്യാണം നടത്തണമെന്നാണ് കെ വി പറഞ്ഞത്. അതിന്റെ ഏർപ്പാടുകളെല്ലാം അദ്ദേഹം ചെയ്യാമെന്ന്, ഒരു രക്ഷിതാവിനെപ്പോലെ ഏറ്റെടുത്തിരിക്കയാണ്. ഞാനതു സമ്മതിച്ചു.

യൗവനത്തിന്റെ വികാരങ്ങൾ മരവിപ്പിച്ച് പരുക്കൻ യാഥാർത്ഥ്യങ്ങളിലൂടെയാണല്ലോ ഇതുവരെയുള്ള നമ്മുടെ യാത്ര. പ്രസ്ഥാനം രൂപപ്പെടുത്തിയ അതിർവരമ്പുകൾ അതുലംഘിക്കാതെ അച്ചടക്കത്തോടെയുള്ള യാത്ര പ്രായത്തിൽ എന്നേക്കാൾ ചെറുതാണെങ്കിലും തീരുമാനമെടുക്കാനുള്ള കഴിവുകാണിച്ചത് നീയായിരുന്നു. ഒരുപാട് സഹിച്ചതിൽ നിന്നും നേടിയ കരുത്താണത്."

സുഹാസിനിക്ക് അതുകേട്ട് അടങ്ങിയിരിക്കാനായില്ല. അവൾ നന്ദനെ കെട്ടിപ്പുണർന്നു. വിജനമായ ചിപ്പിക്കുന്നിലെ പുൽത്തകിടിയിൽ അവർ പരിസരം മറന്ന് പരസ്പരം ലയിച്ചുചേർന്നു. അതുവരെ അറിയാതിരുന്ന അനുഭൂതിയുടെ ഒരു ലോകത്തേക്ക് ഇണസർപ്പങ്ങളെപ്പോലെ. പരിസരബോധം വീണ്ടെടുത്ത് അവർ എഴുന്നേല്ക്കുമ്പോൾ സൂര്യൻ അസ്തമിച്ചിരുന്നു.

അവർ ആഴിക്കരയിലെ റോഡിലൂടെ പോകാൻ തീരുമാനിച്ച് ചിപ്പിക്കുന്നിലെ പാറക്കെട്ടുകൾക്കിടയിലെ ഊടുവഴിയിലൂടെ കുന്നിറങ്ങുകയായിരുന്നു.

"നന്ദേട്ടാ, എന്റെ കാലിൽ എന്തോ കടിച്ചു."

പേടിച്ച സുഹാസിനി നന്ദന്റെ ശരീരത്തിലേക്ക് ചാഞ്ഞു.

ഒരു പാമ്പ് പാറയിടുക്കിലൂടെ ഇഴഞ്ഞ് പോയി.

അത് കണ്ട് നന്ദന് ചെറിയൊരു വിറയൽ അനുഭവപ്പെട്ടു. ധൈര്യം സംഭരിച്ച് നന്ദൻ സുഹാസിനിയെ ചുമലിലെടുത്ത് കുന്നിറങ്ങി ആഴിക്കരയിലെ കണ്ണപ്പെരുണാന്റെ വീട്ടിലേക്ക് നടന്നു. പെരുണാനോട് സംഭവം പറഞ്ഞു. പെരുണാൻ ഉടൻ കടിവായിയുടെ മുകളിൽ ഒരു തുണിക്കഷണം ചീന്തിയെടുത്ത് കെട്ടി. ഒരു ജീപ്പ് ആളെ അയച്ച് വരുത്തിച്ച് സുഹാസിനിയെ പാപ്പിനിശ്ശേരി വിഷചികിത്സ കേന്ദ്രത്തിലേക്ക് കൊണ്ടുപോയി. അവിടെയെത്തുമ്പോഴേക്കും സുഹാസിനിയുടെ ബോധം നഷ്ടപ്പെട്ടിരുന്നു. ഡോക്ടറും വൈദ്യരും സുഹാസിനിയെ മാറിമാറി പരിശോധിച്ചു.

"കടിച്ചത് കരിമൂർഖനാണ്. രക്ഷപ്പെടാൻ പ്രയാസമാണ്."

അവർ പറഞ്ഞു.

അവർ എല്ലാ ശ്രമങ്ങൾ നടത്തിയിട്ടും സുഹാസിനിയെ രക്ഷപ്പെടുത്താനായില്ല. രാത്രിയുടെ അന്ത്യയാമത്തിൽ സുഹാസിനി ഈ ലോകത്തോട് വിടപറഞ്ഞു.

അടുത്ത ദിവസം വൈകുന്നേരം ചിപ്പിക്കുന്നിലുള്ള കുണ്ടിൽത്തടത്തിലെ പൊതുശ്മശാനത്തിൽ സുഹാസിനിയുടെ മൃതദേഹം സംസ്കരിച്ചു.

ആ ദിവസം കച്ചിലത്തെരുവും ചെറുമംഗലവും ശോകമൂകമായിരുന്നു.

ശവസംസ്കാരം കഴിഞ്ഞ് വീട്ടിലെത്തിയ നന്ദൻ ഏറെ അസ്വസ്ഥനായിരുന്നു. സുഹൃത്തുക്കളും സഖാക്കളും രാത്രിവരെ നന്ദനോടൊപ്പമുണ്ടായിരുന്നു. രാത്രി വൈകിയപ്പോൾ അവരെല്ലാം നന്ദനെ ആശ്വസിപ്പിച്ച് പിരിഞ്ഞുപോയി. സുഹാസിനിയുടെ മരണം നന്ദന് ഉൾക്കൊള്ളാനേ കഴിഞ്ഞില്ല. അനിർവ്വചനീയമായ ഒരു ശൂന്യത ചുറ്റും തളംകെട്ടി നില്ക്കുന്നതുപോലെ നന്ദന് തോന്നി. ആ രാത്രിയിൽ കതകുതുറന്ന് പുറത്തിറങ്ങിയ നന്ദൻ ഇരുട്ടിൽ ഒരു സ്വപ്നാടകനെപ്പോലെ ചിപ്പിക്കുന്നിലേക്ക് നടന്നു. കുണ്ടിൽത്തടത്തിലെ ശ്മശാനത്തിൽ കുറച്ചുനേരം മൂകനായി ഇരുന്നു. പിന്നെ ആഴിക്കരയുടെ ആഴങ്ങളിലേക്ക് നടന്നു.

www.ingramcontent.com/pod-product-compliance
Lightning Source LLC
LaVergne TN
LVHW100830051026
849519LV00006B/2241
9789390301331